എ. പ്രഭാകരൻ (പ്രഭാകർ പൊതുവാൾ അത്തായി)

ജനനം : പയ്യന്നൂരിൽ, 13.09.1946. മാതാപിതാക്കൾ : അത്തായി കാർത്യായനി അമ്മ, ഉത്തമന്തിൽ കണ്ണപ്പൊതുവാൾ. ഇപ്പോൾ തിരുവനന്തപുരത്ത് താമസിക്കുന്നു.
പ്രാഥമിക വിദ്യാഭ്യാസം : പയ്യന്നൂരിൽ. ഉന്നത വിദ്യാഭ്യാസം : കോഴിക്കോട് ദേവഗിരി കോളേജ്, കോഴിക്കോട് സർവ്വകലാശാല, മാനസഗംഗോത്രി മൈസൂർ, ഇൻസ്റ്റിറ്റ്യൂട്ട് ഓഫ് ജേർണലിസം, കൊച്ചി.

ആദ്യ ഔദ്യോഗിക പദവി: ജൂനിയർ ലക്ചറർ, പയ്യന്നൂർ കോളേജ്, കേരള ഭാഷാ ഇൻസ്റ്റിറ്റ്യൂട്ട്, തിരുവനന്തപുരം, ആകാശവാണി, തിരുവനന്തപുരം, സ്റ്റേറ്റ് ഇൻസ്റ്റിറ്റ്യൂട്ട് ഓഫ് എഡ്യൂക്കേഷണൽ ടെക്നോളജി, ഗ്യാൻവാണി എഫ്.എം. റേഡിയോ, സി-ഡിറ്റ്, കൗൺസിൽ ഫോർ സയൻസ് ആന്റ് ടെക്നോളജി ആന്റ് എൻവയോൺമെന്റ്, സെന്റർ ഫോർ എൻവയോൺമെന്റ് ആന്റ് ഡെവലപ്മെന്റ് എന്നീ സ്ഥാപനങ്ങളിൽ സേവനമനുഷ്ഠിച്ചു.

പുരസ്കാരങ്ങൾ : കേരള സംഗീത നാടക അക്കാദമിയുടെ ഏറ്റവും മികച്ച പ്രക്ഷേപകനുള്ള അവാർഡ്, കേന്ദ്ര സാംസ്കാരിക വകുപ്പ് സീനിയർ ഫെല്ലോഷിപ്പ്, ഏഷ്യൻ പെസഫിക് ബ്രോഡ് കാസ്റ്റ് യൂണിയൻ (ABU) അവാർഡ്, എൻ.വി. കൃഷ്ണവാര്യർ വിജ്ഞാനപുരസ്കാരം. ദേശീയ ബ്രോഡ് കാസ്റ്റ് ഫോറം പുരസ്കാരം. സെന്റർ ഫോർ ടീച്ചേഴ്സ് ഫോറത്തിന്റെ ഡോ. ശിവദാസൻപിള്ള സെലിബ്രിറ്റി റൈറ്റർ അവാർഡ്

അംഗീകാരം, അംഗത്വം: മീഡിയാ കൺട്രിവൈഡ് ചെയർമാൻ, ഡോ. ശിവദാസൻ പിള്ള എഡ്യൂക്കേഷണൽ റിസർച്ച് ആന്റ് ഡവലപ്മെന്റ് ഫൗണ്ടേഷൻ ചെയർമാൻ, സ്റ്റേറ്റ് റിസോഴ്സ് സെന്റർ കമ്മ്യൂണിറ്റി കോളേജ് ടെക്നിക്കൽ മെമ്പർ, കേരള ഗവൺമെന്റിന്റെ ഓൺലൈൻ റേഡിയോ അഡ്വൈസർ. കേരള ഇൻസ്റ്റിറ്റ്യൂട്ട് ചിൽഡ്രൻസ് ലിറ്ററേച്ചർ ഭരണസമിതി, വിദ്യാരംഗം എഡിറ്റോറിയൽ ബോർഡ്, ഫിലിം സെൻസറിംഗ് കമ്മിറ്റി എന്നിവയിൽ അംഗത്വം.

പ്രസിദ്ധീകരണം : ഇംഗ്ലീഷിലും മലയാളത്തിലും മീഡിയ, വിദ്യാഭ്യാസം, ശാസ്ത്രം എന്നിവയിൽ ലേഖനങ്ങളും ഫീച്ചറുകളും എഴുതുന്നു. ശാസ്ത്രം, മീഡിയ, വിദ്യാഭ്യാസം, സംസ്കാരം എന്നിവയെ പുരസ്കരിച്ച് 35 ഗ്രന്ഥങ്ങൾ എഴുതി.

പ്രധാന ഗ്രന്ഥങ്ങൾ: ശാസ്ത്രത്തിന്റെ മുഖം, ജീനുകളും പാരമ്പര്യവും, ഉള്ളിന്റെ ഉള്ളിലൊരു ക്ലോക്ക്, ലോകം അരികെ അരികെ, കാണാമറയത്തൊരു പെന്റുലം, മാധ്യമങ്ങൾ വാഴും ലോകം, ഗ്രാമത്തിൽ റേഡിയോ, ദൃശ്യശ്രാവ്യമാധ്യമങ്ങൾ, ഡോ. ജി. മാധവൻനായർ, ഗായകൻ കെ.പി. ഉദയഭാനു, നർത്തകൻ ധനഞ്ജയൻ, വിക്രംസാരാഭായി ശാസ്ത്രജ്ഞൻ മാധവഭട്ടതിരി എന്നിവരുടെ ജീവചരിത്രം. മൃണാളിനിയെ സ്നേഹിച്ച കുറ്റത്തിന്, ഉത്തരങ്ങൾക്ക് മുമ്പ് ഒരു ചോദ്യം, പ്രഭാകരന്റെ കഥകൾ എന്നീ കഥാസമാഹാരങ്ങളും പ്രസിദ്ധീകരിച്ചു.

ഭാര്യ : കാമ്പ്രത്ത് വിജയകുമാരി
മക്കൾ : അപർണ പൊതുവാൾ (ഡയറക്ടർ, അമ്മിണി എനർജി സിസ്റ്റം)
അമൃത പൊതുവാൾ (ഐ.ബി.എം)
മരുമക്കൾ : കെ.ജി. മധു, സി.എം.ഡി., അമ്മിണി ഗ്രൂപ്പ്
രാഹുൽ അരുൺകുമാർ, വിങ് കമാന്റർ, ഇന്ത്യൻ എയർഫോഴ്സ്
പേരമക്കൾ : മാധവ്, മാലിനി, വർദാൻ.

വിലാസം : 202, ഹൗസിംഗ് ബോർഡ് അപ്പാർട്ടുമെന്റ്, കവടിയാർ. തിരുവനന്തപുരം-3
ഫോൺ : 04712315642, 9447321100, ഇമെയിൽ : athayiprabha@gmail.com

Malayalam Language
Ormanizhalukal Noorunirangal
(Autobiography)
by
A. Prabhakaran

♦

Published in January 2023
by Kairali Books Private Limited
Thalikkavu Road, Kannur.
Ph : 0497-2761200
E-Mail : kairalibooksknr@gmail.com

♦

Cover Design
Prasanth Mangad

97/22-23/Sl.No.1405/150/NS 18.6
ISBN .978-93-93397-39-3

ഓർമ്മനിഴലുകൾ നൂറുനിറങ്ങൾ

എ. പ്രഭാകരൻ

കൈരളി ബുക്സ്

ഉള്ളടക്കം

പ്രവേശിക

എ. പ്രഭാകരൻ

ഈ പുസ്തകം വലിയൊരു ആലോചനയ്ക്ക് ശേഷമാണ് രചിച്ചതും പ്രസിദ്ധീകൃതമാകുന്നതും. മഹാമാരികാരണം കുറേക്കാലം അവരവരുടെ ഇടങ്ങളിൽ എല്ലാവരും അടച്ചിരിക്കുകയായിരുന്നു. ആശയവിനിമയം മാത്രമുണ്ട്; നേരിൽ ഇടപഴകലില്ല. ഇത് നമ്മുടെ നാട്ടിലെ സ്ഥിതി മാത്രമല്ല ഭൂലോകത്തെ മനുഷ്യർ ഭൂരിപക്ഷവും അവരവരിലേക്ക് ചുരുങ്ങി ജീവിച്ച ഒരു കാലമാണ് കടന്നുപോയത്. ഇതൊരു സർവ്വീസ് സ്റ്റോറിയും, ജീവിതകഥയുമാണ് എന്ന് ഊഹിക്കാവുന്നതേയുള്ളൂ. 'ഓർമ്മ നിഴലുകൾ നൂറു നിറങ്ങൾ' എന്ന ഈ രചന പിന്നോട്ട് നടന്നപ്പോൾ കണ്ട അഞ്ചാറു ദശകങ്ങളിലെ ജീവിതാനുഭവമാണെന്ന് പറയാം. ആ നിലയ്ക്ക് ഇതൊരു ആത്മവിചാരവുമാകുന്നു. അതുപോലെ ആകാശവാണിയടക്കം ഏഴു തൊഴിലിടങ്ങളിലെ അനുഭവസാക്ഷ്യവും. പിൻതിരിഞ്ഞു നോക്കിയപ്പോൾ സംഭവ്യമായതൊക്കെ നിയതിയുടെ മുൻതീരുമാനത്തിനനുസൃതമായി സംഭവിച്ചുകൊണ്ടിരിക്കുന്നു എന്നു മാത്രമാണ് സമാധാനിക്കുന്നത്. ഓരോ അരിമണിയുടെ പുറത്തും അത് ആരു ഭക്ഷിക്കണമെന്ന് രേഖപ്പെടുത്തിയിട്ടുണ്ടെന്ന് പറയാറുണ്ടല്ലോ. What is destined will happen- അഥവാ വിധിച്ചതെന്താണോ അത് സംഭവിക്കും എന്ന കാര്യം പൊതുവെ അംഗീകരിച്ചതാണ്. അത് ദൈവഹിതമാണെന്നും പറയേണ്ടിയിരിക്കുന്നു. വിധിയെന്നും പറയുന്നത് നമ്മുടെ ചെയ്തികളാണ് എന്ന് വിവേകാനന്ദൻ പറഞ്ഞിട്ടുണ്ട്. ആറു ദശകത്തിലെ ജീവിതം പറയുമ്പോൾ പല ഓർമ്മകളും ചികഞ്ഞെടുക്കേണ്ടതുണ്ട്. മനസ്സിൽ അത്രയും വ്യക്തതയോടെ പതിയാത്ത സ്മരണകളും അതീവ വ്യക്തതയോടെ തെളിഞ്ഞിരിക്കുന്നവയും ഇടകലർന്ന് കാണും. പക്ഷെ ഇങ്ങിനെ ഒരു രേഖപ്പെടുത്തൽ നടത്തുമ്പോൾ ആ കയറിവരുന്ന ഓർമ്മകളുടെ ഓളങ്ങളുടെ തള്ളിച്ച നൊമ്പരമുണ്ടാക്കാനും സാധ്യതയുണ്ട്. തികച്ചും സ്വാഭാവികമായി ഉയർന്നുവരുന്നവയെ ആദ്യമാദ്യം ഓർമ്മത്തേരിൽ ആനയിച്ചുകൊണ്ടു വരാനാണ് ഉദ്യമിച്ചിട്ടുള്ളത്. 'സ്നേഹിക്കുന്നു ജീവിതമേ നിന്നെ' എന്നു പറയാതെ പറയുമ്പോൾ ചില സംഭവങ്ങളും മനുഷ്യരും ഞാനിതാ എന്നുപറഞ്ഞ് മുന്നോട്ട് വരും. 44 ചെറു അധ്യായങ്ങളിലൂടെ കുട്ടിക്കാലം മുതലുള്ള ഓർമ്മയുടെ പൊട്ടു

കളും, ആദ്യകാല വിദ്യാഭ്യാസവും, സമൂഹവുമായി പ്രതിവർത്തിച്ച കൗമാര–ബാല്യവും ഉന്നത വിദ്യാഭ്യാസവും ജീവിതായോധനത്തിനുള്ള ജോലിയും കുടുംബ ബന്ധങ്ങളും, സാമൂഹ്യ ജീവിത മേഖലകളും നിരവധി സാമൂഹികമായ കോടുക്കൽ വാങ്ങലുകളും സർഗ്ഗവാസനകളുടെ പ്രവാഹവും ചെറിയ ചെറിയ നൊമ്പരങ്ങളും ഹർഷോന്മാദങ്ങളും മിന്നിമറയുകയാണോ? എല്ലാം കാലഗതിയിൽ കടപുഴങ്ങാതെ നിന്ന അനുഭവങ്ങൾ. നഗരക്കാഴ്ചകളുടെ കാളിമയും ഗ്രാമനൈർമല്യവും ഓരോന്നായി മുഖപടം നീക്കിവരുമ്പോഴാണ് ഉള്ളിലെ വലിയൊരു സംതൃപ്തി ഹൃദയതലത്തിൽ നിഴലായി ഈ ഓർമ്മ നിഴലിൽ തിറവും നിറവുംതേടിവരുന്നത്.

ജീവിതത്തിന്റെ ലക്ഷ്യം നാം വരയ്ക്കുന്ന മാർഗങ്ങളിലൂടെ കടന്നുവരുന്നതാണോ? തോന്നുന്നില്ല. വിചാരിക്കാതെ ലക്ഷ്യസ്ഥാനത്താണ് എത്തിച്ചേരുക. അങ്ങോട്ടു ചെല്ലാൻ കൈ വന്ന മാർഗ്ഗങ്ങൾ തന്നെ വലിയ പഠിപ്പ് ആയിത്തീരുകയാണ്. ജീവിതായോധനത്തിന്റെ പഠിത്തമാണവ. എന്റെ ജീവിതത്തിലും ഞാനെത്തിച്ചേർന്ന ലാവണങ്ങൾ എന്നെ അത്ഭുതപ്പെടുത്തുകയാണ്. ഒന്നുപറയട്ടെ എത്തിച്ചേരാത്ത സ്ഥലികൾ എന്നെ കൊതിപ്പിച്ചുകളയുകയോ, നിരാശച്ചുഴിയിൽ അകപ്പെടുത്തുകയോ ചെയ്തിട്ടില്ല. ആഗ്രഹിച്ചവ കൈയ്യിൽ കിട്ടാൻ പലതിന്റേയും പിന്നാലേ പോകുന്ന ഒരു കാലമുണ്ട് എല്ലാവരിലും. കിട്ടാതെ വരുമ്പോൾ അതൊരു ആഘാതമായി കലാശിച്ചിട്ടില്ല; എന്നെ സംബന്ധിച്ചടത്തോളം.

എവിടെപ്പോയി മറഞ്ഞാലും സ്വന്തം വേരുകൾ എന്നെ മാടിവിളിക്കുന്ന ഒരവസ്ഥയുണ്ട്. ജനിച്ചുവളർന്ന ദേശത്തിൽ ജീവിച്ചതിന്റെ ഇരട്ടി അന്യദേശാനുഭവങ്ങൾ ആവേശിച്ചു. പഠനത്തിനുശേഷം ഒരു ജോലി എന്നില്ല. ഏഴു ജോലികൾ വന്നു. ഒന്നുരണ്ട് നല്ല അവസരങ്ങൾ മനസ്സുതന്നെ നിരാകരിച്ച അനുഭവവും പ്രത്യേകതയുള്ളതാണ്. ഒരധ്യാപകൻ എന്ന ലക്ഷ്യം ആദ്യംതന്നെ സാക്ഷാത്കൃതമായി. പിന്നെ മാധ്യമരംഗം. ഒന്നാംകിട മാധ്യമകേന്ദ്രമായ ആൾ ഇന്ത്യാ റേഡിയോയിൽ സ്വതന്ത്രമായ ചിന്തകൾക്കും, ശൈലികൾക്കും വെള്ളവും വളവും ലഭിച്ചു. ശാസ്ത്രത്തിന്റെ വഴിയിലെ കൊതിപ്പിക്കുന്ന ഇടവഴികൾ താണ്ടി. പഠിച്ച വിഷയം വലിയ കരുത്തായി. അത് ജനമധ്യത്തിലേക്ക് നീട്ടിക്കൊടുക്കാൻ കരുത്തുമായി ആചാര്യ സ്ഥാനത്ത് പലരും വന്നു. കഥാവശേഷനായ പി.ടി. ഭാസ്കരപ്പണിക്കരെ മറക്കാനാകില്ല. അങ്ങിനെ ഒരു തിളങ്ങുന്ന വ്യക്തിപ്രഭാവം ജീവിതത്തിന്റെ കറുത്ത പ്രതലം പോലും വെളിച്ചം പായിച്ച് പ്രകാശിച്ചപ്പോഴാണ് ധൈര്യവും സ്ഥൈര്യവും മുതൽ

ക്കൂട്ടായത് ചിന്തയ്ക്കും എഴുത്തിനും എന്നെനിക്ക് പേർത്തും പേർത്തും തോന്നാറുണ്ട്. കതിർക്കനമുള്ള അനുഭവങ്ങൾ നിരവധിയുണ്ടായപ്പോഴാണ് ഇങ്ങിനെ ഒരു രചനയെപ്പറ്റി ആലോചനയിൽ വന്നത്. ഇതിൽ വന്നുപോകുന്ന സംഭവങ്ങളും മനുഷ്യരും നല്ലവരാണ്; വളരെ പരിമിതമായ വിരലിലെണ്ണാവുന്നവരൊഴിച്ച് ഏറ്റവും അപകടകരമായ ഒരവസ്ഥ ചില ദൗർബല്യങ്ങൾ എന്റെ മനസ്സിനെ കീഴടക്കുന്ന വേളയിൽ, ആളുകളെ നീതിപൂർവ്വം മനസ്സിലാക്കാത്തപ്പോഴാണ്. അപ്പപ്പോൾ പരിഹാരം കാണുന്ന ശൈലി എന്നെ ഈ അപകടങ്ങളിൽ നിന്നു രക്ഷപ്പെടുത്തിയിട്ടുണ്ട്. മറ്റൊന്ന് എന്റെ വഴിയിൽ പരിചിതരായവരെപ്പറ്റി സൂചിപ്പിക്കുമ്പോൾ നിരവധി പേരുകൾ ഇരുട്ടിൽ തന്നെ നിർത്തപ്പെട്ടുപോയോ എന്ന പേടിയാണ്. ശരിയാണ്, അതുണ്ടായിട്ടുണ്ട്. അതെങ്ങിനെ പരിഹരിക്കാമെന്ന് എനിക്കറിഞ്ഞുകൂടാ. ഈ ഗ്രന്ഥത്തിന്റെ കരട് പതിപ്പ് നാലു തവണ പരിശോധിച്ചു. എന്നിട്ടും മനസ്സിൽ വരാത്ത ഹൃദയത്തിന്റെ മൂലയിൽ തന്നെ സുഷുപ്തിയിൽ കഴിയുന്ന സംഭവമുണ്ടോ? പേരുണ്ടോ? ഏറെ പരിശോധിച്ചു. എന്നിട്ടും അങ്ങിനെയുള്ള സംഭവങ്ങളും നാമങ്ങളും എന്റെ പേനത്തുമ്പിൽ വന്നെത്തുന്നില്ലെങ്കിൽ അത് എന്റെ പിഴ! എന്റേതുമാത്രം. നിരവധി അതികായന്മാരായ വ്യക്തിത്വങ്ങളുടേ തടക്കം നൂറുകണക്കിന് പേരുടെ ഹൃദയം തുറന്ന് അകത്തുകയറിയവനാണ് ഞാൻ എന്ന ബോധ്യം എന്നെ നയിക്കുന്നില്ല. പക്ഷെ പലരുടേയും ഹൃദയവുമായി ഞാൻ അടുത്തു എന്നത് വലിയ സത്യം. അത് എന്റെ പുണ്യമാണ്. എന്റെ നാടിന്റെ പൈതൃകവും വീടിന്റെ ആത്മസത്തയും എന്നെ വഴി നടത്തിയപ്പോഴാണ് ഇതെല്ലാം സംഭവ്യമായത്. മാത്രമല്ല ഞാൻ നടന്ന് നടന്ന് യഥാർത്ഥമായ ഒരു ലാവണത്തിൽ എത്തിച്ചേർന്നതുകൊണ്ടുകൂടിയാണ് ആ സാമീപ്യവും, സാരൂപ്യവും സായൂജ്യവും എന്റെ വഴിയിൽ പ്രദീപ്തമായി സൗമ്യമെങ്കിലും പ്രൗഢമായ ഒരു സ്വഭാവ പ്രകൃതം എനിക്ക് പുണ്യം പോലെ ലഭ്യമായത്. ശാസ്ത്രവും, ചെറുകഥകളും എഴുതാനും പറയാനും തുടങ്ങിയിട്ട് 51 വർഷങ്ങളായി എന്ന ഒരു സത്യം ദൈവവിളി പോലെ എനിക്ക് ഈ രചനയുടെ തുടക്കത്തിൽ തന്നെ അനുഭവവേദ്യമായി. 35-ാമത്തെ ഗ്രന്ഥമാണിത്. ഇതുവരെ വെളിച്ചം കണ്ടതിൽ കുട്ടികൾക്കുള്ള നിരവധി പോപ്പുലർ ശാസ്ത്രഗ്രന്ഥങ്ങളുണ്ട്. നമ്മുടെ മാധ്യമത്തേയും മാധ്യമ സംസ്കാരത്തെപ്പറ്റിയുള്ള പഠനങ്ങളുണ്ട്, മനസ്സിൽ തട്ടിയ ചില ജീവിത ചരിത്രമുണ്ട്. ചെറുകഥകളുടെ സമാഹാരങ്ങളുണ്ട്. അടുത്തിടെ പുറത്തുവന്ന തിരഞ്ഞെടുത്ത കഥാസമാഹരമുണ്ട്. ഇത് വ്യത്യസ്തമായ ഒരു രചനയാണ്.

സർവ്വീസ് സ്റ്റോറിയാണോ? ജീവിത കഥയാണോ? രണ്ടുമാണ് എന്ന ഉത്തരം. മധുര മലയാളത്തിലെ 51 അക്ഷരാളിയെ സ്മരിച്ചുകൊണ്ട് എഴുത്തിന്റേയും പറച്ചലിന്റേയും അൻപത്തൊന്നാം വർഷത്തിൽ ഞാൻ ഈ ഉപഹാരം സമർപ്പിക്കുന്നത് എന്നെ ഇഷ്ടപ്പെടുന്നവരുടെ മുൻപിലാണ്. വായനയോട്, അക്ഷരസത്തയോട് കലഹിക്കാത്തവർ ഇതു വായിക്കുമെന്ന് ഉറപ്പുണ്ട്. വായിക്കട്ടെ, ഓർക്കട്ടെ വല്ലപ്പോഴും. ഞങ്ങളെല്ലാം ഉള്ളിൽ പ്രതിഷ്ഠിച്ച എന്നും കൈകൂപ്പുന്ന പയ്യന്നൂർ പെരുമാളാണ് എല്ലാത്തിന്റേയും പൊരുൾ എന്നു പറയാനാണ് എനിക്കിഷ്ടം. ചിത്രങ്ങൾ പകർത്തി തന്ന മുകേഷിന് (രവി സ്റ്റുഡിയോ) നന്ദി. ഈ ഗ്രന്ഥത്തിന്റെ അവതാരകനായ ആത്മമിത്രം ഡോ. ഇ. ശ്രീധരനും, പ്രസാധകരായ കണ്ണൂർ കൈരളി ബുക്സിനും, ആമുഖം സമ്മാനിച്ച സഹോദരതുല്യം ഞാൻ എന്നും ഇഷ്ടപ്പെടുന്ന സതീഷ്ബാബുവിനും എന്റെ നന്ദി വാക്കുകൾ കോർത്ത അമൂല്യവും ചേതോഹരവുമായ മാല്യം നൽകട്ടെ.

ആമുഖം

ഞാനും ഈ മഴ നനഞ്ഞു...

സതീഷ്ബാബു പയ്യന്നൂർ

ആദ്യമേത്തന്നെ പറയട്ടെ, ഇഷ്ടഭൂമികകളിലൂടെയുള്ള ഗൃഹാതുര പൂർണമായ ഒരോട്ടപ്രദക്ഷിണമാണ് എ. പ്രഭാകരന്റെ 'ഓർമ നിഴലുകൾ നൂറു നിറങ്ങൾ' എന്ന ഈ കൃതി എനിക്കു സമ്മാനിച്ചിരിക്കുന്നത്. കുട്ടിക്കാലം തൊട്ടേ പ്രഭാകരേട്ടനെ എനിക്കറിയാം. പയ്യന്നൂരമ്പലത്തിന് തെക്കുവശത്തെ മഹാദേവഗ്രാമം എന്ന മഴക്കാലവെള്ളക്കെട്ടുള്ള മൈതാനം മുറിച്ചുകടന്ന് മുച്ചിലോട്ട് സ്കൂളിലേക്ക് നടന്ന ആറുവയസ്സുകാരന് മുന്നിൽ അത്തായി എന്ന ഗൃഹനാമം ആദ്യമൊരു കൗതുകമായിരുന്നു. മുച്ചിലോട്ട് സ്കൂളിലെ അത്തായി സുകുമാരൻമാഷുടെ വീട് സ്കൂളിനു തൊട്ടു മുന്നിൽ തന്നെയായിരുന്നു. മാഷുടെ മകൻ മനോഹരൻ എന്റെ പ്രിയ സതീർത്ഥ്യനും. 'വെള്ളം കുടിക്കാനുള്ള ബെല്ലടിക്കുമ്പോൾ' ഞങ്ങൾ കുട്ടികൾ, മഴയാണെങ്കിൽ മഴയിൽ നനഞ്ഞും വെയിലാണെങ്കിൽ വെയിലിൽ പൊരിഞ്ഞും മനോഹരന്റെ വീട്ടിലേക്കോടും. ചിലപ്പോൾ വെള്ളത്തിനു പകരം ചായയോ നാരങ്ങവെള്ളമോ ബിസ്ക്കറ്റോ പഴമോ തന്ന് ഞങ്ങളുടെ വയറു നിറച്ചിട്ടുണ്ട് മനോഹരന്റെ അമ്മയും ഏട്ടിയും! സ്കൂൾ വിട്ട് മടങ്ങുമ്പോഴാണ് -- ചിലപ്പോൾ ശാന്തട്ടീച്ചറും ഭാമട്ടീച്ചറുമൊക്കെ കൂടെയുണ്ടാവും -- കൊവ്വലിലെത്തുമ്പോൾ (ഗ്രാമമൈതാനിയുടെ നാടൻ പേര്) ശാന്തട്ടീച്ചറുടെ വീടിനുമുമ്പിൽ സാക്ഷാൽ അത്തായി വീട് കാണുക. അവിടെ തുറന്ന പൂമുഖത്ത് വെള്ളയുടെ വിശുദ്ധിയിൽ പുതഞ്ഞു നിൽക്കുന്ന അമ്മയെ കാണുക. ആ അമ്മയുടെ മക്കളായ ബാലകൃഷ്ണൻ, പ്രഭാകരൻ, ഇന്ദിര, മോഹനൻ, വിജയം എന്നിവരെയൊക്കെ കാണുക... പ്രഭാകരേട്ടന്റെ മുഖത്ത് വല്ലാത്ത ഒരു കരിസ്മാറ്റിക് പ്രഭ ആ കുട്ടിക്കാലത്തുതന്നെ ഞാൻ കണ്ടറിഞ്ഞിരുന്നു. വെളുത്തു തുടുത്ത്, ടിപ്പ്ടോപ്പ് വസ്ത്രങ്ങളണിഞ്ഞ്...! അന്നദ്ദേഹം പയ്യന്നൂർ കോളേജിലെ ജൂനിയർ ലക്ചറർ ആണെന്നാണോർമ.

1969-ൽ പയ്യന്നൂർ കോളേജിൽ തുടങ്ങിയ ആദ്യത്തെ ആ ഉദ്യോഗ പർവ്വത്തിനുശേഷം പിന്നിട്ട ഏഴു തൊഴിലിടങ്ങളിലെ ഓർമകളും കുട്ടി കാലം തൊട്ട് കൊറോണയുടെ സമീപസ്ഥ ദുരന്തകാലം വരെയുള്ള വ്യക്തിഗത സ്മരണകളും കോർത്തിണക്കി 44 അദ്ധ്യായങ്ങളിലൂടെയാ ണ് പ്രഭാകരേട്ടൻ ഈ കൃതി ഒരുക്കിയിരിക്കുന്നത്. ഞാൻ പഠിച്ച മുച്ചി ലോട്ട് സ്കൂളിനെക്കുറിച്ച് ഈ കുറിപ്പിന്റെ തുടക്കത്തിൽ പറഞ്ഞല്ലോ. അതേ മുച്ചിലോട്ട് സ്കൂളിൽത്തന്നെയായിരുന്നു അദ്ദേഹത്തിന്റെയും പ്രാ ഥമിക വിദ്യാഭ്യാസം. അദ്ദേഹം പഠിച്ച പയ്യന്നൂർ ഹൈസ്കൂളിലെ നടവ ഴികളിലൂടെത്തന്നെയാണ് ഞാനും പിൽക്കാലത്ത് നടന്നത്. പയ്യന്നൂർ കോളേജ് ആരംഭിച്ചപ്പോൾത്തന്നെ ബോട്ടണി അദ്ധ്യാപകനായ അദ്ദേ ഹത്തിന്റെ സ്മരണകൾ, പയ്യന്നൂർ കോളേജിൽ രണ്ടുവർഷം പ്രീഡി ഗ്രിക്കു പഠിക്കുക വഴി വ്യത്യസ്തമായ തലത്തിൽ എനിക്കുമുണ്ട്. അ ദ്ദേഹത്തിന്റെ ജീവിതത്തിലെ വലിയ ഒരു കാലയളവ് ചിലവഴിച്ച തിരു വനന്തപുരത്തെ ആകാശവാണി, എന്റെയും സാഹിത്യജീവിതത്തിലെ ഒരു ശക്തിദുർഗ്ഗം തന്നെയായിരുന്നു; ഇപ്പോഴുമതെ. അങ്ങനെ സ്മരണ കളിലെ ഒരുപാട് നൈരന്തര്യങ്ങൾ ഈ കൃതിയോട് എന്നെ വല്ലാതെ അടുപ്പിച്ചു നിർത്തുന്നു...

എ. പ്രഭാകരൻ എന്ന എഴുത്തുകാരന്റെ 35-ാമത് പുസ്തകമാണിത്. എഴുതിയതിലേറെയും ശാസ്ത്രഗ്രന്ഥങ്ങളാണെങ്കിലും, ഇതിനു തൊ ട്ടുമുമ്പിറങ്ങിയ തെരഞ്ഞെടുത്ത കഥകളുടെ സമാഹാരം ശ്രദ്ധേയമാ യിരുന്നു. സൂക്ഷ്മപടുവായ ഒരു കഥാകൃത്തിനെ അതിലൂടെ നമുക്ക് വായിച്ചെടുക്കാനാവും. ഈ ഓർമപ്പുസ്തകവുമതെ, നല്ല ഒരു കഥ പറ ച്ചിലുകാരന്റെ ഈണവും ഇമ്പവും നിറഞ്ഞ ഭാഷയാൽ സവിശേഷമാ വുന്നു. 1976 ഒക്ടോബർ തൊട്ട് 2006 ഒക്ടോബറിന്റെ അവസാന നാൾ വരെയുള്ള ആകാശവാണി ജീവിതത്തെ ഓർത്തു കൊണ്ടാണ് പ്രഭാക രേട്ടൻ ഈ പുസ്തകം തുടങ്ങുന്നത്. ഊഷ്മളമായ ഒരു യാത്രയയപ്പു സായാഹ്നത്തിന്റെ നടുവിലിരുന്ന് അദ്ദേഹം ഓർമകളെ പിറകോട്ട് പായി ക്കുകയാണ്... തിരുവനന്തപുരം ആകാശവാണിയിലെ സഹപ്രവർത്ത കർ, പരിപാടികളുടെ നിർമിതി, ഉത്തരവാദിത്തങ്ങൾ... അങ്ങനെയങ്ങ നെ തൊട്ടടുത്ത അദ്ധ്യായങ്ങളിലൂടെ ജന്മനാട്ടിലേക്കും നാടിന്റെ ചരി ത്രപ്രാധാന്യത്തിലേക്കും സ്വാതന്ത്ര്യസമരകാലത്തിലേക്കുമൊക്കെ അ ദ്ദേഹം കടന്നുപോവുകയാണ്... ഇതുകൊണ്ടാണ്, എനിക്കും ഇതൊരു ഓർമകളുടെ തീർത്ഥാടനമായി മാറുന്നത്. ഗാന്ധിശിഷ്യനായ മഹാദേ വദേശായി വന്ന് പ്രസംഗിച്ചതിനാൽ മഹാദേവഗ്രാമമായ ഞങ്ങളുടെ 'പ ട്ടറാട്ട് കൊവ്വൽ' കൊവ്വലിലെ മഹാദേവ ദേശായി വായനശാല, ഫൈൻ ആർട്ട്സ് സൊസൈറ്റി, അത്തായി വീട്, പയ്യന്നൂരമ്പലം, അമ്പലച്ചിറ,

നിറപുത്തരി, ആഗ്രാണം, പയ്യന്നൂർ ഹൈസ്കൂൾ, കെ.വി.ആർ. മാഷ്, മലയാളി മാഷ്, ബ്രൂക്ക് ബോണ്ട് സ്വാമി, അഡ്വ. ഉമാ മഹാശ്വേര അയ്യർ, വ്യാഘ്രലം അയ്യർ, ടെമ്പിൾ ബ്രദേഴ്സ്, ടാഗോർ ക്ലബ്ബ്, ഗ്രാമം പ്രതിഭ, കസ്തൂർബാ വായനശാല, കോൽക്കളി, കളരി, പൂരം, ശാലിയപ്പൊറാട്ട്, വാഴക്കണ്ടൻ, മരക്കുതിര... ഓ, ഓർമച്ചിത്രങ്ങൾ ഒന്നൊഴിയാതെ മനസ്സിലേക്കു തിരയടിച്ചുവരികയാണ്. എല്ലാം എത്രമാത്രം സൂക്ഷ്മമായും സമഗ്രമായുമാണ് പ്രഭാകരേട്ടൻ അവതരിപ്പിച്ചിരിക്കുന്നത്...!

സ്വാതന്ത്ര്യസമര ചരിത്രത്തിലൂടെയും സംസ്കൃത ജ്യോതിഷാദി പാരമ്പര്യത്തിലൂടെയും പയ്യന്നൂരിന് കൈ വന്ന ഗരിമ യഥാതഥമായി ഈ പുസ്തകത്തിൽ വരച്ചിട്ടിരിക്കുന്നു. ഒപ്പം ഓരോ കാലഘട്ടത്തിലും ഓരോ മേഖലയിലും പ്രശസ്തരായ ആളുകളുടെ പേരുകൾ ഒന്നൊഴിയാതെ പറഞ്ഞുവെക്കുകയും ചെയ്തിട്ടുണ്ട്. ഒരു പേരുപോലും പൊഴിഞ്ഞുപോവരുത് എന്ന നിർബ്ബന്ധബുദ്ധി പ്രഭാകരേട്ടനെ വല്ലാതെ ജാഗരൂകനാക്കിയിട്ടുണ്ടെന്നു വേണം കരുതാൻ. പ്രവേശികയിൽ അദ്ദേഹം ഇങ്ങനെ കുറിക്കുന്നു: 'എന്റെ വഴിയിൽ പരിചിതരായവരെപ്പറ്റി സൂചിപ്പിക്കുമ്പോൾ നിരവധി പേരുകൾ ഇരുട്ടിൽത്തന്നെ നിർത്തപ്പെട്ടുപോയ പേടിയുണ്ട്. ശരിയാണ്, അതുണ്ടായിട്ടുണ്ട്. അതെങ്ങനെ പരിഹരിക്കാമെന്ന് എനിക്കറിഞ്ഞുകൂടാ. ഈ ഗ്രന്ഥത്തിന്റെ കരടു പതിപ്പ് നാലുതവണ പരിശോധിച്ചു. എന്നിട്ടും മനസ്സിൽ വരാത്ത, ഹൃദയത്തിന്റെ മൂലയിൽത്തന്നെ സുഷുപ്തിയിൽ കഴിയുന്ന സംഭവമുണ്ടോ? പേരുണ്ടോ? ഏറെ പരിശോധിച്ചു. എന്നിട്ടും അങ്ങനെയുള്ള സംഭവങ്ങളും നാമങ്ങളും എന്റെ പേനത്തുമ്പിൽ വന്നെത്തുന്നില്ലെങ്കിൽ അത് എന്റെ പിഴ! എന്റേതു മാത്രം.'

സത്യത്തിൽ എനിക്കത്ഭുതമാണ്; ഇത്രമാത്രം കണിശമായി ഓർമകൾ എങ്ങനെ പ്രവഹിക്കുന്നു എന്നതിൽ. ഓരോ സംഭവങ്ങളുമായും അതാത് കാലവുമായും ബന്ധപ്പെട്ട് എത്രയെത്ര പേരുകളാണ് വന്ന് നിറയുന്നത്. അതും കൃത്യമായ ഇനീഷ്യൽ വരെ ചേർത്ത്; അവരുടെ ഔദ്യോഗികലാവണങ്ങളും പരിചയപ്പെടുത്തിക്കൊണ്ടുതന്നെ! ശരിക്കും ഒരു ഓർമയെഴുത്തുകാരന് വേണ്ടുന്ന സിദ്ധിതന്നെയാണത്. അതുകൊണ്ടുതന്നെ ഈ ഓർമപ്പുസ്തകം ഒരു സത്യപ്രമാണവുമായി മാറുന്നു. അത്രമേൽ യാഥാർത്ഥ്യത്തോട് ഇതടുത്തു നിൽക്കുന്നു. ഞാനറിയുന്ന, ഒരുപക്ഷേ, സമീപകാലത്ത് മറന്നുതുടങ്ങിയിരുന്ന ഒട്ടേറെ പേരുകൾ ഇവയിൽ ഞാൻ കണ്ടെടുത്തു. എനിക്കും വി.പി. മനോഹരനും ഏറെ അടുപ്പമുണ്ടായിരുന്ന കെ.വി. ശേഖരപ്പൊതുവാൾ എന്ന വിപ്ലവകവിയുടെ പേരാണൊന്ന്. അതുപോലെ എ.വി. ശ്രീകണ്ഠപ്പൊതുവാൾ, ഡോ. കെ.കെ. കരുണാകരൻ, കെ.വി. ചിണ്ടൻ മാസ്റ്റർ, അനന്തൻ മാസ്റ്റർ, തി

രുമുമ്പ് മാഷ്... എന്തിനേറെ പയ്യന്നൂർ എൻ.ഇ.എസ്. ബ്ലോക്കിന്റെ സുവർണകാലത്തെക്കുറിച്ച് പറയുമ്പോൾ എസ്.കെ. നായനാർക്കൊപ്പം അവിടെ ഉദ്യോഗസ്ഥനായിരുന്ന വാസുദേവൻ നമ്പൂതിരി എന്ന എന്റെ പിതൃനാമം കൂടി പ്രഭാകരേട്ടൻ കുറിച്ചിട്ടിരിക്കുന്നു...! ഒരിടത്തല്ല, രണ്ടിടത്ത്, രണ്ട് സംഭവവിവരണങ്ങളിൽ.

പി.ടി. ഭാസ്ക്കരപ്പണിക്കർ, എൻ.വി. കൃഷ്ണവാരിയർ, പി. കുഞ്ഞിരാമൻനായർ, നാഗവള്ളി ആർ.എസ്. കുറുപ്പ്, ജഗതി എൻ.കെ. ആചാരി തുടങ്ങി പല മഹാരഥന്മാരും ഈ ഓർമവഴികളിൽ നക്ഷത്രങ്ങളായി മിന്നി നിൽക്കുന്നു. ആകാശവാണി സ്റ്റേഷൻ ഡയറക്ടർ ഇ.എം.ജെ. വെണ്ണിയൂർ നൽകിയ ആദ്യകാല സഹായങ്ങളോർക്കുമ്പോൾ തന്നെ, വെണ്ണിയൂരിനോടുള്ള ശത്രുത കാരണം കോന്നിയൂർ നരേന്ദ്രനാഥ് എന്ന ഡയറക്ടറുടെ അനിഷ്ടത്തിന് പാത്രമായതും വിവരിക്കുന്നു. ഇങ്ങനെ കയ്പും മധുരവും എരിവും പുളിയും നിറഞ്ഞ ജീവിതാനുഭവങ്ങൾ പ്രഭാകരേട്ടൻ ഒരു മറയുമില്ലാതെ എഴുതി വെച്ചിട്ടുണ്ട് ഈ പുസ്തകത്തിൽ. തുറന്നെഴുത്തിലെ ആത്മാർത്ഥതയാണ് ഏത് ഓർമപ്പുസ്തകത്തേയും ശ്രദ്ധേയമാക്കുന്നത്. അതുകൊണ്ടുതന്നെ ഈ പുസ്തകം അനുവാചകർ ഹൃദയപൂർവ്വം ഏറ്റെടുക്കുകതന്നെ ചെയ്യും എന്നാണ് എന്റെ പ്രതീക്ഷ.

വിവാഹജീവിതവും വഴുതക്കാട്ടെ വാടകവീട്ടിലെ ആദ്യകാല കുടുംബജീവിതവും കവടിയാറെ പുതിയ ഗൃഹപ്രവേശവും ആകാശവാണി വിട്ടശേഷമുള്ള ലാവണങ്ങളുടെ ലാവണ്യമാധുര്യവും കയ്പും ഒക്കെ അവസാന അദ്ധ്യായങ്ങളിലുണ്ട്. നാട്ടിലുടനീളം അത്തായി എന്ന വീട്ടു പേരിൽ അറിയപ്പെടുന്ന അമ്മാവനായ അത്തായി നാരായണപ്പൊതുവാളുടെ ഏക മകൾ വിജിയാണ് പ്രഭാകരേട്ടന്റെ പത്നി. അവരുടെ സഹോദരങ്ങളെല്ലാമായി ഞാൻ ചെറുപ്പം മുതലേ സൗഹൃദത്തിലാണുതാനും. 2020 ൽ ലോകമാകെ തുടങ്ങിയ ദുരന്തകാലം പ്രഭാകരേട്ടനും വ്യക്തിപരമായ ഒട്ടേറെ വിഷമങ്ങൾ വിതച്ചതിനെക്കുറിച്ചും പറയുന്നുണ്ട്. ആദ്യത്തേത് മകൾ അപർണയുടെ ഭർത്താവ് മധുവിന്റെ പെട്ടെന്നുള്ള വേർപാട്. മധു എനിക്കും പ്രിയപ്പെട്ട ഒരാളായിരുന്നു എന്നതിനാൽ അത് എന്റേയും നൊമ്പരമാണ്. അതുപോലെ സമീപകാലത്ത് വേർപ്പെട്ട മലബാർ പ്രസ്സ് മോഹനൻ എന്ന ഭാര്യാസഹോദരനെക്കുറിച്ചുള്ള ഓർമ. മോഹനേട്ടൻ എന്റേയും അടുപ്പക്കാരനായിരുന്നു. ഇവ്വിധം ഈ ഓർമമഴയിൽ ഞാനും പൂർണമായും നനഞ്ഞുതന്നെയാണിപ്പോൾ നിൽക്കുന്നത്. ഈ മഴത്തണുപ്പുകുറച്ചുകാലത്തേക്കൊന്നും മനസ്സിൽ നിന്നും ശരീരത്തിൽ നിന്നും വിട്ടുപോകുമെന്നും തോന്നുന്നില്ല. പ്രഭാകരേട്ടന് ഹൃദയവന്ദനം.

അവതാരിക

വഴിവിളക്കിന്റെ തൂവെളിച്ചം

ഡോ. ഇ. ശ്രീധരൻ

അനുവാദമില്ലാതെ കടന്നുവരാറുള്ള ജരാനരകളെ അങ്കലാപ്പിലാക്കി
ക്കൊണ്ട് യൗവനത്തിന്റെ തുടിപ്പുകൾ നഷ്ടപ്പെടുത്താതെ പാകമാർന്ന
വ്യവഹാരങ്ങളിലൂടെ സക്രിയമാകുന്നതിന്നിടയിലാണ് പലരേയും റിട്ട
യർമെന്റ് വന്നു വിളിക്കുന്നത്. പലർക്കുമതൊരു ഷോക്കായി മാറുന്നത്
ഞാൻ കണ്ടിട്ടുണ്ട്. കല്ലുകളുള്ള വഴിയാണെങ്കിലും ഔദ്യോഗിക കർ
മ്മമണ്ഡലം വികസിപ്പിച്ചു തരുന്ന ബന്ധങ്ങളുടെ വൈപുല്യവും സൗ
ഹൃദത്തിന്റെ സുഗന്ധവുമെല്ലാം ജീവിതത്തിൽ സുപ്രധാനമാണ്. റിട്ട
യർമെന്റ് ചിലർക്ക് പൊരിയും വെയിലത്ത് ദീർഘദൂരം നടന്നു വരുന്ന
ഒരാളുടെ മരത്തണലിലെ ഏകാന്തതയായും അനുഭവപ്പെടാം. നിലത്തു
വിരിച്ച ഓലപ്പായയിൽ കിടന്ന് അയാൾ തന്റെ മനസ്സിനെ പിന്നോട്ടു പാ
യിക്കും. തിരിഞ്ഞു നോക്കി ചവിട്ടിപ്പോന്ന ഭൂമിയെ എനിയ്ക്കുണ്ടായി
രുന്നു സുഖം മുറ്റിയ നാളുകൾ എന്ന് അയാൾ ഓർത്തെടുക്കുമ്പോൾ
മനസ്സ് മെല്ലെ ഊർന്നിറങ്ങുന്നുണ്ടാവും. എസ്.കെ. പൊറ്റക്കാടിനെപ്പോ
ലെ ചിലർക്ക് ഭൂതകാലത്തിലേക്കുള്ള ഈ മനസ്സു തിരിക്കൽ ഒരു വി
നോദമായിട്ടനുഭവപ്പെട്ടേക്കാം. എല്ലാവർക്കും അതങ്ങനെയാകണമെന്നി
ല്ല. സ്വന്തം ജീവിതഗ്രന്ഥത്തിലെ പഴയ താളുകൾ മറിച്ചു നോക്കുന്നത്
എനിക്കൊരു വിനോദമാണ്. അവയിൽ ഓർത്തു രസിക്കാവുന്ന രഹ
സ്യങ്ങളുണ്ടാവാം. സ്നേഹത്തിന്റെയും വിദ്വേഷത്തിന്റെയും സ്വാർത്ഥ
ത്തിന്റെയും ത്യാഗത്തിന്റേയും മോഹത്തിന്റേയും മോഹഭംഗത്തിന്റേയും
കഥകൾ കണ്ടേക്കാം. ജീവിതത്തെ ഒരു വഴിത്തിരിവിലേക്കു നയിച്ച യാ
ദൃശ്ചിക സംഭവങ്ങൾ എത്തിനോക്കുന്നുണ്ടാവാം. ജീവിതത്തിൽ ചില
ഘട്ടങ്ങളിൽ ചൂടും വെളിച്ചവും പകർന്നുതന്ന സുഹൃത്തുക്കളെയും കാ

ണാം എസ്.കെ പൊറ്റക്കാട് എഴുതി.

കർമ്മപഥത്തിലെ ആദിത്യനായും സർഗനഭസ്സിലെ താരകമായും പ്രവർത്തിച്ചുകൊണ്ട് അരങ്ങിലാടിത്തിമർത്തു നിൽക്കുന്നതിന്നിടയിലാണ് അടുത്തൂൺ പറ്റാനുള്ള നിയോഗം പ്രഭാകരനിലും വന്നു ചേർന്നത്. മനുഷ്യനിയതിയുടെ നിശ്ചയമെന്നോണം വന്നു ചേർന്ന അത്തരമൊരു സന്ദർഭത്തിലാണ് അദ്ദേഹം കൊയ്തു തീർന്ന തന്റെ കർമ്മകേദാരത്തിൽ കാലിപ്പെറുക്കാനൊരുമ്പെടുന്നത്. അതുവരെ കാലത്തിന്റെ ഭൂതഭാവി വർത്തമാന സ്വഭാവങ്ങളെക്കുറിച്ച് ഏറെയൊന്നും വ്യാകുലനല്ലാതിരുന്ന പ്രഭാകരനെയും കാലത്തമാശകളെക്കുറിച്ച് വിശകലനം ചെയ്യാൻ പ്രേരിപ്പിച്ചതും യാത്ര പറയുംവേള തന്നെ ഓർമ്മയുടെ നിഴലും വെളിച്ചവും നൂറു നിറങ്ങളായി അദ്ദേഹത്തിൽ വന്നു നിറയുകയാണ്..

മൂന്നു പതിറ്റാണ്ടുകാലം ആകാശവാണിയിൽ പ്രക്ഷേപകനായും പ്രൊഡ്യൂസറായു മൊക്കെ പ്രവർത്തിച്ച് ഔദ്യോഗിക യാത്രാവിരാമം നേരിടുന്ന സന്ദർഭത്തിലാണ് പ്രഭാകരന്റെ കാര്യത്തിലും ഓർമ്മകൾ തിരിഞ്ഞു നോക്കാൻ പ്രേരിപ്പിച്ചത്. മറ്റുള്ള ഉദ്യോഗസ്ഥരെപ്പോലെ, കേവലം വേതനത്തണലിൽ കുടുംബത്തിലൊതുങ്ങി ജീവിതം മുന്നോട്ടു നീക്കുന്ന ഒരാളല്ല പ്രഭാകരനെന്നത്, അദ്ദേഹത്തെ അടുത്തറിയാവുന്ന എല്ലാവർക്കും ബോദ്ധ്യമാണ്. തന്റെ കർമ്മമണ്ഡലം ഉദ്യോഗവൃത്തത്തിലോ വീട്ടിലോ മാത്രം ഒതുക്കി നിർത്താതെ, സമൂഹത്തിന്റെ പൊതുയിടങ്ങളിലേക്കുകൂടി വ്യാപിപ്പിക്കുന്ന ഒരാളാണ് അദ്ദേഹം; പ്രക്ഷേപണകലയുടെ സാധ്യതകൾ അനുഭവപ്പെടുത്തിയ ധിഷണാശാലി എന്നിങ്ങനെയാണ് വിഖ്യാതനായ എഴുത്തുകാരനും പണ്ഡിതനുമായിട്ടുള്ള ഡോ.ജോർജ്ജ് ഓണക്കൂർ അദ്ദേഹത്തെ വിശേഷിപ്പിക്കുന്നത്.ശാസ്ത്രസാങ്കേതിക വിജ്ഞാനത്തിന്റെ സാധ്യതകളെ ഉപയോഗപ്പെടുത്തിക്കൊണ്ട് വിദ്യാഭ്യാസത്തിന്റെ പ്രക്ഷേപണത്തിന്റെയും രംഗത്ത് പുതുമകൾ ചേർക്കാൻ കഴിഞ്ഞ പ്രതിഭാശാലിയാണദ്ദേഹം. ആകാശവാണി പ്രൊഡ്യൂസർ എന്ന പദവിയ്ക്കു പുറമെ, സംസ്ഥാന സർക്കാരിന്റെ വിദ്യാഭ്യാസ സാങ്കേതിക ഇൻസ്റ്റിറ്റ്യൂട്ട് ഡയറക്ടർ, മീഡിയ കൺട്രി വൈഡിന്റെ ചെയർമാൻ എന്നീ നിലകളിലും അദ്ദേഹം പ്രവർത്തിച്ചു. ഇന്ദിരാഗാന്ധി ഓപ്പൺ യൂണിവേഴ്സിറ്റിയുടെ കേരളത്തിലെ സംരംഭമായ ഗ്യാൻ വാണി എഫ്.എം. റേഡിയോ സ്ഥാപക മേധാവിയായും അദ്ദേഹം പ്രശസ്തമായി ശോഭിച്ചു. തിരുവനന്തപുരത്തെ വിദ്യാഭ്യാസ ഗവേഷണ വികസന മേഖലയിൽ സജീവമായി പ്രവർത്തിക്കുന്ന ഡോ. ശിവദാസൻ പിള്ള ഫൗണ്ടേഷന്റെ ചെയർമാനുമാണ് അദ്ദേഹം. കഴിഞ്ഞ അരനൂറ്റാ

ണ്ടിലേറെക്കാലമായി കേരളത്തിലെ മാധ്യമ സാംസ്ക്കാരിക രംഗത്ത് കരുത്തുറ്റ ബുദ്ധികേന്ദ്രമായി അദ്ദേഹം ശ്രദ്ധിക്കപ്പെടുകയാണ്. പയ്യന്നൂർ കോളേജിൽ സസ്യശാസ്ത്ര അധ്യാപകനായി ആരംഭം കുറിച്ച അദ്ദേഹത്തിന്റ സേവനസപര്യയെ എട്ടോളം സ്ഥാപനങ്ങളിലൂടെ ശ്ലാഘ്യമാം വിധം വ്യാപരിച്ച് ചാരിതാർത്ഥ്യമായി നിൽക്കുകയാണ്. നമുക്കറിയാം, ശാസ്ത്രസാങ്കേതിക രംഗം ബുദ്ധിവികാസത്തിന്റെ കേളീരംഗമാണ്. നിത്യേനയെന്നോണം പുതുമകൾ ആവിഷ്ക്കരിച്ചാൽ മാത്രം മേൽവിലാസം നിലനിർത്തിപ്പോരാനാകുന്ന ഒരു മേഖലയാണത്. ഗവേഷണാത്മകബുദ്ധിയും നിസ്തന്ദ്രമായ പരിശ്രമവും ആ മേഖലയിൽ അത്യാവശ്യമാണ്. അവിടെയാണ് ശ്രീ പ്രഭാകരൻ തിരംസ്മര്യനായി തീരുന്നത്.

അധ്യാപകൻ, പ്രക്ഷേപകൻ, പ്രൊഡ്യൂസർ, ഡയറക്ടർ. . . ഇങ്ങനെ തൊട്ടതൊക്കെ പൊന്നാക്കി മാറ്റിയ പ്രഭാകരനെ രണ്ട് കാര്യങ്ങളിലാണ് ഞാൻ അടുത്തറിയുന്നത്. ഒന്നാമതായി, അദ്ദേഹവും ഞാനും ജനിച്ചു വളർന്നത് ഒരേ നാട്ടിൽ പയ്യന്നൂരിലാണ് എന്നതാണ്. രണ്ടാമതായി, അദ്ദേഹത്തിന്റെ ചെറുകഥകൾ നാട്ടുമണമുള്ള സർഗകുസുമങ്ങളാണെന്നതിനാൽ, എനിയ്ക്കേറെ പ്രിയങ്കരങ്ങളാണ്. കഥയെഴുത്തിന്റെ മാസ്മരികതയടയാളപ്പെടുത്തിയ കഥാകൃത്താണ് അദ്ദേഹം. ഉത്തരകേരളത്തിന്റെ സാംസ്ക്കാരിക തലസ്ഥാനമെന്നു വിശേഷിപ്പിക്കുന്ന പയ്യന്നൂർ, പാരമ്പര്യമായിത്തന്നെ സർഗവിഭവങ്ങൾ സ്വന്തമായ നാടാണ്. ഭാഷ, സംസ്ക്കാരം, കല എന്നിവയുടെ പരിപോഷണത്തിന്ന് വളക്കൂറുള്ള ഈ മണ്ണിന്റെ പാരമ്പര്യമാണ് ശ്രീ പ്രഭാകരന്റെ വളർച്ചയിലും നിർണ്ണായകസ്വാധീനമായിട്ടുള്ളത്. അനർഗളം പ്രവഹിച്ച അദ്ദേഹത്തിന്റെ കഥാഗംഗയിൽ അടയാളപ്പെട്ടവരേറെയും പയ്യന്നൂർക്കാരാണ്. പയ്യന്നൂർക്കാരനായ എനിയ്ക്ക് അദ്ദേഹത്തിന്റെ കഥാപാത്രങ്ങളെ ചുറ്റുപാടുകളിൽ നിന്ന് കണ്ടെടുക്കാൻ കഴിയുന്നുണ്ട്. അങ്ങകലെ തിരുവനന്തപുരത്തായിരിക്കുമ്പോഴും ഈ വടക്കൻ മണ്ണിന്റെ വൈകാരിക സ്പർശത്തെ അദ്ദേഹം അറിയാൻ ശ്രമിക്കുന്നുവെന്നതും ഗൃഹാതുരത്വത്തിലഭീരമിക്കുന്ന മനസ്സിന്നുടമയെന്നതും അദ്ദേഹത്തോടുള്ള അടുപ്പം കൂട്ടുന്നു. 'കഥയുടെ പയ്യന്നൂർ വഴി'യെന്ന് അദ്ദേഹത്തിന്റെ കഥകളെ പഠിച്ചുകൊണ്ട് ഡോ. വിളക്കൂടി രാജേന്ദ്രൻ ശീർഷകം ചമച്ചതും എന്റെ പ്രസ്താവത്തിന് സാക്ഷ്യമാണ്.

ശ്രീ എ. പ്രഭാകരന്റെ ആത്മാഖ്യാനമാണ് 'ഓർമ്മയുടെ നിഴലും വെളിച്ചവും നൂറുനിറങ്ങളായ്' എന്ന ഈ പുസ്തകം. ഇതിൽ ആത്മകഥയുണ്ട്, ഔദ്യോഗികക്കുറിപ്പുണ്ട്, പ്രാദേശിക ചരിത്രമുണ്ട്, വിദ്യാഭ്യാസ

ചരിത്രമുണ്ട്. ഓർമ്മക്കുറിപ്പുണ്ട്. അങ്ങനെ പലതുമുണ്ട്. എല്ലാത്തിലുമുപരി പുതുതലമുറയ്ക്ക് അഭിപ്രേരണ നൽകുന്ന ഒരു സ്ഥിരോത്സാഹിയുടെ ജീവിതകഥയുമുണ്ട്.

നാല്പത്ത് നാല് ശീർഷകങ്ങളിലൊതുക്കിയ അനുഭവ കുറിപ്പുകളാണ് ഈ പുസ്തകത്തിലെ ഉള്ളടക്കം. ഓർമ്മകളാണ് എഴുത്തിന്റെ ദിശയെ മുന്നോട്ടുകൊണ്ടുപോകുന്നത്. ഓർത്തെടുക്കുന്ന ആദ്യത്തെ സന്ദർമാണ് ആകാശവാണിയിൽനിന്നുമുള്ള വിരാമയാത്രാവേദി. അതൊരു നിമിത്തം മാത്രം. റിട്ടയർ ചെയ്ത് ഒന്നരദശകം പിന്നിടുന്ന ഇപ്പോഴും അദ്ദേഹം ഓർമ്മയുടെ അനുസ്യൂതതയിൽ നിലകൊള്ളുകയാണ്. ഓർമ്മകൾ ഉണ്ടായിരിക്കണം. അല്ലെങ്കിൽ ആരെന്നുമെന്തെന്നുമാർക്കറിയാം എന്ന് എൻ.എൻ. കക്കാട് എഴുതിയതുപോലെ ആരെന്നുമെന്തെന്നുമറിയിക്കാൻ വേണ്ടിയുള്ള ഒരു യത്നം കൂടിയാണ് ഈ പുസ്തകമെന്ന് ഞാൻ വിചാരിക്കുന്നു.

ഓർമ്മകളെ പൊഴിഞ്ഞതിന്റെ പ്രാരംഭ സന്ദർഭത്തെ അവതരിപ്പിച്ചുകൊണ്ട് പ്രഭാകരന്റെ പുസ്തകവുമാരാംഭിക്കുന്നത് ആകാശവാണി സ്റ്റുഡിയോവിന്റെ ഉമ്മറത്ത് ഔദ്യോഗിക കൃത്യനിർവ്വഹണത്തിൽനിന്നും വിരമിക്കുന്ന പ്രഭാകരനായി ഒരുക്കിയ യാത്രയയപ്പുയോഗമാണ് ആ സന്ദർഭം. 2006 ഒക്ടോബർ 1 നാണ് ആ സംഭവം നടക്കുന്നത്. പതിവിലും വ്യത്യസ്തമായി അന്നവിടെ തിങ്ങി നിറഞ്ഞ സദസ്സും വേദിയും അദ്ദേഹത്തിന്റെ സേവനതത്പരമായ വാതോരാതെ പുകഴ്ത്തിക്കൊണ്ടിരുന്നപ്പോൾ ഫ്ളാഷ് ബാക്കുപോലെ അദ്ദേഹത്തിന്റെ മനസ്സിലേക്ക് മൂന്നുപതിറ്റാണ്ടിലേറെ നീണ്ട ആകാശവാണി ജീവിതം കടന്നുവരികയാണ് മഹാനായ എ.കെ.ജി. 'എന്റെ അഗ്നിപരീക്ഷകൾ' എന്ന ആത്മക്കുറിപ്പിൽ പറയുന്നതുപോലെ. ഞാനെങ്ങിനെ, എവിടെ നിന്ന് ഇന്നത്തെ നിലയിലെത്തി? എന്നിങ്ങനെ പിന്നാമ്പുറങ്ങളെ ചികയുവാനും പുറത്തെടുത്തവയെ അപഗ്രഥിക്കുവാനും അദ്ദേഹം ശ്രമിക്കുകയാണ്. 1976 ലാണ് ശ്രീ പ്രഭാകരൻ ആകാശവാണിയിൽ ഉദ്യോഗം കിട്ടിയെത്തുന്നത്. 2006ൽ കർമ്മസൂര്യനുച്ചിയിലെത്തി നിൽക്കേ, അവിടെനിന്നും പിരിയുകയും ചെയ്യുന്നു. മരണം ജനനത്തോടൊപ്പമുണ്ടെന്നു പറയുന്നതുപോലെ ജോലി പ്രവേശത്തോടൊപ്പമുള്ളതാണ് ജോലി വിരാമവവും. അതിൽ വിചിത്രമായിട്ടൊന്നുമില്ല. എന്നിരിക്കിലും ജോലി വിരാമം വ്യക്തിയിലുണ്ടാക്കുന്ന പരിവർത്തനങ്ങൾ. അതു വളരെ വലുതാണ്. പ്രഭാകരനെ സംബന്ധിച്ചിടത്തോളം പ്രസ്തുത സന്ദർഭം വൈകാരികത്തളർച്ചയുടെ നിമിഷമായി മാറുന്നൊന്നുമില്ല. എങ്കിലും ഉള്ളിലൊരു നൊമ്പ

രം തളം കെട്ടി നിന്നിരിക്കാം. അതുകൊണ്ടായിരിക്കണം വേദിയിലിരിക്കവേ, ഓർമ്മകൾ ഓടിയെത്തി അദ്ദേഹത്തിൽ നിറഞ്ഞു വന്നത്. ഔദ്യോഗികയാത്രയുടെ സഫലതയും വിഫലതയും അപഗ്രഥനം ചെയ്യാനാണ് ശ്രീ.പ്രഭാകരൻ ഇവിടെ തുനിയുന്നത്. അതിനദ്ദേഹം ഓർമ്മകളെ കൂട്ടു പിടിക്കുന്നു. ഉണരുന്ന ഓർമ്മകൾ എന്ന ശീർഷകത്തിൽ അദ്ദേഹം ആകാശവാണിയിൽ പ്രവേശനം നേടിയ സന്ദർഭവും സംഭവങ്ങളും ഓർത്തെടുക്കുന്നു. പരോത്ക്കർഷത്തിൽ അസഹിഷ്ണുതയുള്ളവർ എല്ലാക്കാലത്തും എല്ലായിടത്തുമുണ്ടാകും, ജോലി പ്രവേശനകാലത്തുതന്നെ പ്രഭാകരന് അതിനെ നേരിടേണ്ടി വന്നു.   സത്യത്തിനാണ് അന്തിമജയം   എന്ന ആപ്തവാക്യത്തെ അദ്ദേഹത്തിന്റെ അനുഭവം ദൃഷ്ടാന്തപ്പെടുത്തി.   കാലങ്ങൾക്കുശേഷം പരാതിക്കാരിയുടെ കുടുംബാംഗങ്ങളും എനിയ്ക്ക് വളരെ വേണ്ടപ്പെട്ടവരായി   എന്ന അദ്ദേഹത്തിന്റെ ആത്മാഖ്യാനം ആരിലും സ്ഥിരമായി ശത്രുത വെച്ചുപുലർത്താത്ത അദ്ദേഹത്തിന്റെ വ്യക്തിവൈശിഷ്ട്യത്തിന്ന് സാക്ഷ്യപ്പെടലായി വന്നു. തൊഴിലിലലയിച്ച ജീവിതചര്യയുമായി അദ്ദേഹത്തിന് മുന്നോട്ടു നീങ്ങുവാൻ സഹായകമായത് ഹൃദയവിശാലതയും സൗഹൃദകാംക്ഷികളുമായ സഹപ്രവർത്തകരാണെന്ന് അദ്ദേഹം ഓർത്തെടുക്കുന്നു.

നാലു മുതൽ ഏഴുവരെയുള്ള ശീർഷകങ്ങൾക്കു കീഴിൽ അദ്ദേഹം കുറിച്ചുവെച്ചത് പിറന്ന നാടിന്റെ മഹിതപാരമ്പര്യത്തെക്കുറിച്ചാണ്. കേരളത്തിലെ ആദ്യത്തെ ബ്രാഹ്മണാധിനിവിഷ്ടകേന്ദ്രങ്ങളിലൊന്നാണ് പയ്യന്നൂർ. സംഘകാലസാഹിത്യത്തിൽ പോലും പേർ പെറ്റ ഏഴിമലയുടെ താഴ്‌വാരപ്രദേശം സംസ്കൃതത്തിലെ പ്രശസ്ത കൃതിയായ അതുലന്റെ മൂഷികവംശം കാലം പിറവിയെടുത്ത സ്ഥലം മലയാളത്തിലെ ഏറ്റവും പ്രാചീനകൃതിയെന്നു വിശേഷിപ്പിക്കുന്ന പയ്യന്നൂർ പാട്ടിന്റെ നാട്. ബ്രാഹ്മാണ്ഡപുരാണത്തിൽ പരാമൃഷ്ടമായ സുബ്രഹ്മണ്യസ്വാമിക്ഷേത്രത്തിന്റെ തിരുമുറ്റം. വടക്കൻ പഴനിയെന്നാണ് ഈ ക്ഷേത്രത്തെ വിളിച്ചു വരുന്നത്. കേരളത്തിലെ പേരുകേട്ട അഞ്ച് ദേവപ്പെരുമാൾമാരിൽ പയ്യന്നൂർ പെരുമാളുമുണ്ട്. ഉത്തര കേരളത്തിലെ മിത്തുകളിലത്രയും ദേശനാഥനായി പയ്യന്നൂർ പെരുമാളുണ്ട്. പെരുമാളമ്പലത്തിന്റെ വിസ്തൃത മൈതാനത്താണത്രേ പയ്യന്നൂർ പാട്ടിലെ കഥ അരങ്ങേറുന്നത്. ഇതേ മൈതാനത്തിന്റെ ഓരത്താണ് ശ്രീ പ്രഭാകരന്റെ ജന്മഗേഹമെന്നതുമിവിടെ പ്രസ്താവ്യമാകേണ്ടതായി തോന്നുന്നു.പയ്യന്നൂരിന് ദീർഘമായ നാട്ടു ചരിത്രമുണ്ട്. പുരാവൃത്തങ്ങളെയും ചരിത്രത്തെയും വേർപെടുത്താൻ സാധിക്കാത്ത മട്ടിൽ ഗ്രാമവൃദ്ധന്മാർ പരമ്പരയായി കൈ

മാറുന്ന നാട്ടുകഥകളുടെ ഭൂമിയാണിത്. സ്വാതന്ത്ര്യസമരചരിത്ര ഗാഥകളുറങ്ങുന്ന മണ്ണ്, ദേശീയബോധം സിരകളിലൊഴുകിയ സാധാരണ മനുഷ്യരുടെ ആവാസസ്ഥലം. . . ഇങ്ങിനെ പലതുകൊണ്ടും വിശിഷ്ടമായ തന്റെ നാടിനെ വായനക്കാരുടെ മുമ്പിൽ അവതരിപ്പിക്കുകയാണ് ഗ്രന്ഥകർത്താവ് ഈ ഭാഗങ്ങളിൽ. നഗരമായി വികസിച്ച ഇന്നത്തെ പയ്യന്നൂരിന്റെ പഴയ ഗ്രാമമുഖം ബാല്യകാലക്കാഴ്ചകളെ അനാവരണം ചെയ്തുകൊണ്ട് അവതരിപ്പിക്കുവാനും അദ്ദേഹം ശ്രമിക്കുന്നു. മാത്രമല്ല, സ്വാർത്ഥം ത്യജിച്ച് രാഷ്ട്രാർത്ഥം ജീവിതം ത്യജിച്ച നാട്ടുകാരുടെ പിന്മുറക്കാർക്ക് വളർന്നുകയറാൻ സാധിക്കുന്ന ഒരന്തരീക്ഷം സ്വാതന്ത്ര്യലബ്ധിയ്ക്കുശേഷം ഇവിടെ ഉണ്ടായിരുന്നില്ലെന്ന് വിമർശനവിധേയമായി നിരീക്ഷിക്കുകയും ചെയ്യുന്നു.

എട്ടുമുതൽ പതിനഞ്ചുവരെയുള്ള ശീർഷകങ്ങൾക്കു താഴെ ബാല്യാനുഭവങ്ങളുടെ ഓർമ്മച്ചിത്രമവതരിപ്പിക്കുകയാണ് ഗ്രന്ഥകൃത്ത്. സ്കൂൾ ജീവിതവും കുടുംബചരിത്രവും നാട്ടുസമൂഹചിത്രീകരണവുമെല്ലാം ഇതിലുൾപ്പെടും. ഗൃഹാതുരതയുണർത്തുന്ന വൈകാരിക ശബ്ദങ്ങളാണ് ഈ ഭാഗത്തെ എഴുത്തുകളിൽ മുഴങ്ങി കേൾക്കുന്നത്. അതോടൊപ്പം കാലത്തിനൊപ്പം മാറി വന്ന നാടിന്റെ കൃത്രിമമുഖവും അദ്ദേഹം ശ്രദ്ധിക്കുന്നു. നഗരവത്കൃത സമൂഹത്തിന്റെ വൈകൃതഭാവങ്ങൾ തന്റെ നാട്ടിനും വന്നുപെടുന്നുവെന്ന് അദ്ദേഹം വേവലാതിപ്പെടുന്നു. മരുമക്കത്തായത്തിൽ നിന്നും മക്കത്തായത്തിലേക്കും കൂട്ടുകുടുംബത്തിൽ നിന്നും അണുകുടുംബത്തിലേക്കും മാറിപ്പോന്ന കുടുംബമാറ്റങ്ങൾ. . . അതിന്റെ ഫലമായി സ്നേഹവും കരുതലും നഷ്ടപ്പെടുന്ന പുതുതലമുറയുടെ ദൈനികാവസ്ഥയിൽ അദ്ദേഹം വിലപിക്കുന്നു. അദ്ദേഹമെഴുതുകയാണ്. കാലത്തിന്റെ ഒഴുക്കിൽ ബാല്യകാലത്ത് അനുഭവവേദ്യമായ കൂട്ടുകുടുംബം മിക്കവാറും അപ്രത്യക്ഷമാകുന്നത് കൺമുന്നിൽ കാണുന്നുവെന്ന്. തന്റെ ബാല്യകാല സർഗാനുഭവങ്ങളെ പരുവപ്പെടുത്തിയ ചുറ്റുമുള്ള സാംസ്കാരിക സൗധങ്ങളുടെ മർമ്മപ്രധാനമായ പങ്കിനെക്കുറിച്ച് അദ്ദേഹം ഓർക്കുന്നു.

പതിനെട്ടുമുതൽ ഇരുപത്തിമൂന്നു വരെയുള്ള ശീർഷകങ്ങൾക്കു കീഴിൽ, തന്റെ ഉപരിവിദ്യാഭ്യാസാനുഭവങ്ങൾ അദ്ദേഹം കുറിച്ചിടുന്നു. കോഴിക്കോട് ദേവഗിരി കോളേജിലും സർവ്വകലാശാലയിലുമായി വ്യാപരിച്ച ആ കാലത്ത് അനുഭവിക്കാനിടയായ മറക്കാനാകാത്ത കാര്യങ്ങൾ അദ്ദേഹം പകർത്തുന്നു. ഫാദർ തിയോഡോഷ്യസ് എന്ന പ്രിൻസിപ്പാൾ തുടങ്ങി തന്നെ സ്വാധീനിച്ച അധ്യാപകർ, ക്യാമ്പസ്സിലെയും ഹോസ്റ്റലി

ലേയും മധുരാനുഭവങ്ങൾ, അങ്ങനെ പലതും. അതിനിടയിൽ മെഡിക്കൽ മോഹം ഫലപ്രാപ്തിയിലെത്താതെ പോയതിന്റെ സാഹചര്യങ്ങളും അദ്ദേഹം അയവിറക്കുന്നു.

പയ്യന്നൂർ കോളേജിൽ ബോട്ടണി ജൂനിയർ ലക്ചററായ അനുഭവമാണ് പിന്നീട് വിവരിക്കുന്നത്. നാട്ടിലൊരു ഉയർന്ന ജോലിയെന്നത് അഭിമാനകരമായിരുന്നുവെങ്കിലും തുടർച്ചയില്ലാതെ പോയ ആ സ്ഥാനലബ്ധിയിൽ നിന്നും രക്ഷനേടാൻ തിരുവനന്തപുരത്തേക്ക് കൂടുമാറിയ, ജീവിതത്തിന്റെ ഉത്തരാർദ്ധമാണ് പിന്നീടുള്ള ഭാഗങ്ങളിലത്രയും. കേരള ഭാഷാ ഇൻസ്റ്റിറ്റ്യൂട്ടിലെ സബ് എഡിറ്ററായിട്ടാണ് ആദ്യത്തെ നിയമനം. പിന്നീടാണ് ആകാശവാണിയിൽ സ്ഥിരമായ ഒരു സ്ഥാനം ലഭിക്കുന്നത്. എന്നെ സംബന്ധിച്ചിടത്തോളം ആകാശവാണിയിൽ പ്രക്ഷേപക ജീവിതം എന്റെ ജീവിതം തന്നെയായിരുന്നു. 1977–2000 ന്നിടയിൽ ഏകദേശം 5000 പ്രക്ഷേപണങ്ങൾക്ക് സ്ക്രിപ്റ്റ് എഴുതുകയും സംവിധാനം ചെയ്യുകയും ചെയ്തു. ഗ്രന്ഥകർത്താവിന്റെ ആകാശവാണി ജീവിതത്തിന്റെ സംക്ഷേപം ഈ വരികളിലുണ്ട്. അവാർഡുകളും അംഗീകാരങ്ങളും അദ്ദേഹത്തെ തേടിയെത്തി. അവയിൽ ഏറ്റവും ശ്രദ്ധിക്കപ്പെട്ടതായിരുന്നു ഏഷ്യൻ പെസഫിക് ബ്രോഡ്കാസ്റ്റ് യൂണിയൻ അവാർഡ്. അഭിനന്ദനങ്ങൾക്കിടയിൽ, അവഗണനകളും നേരിടേണ്ടി വന്നിട്ടുണ്ട്. ഗ്രന്ഥകർത്താവ് ഓർത്തെടുക്കുന്നു. അതു സ്വാഭാവികവുമാണ്. നാനാഭാവത്തിലധിഷ്ഠിതമായ പ്രപഞ്ചത്തിൽ മധുരത്തിന്റെ മറുപുറമാണ് കയ്പ്. പ്രൊഫഷണൽ ജലസിയും ഈഗോയും സുലഭമാകുന്ന നമ്മുടെ പ്രൊഫഷണൽ രംഗത്ത്, ആത്മാർത്ഥതയും സത്യസന്ധതയും ചിലപ്പോൾ അവമതിക്കപ്പെട്ടുവെന്നു വരാം. തനിക്കു നേരിടേണ്ടി വന്ന പ്രതിസന്ധികളെ വളവില്ലാതെ അവതരിപ്പിക്കുവാനും ഗ്രന്ഥകർത്താവ് തുനിയുന്നു.

ഗ്രന്ഥകർത്താവിന്റെ ഔദ്യോഗിക ജീവിതത്തിൽ വഴിവിളക്കുകളായി നിന്ന വ്യക്തിപ്രഭാവനായ പി.ടി. ഭാസ്ക്കരപ്പണിക്കരെപ്പോലുള്ള മഹിത വ്യക്തിത്വങ്ങളെ അദ്ദേഹമിതിൽ പരിചയപ്പെടുത്തുന്നു. അതോടൊപ്പം സമൂഹത്തിലെ പ്രഗത്ഭരായ ബനഡിക്ട് മാർഗ്രിഗോറിയസ്, ഞരളത്ത് രാമപ്പൊതുവാൾ, പി.എൻ. പണിക്കർ, പ്രൊഫ. എം.പി. മന്മഥൻ, ജഗതി എൻ.കെ. ആചാരി തുടങ്ങിയവരുമായി നടത്തിയ അഭിമുഖ പ്രഭാഷണവും ശബ്ദചിത്രീകരണവും, അതിലൂടെ 'സ്മൃതികൾ ശ്രുതികൾ' എന്ന ആകാശവാണി പരമ്പര നിർമ്മിച്ചെടുത്തതും അദ്ദേഹം ഓർത്തെടുക്കുന്നു. ആകാശവാണിയിലെ ജീവിതകാലത്ത് ചുറ്റും മിന്നി

നിന്ന താരങ്ങളുടെ പ്രകാശമേറ്റുവാങ്ങാൻ കഴിഞ്ഞതും വകഞ്ഞു മാറ്റിയ മുള്ളുകൾക്കപ്പുറം സുഗന്ധം പരത്തിയ പൂക്കളെ സ്വന്തമാക്കിയതുമെല്ലാം അദ്ദേഹം അനുസ്മരിക്കുന്നു.

ഗ്രന്ഥകർത്താവിന്റെ ജീവിതത്തിലെ സുപ്രധാനമായ മറ്റൊരു കാര്യം, വളർന്നു വന്ന സാങ്കേതിക വിദ്യയുടെ സഹായത്തോടെ പല നൂതന സംരംഭങ്ങൾക്കും നാന്ദി കുറിക്കാൻ കഴിഞ്ഞുവെന്നുള്ളതാണ്. അദ്ദേഹത്തിന്റെ പ്രാഗത്ഭ്യത്തിന്റെ അംഗീകാരമെന്ന നിലയിലാണ് 1998 ൽ സ്റ്റേറ്റ് ഇൻസ്റ്റിറ്റ്യൂട്ട് ഓഫ് എഡ്യൂക്കേഷണൽ ടെക്നോളജി സ്ഥാപിക്കുവാൻ അന്നത്തെ കേരള സർക്കാർ അദ്ദേഹത്തെ നിയോഗിച്ചത്. തന്നിൽ വിശ്വാസം അർപ്പിച്ച് തുടങ്ങിയ പ്രസ്തുത സ്ഥാപനത്തെ ഉയർച്ചയുടെ പടവുകളിലേക്ക് ആനയിക്കുവാൻ അദ്ദേഹത്തിനു കഴിഞ്ഞു. ആകാശവാണിയിൽ നിന്നും റിട്ടയർ ചെയ്തതിനുശേഷം ഇന്ദിരാഗാന്ധി ഓപ്പൺ യൂണിവേഴ്സിറ്റി, സെന്റർ ഫോർ സയൻസ് ടെക്നോളജി & എൻവയൺമെന്റിന്റെ മീഡിയാ ഹെഡ്ഡായും, സെന്റർ ഫോർ എൻവയേൺമെന്റ് & ഡവലപ്മെന്റിന്റെ മീഡിയാ കൺസൾട്ടന്റായും അദ്ദേഹം പ്രവർത്തിച്ചു. പദമൂന്നിയ മേഖലകളത്രയും ശ്രദ്ധേയമാക്കുവാൻ അദ്ദേഹത്തിനു കഴിഞ്ഞുവെന്നത് വാസ്തവമാണ്.

ഔദ്യോഗിക ജീവിതത്തിന്റെ വൈരസ്യമുളവാക്കുന്ന സന്ദർഭങ്ങളെ മറി കടക്കുവാൻ, അദ്ദേഹം വഴി തേടിയത് സർഗസൗരഭ്യമാവാഹിക്കാൻ കഴിയുന്ന സാഹിത്യ പ്രവർത്തനരംഗത്തേക്കാണ്. ആനുകാലികങ്ങളിൽ കഥകളെഴുതിക്കൊണ്ട് തന്റെ സർഗസാന്നിദ്ധ്യമറിയിച്ച ഗ്രന്ഥകർത്താവ് വളരെ പെട്ടെന്നു തന്നെ ആ രംഗത്ത് അറിയപ്പെട്ടു വന്നു. നിരവധി ചെറുകഥാസമാഹാരങ്ങളാണ് ഇതിനകം പ്രസിദ്ധീകരിച്ചു വന്നിട്ടുള്ളത്. ഇവയ്ക്കു പുറമേ മുപ്പതിലേറെ ശാസ്ത്ര ഗ്രന്ഥങ്ങൾ, ജീവചരിത്രങ്ങൾ, എണ്ണമറ്റ ഫീച്ചറുകൾ, തർജ്ജിമകൾ എന്നിവയും പ്രകാശിപ്പിച്ചിട്ടുണ്ട്.

അനുഭവങ്ങൾ, സംഭവങ്ങൾ, അഭിപ്രായങ്ങൾ, വിമർശനങ്ങൾ, നിരീക്ഷണങ്ങൾ... ഇങ്ങനെ തനിക്കു പറയാനുണ്ടെന്നു കരുതുന്ന കാര്യങ്ങളെല്ലാം ഗ്രന്ഥകർത്താവ് ഈ പുസ്തകത്തിൽ ക്രോഡീകരിച്ചിട്ടുണ്ട്. പൊറ്റക്കാടിനെപ്പോലെ ഒരുപക്ഷേ ഇതു വിനോദത്തിനുവേണ്ടിയായിരിക്കാം, അല്ലെങ്കിൽ ആത്മസംതൃപ്തിയ്ക്കുവേണ്ടിയായിരിക്കാം. അല്ലെങ്കിൽ ജീവിതത്തിൽ കടപ്പെട്ടവരോട് കൃതജ്ഞത പ്രകാശിപ്പിക്കുവാനായിരിക്കാം, അതുമല്ലെങ്കിൽ താൻ അനുവർത്തിച്ചു പോരുന്ന സങ്കല്പങ്ങളും വിശ്വാസങ്ങളും ചിന്തകളുമെന്തെന്ന് നാലാളുകളോട് പറയാൻ

വേണ്ടിയായിരിക്കാം. ഏറ്റവുമൊടുവിൽ തന്റെ കാല്പാടുകൾ ചിരംജീവികളാകട്ടെയെന്ന് ആഗ്രഹിക്കുന്നതുകൊണ്ടായിരിക്കാം. എങ്ങനെയായാലും ഈ പുസ്തകം ഗ്രന്ഥകർത്താവിന്റെ ഉള്ളത്തെ പ്രകാശിപ്പിക്കുന്ന മനോജ്ഞ ജ്ഞാനസമാഹാരമായി മാറിയിട്ടുണ്ട്. അറിയപ്പെടാത്ത സംഭവങ്ങൾ, പുരാവൃത്തങ്ങൾ, സംസ്ക്കാരചിഹ്നങ്ങൾ. .ഇങ്ങനെ പലതും ഇതിലുൾച്ചേർത്തിട്ടുണ്ട്. തന്റെ ജീവിതക്കുറിപ്പിലൂടെ, ആകാശവാണിയുടേയും മാധ്യമവളർച്ചയുടേയും കേരളത്തിലെ സാങ്കേതിക വിദ്യാഭ്യാസത്തിന്റേയുമെല്ലാം വളർച്ചയും മാറ്റവുമെല്ലാം പുതിയ വായനക്കാരുടെ മുന്നിലേക്ക് എത്തിക്കുവാൻ പ്രഭാകരന് കഴിഞ്ഞിട്ടുണ്ട്. പ്രായഭേദമില്ലാതെ മറവി വന്നാക്രമിക്കുന്ന ഇന്നത്തെ സാമൂഹികാന്തരീക്ഷത്തിൽ. ഓർമ്മയിൽ സൂക്ഷിച്ച വളപ്പൊട്ടുകളെ വരും തലമുറയ്ക്കുവേണ്ടി സമ്മാനിക്കുന്ന എ. പ്രഭാകരൻ വലിയൊരു സാമൂഹിക ദൗത്യമാണ് നിർവ്വഹിച്ചിരിക്കുന്നത്. ആത്മകഥകൾ കാലഗതിയിലെ വഴിവിളക്കുകളാകുമ്പോൾ, അവയുടെ കൂട്ടത്തിലെ മികച്ചൊരു ദീപമായി ഈ ഗ്രന്ഥവും മാറുമെന്നതിന് സംശയം വേണ്ട.

സഹപ്രവർത്തകരേയും സതീർത്ഥ്യരേയും കുറിച്ച് മാത്രമല്ല കേരളത്തിലങ്ങോളമിങ്ങോളമുള്ള നിരവധി സുമനസ്സുകളായ അറിയപ്പെടുന്നവരും, അപ്രസിദ്ധരുമായവരുടെ ഹൃദയവാതിൽ തുറന്ന് അകം പൂകിയ ചതുശ്ര ശോഭയാർന്ന വ്യക്തിത്വം കൂടിയാണ് പ്രഭാകരൻ എന്ന് ഈ ഗ്രന്ഥം സാക്ഷ്യപ്പെടുത്തും.

1

ആകാശവാണി സ്റ്റുഡിയോ ഉമ്മറത്തൊരു യാത്രയയപ്പ്

ആകാശവാണി തിരുവനന്തപുരം നിലയത്തിന്റെ സ്റ്റുഡിയോ ബ്ലോക്കിന്റെ പൂമുഖം പല ദിവസങ്ങളിലും യാത്രയയപ്പു സൽക്കാര വേദിയാണ്. വിശാലമായ ആ പൂമുഖത്തിന്റെ അകത്തളത്തിൽ നടക്കുന്ന യാത്രയയപ്പ് സൽക്കാരം ഇന്ന് എനിക്കുള്ളതാണ്. 2006 ഒക്ടോബർ അവസാന ദിവസം. എന്റെ മൂന്നു ദശകത്തിലേറെ നീണ്ടുനിന്ന ഔദ്യോഗിക ജീവിതം ഇന്ന് അവസാനിക്കുകയാണ്. ഇതിനു മുമ്പും ധാരാളം സഹപ്രവർത്തകർക്ക് യാത്രാമൊഴി നൽകിയ ഇടമാണത്. ഓരോരുത്തർക്കും വലിയ ആത്മബന്ധമുള്ളവരല്ല വിരമിക്കുന്നതെങ്കിൽ അവരിൽ പലരും അവിടെ മുഖം കാണിക്കാറില്ല. സദസ്സ് ശുഷ്കമായിരിക്കും.

വിരമിക്കൽ യോഗം ആരുടേതാണെങ്കിലും ഞാൻ നിശ്ചയമായും ഒരു സദസ്യനായിരിക്കും. മാത്രമല്ല പിരിഞ്ഞുപോകുന്നയാളെക്കുറിച്ച് രണ്ടു വാക്ക് പറയുന്നതിനും ഞാൻ ലുബ്ധത കാട്ടാറില്ല. പിരിഞ്ഞുപോകുന്നയാൾ എഞ്ചിനീയറിംഗ് വിംഗിലുള്ള ആളായാലും, അഡ്മിനിസ്ട്രേഷനിലെ അംഗമായാലും പ്രോഗ്രാം വിഭാഗത്തിലുള്ള സുഹൃത്തായാലും അവിടെ വേദിയിൽ സന്നിഹിതനായിരിക്കുന്ന സ്റ്റേഷൻമേധാവിക്ക് രണ്ടു വാക്ക് പറയേണ്ടിവരും. സദസ്സിലുള്ള ആരെങ്കിലും പിരിഞ്ഞുപോകുന്ന സുഹൃത്തിനെ പരാമർശിച്ച് എന്തെങ്കിലും നല്ലകാര്യം പറഞ്ഞ് തുടക്കം കുറിക്കാതെ അദ്ദേഹത്തിന് ആശംസാ വാചകം ചൊരിയാനോ ചെറിയ പിരിവെടുത്ത് വാങ്ങിവച്ച സ്റ്റേഷൻ വക ഉപഹാരം അദ്ദേഹത്തിന് സമർപ്പിക്കാനോ വയ്യല്ലോ. ഈ പരാമർശം പലപ്പോഴും വലിയ പ്രശംസയും പുകഴ്ത്തലും ആയി ഈ യാത്രയയപ്പിന്റെ ഭാഗമായുണ്ടാകും. അതുകൊണ്ടുതന്നെ സദസ്സിലുള്ള ഡയറക്ടറോ അസിസ്റ്റന്റ് ഡയറക്ടറോ, സ്റ്റേഷൻ എഞ്ചിനീയറോ രണ്ടു വാക്കു പറയാൻ സഹപ്രവർത്തകരെ പ്രേരിപ്പിക്കുക പതിവാണ്. മിക്കവാറും എല്ലാ സർ

ക്കാർ സ്ഥാപനങ്ങളിലും യാത്രയയപ്പ് സൽക്കാരമെന്ന മാമൂൽ യോഗത്തിൽ പതിവുള്ളതാണിത്.

എന്റെ ദിനമാണല്ലോ ഇന്ന്. ഇന്ന് നല്ലൊരു ദിനമാണെന്നു എനിക്ക് തോന്നി. മിക്കവാറും എല്ലാ വിഭാഗത്തിൽ നിന്നും പ്രാതിനിധ്യ സ്വഭാവത്തോടെ സഹപ്രവർത്തകർ ഹാളിൽ കൃത്യം അഞ്ചര മണിക്ക് എത്തിയിട്ടുണ്ട്. മിക്ക യാത്രയയപ്പിലും ആളുകൾ കുറവാണ്. ഇതിലെന്തു കാര്യം എന്ന മട്ടാണ് പൊതുവേ കലാകാരന്മാർക്ക്. സായാഹ്ന ട്രാൻസ്മിഷന് നിയോഗിക്കപ്പെട്ട ഡ്യൂട്ടി ഓഫീസർമാരും അനൗൺസർമാരുമൊഴികെ നല്ലൊരു ജനസഞ്ചയം ഇന്ന് ഉണ്ടെന്നത് അൽപ്പം സന്തോഷം നൽകി എനിക്ക്. മറ്റു സുഹൃത്തുക്കൾ യാത്ര പിരിഞ്ഞുപോകുമ്പോൾ പ്രധാന ആശീർവാദ പ്രഭാഷകനായി, രംഗത്തെത്താറുള്ള എന്നെ പിരിച്ചുവിടാൻ സാമാന്യം നല്ല ഒരു സുഹൃദ്സംഘം എത്തിയെന്ന വിചാരം എനിക്കുണ്ടായി. ഉള്ളാലെ ഞാൻ സന്തോഷിക്കുകയായിരുന്നു.

നിലയം ഡയറക്ടർ തമിഴ്നാട്ടുകാരനായ കമലാനാഥനാണ്. അദ്ദേഹത്തിന്റെ സ്വതവേ വികാരഭരിതമായി കാണാറുള്ള മുഖം അന്ന് ഒന്നുകൂടി ഇമോഷണലാണെന്നു എനിക്കു തോന്നി. തന്റെ പത്നിയെക്കൂടി അദ്ദേഹം ആ മീറ്റിംഗിലേക്ക് കൊണ്ടുവന്നിരുന്നു. എന്തെങ്കിലും ഒരു വിശേഷ അവസരമുണ്ടാകുമ്പോൾ മലയാളികളല്ലാത്ത എല്ലാ ഡയറക്ടർമാരും ചെയ്യുന്നതുപോലെ വാമഭാഗസമേതം എത്താൻ കമലാനാഥൻ എന്ന ശുദ്ധനായ തമിഴൻ ഡയറക്ടർക്ക് ഒട്ടും മടിയുണ്ടായിരുന്നില്ല. സ്വന്തം സഹപ്രവർത്തകരേയും കീഴുദ്യോഗസ്ഥരേയും ഹൃദയം തുറന്ന് സ്നേഹിക്കാനും മാത്രമല്ല ബഹുമാനിക്കാനും അറിയാവുന്ന ആ തമിഴ്നാട് സ്വദേശി എന്റെ യാത്രയയപ്പ് വേളയിൽ തന്റെ സ്വതസിദ്ധമായ സൗഹൃദം പ്രകടിപ്പിച്ചുകൊണ്ട് ഭാര്യാസമേതം പ്രത്യക്ഷനായത് എന്നെ അത്യന്തം സന്തോഷിപ്പിച്ചു. മീറ്റിംഗ് ആരംഭിക്കാൻ ഏറെ നേരമില്ല.

അക്കാലം വഴുതക്കാട്ടെ ആകാശവാണി കോംപ്ലക്സ് പ്രസാർ ഭാരതിയുടെ ശ്രദ്ധാകേന്ദ്രമെന്നു തന്നെ പറയാം. തലസ്ഥാന നഗരിയിലെ പ്രാദേശിക ആകാശവാണി നിലയം, അനന്തപുരി എഫ്.എം നിലയം, പ്രസാർഭാരതി മാർക്കറ്റിംഗ് വിഭാഗം, പ്രാദേശിക പരിശീലന കേന്ദ്രം എന്ന റീജിയണൽ ട്രെയിനിംഗ് സെന്റർ തുടങ്ങിയവയാണ് അന്ന് ഭക്തിവിലാസം പരിസരത്ത് പ്രവർത്തിച്ചിരുന്നത്. എഞ്ചിനീയറിംഗ്, ഭരണവിഭാഗം, പ്രോഗ്രാം സ്റ്റാഫ് തുടങ്ങിയവയെല്ലാം ഒരേ കുടക്കീഴിൽ പ്രവർത്തിക്കുന്നു. എല്ലാ ഉപവിഭാഗങ്ങൾക്കും ഓരോ തലവൻമാർ. പക്ഷെ ആകാശവാണി പ്രാദേശിക നിലയം, തലസ്ഥാന നിലയമായതിനാൽ

അതിന് കേരളത്തിലെ എട്ടു നിലയങ്ങളുടേയും ചില നിയന്ത്രണങ്ങൾ കൽപ്പിച്ച് നൽകിയിട്ടു ണ്ട്. ചില പ്രധാനപ്പെട്ട പരിപാടികൾ തിരുവന ന്തപുരം നിലയം ആല പ്പുഴ പ്രസരിണി വഴി പ്ര ക്ഷേപണം ചെയ്യുന്നതു കൂടാതെ മറ്റു നിലയ ങ്ങൾക്കും റിലേ ചെയ്യാം

ഭക്തിവിലാസം ആകാശവാണി കെട്ടിടം

അങ്ങിനെ അഖില കേരള തലത്തിൽ തന്നെ ശ്രോതാക്കൾക്ക് ഏറെ ക്കാലം തിരുവനന്തപുരം ആലപ്പുഴ നിലയവുമായി മാനസികമായ ഒരു ഇഴയടുപ്പം തന്നെ സൃഷ്ടിച്ചുവന്നു.

2

ഉണരുന്ന ഓർമ്മകൾ

1976-ൽ ആകാശവാണിയിൽ അവിടത്തെ ഉദ്യോഗസ്ഥനായി കാലെടുത്തു വച്ചതിനുശേഷം ഞാൻ വീണ്ടും പഴയ കോളേജ് അധ്യാപകനായി മാറി എന്നുതന്നെ പറയാം. ജന്മദേശമായ പയ്യന്നൂരിൽ പയ്യന്നൂർ കോളേജ് എന്ന വിദ്യാഭ്യാസ സ്ഥാപനത്തിൽ ജൂനിയർ ലക്ചറർ ആയിട്ടായിരുന്നല്ലോ എന്റെ ഔദ്യോഗിക ജീവിതം തുടങ്ങിയത്. മറ്റൊരർത്ഥത്തിൽ അധ്യാപകന്റെ മറ്റൊരു സങ്കൽപ്പമായ 'ടീച്ചർ ഓൺ ദ എയർ' ആയി പരിവർത്തനം നടന്നു. വിദ്യാഭ്യാസത്തിന് ഇന്ത്യയിലെ പ്രക്ഷേപണ മേഖല വലിയ പ്രാധാന്യം നൽകിയതിന്റെ ഫലമായാണ് എല്ലാ നിലയത്തിലും വിദ്യാഭ്യാസ പരിപാടിക്ക് ഒരു യൂണിറ്റ് തുടങ്ങിയത്. അതിനൊരു പ്രൊഡ്യൂസറെ കൂടാതെ ഒരു എഡിറ്ററും ഒരു പ്രൊഡക്ഷൻ അസിസ്റ്റന്റും ആണ് സ്റ്റാഫ് പാറ്റേൺ. എഡിറ്റർ എന്ന തസ്തികയിലേക്കാണ് എന്നെ തെരഞ്ഞെടുത്തതെങ്കിലും വിദ്യാഭ്യാസ പരിപാടിയുടെ ആസൂത്രണവും ശബ്ദലേഖനവും പ്രൊഡക്ഷനും എല്ലാം ചേർന്ന ഒരു പാക്കേജിനായ് അന്നത്തെ പ്രശസ്തനായ പ്രൊഡ്യൂസർ ശ്രീ വി.എൻ. ഉണ്ണിയെ സഹായിക്കുന്നതായി എന്റെ ചുമതല. പ്രശസ്ത പ്രക്ഷേപകനും, അഭിനേതാവുമായി പിന്നീടു വളർന്ന് സ്റ്റേഷൻ ഡയറക്ടർവരെ എത്തിയ ശ്രീ സതീഷ് ചന്ദ്രനായിരുന്നു ഞങ്ങളുടെ യൂണിറ്റിലെ പ്രൊഡക്ഷൻ അസിസ്റ്റന്റ്. 1965 മുതൽ തന്നെ തിരുവനന്തപുരത്തെ വിദ്യാഭ്യാസ പരിപാടി പ്രക്ഷേപണം നടക്കുന്നുണ്ട്. പ്രഗത്ഭനായ കൈനിക്കര കുമാരപിള്ളയായിരുന്നു ആ പരിപാടിയുടെ ആദ്യകാ

വി.എൻ. ഉണ്ണി

ല സംവിധായകൻ. പിന്നെ നാഗവള്ളി ആർ.എസ്. കുറുപ്പും വിദ്യാഭ്യാസ പരിപാടിയുടെ പ്രൊഡ്യൂസറായി. ധാരാളം പാർശ്വവർത്തികളെയും പരിചയക്കാരായ കലാകാരന്മാരേയും കണ്ടെത്തി നിലയത്തിൽ ഉദ്യോഗം കൊടുക്കുന്ന കീഴ്വഴക്കമായിരുന്നു ആദ്യകാലത്ത് നിലയത്തിൽ ഉണ്ടായിരുന്നത്.

എം.ജി.രാധാകൃഷ്ണൻ സതീഷ്ചന്ദ്രൻ എന്നിവരോടൊപ്പം

വിരലിലെണ്ണാവുന്ന ഉദ്യോഗസ്ഥർ മാത്രമേ അന്ന് തിരുവനന്തപുരം നിലയത്തിൽ ദൂരെ സ്ഥലങ്ങളിൽ നിന്നുള്ളവരായി ഉണ്ടായിരുന്നുള്ളൂ. തിരുവനന്തപുരത്തിനു പുറത്തുള്ളവർക്കു നിലയത്തിൽ സ്ഥിരമായ ഒരു കസേര കിട്ടുക എന്നത് അന്നത്തെ കാലത്ത് ക്ഷിപ്രസാധ്യമല്ലായിരുന്നു. പിന്നീട് ആസ്ഥിതിക്ക് മാറ്റം വന്നു. എഴുത്തുപരീക്ഷയും മുഖാമുഖവും കഴിഞ്ഞ് നിരവധി കടമ്പകൾ കടന്നാണ് എനിക്ക് ജോലിയിൽ ചേരാൻ കഴിഞ്ഞത്. കൗതുകകരമായ കാര്യങ്ങൾ പലതും ഉണ്ടായി അന്ന്. എന്റെ ഉദ്യോഗലബ്ധിയിൽ ഇഷ്ടമില്ലാത്ത ആരോ ദില്ലിയിലെ ഡയറക്ടർ ജനറൽ ഓഫ് എ.ഐ.ആറിന് ഒരു പരാതി കൊടുത്തു. ആ ജോലി ആഗ്രഹിച്ച ആരോ ആയിരിക്കണം. അന്ന് തിരുവനന്തപുരം നിലയത്തിന്റെ തലവനായിരുന്ന ജോസഫ് വെണ്ണിയൂരിന്റെ ഭാര്യ ഇന്ദിരാ പൊതുവാളിന്റെ ബന്ധുവാണെന്നും പറഞ്ഞ് സ്വജനപക്ഷപാതം എന്ന പട്ടികയിൽ പെടുത്തി ഒരാരോപണം തൊടുത്തുവിട്ടു. ഏൽക്കുന്നെങ്കിൽ ആകട്ടെ. ഇത് തികച്ചും വാസ്തവ വിരുദ്ധമാണെന്ന് തെളിയാൻ ഉയർന്ന ഒരു ഉദ്യോഗസ്ഥൻ ഡൽഹിയിൽ നിന്നും വന്ന് നേരിട്ട് അന്വേഷണം നടത്തേണ്ടി വന്നു. ഞാൻ ഇന്ദിരാ പൊതുവാളിന്റെ ബന്ധുവല്ല എന്നും, നാട്ടുകാരൻപോലുമല്ലാ എന്നും, അഞ്ഞൂറുപേരിലധികം പേരെഴുതിയ എഴുത്തുപരീക്ഷയിൽ ഒന്നാം സ്ഥാനം കിട്ടിയ അപേക്ഷകനാണ് ഞാനെന്നും, ഇന്റർവ്യൂ നടത്തിയത് സ്റ്റേഷൻ ഡയറക്ടർക്ക് പുറമെ പ്രസിദ്ധനായ കൈനിക്കര കുമാരപിള്ളയും, എൻ.കെ. ശേഷനും (പിന്നീട് വിദ്യാഭ്യാസ മന്ത്രിയായി) മാർത്തോമാ കോളേജ് പ്രൊഫസർ കോശി അബ്രഹാമും ആയിരുന്നു എന്നൊക്കെ മനസ്സിലാക്കിയ അന്വേഷണ കമ്മിഷൻ എന്റെ ഉദ്യോഗലബ്ധിയെ അരക്കിട്ട് ഉറപ്പിച്ചിട്ടാണ് തിരിച്ചുപോ

യത്. എങ്കിലും ഉടനെ നിയമനം കിട്ടിയില്ല. എല്ലാം കലങ്ങിതെളിയാൻ പിന്നെയും ഒരു വർഷമെടുത്തു. വിദ്യാഭ്യാസ പരിപാടിയിൽ സ്ക്രിപ്റ്റ് ചമയ്ക്കാനും എഡിറ്റ് ചെയ്യാനും മറ്റും സർവ്വദാ യോഗ്യത നേടിയ ഒരു അപേക്ഷകനാണ് ഞാനെന്ന് എന്റെ മുൻപരിചയവും ശാസ്ത്ര പുസ്തക രചനാ പരിചയവും പയ്യന്നൂർ കോളേജിലെ അധ്യാപന പരിചയവും തെളിവായി നിലകൊണ്ടു. ആരോപണം ആർക്കോ വേണ്ടി മറ്റാരോ തൊടുത്തുവിട്ടതാണ്. അതിന്റെ മുന ഒടിഞ്ഞു എന്ന സന്തോഷം എനിക്കുണ്ടായി. കാലങ്ങൾക്കുശേഷം പരാതിക്കാരിയും അവരുടെ കുടുംബാംഗങ്ങളും എനിക്ക് വളരെ വേണ്ടപ്പെട്ടവരായി മാറി. മറ്റു കുബുദ്ധികൾ ചെയ്യിച്ചതായിരുന്നു ഈ കൃത്യം. പരാതിയിൽ പേരുള്ള വ്യക്തി ഇക്കാര്യത്തിൽ നിരപരാധിയായിരുന്നു എന്ന് പിൽക്കാലത്ത് ബോധ്യമായി. ലോകത്ത് ഇത്തരം പ്രവൃത്തികളും താൽക്കാലികമായി വിലപ്പോവുമെങ്കിലും അന്തിമ വിജയം സത്യം തന്നെ ഏറ്റെടുക്കും.

സ്റ്റുഡിയോ പൂമുഖത്തെ യാത്രയയപ്പു യോഗം പുരോഗമിക്കവെ എന്റെ മനസ്സിൽ പഴയ ഓർമ്മകൾ ഓരോന്നായി വർണ്ണ ചിത്രങ്ങളായി തെളിഞ്ഞുവന്നു. അടുത്ത സുഹൃത്തുക്കൾ പതിവുപോലെ എന്റെ സേവനങ്ങളെ വാഴ്ത്തിക്കൊണ്ടിരിക്കെ ഇഷ്ട സ്മരണകൾ നൊമ്പരങ്ങളായി നുരപൊങ്ങി. അതിനിടയിൽ എന്റെ മനസ്സിൽ മിന്നിമറഞ്ഞ മുഖങ്ങൾ എനിക്ക് എന്നും പ്രിയപ്പെട്ടവയായിരുന്നു. പ്രക്ഷേപണരംഗത്തു നിന്ന് ഔദ്യോഗികമായി വിടപറയുമ്പോൾ ആ രംഗത്തെ പ്രഗൽഭമതികളെ ഓർത്തെടുത്തതിൽ അസാംഗത്യം ഏതുമില്ലെന്ന് എന്റെ മനസ്സ് എന്നോടു പറഞ്ഞുകൊണ്ടിരുന്നു. ഇത്തരം ഫ്ലേബാക്കുകൾ പതിവാണല്ലോ. ആശംസവാക്കുകളും പുരസ്കാര സമർപ്പണവും പതിവു പോലെ നടന്നുകഴിഞ്ഞാൽ ഒരു മറുപടി പ്രസംഗം നിർബന്ധമായും വേണ്ടിവരും. അതുണ്ടാവുകയും ചെയ്തു.

എന്നെ ഒരു പ്രക്ഷേപകന്റെ കുപ്പായമണിയിക്കാൻ നിരവധി സുഹൃത്തുക്കളും അഭ്യുദയ കാംക്ഷികളും ഒത്താശ ചെയ്തിട്ടുണ്ടായിരുന്നെങ്കിലും അതിന്റെ താക്കോൽ സ്ഥാനത്തിരുന്ന് പച്ചക്കൊടി കാട്ടിയത് വലിയൊരു പ്രക്ഷേപകനായിരുന്നു. അദ്ദേഹം പ്രശസ്തനായ ചിത്രകലാ വിമർശകനും സാഹിത്യകാരനും മാത്രമല്ല ഒരു ജീനിയസ്സുമായിരുന്നു എന്ന് എനിക്ക് തറപ്പിച്ചു പറയാൻ കഴിയും. 1976 ഒക്ടോബർ മാസം ഉദ്യോഗത്തിൽ പ്രവേശിച്ചതുമുതൽ അദ്ദേഹവുമായി കലവറയില്ലാത്ത ഹൃദയബന്ധം തന്നെ ഞാൻ സ്ഥാപിച്ചു. ഞാനെഴുതിയ പല പ്രക്ഷേപണ രചനകളും, പ്രഭാഷണങ്ങളും ഫീച്ചറുകളും അദ്ദേഹം വിമർശനബുദ്ധി

ഇ.എം.ജെ വെണ്ണിയൂർ

യോടെവിലയിരുത്തി. ഒരു മേലധികാരിയായിട്ടല്ല പ്രശസ്തനും പ്രക്ഷേപണ കലാരംഗത്തെ സവ്യ സാചിയുമായ ഇ.എം.ജെയെ ഞാൻ കണ്ടത്. മറി ച്ച് അഭ്യുദയകാംക്ഷിയായിട്ടാണ്. അദ്ദേഹം തന്റെ വിലയിരുത്തലിനെപ്പറ്റി പലപ്പോഴും എന്നെ വിളിച്ച് സംസാരിച്ചത് ഓർക്കുന്നു. തിരുവനന്തപുരത്തെ ഏ റ്റവും അറിയപ്പെടുന്ന പൗരനായിട്ടാണ് അദ്ദേഹം സ്റ്റേഷൻ ഡയറക്ടറായി തെല്ലൊരഭിമാനത്തോടെ ജീവിച്ചത്. ഒരു പ്രസിദ്ധമായ കൃതിയിലൂടെയാണ് ഈ.എം.ജെയെ ഞാൻ പരിചയപ്പെടുന്നത്. ഡിഗ്രി ക്ലാസ്സിൽ അദ്ദേഹത്തിന്റെഗേഥേ പരിഭാഷ യായ ഡോ. ഫൗസ്റ്റ് ആസ്വദിച്ച് പഠിച്ചതായി ഓർമ്മിക്കുന്നു. ഒന്നാംകിട വി.ഐ.പി. സ്റ്റാറ്റസിലായിരുന്നു അദ്ദേഹം തിരുവനന്തപുരത്ത് കഴിഞ്ഞ ത്. കുശുമ്പും കുന്നായ്മയും അസൂയയും കൈമുതലായുണ്ടായിരുന്ന ചുരുക്കം ചിലരും അധികാര കസേരകളിൽ ഇരിപ്പുണ്ടായിരുന്നു പല പ്പോഴും. കാലം കടന്നുപോയപ്പോൾ ആ സ്ഥാനത്തിന് സംഭവിച്ച മൂല്യ ച്യുതി അക്കാലത്ത് പലപ്പോഴും അനുഭവിക്കാൻ എനിക്കു വിധിയുണ്ടാ യി എന്നു പറയട്ടെ. തിരുവനന്തപുരം ആകാശവാണി വികസനത്തി ന്റെ പാതയിലെത്തിയത് കഥാപുരുഷനായ ഈഎംജെയുടെ ഭരണകാ ലത്താണ് എന്ന് ഓർക്കുന്നു. തിരുവനന്തപുരം നിലയത്തിൽ നിരവധി പുതിയ പ്രക്ഷേപണ വിഭാഗങ്ങൾ തുടങ്ങാൻ അദ്ദേഹം ഡൽഹിയിൽ നിന്ന് സമ്മതം വാങ്ങി. ശാസ്ത്രത്തിനായി ഒരു സെൽ (Science Cell), പുറംലോക ശബ്ദലേഖന യൂണിറ്റ് (OB Unit), യുവവാണി (Youth Programme) എന്നിവയ്ക്കെല്ലാം ഈഎംജെ തുടക്കമിട്ടു. കൂടാതെ ധാ രാളം ചെറുപ്പക്കാരെ സ്ഥിരമായും, താൽക്കാലികമായും അദ്ദേഹം പ്ര ക്ഷേപണരംഗത്തേക്ക് ആകർഷിച്ചു. പൊതുജനത്തിനും സാധാരണ കലാകാരന്മാർക്കും യുവജനങ്ങൾക്കും തടസ്സമില്ലാതെ കയറിവരാവുന്ന ഒരു സാംസ്കാരിക സ്ഥാപനമായി ബാലികേറാമല പോലെയായിരുന്ന ആകാശവാണി നിലയത്തെ അദ്ദേഹം പരിവർത്തനം ചെയ്തു അന്ന്. അത് പ്രക്ഷേപണ മണ്ഡലത്തിലെ വലിയൊരു മാറ്റമാണ്; യാഥാസ്ഥി തികന്മാരായ പാർശ്വവർത്തികൾ നെറ്റി ചുളിച്ചെങ്കിലും

തിരുവനന്തപുരം നിലയത്തിന്റെ ഈ ദ്രുതഗതിയിലുള്ള വളർ ച്ച അന്ന് കേരളത്തിൽ മാധ്യമ മേഖലയിൽ വലിയ വാർത്ത തന്നെയാ യിരുന്നു. അസൂയാലുക്കളായ ചില സ്ഥാപിത താൽപര്യക്കാർ അദ്ദേഹ ത്തിനെതിരെ ആരോപണങ്ങളും ഒളിയമ്പും എയ്തുകൊണ്ടേയിരുന്നു.

ഈ.എം.ജെ. വെണ്ണിയൂരിനെ ഒരു ടവറിംഗ് പേർസണാലിറ്റി എന്നൊക്കെ വിശേഷിപ്പിക്കാം. ആർക്കും നേരെ നിന്ന് അദ്ദേഹത്തോട് എതിർക്കാൻ പറ്റില്ല. അദ്ദേഹം മുൻപിൽ നോക്കാതെ അകമഴിഞ്ഞു സഹായിച്ച ചിലർ ഈഎംജെയ്ക്ക് കോടാലിയായി ഒളിഞ്ഞും തെളിഞ്ഞും രംഗത്ത് വന്നിരുന്നു. നിലയത്തിൽ തന്നെ അദ്ദേഹത്തിന്റെ കീഴുദ്യോഗസ്ഥരിൽ ചിലർ ചില മഞ്ഞ പത്രങ്ങളുമായി കൂട്ടുചേർന്നു നിരവധി വൈര നിര്യാത പരിപാടികൾ ആസൂത്രണം ചെയ്തു. തുടർന്ന് വെണ്ണിയൂർ ഡയറക്ടർ ഓഫ് പ്രോഗ്രാംസ് എന്ന പദവിയിൽ ഡൽഹിയിലേക്ക് മാറി. ബോംബെ നിലയത്തിൽ ഡയറക്ടറായി അദ്ദേഹം. പെട്ടെന്നുണ്ടായ അസുഖത്തെ തുടർന്ന് സർവ്വീസിലിരിക്കുമ്പോൾ തന്നെ ബോംബെയിൽ വച്ച് ഹൃദയാഘാതം മൂലം അന്തരിക്കുകയാണുണ്ടായത്. അദ്ദേഹത്തിന്റെ രണ്ടു മക്കളും സഹധർമ്മിണി ഇന്ദിരാ പൊതുവാളും മാധ്യമരംഗത്തു തന്നെ പ്രശോഭിച്ചു. മൂന്നാമൻ മിലിറ്ററി ഡോക്ടറായി മേജർ സ്ഥാനംവരെയെത്തി. ഇന്ദിരാ പൊതുവാളിന്റെ അനുജത്തി ശാന്താ പി നായർ പ്രക്ഷേപണത്തിന്റെ കുലപതി എന്ന് പൊതുവെ അറിയപ്പെടുന്ന സാഹിത്യനിപുണനും എഴുത്തുകാരനുമായ കെ. പത്മനാഭൻ നായരുടെ ഭാര്യയുമാണ്. മലയാള പ്രക്ഷേപണ രംഗത്തെ പല മേഖലയിലും ആദ്യക്കാരനായിരുന്നു കെ. പത്മനാഭൻ നായർ. ഡൽഹിയിൽ നിന്ന് ആദ്യമായി മലയാള വാർത്ത (വായിക്കുന്നത് പത്മനാഭൻ എന്ന പേരിൽ) വായിച്ചത് അദ്ദേഹമായിരുന്നു. മദിരാശിയിൽ നല്ലൊരു സ്വകാര്യ കമ്പനിയിൽ ജോലി ചെയ്തിരുന്ന അദ്ദേഹം പ്രക്ഷേപണ കലയിൽ ആകൃഷ്ടനായി മദ്രാസ് നിലയത്തിൽ 1945-ൽ ചേരുകയുണ്ടായി. ഒരു പ്രത്യേക സാഹചര്യത്തിലാണ് പത്മനാഭൻ നായർ മദിരാശി നിലയത്തിൽ ഉദ്യോഗസ്ഥനായത്. ഒരു സ്വകാര്യ കമ്പനിയിലെ ഉദ്യോഗസ്ഥനായി തന്റെ യൗവനകാലത്ത് മദിരാശിയിൽ ചേക്കേറിയതായിരുന്നു. ഒരു ദിനം മറീനാ ബീച്ചിൽ സുഹൃത്തുക്കളോടൊത്ത് സമയം ചെലവഴിക്കുമ്പോൾ റേഡിയോ നിലയത്തിൽ നിന്നുള്ള തികച്ചും വികലമായ ഒരു മലയാള നാടകം കേൾക്കാനിടയായി. അവർ ഏ.ഐ.ആർ സ്റ്റേഷനിലേക്ക് ഓടിക്കയറി പ്രതിഷേധിച്ചു. നിലയം അധികാരികൾ പരിപാടി ചെയ്യാൻ അന്നത്തെ ആ ചെറുപ്പക്കാരുടെ നേതാവായ പത്മനാഭൻ നായരെ ഏൽപ്പിച്ചു. പ്രോഗ്രാം അസിസ്റ്റന്റായി മദ്രാസ് നിലയത്തിൽ ചേർന്നു. കോഴിക്കോടു നിലയം 1950-ൽ ആരംഭിക്കുന്നതിനു മുന്നോടിയായി അദ്ദേഹം കോഴിക്കോട്ടെത്തി സർവ്വ സജ്ജീകരണങ്ങളും ചെയ്തു. പയ്യന്നൂർ സ്വദേശിയായ പത്മനാഭൻ നായർ, (കൂടത്തിൽ പത്മനാഭൻ

നായർ) ആദ്യകാല നാടക പ്രവർത്തകനായിരുന്നു. കോഴിക്കോടു നിലയത്തിന്റെ വിജയകരമായ ഉദ്ഘാടനത്തിന് ചുക്കാൻ പിടിച്ചത് അദ്ദേഹമായിരുന്നു. സാഹിത്യകാരന്മാരായ ഉറൂബ് (പി.സി. കുട്ടിക്കൃഷ്ണൻ) കെ.എ. കൊടുങ്ങല്ലൂർ, എൻ.എൻ. കക്കാട്, പി. ഭാസ്കരൻ, തിക്കൊടിയൻ, കെ. രാഘവൻ, കെ.പി. ഉദയഭാനു, ശാന്താ പൊതുവാൾ തുടങ്ങിയ ജനകീയ സാഹിത്യ പ്രതിഭകളെയെല്ലാം ഉൾപ്പെടുത്തി ഒരു പ്രതിഭാപൂരം തന്നെ അന്ന് കോഴിക്കോട് നിലയത്തിൽ പ്രവർത്തന നിരതമായി. റേഡിയോ തരംഗം എന്ന തലക്കെട്ടിൽ അദ്ദേഹം എഴുതിയ ജീവചരിത്രം പ്രസിദ്ധമാണ്. പത്മനാഭൻ നായരുടെ ഏകപുത്രി ലതാരാജു കഴിവുറ്റ ഗായികയും നടിയും പ്രക്ഷേപകയുമായിരുന്നു. ദൂരദർശനിൽ നിന്ന് ഡയറക്ടറായി വിരമിച്ച ലതയുടെ ഭർത്താവാണ് ആദ്യകാലത്തെ ശ്രീലങ്കൻ റേഡിയോയിൽ അവതാരകനായിരുന്ന ജെ.എം. രാജു. ചെമ്മീനിൽ നല്ലൊരു റോളിൽ (പഞ്ചമി) ലത അഭിനയിച്ചു. സ്വന്തം നാട്ടുകാരൻ എന്ന നിലയിൽ പത്മനാഭൻ നായർക്ക് എന്നോടു വലിയ വാത്സല്യമായിരുന്നു. പയ്യന്നൂരിൽ നിന്ന് മദ്രാസിലേക്ക് പോകുന്നതിനു മുമ്പുതന്നെ അറിയപ്പെടുന്ന നാടകക്കാരനായിരുന്നു അദ്ദേഹം. പയ്യന്നൂരിൽ എന്റെ വലിയമ്മാവൻമാരുടെ സന്തതസഹചാരിയായിരുന്നു അദ്ദേഹം അന്ന്. ധാരാളം ദേശാഭിമാന പ്രചോദിതമായ അരങ്ങുകളിൽ വിദ്യാർത്ഥിയായിരിക്കെതന്നെ അദ്ദേഹം വേഷമിട്ടിരുന്നുപോലും.

കെ. പത്മനാഭൻ നായർ

ലത രാജു

ആകാശവാണി എന്ന പ്രസ്ഥാനത്തിൽ നിന്ന് മൂന്നു ദശകത്തിനുശേഷം സാർത്ഥകമായ ജീവിതത്തിനുശേഷം പടിയിറങ്ങുമ്പോൾ പഴയ ഓർമ്മകളുടെ ഫ്രെയിമുകൾ ഓരോന്നായി എന്റെ മനസ്സിലൂടെ മന്ദമന്ദം നീങ്ങി. ദീർഘകാലം അഭംഗുരം തിരുവനന്തപുരം നിലയത്തിൽ തന്നെ ജോലി ചെയ്യാൻ ഭാഗ്യം കിട്ടിയ എനിക്ക് പതിമൂന്ന് നിലയം ഡയ

മാത്യു വല്യാറമ്പത്ത്

എൻ.എസ് കൃഷ്ണമൂർത്തി

ആർ.സി. ഗോപാൽ

റക്ടർമാരെ മേലധികാരികളായി മുഖാമുഖം കാണാൻ ഭാഗ്യം കൂടിയുണ്ടായിരുന്നു. അവരിൽ എണ്ണപ്പെട്ട പണ്ഡിതന്മാരും പ്രക്ഷേപക പ്രതിഭകളും മനുഷ്യസ്നേഹികളായ കലാകാരന്മാരും ഉണ്ടായിരുന്നു. ഇത്രയും മഹാന്മാരുടെകൂടെ തുടർച്ചയായി ജോലി ചെയ്യാൻ ഭാഗ്യം എന്റെ സ്നേഹിതരിൽ എനിക്കു മാത്രമാണുണ്ടായിരുന്നത്. വിദ്യാഭ്യാസ വിചക്ഷണനായ വി.എൻ. ഉണ്ണി, തമിഴ് സാഹിത്യകാരനായ ശ്രീ.ജി. സുബ്രഹ്മണ്യം, തിരുവെങ്കിടം, ഇംഗ്ലീഷ് സാഹിത്യകാരനായ ആർ.എൻ. പിള്ള, മാത്യു വല്യാറമ്പത്ത്, എൻ.എസ്. കൃഷ്ണമൂർത്തി, കമലാ നാഥൻ, എം.കെ. ശിവശങ്കരൻ, കെ. നാരായണൻ നായർ എന്നിവരുടെ മുഖം ഓർമ്മിക്കുന്നു. ഇതിൽ മിക്ക പേരും, ഹൃദയവിശാലതയുടെയും സൗഹൃദത്തിന്റെയും പര്യായങ്ങളായിരുന്നു; ചുരുക്കം ചിലർ വൈരാഗ്യബുദ്ധിയോടെ പെരുമാറുന്നവരും.

എന്റെ സമകാലികരായ കെ.ഏ. മുരളീധരൻ, ആർ.സി. ഗോപാൽ, വിമലസേനൻ നായർ തുടങ്ങിയവർ പലപ്പോഴായി നിലയം മേധാവികളായിരുന്നുവെങ്കിലും യാതൊരു ബോസ്സിസവും പ്രകടിപ്പിക്കാതെ എന്നെ അവർ അടുത്ത സ്നേഹിതനായി പരിഗണിച്ചു. അവരുടെ സൗഹൃദം എന്നെ ദീർഘകാലം പ്രക്ഷേപണ ജീവിതം ആസ്വദിക്കാൻ സഹായിച്ചു. പ്രക്ഷേപണരംഗത്ത് ഒരു കലാകാരന് നൽകപ്പെടുന്ന സ്വാതന്ത്ര്യം ഏറ്റവും മുഖ്യമാണ്. 1978-ൽ ഈ.എം.ജെ ഡൽഹിക്കു പോയപ്പോൾ പകരം ഡയറക്ടറായി ചാർജ്ജെടുത്ത കോന്നിയൂർ ആർ. നരേന്ദ്രനാഥ്, 1997-ൽ വന്ന അടുത്ത സൗഹൃദമുണ്ടായിരുന്ന എൻ.എസ്. ഐസക് എന്നിവർ നിരവധി വ്യക്ത്യാധിഷ്ഠിത തെറ്റിദ്ധാരണകൾക്ക് അടിമപ്പെട്ട് എന്റെ സർവ്വീസ്പരമായ സംതുലിതാവസ്ഥയ്ക്കും ഔദ്യോഗിക പുരോഗതിക്കും കല്ലുകടി സൃഷ്ടിച്ചവരായിരുന്നു. അവരുടെ കാലുഷ്യം എന്നെ ദുഃഖിപ്പിക്കാതിരുന്നില്ല. എന്റെ മറ്റു രണ്ടു സഹപ്രവർത്തകർ തിരുവനന്തപുരം നിലയത്തിൽ ഡയറക്ടർമാരായി വന്നവർ പി.കെ. രവീന്ദ്രനും ജി. ജയലാലുമായിരുന്നു. 1998 മുതൽ അഞ്ചുവർഷം ഞാൻ കേരള സർക്കാർ സർവ്വീസിലേക്ക് എഡ്യൂക്കേഷണൽ ടെക്നോളജി ഡയ

ജി.ജയലാൽ

റാണാപ്രതാപൻ

റക്ടറായി സ്ഥലംമാറിയ കാലമായിരുന്നു അത്. അവർ ഡയറക്ടർമാരായിരിക്കെ ഞാൻ ആകാശവാണിയിലില്ല. പക്ഷെ രണ്ടുപേരും എന്റെകൂടെ പ്രോഗ്രാം ഓഫീസർമാരായിരിക്കുമ്പോൾ ഞങ്ങൾ നല്ല അടുപ്പത്തിലായിരുന്നു.

തുടക്കം മുതലേ വിദ്യാഭ്യാസരംഗം കൂടാതെ ശാസ്ത്ര പ്രക്ഷേപണത്തിലും അതീവ താൽപര്യം പ്രകടിപ്പിച്ച എനിക്ക് ആ രംഗത്തെ പുതുമ കലർന്ന നിരവധി പരിപാടികൾ അവതരിപ്പിക്കാൻ കഴിഞ്ഞു. 1977-ൽ തന്നെ സയൻസ് സെൽ തലസ്ഥാന നിലയം എന്ന പരിഗണനയിൽ തിരുവനന്തപുരത്ത് ആരംഭിച്ചപ്പോൾ ജി. ജയലാൽ സയൻസ് ഓഫീസറായും കെ.എസ്. റാണാപ്രതാപൻ റിപ്പോർട്ടർ എഡിറ്ററായും ജോലിയിൽ പ്രവേശിച്ചു. ശാസ്ത്ര പ്രക്ഷേപണത്തിന്റെ തുടക്കക്കാർ എന്ന നിലയ്ക്ക് ഞങ്ങൾ മൂന്നുപേരും ഒരു ടീമായി പ്രവർത്തിച്ചു. സയൻസ് സെല്ലിന്റെ ആദ്യകാല പ്രവർത്തനം ഞങ്ങൾ സ്തുത്യർഹമായാണ് നിർവ്വഹിച്ചത് എന്നത് ചാരിതാർത്ഥ്യജനകമാണ്. ഇന്ത്യൻ ബ്രോഡ്കാസ്റ്റിന് ഒരു മോഡലായിരുന്നു അന്നത്തെ തിരുവനന്തപുരം ആകാശവാണിയിലെ പ്രക്ഷേപണവുമായി ബന്ധപ്പെട്ട പ്രവർത്തനം.

3

എണ്ണമറ്റ മഹാരഥന്മാർ

ഇരുപതാം നൂറ്റാണ്ടിന്റെ അവസാനകാലത്ത് തിരുവനന്തപുരം നിലയത്തിൽ നേതൃത്വം വഹിച്ച സ്റ്റേഷൻ മേധാവികളുടേതുപോലെതന്നെ പ്രക്ഷേപണത്തിന്റെ നിറവും തിറവും അറിഞ്ഞ പ്രക്ഷേപണ പ്രതിഭകൾ ധാരാളം ഉണ്ടായിരുന്നു. ശ്രേഷ്ഠരായ തലയെടുപ്പുള്ള കലാകാരന്മാർ ഒരു കാലത്ത് ആകാശവാണി നിലയമായ ഭക്തിവിലാസത്തിന്റെ അകത്തളത്തിൽ ധാരാളം ഉണ്ടായിരുന്നു. ശ്യാമളാലയം കൃഷ്ണൻ നായർ, നാഗവള്ളി ആർ.എസ്സ്. കുറുപ്പ്, എസ്. സരസ്വതിയമ്മ, ജഗതി എൻ.കെ. ആചാരി, ചേർത്തല ഗോപാലൻ നായർ, കൈമാപ്പറമ്പൻ, ടി. എൻ. ഗോപിനാഥൻ നായർ, ആർ.എൻ. പിള്ള, കെ. പത്മനാഭൻ നായർ, രാധാ വാര്യർ, വി.എൻ. ഉണ്ണി, മാത്യു വല്യാറമ്പത്ത്, എം.കെ. ശിവശങ്കരൻ തുടങ്ങിയ മുതിർന്ന പ്രക്ഷേപകരുടെ മധ്യത്തിലേക്കാണ് 1976 -ൽ ഞാൻ കാലെടുത്തു വച്ചത്. നിമിഷാർദ്ധംകൊണ്ട് രൂപകങ്ങളും ഗാനങ്ങളും ചമച്ച് അഭിനയിച്ച് അവ ശബ്ദലേഖനം ചെയ്യാൻ സിദ്ധിയുണ്ടായിരുന്ന സാഹിത്യകാരന്മാരായിരുന്നു അവർ മിക്കവരും. പെട്ടെന്ന് ഏത് വിഷയത്തെക്കുറിച്ചും പ്രക്ഷേപണം എഴുതി അവതരിപ്പിക്കാൻ പറ്റിയാലേ നിൽക്കക്കള്ളിയുള്ളു എന്ന നിഗമനത്തിൽ ഞാനും ഒഴുക്കിൽ ഒഴുകി മുന്നേറി. തിരുനൈനാർക്കുറിച്ചി മാധവൻ നായർ, വീരരാഘവൻ നായർ, പി. ഗംഗാധരൻ നായർ, എസ്. രാമൻകുട്ടി നായർ, കെ.ജി, സേതുനാഥ്, കുറ്റാലം പിള്ള, എസ്. രമേശൻ നായർ, മടവൂർ ഭാസി, സി.പി. രാജശേഖരൻ, സതീഷ് ചന്ദ്രൻ, ഗോപിനാഥ് പനങ്ങാട് തുടങ്ങിയ അനുഗ്രഹീത കലാകാരന്മാർ. കെ. ജി. മേനോൻ, കെ.ജി.ദേവകിയമ്മ, ടി.പി. രാധാമണി, സി.എസ്. രാധാദേവി, പി.കെ. തുളസിഭായി, തിരുവിഴ ജയശങ്കർ, എൻ.ആർ.സി. നായർ, പൂജ

സി.എസ്.രാധാദേവി
(മുതിർന്ന റേഡിയോ താരം)

രാജേശ്വരി മോഹൻ

പി.തങ്കച്ചൻ

പ്പുര സോമശേഖരൻ നായർ, പി.ജെ. ജോസഫ്, അരുണാചലം, ആർ.വി. പോറ്റി തുടങ്ങിയ റേഡിയോ പ്രതിഭകളും തിരുവനന്തപുരം നിലയത്തിന്റെ മുതൽക്കൂട്ടായിരുന്നു. അവരുടെ ഇടയിലേക്കാണ് ഞാൻ ചെന്നത്. യുവപ്രക്ഷേപകരും, പ്രത്യേകിച്ച് എന്റെ സമകാലികരുമായിരുന്ന വേണു നാഗവള്ളി, എസ്. രാധാകൃഷ്ണൻ, ജോൺ സാമുവൽ, സി.പി. രാജശേഖരൻ, എസ്. വേണു, തോമസ് കുഞ്ഞുമ്മൻ, ഗോപിനാഥ് പനങ്ങാട്, രവീന്ദ്രൻ ചെന്നിലോട്, ബേബൻ കൈമാപ്പറമ്പൻ, എം. രാജീവ് കുമാർ, അലക്സ് വള്ളക്കാലിൽ, സതീഷ്ചന്ദ്രൻ, ചന്ദ്രസേനൻ, പ്രിൻസ്, പി.പൊന്നപ്പൻപിള്ള, പത്മരാജൻ, പി. തങ്കച്ചൻ, ആർ.വി. പോറ്റി, അരുണാചലം, മീനാക്ഷി ഗണേശൻ, പൊന്നപ്പൻ പിള്ള, റാണാപ്രതാപൻ, ആർ.സി. ഗോപാൽ, രാജേശ്വരി, വിമലസേനൻ നായർ, എസ്. ചന്ദ്രൻ, സംഗീതലോകത്ത് അനശ്വര സംഭാവനകൾ ചെയ്ത എം.ജി. രാധാകൃഷ്ണൻ, കെ.പി. ഉദയഭാനു, കാവാലം ശ്രീകുമാർ,തിരുവനന്തപുരം സുരേന്ദ്രൻ, പറവൂർ സഹോദരിമാർ, ഇന്ദിര ജോസഫ്, രത്നാകരൻ, കൃഷ്ണസ്വാമി, ജി. വേണുഗോപാൽ, പെരുമ്പാവൂർ രവീന്ദ്രനാഥ്, വീണ വെങ്കിട്ടരാമൻ, ഫ്ളൂട്ട് ഗോപാലകൃഷ്ണൻ, ഗിത്താർ സ്വാമി, കോഴിക്കോട് ശിവരാമകൃഷ്ണൻ, ബി. ശശികുമാർ, ഗോമതിയമ്മാൾ, കമലാ കൈലാസനാഥൻ, കാവാലം ശ്രീകുമാർ തുടങ്ങിയവരും ആകാശവാണിയുടെ ചരിത്രത്തിന്റെ താരാപഥത്തിലെ മിന്നുന്ന താരങ്ങളായിരുന്നു അക്കാലത്ത്. വാർത്താ തരംഗിണി പുരുഷോത്തമനും, രാമയ്യനും മറ്റും അന്നത്തെ ന്യൂസ് റൂമിൽ അനിവാര്യമായിരുന്നു. പ്രസിദ്ധരായ വാർത്താവതാരകരായ പ്രതാപവർമ്മ, രാമചന്ദ്രൻ, ശ്രീകുമാർ, സുഷമ, തുളസി, അലക്സ്, പത്മരാജൻ മുതലായവരും, ബി.വി. ഉണ്ണിത്താൻ, ഇ.കെ. കൃഷ്ണൻ നായർ, അഹമ്മദ്, സി.എസ്സ്. പിള്ള, ഗോ

പ്രതാപവർമ്മ

എം. രാമചന്ദ്രൻ
(വാർത്താവതാരകൻ)

പിനാഥ്, ഗോവിന്ദൻകുട്ടി രാജേന്ദ്രൻ എന്നീ എഡിറ്റർമാരും വാർത്താ വിഭാഗത്തിൽ പലപ്പോഴായി ചുമതലയിലുണ്ടായിരുന്നു. പിന്നേയും നിരവധിപേരുണ്ട് ഓർത്തെടുക്കാൻ. മറക്കാൻ പറ്റാത്ത നിരവധി മാധ്യമ ധീഷണകളെന്റെ ഹൃദയത്തെ തൊട്ടുനിൽക്കുന്നു (കൂടുതൽ സഹപ്രവർത്തരെ കുറിച്ച് വരും താളുകളിൽ പറയാം). ഇത്തരം ചിന്തകൾ ആ യാത്രയയപ്പ് വേദിയിൽ ഇരുന്നപ്പോൾ എന്റെ മനസ്സിൽ ഒളിമിന്നിയപ്പോൾ പെട്ടെന്നുതന്നെ വേദിയിൽ ആശംസകളും ഉപഹാരസമർപ്പണവും തുടങ്ങിക്കഴിഞ്ഞു. ഒരു ചെറിയ ചാറ്റൽമഴയുണ്ടോ പുറത്ത്; വഴി തെറ്റി വന്ന വർഷത്തിന്റെ സൂചനപോലെ? വിരമിക്കൽ ഔദ്യോഗികമായിട്ട് മാത്രമേ ഉള്ളുവെന്നും, പ്രോഗ്രാം ഓഫീസർ പദവിയിൽ നിന്ന് മൂന്നു ദശകത്തിനുശേഷം വിടുതൽ കിട്ടുന്നത് താൽക്കാലികമാണെന്നും ധ്വനിപ്പിക്കുന്ന നല്ലൊരു പ്രസംഗമായിരുന്നു സ്റ്റേഷൻ ഡയറക്ടർ കമലാനാഥൻ നടത്തി. ഉങ്കളെ വിടമാട്ടെ എന്ന് അദ്ദേഹം എന്നെ നോക്കി പ്രഖ്യാപിച്ചു. അടുത്ത ദിവസം തന്നെ താൽക്കാലിക തസ്തികയിൽ കോൺട്രാക്റ്റ് അടിസ്ഥാനത്തിൽ വന്നു ജോലിയിൽ പ്രവേശിക്കാനുള്ള അനുമതിയായിരുന്നു അദ്ദേഹം ആ സദസിനെ സാക്ഷി നിർത്തി നൽകിയത്. എന്റെ മറുപടി പ്രസംഗത്തിൽ അങ്ങിനെ ഒരു ഉദ്യോഗത്തുടർച്ചയ്ക്ക് ഞാൻ ആഗ്രഹിക്കുന്നില്ല എന്ന് ശങ്കയ്ക്ക് ഇടം നൽകാത്തവിധം പറഞ്ഞു. എന്റെ സമഗ്ര പ്രവർത്തനങ്ങളുടെ സവിശേഷതകളെയും, മൂല്യത്തെയും, മറ്റും ചില സുഹൃത്തുക്കൾ ഏറെ വാഴ്ത്തിപ്പറയുകയുണ്ടായി ആ വേളയിൽ. പ്രത്യേകിച്ച് ആത്മസുഹൃത്തുക്കളായ മുരളീധരനും ആർ. സി. ഗോപാലും മറ്റും. റിട്ട

പി.പത്മരാജൻ

അലക്സ് വള്ളക്കാലിൽ

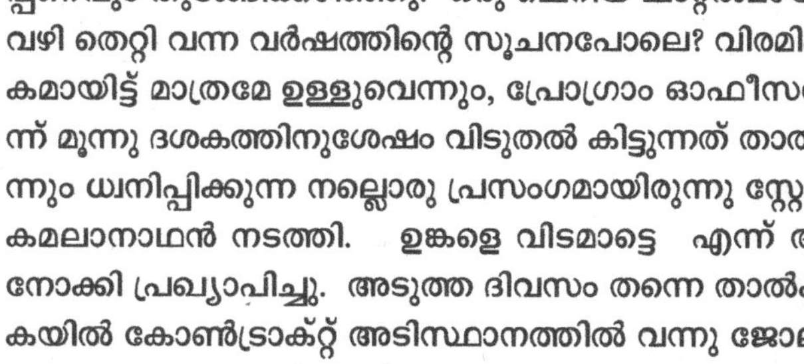

ഇ.കെ.കൃഷ്ണൻ നായരുടെ നവതിയിൽ സീനിയർ ജേണലിസ്റ്റ് ഫോറം ഉമ്മൻചാണ്ടിയുടെ കൂടെ ഫോറം പ്രസിഡന്റ് പ്രതാപചന്ദ്രനേയും കാണാം.

ഡയരക്ടർ കമലനാഥൻ സ്റ്റാഫംഗങ്ങളോടൊപ്പം

യർമെന്റ് ആകാശവാണിയിലെ പ്രോഗ്രാം ഓഫീസർമാർക്ക് വലിയ അ
ന്ധാളിപ്പൊന്നും ഉണ്ടാക്കുമായിരുന്നില്ല അക്കാലത്ത്. അതിന് ഒരു പ്ര
ധാന കാരണം സ്റ്റേഷൻ ഡയറക്ടർ പറഞ്ഞ ജോലിത്തുടർച്ചയായിരു
ന്നു. ഞാൻ ആ തുടർച്ച വേണ്ടെന്നുവച്ച ചുരുക്കം പ്രോഗ്രാം ഓഫീ
സർമാരിൽ ഒരാളായിരുന്നു. പടിപടിയായി പ്രക്ഷേപണം എന്ന കല
യും, ശാസ്ത്രവും ജീവിതത്തിന്റെ ഭാഗമാക്കി പ്രൊഫഷണൽ ജീവിതം
വിജയപ്രദമായി കരുപ്പിടിപ്പിച്ച ഒരു പ്രക്ഷേപകന് നിർവ്വഹിക്കാനുള്ള
മാധ്യമദൗത്യം നിറവേറ്റിയ എനിക്ക് ജോലി, ശമ്പളം എന്ന മന്ത്രം മാ
ത്രം ഉരുവിട്ടുകൊണ്ടു വിരമിച്ചതിന്റെ അടുത്ത ദിവസം വേഷം മാറി ഒ
രു കോൺട്രാക്ട് ജീവനക്കാരനായി സ്വയം പരിണമിക്കാൻ പറ്റില്ലാ
യിരുന്നു. അത് മനസ്സിന്റെ ഒരു അഭിമാന നിയോഗമായിരുന്നു; ഒരു ദുര
ഭിമാന പ്രവണതയായി മുദ്ര കുത്തുമെങ്കിലും. എന്റെ പ്രക്ഷേപണ ജീ
വിതം തികച്ചും സംതൃപ്തമാണെന്നു മനസ്സാ പ്രതിവചിച്ചുകൊണ്ടേയി
രുന്നു. പിന്നെ എന്ത് തുടർ നിയമനം! വിദ്യാഭ്യാസ പരിപാടിയുടെ അ
സിസ്റ്റന്റ് എഡിറ്ററും, പരിപാടി സംവിധായകനും അവതാരകനുമായി
ദീർഘകാലം പ്രക്ഷേപണത്തിന്റെ എല്ലാ സംഘർഷങ്ങളും വൈതരണി
കളും ഹർഷോന്മാദങ്ങളും കടന്ന് വന്ന ഞാൻ ഇടയിൽ അഞ്ചു വർഷം
ഒഴികെ (കേരള സംസ്ഥാന എഡ്യൂക്കേഷണൽ ടെക്നോളജി ഇൻസ്റ്റി
റ്റ്യൂട്ടിന്റെ ഡയറക്ടറായി ഡെപ്യൂട്ടേഷനിൽ പോയകാലം) ഭക്തിവിലാ
സത്തിലെ ഓരോ സ്പന്ദവും ഏറ്റുവാങ്ങിക്കൊണ്ട് പ്രക്ഷേപണത്തിൽ
മുഴുകി ജീവിക്കുകയായിരുന്നു. ജീവിതം തൊഴിലിലലിയിച്ച ഒരു ജീവി
തചര്യ എന്നു പറയട്ടെ. പ്രക്ഷേപണ സേവനകാലത്ത് എല്ലാ പ്രക്ഷേപ
ണ വിഭാഗത്തിലും ജോലി ചെയ്യാനുള്ള ഭാഗ്യം എനിക്കു കിട്ടി. കുറ
ച്ചുകാലം വാർത്താ വായനക്കാരൻ (News Reader) പോലുമായി. ഞാൻ

2006-ൽ സർവ്വീസിൽ നിന്ന് യാത്ര പറയുമ്പോൾ സാഹിത്യപരിപാടികളുടെയും മറ്റു ഭാഷിത വാങ്മയ (ൂീസലി ീൃറ) വിഭാഗങ്ങളുടെയും ചുമതലയുണ്ടായിരുന്ന സീനിയർ പ്രോഗ്രാം ഓഫീസറായിരുന്നു ഞാൻ. ഡയറക്ടറും പ്രോഗ്രാം കോർഡിനേറ്ററും കഴിഞ്ഞാൽ ഏറ്റവും പ്രധാനപ്പെട്ട പദവിയായിരുന്നു സ്പോക്കൺ വേഡ് വിഭാഗം പ്രൊഡ്യൂസർ, സർവ്വ സമയവും സേവനം ആവശ്യപ്പെടുന്ന പദവി.

ഞാൻ പഴയ ഓർമ്മകളിൽ ആസകലം മുങ്ങിപ്പോയി. യാത്രയയപ്പുയോഗം എന്ന മാമൂൽ അവസാനിച്ചതോടെ ഞാൻ എന്റെ ചിന്താഭാരം ആകാശവാണി സ്റ്റുഡിയോയുടെ പൂമുഖത്തുതന്നെ ഇറക്കിവച്ചു. പിന്നെ തികച്ചും ഭാരമൊഴിഞ്ഞ മനസ്സുമായി ഭക്തിവിലാസത്തിന്റെ ചരിത്രപ്രസിദ്ധമായ ഉരുക്ക് ഗേറ്റ് പിന്നിട്ട് യാത്ര തിരിച്ചു. തികഞ്ഞ സംതൃപ്തിയോടെ, മനസ്സിൽ ഏറെ വർണ്ണപുഷ്പങ്ങളും വിരളമായി മാത്രം ഓർമ്മകളെ നോവിക്കുന്ന മുള്ളുകളുമായി ഓർമ്മകളുടെ മലരും മുള്ളും നിറഞ്ഞ രഥ്യ എന്നെ കവടിയാറിലെ വീട്ടിലേക്ക് എത്തിച്ചു. സർവ്വ റേഡിയോ ശ്രോതാക്കളും ഹൃദയത്തിന്റെ ഉള്ളറകളിൽ ഏറെ ഗൃഹാതുരതയോടെ സൂക്ഷിക്കുന്ന ആകാശവാണിയുടെ സുപ്രസിദ്ധമായ ആ മുദ്രസംഗീതം, അതെ, കാഫ്മാൻ ശിവരഞ്ജിനി രാഗത്തിൽ ഈണം പകർന്ന ആ ഓർക്കസ്ട്ര എന്റെ മനസ്സിലൂടെ ഓടിവന്നു. അതുവരെ ചന്നം പിന്നം പെയ്തിരുന്ന മഴ നിലച്ചിരുന്നു ആ സായാഹ്നത്തിന്റെ ഒടുവിൽ.

4

പിറകോട്ടു നടക്കുമ്പോൾ ഏറെ അനുഭവങ്ങൾ

ഇന്ത്യൻ സ്വാതന്ത്ര്യ സമര ചരിത്രത്തിൽ സ്വർണ്ണലിപികളിൽ രേഖപ്പെടുത്തിയ ഒരു നാടുണ്ട് കേരളത്തിന്റെ വടക്ക്; ഉത്തര മലബാറിലെ പയ്യന്നൂർ. സ്വാതന്ത്ര്യ സമരത്തിന്റെ എല്ലാ ദശാസന്ധികളിലും ആ നാട് ആവേശഭരിതമായി ത്രസിച്ചു നിന്ന ചരിത്രമാണുള്ളത്. 1928ലെ കോൺഗ്രസ്സ് സമ്മേളനം പയ്യന്നൂർ വച്ച് ചേരാൻ അഖിലേന്ത്യാ കമ്മിറ്റി നിശ്ചയിച്ചപ്പോൾ ചരൽ വിരിച്ച നടപ്പാതകളും ഏതാനും പീടികകളും മാത്രമുണ്ടായിരുന്ന ഒരു നാടൻ അങ്ങാടിയായിരുന്നു പയ്യന്നൂർ ബസാർ എന്ന ആ പ്രദേശം. കൊക്കാനിശേരി എന്നായിരുന്നു ആ പഴയ പേര്. സമ്മേളനത്തിൽ പങ്കെടുക്കാൻ പണ്ഡിറ്റ് നെഹ്റു തുടങ്ങിയവർ എത്തുന്നു എന്ന് കേട്ടപ്പോൾ തന്നെ ദേശീയ പ്രക്ഷോഭകാരികൾ അത്യന്തം ആവേശത്തിലായിരുന്നു. നല്ലൊരു ഹോട്ടൽ പോലും ഇല്ലാത്ത ഗ്രാമീണ അങ്ങാടിയായിരുന്നു പയ്യന്നൂർ ബസ്സാർ അന്ന്. ബോംബെയിൽ പോയി ഹോട്ടൽ വ്യവസായം കൂടി പരിചയപ്പെട്ടിരുന്ന അന്നൂരിലെ ഉത്തമത്തിൽ കുഞ്ഞിരാമപ്പൊതുവാളോടും. സഹോദരന്മാരോടും (ചാത്തപ്പപ്പൊതുവാൾ, കമ്മാരപ്പൊതുവാൾ, ചിണ്ടപ്പൊതുവാൾ എന്നിവർ ചേർന്ന കെ.യു.സി ബ്രദേഴ്സ്) പയ്യന്നൂരിലെ ചില കോൺഗ്രസ്സ് നേതാക്കൾ (ഞങ്ങളുടെ വലിയമ്മാവൻ അത്തായി വലിയ കണ്ണ പൊതുവാൾ അടക്കം) നിർബന്ധിച്ചതിന്റെ ഫലമായി അഖിലേന്ത്യാ സമ്മേളനത്തിന് പയ്യന്നൂരിലെ

കെ.യു.സി ബ്രദേഴ്സ്-ബോംബെ ഹോട്ടൽ സ്ഥാപകർ

ഉദയഭാനു, ജോയി തോട്ടാൻ എന്നിവർക്കൊപ്പം

ത്തുന്ന നേതാക്കന്മാർക്ക് വൃത്തിയായും ചിട്ടയായും ഭക്ഷണം കൊടുക്കാൻ സൗകര്യപ്രദമായ ഒരു ഹോട്ടൽ സംവിധാനം ഉണ്ടാക്കി. ആ താൽക്കാലിക ഭക്ഷണശാലയാണ് പിന്നീട് ഷണ്മുഖ വിലാസം ബോംബെ ഹോട്ടലായി മാറിയത്. പയ്യന്നൂരിലെ ഏറ്റവും പഴക്കം ചെന്ന ആ സസ്യഭോജനശാല ഇന്നും പയ്യന്നൂർ നഗരത്തിന്റെ മുഖമുദ്രയായി പുതിയ ഭാവഹാവാദികളോടെ തലയുയർത്തി നിൽക്കുന്നു. ഞാൻ തിരുവനന്തപുരത്ത് സ്ഥിരതാമസം തുടങ്ങിയശേഷം സുഹൃത്തുക്കളായി ചില സാഹിത്യനായകന്മാരും നാടക-സിനിമാ നടന്മാരും പത്രക്കാരും മറ്റും പയ്യന്നൂർ സന്ദർശിക്കാൻ പുറപ്പെട്ടാൽ ഞാൻ പറയും താമസത്തിന് ബോംബെ ഹോട്ടലിൽ പോവുക . അവർ തിരിച്ചു വന്ന് ആ ഹോട്ടൽ പരിസരത്തേയും ആതിഥ്യ മര്യാദയേയും പറ്റി വാതോരാതെ പറയും. ഇതൊന്നും സംഭവിച്ചില്ലെങ്കിലും പയ്യന്നൂർ പോയിരുന്നു, ബോംബെ ഹോട്ടലിൽ പോയി ഭക്ഷണം കഴിച്ചു, നല്ല സുഖകരമായ ഏർപ്പാടാണ് അവിടെ എന്നുപറയുന്ന തിരുവനന്തപുരം സുഹൃത്തുക്കൾ ധാരാളം ഉണ്ടായിട്ടുണ്ട് എനിക്ക്. ഗായകരായ കമുകറ, ഉദയഭാനു, ജയചന്ദ്രൻ മുതലായവർക്ക് വലിയ ആകർഷണ കേന്ദ്രമായിരുന്നു പയ്യന്നുരും ബോംബെ ഹോട്ടലും. പല സന്ദർഭങ്ങളിലും ചില കലാകാരന്മാരുടെ കൂടെ ഞാനും ചേരുമായിരുന്നു. പയ്യന്നൂർ ക്ഷേത്രത്തിലും ഖാദി സെന്ററിലും വെങ്കല ശില്പകേന്ദ്രങ്ങളിലും എന്റെ വീട്ടിലും സന്ദർശിക്കുക പതിവാണ്. സ്വാതന്ത്ര്യ സമരസേനാനിയായ എന്റെ മാതുലൻ അത്തായി നാരായണപ്പൊതുവാളുമായി അടുത്ത സൗഹൃദത്തിലാണ്. പ്രശസ്തമായ ബോംബെ ഹോട്ടൽ അടുത്തകാലത്തായി കൈമാറി. ഇപ്പോൾ അത് നല്ല നിലയിൽ നടത്തിക്കൊണ്ടുപോകുന്നത് പയ്യന്നൂരിലെ പൗരമുഖ്യനായ ബാലകൃഷ്ണപ്പൊതുവാളാണ്. ഞാൻ കോളേജ് വിദ്യാഭ്യാസത്തിനുശേഷം 1969-ൽ പയ്യന്നൂർ കോളേജിൽ അധ്യാപകനായി ചേർന്നപ്പോൾ അവിടെ അന്ന് വിദ്യാർത്ഥിയായിരുന്നു ബാലകൃഷ്ണൻ.

ഇന്ന് ഹോട്ടൽ അസ്സോസിയേഷന്റെ നേതാവുമാണദ്ദേഹം. അദ്ദേഹത്തിന്റെ അനുജൻ എന്റെ വിദ്യാർത്ഥിയുമായിരുന്നു. സ്വാതന്ത്ര്യ സമ്പാദനത്തിന് വർഷങ്ങൾക്ക് മുമ്പ് കോൺഗ്രസ് പ്രസ്ഥാനത്തിന്റെ സുവർണ്ണകാലത്തു തന്നെ തുടങ്ങിയ ആ ഭക്ഷണശാലയുടെ പാരമ്പര്യം ഇന്നും നിലനിൽക്കുന്നു എന്നത് പയ്യന്നൂരിലെ പഴയ തലമുറയ്ക്ക് വിസ്മയം പകരുന്നതാണ്. ആദ്യകാലം മുതലേ പയ്യന്നൂർ ബസാറിൽ ഉണ്ടായിരുന്ന പ്രധാന ഭക്ഷണശാലകൾ കോമളവിലാസം ഹോട്ടലും, സ്കന്ദവിലാസം ഹോട്ടലും, അശോക റെസ്റ്റോറന്റുമായിരുന്നു. പക്ഷെ ഇവയൊന്നും ഇപ്പോഴില്ല.

സ്വാമി ആനന്ദതീർത്ഥൻ

1934-ൽ മഹാത്മാഗാന്ധി പയ്യന്നൂരിൽ വന്നു. അന്നദ്ദേഹം വടക്കേ ബസാറിലുള്ള ഇന്നത്തെ പയ്യന്നൂർ ഗവ: ഹോസ്പിറ്റലിന്റെ എതിർവശത്തുള്ള നാരായണ വിദ്യാലയം സന്ദർശിച്ചു. ഐതിഹാസികമായ ഒരു സന്ദർശനമായിരുന്നു അത്. ഗാന്ധിജി ആശ്രമത്തിലെ സ്വാമി ആനന്ദതീർത്ഥനുമായി ദീർഘമായ സംഭാഷണം നടത്തി. പയ്യന്നൂരിലെ ജനങ്ങൾ മുഴുവൻ വിശിഷ്യ ചെറുപ്പക്കാർ സ്വാതന്ത്ര്യകാംക്ഷികളായി വിപ്ലവത്തിന്റെ പാതയിൽ അരയും തലയും മുറുക്കി കഴിയുന്ന കാലം. അന്ന് ഗാന്ധി ഒരു ദിവസം മുഴുവൻ നാരായണ വിദ്യാലയത്തിൽ ചെലവഴിച്ചുവത്രെ. നാരായണ വിദ്യാലയത്തിന്റെ വളപ്പിൽ ഒരു മാവ് അദ്ദേഹം നട്ടു. ഗാന്ധി മാവ് എന്ന പേരിൽ സവിശേഷമായ രീതിയിൽ പടർന്നു പന്തലിച്ച് ആ മഹാവൃക്ഷം ഇന്നും പയ്യന്നൂരിലേക്ക് നിരവധി പേരെ ആകർഷിക്കുന്നുണ്ട്. അത് വലിയൊരു പൈതൃകത്തിന്റെയും സ്മരണയുടേയും പ്രതീകമാണ്. നാരായണ മന്ദിരം സന്ദർശിച്ച് മഹാത്മജി പിന്നീട് പയ്യന്നൂരിൽ നിന്ന് മംഗലാപുരത്തേക്കാണ് പോയത്. ഗാന്ധി സന്ദർശിച്ച മൈതാനമാണ് പയ്യന്നൂർ ബസാറിലെ ഗാന്ധി മൈതാനമെന്ന തെറ്റായ ധാരണ പരന്നിട്ടുണ്ട്. ഗാന്ധി മൈതാനം അദ്ദേഹം സന്ദർശിച്ചിട്ടില്ല എന്നതാണ് ചരിത്ര വസ്തുത. ഇന്ന് പഴയ പോലീസ് സ്റ്റേഷൻ മന്ദിരം ഗാന്ധി സ്മൃതി മ്യൂസിയമായി പരിവർത്തനം ചെയ്യപ്പെട്ടിരിക്കയാണ്. വടക്കെ മലബാറിന്റെ ദേശീയ ബോധത്തിന്റെ ഒരു പ്രതീകമായിട്ടെന്നപോലെ ഈ മ്യൂസിയത്തിനു വലിയ പ്രാധാന്യം കൈവ

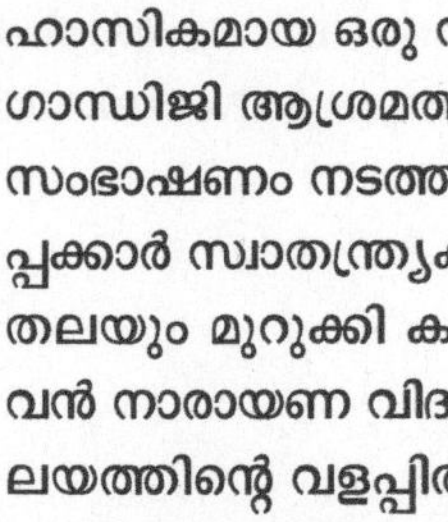
കടന്നപ്പള്ളി രാമചന്ദ്രൻ

രും എന്നാണ് പ്രതീക്ഷ. സ്വാതന്ത്ര്യ പ്രക്ഷോഭ കാലത്ത് ബ്രിട്ടീഷു കാർക്കെതിരെ ചില തീഷ്ണമായ സമരമുറയും ആ പോലീസ് സ്റ്റേഷന്റെ മുറ്റത്ത് അരങ്ങേറിയിരുന്നു. കടന്നപ്പള്ളി രാമചന്ദ്രൻ പുരാവസ്തു മന്ത്രിയായിരുന്നപ്പോഴാണ് ഈ മ്യൂസിയം തുറന്നത്.

പയ്യന്നൂരിൽ ഈവിധം ദേശീയ നേതാക്കളുടെ സമ്മേളനവും, സ്വാതന്ത്ര്യ സമര പ്രക്ഷോഭണങ്ങളും വിപുലമായ രീതിയിൽ നടക്കുമ്പോൾ ജനങ്ങൾ എല്ലാം മറന്ന് സഹകരിക്കുകയാണ് പതിവ്. ഓരോ പൗരനും രാജ്യത്തിന്റെ മോചനത്തിനുള്ള സന്നദ്ധ സേവനമായിട്ടായിരുന്നു ഈ ദൗത്യം കണക്കാക്കിയത്. മാതൃഭൂമിയുടെ മോചനത്തിനുവേണ്ടി എല്ലാ സുഖസൗകര്യങ്ങളും വിട്ടെറിഞ്ഞ് സമരത്തിന്റെ അഗ്നികുണ്ഠത്തിലേക്ക് ചാടിയിറങ്ങിയ എത്രയോ സാഹസികർ അന്നുണ്ടായിരുന്നു. പയ്യന്നൂരിന്റെ പുണ്യമായി ഇന്നും കണക്കാക്കുന്ന സംഭവങ്ങളാണവ. സംസ്കൃത പണ്ഡിതന്മാർ, ഭിഷഗ്വരന്മാർ, പ്രസിദ്ധ ജ്യോത്സ്യന്മാർ, അധ്യാപകർ, എഴുത്തുകാർ, സാംസ്കാരിക രംഗത്തെ ധീഷണശാലികൾ തുടങ്ങി ആ മഹത്തായ ദൗത്യത്തിൽ പങ്കുചേരാത്തവർ ആ നാട്ടിലുണ്ടായിരുന്നില്ല. അങ്ങിനെയാണ് മലബാറിലെ പേരുകേട്ട സാംസ്കാരിക കേന്ദ്രമായി പയ്യന്നൂർ വളർന്നത്.

5

ഐതിഹ്യം പുണരുന്ന ചരിത്രദേശം

പയ്യന്നൂർ സുബ്രഹ്മണ്യസ്വാമി ക്ഷേത്രത്തെ ചുറ്റിപ്പറ്റിയുള്ള ചരിത്രവും, ഐതിഹ്യങ്ങളും, സാഹിത്യ സാംസ്കാരിക പശ്ചാത്തലവും നാട്ടിന്റെ വലിയൊരു ഈടുവയ്പ്പാണ്. പരശുരാമൻ തന്റെ ക്ഷത്രിയ വിരോധം കാരണം അറുപത്തി നാല് ഗ്രാമങ്ങൾ തെക്കൻ കർണ്ണാടകയിലും, കേരളത്തിലുമായി നിർമ്മിച്ചു എന്ന് പറയപ്പെടുന്നു. അവിടങ്ങളിലൊക്കെ ക്ഷത്രിയവംശജരെ അകറ്റിനിർത്തി. മലയാളി നമ്പൂതിരി ബ്രാഹ്മണർക്ക് ഇടംനൽകിയാണ് ഈ ഗ്രാമങ്ങൾ നിർമ്മിച്ചത്. ഭാരതത്തിന്റെ വിവിധ സ്ഥലങ്ങളിൽ നിന്നു വന്ന ഈ ഗണത്തിൽപ്പെട്ട ബ്രാഹ്മണർക്ക് പരശുരാമൻ തന്നെ നൽകിയതാണ് ഗോകർണ്ണം മുതൽ കന്യാകുമാരിവരെയുള്ള സ്ഥലങ്ങൾ. ഭാരതത്തിൽ പല സ്ഥലത്തുനിന്നും വന്ന ബ്രാഹ്മണർക്ക് ദാനമായി നൽകിയ ഈ ഭൂപ്രദേശം അവർ ഒരിക്കലും വിട്ടുപോകരുത് എന്ന നിഷ്കർഷയും ഉണ്ടായി. തുളുനാട്ടിൽ നിന്ന് 16 ബ്രാഹ്മണരേയും 10 സൈനികരായ വാല്യക്കാരേയും സുബ്രഹ്മണ്യ സ്വാമി ക്ഷേത്രത്തിന്റെ ഊരാളന്മാരായും കാരാളന്മാരായും പരശുരാമൻ കൊണ്ടുവന്നുവത്രെ! ആ പത്ത് വാല്യക്കാരായ സൈനികരായിരുന്നു പിന്നീട് പരിണമിച്ചു വന്ന പയ്യന്നൂരിലെ പത്തുവീട്ടിൽ പൊതുവാൾമാർ എന്നും പറയപ്പെടുന്നു. പരശുരാമൻ സൃഷ്ടിച്ച 64 ഗ്രാമങ്ങളിൽ 32 എണ്ണം കർണ്ണാടകത്തിലാണ്. ബാക്കി മാത്രമാണ് കേരളത്തിൽ സ്ഥിതിചെയ്യുന്നത്. കേരളത്തിന്റെ വടക്കെ അറ്റത്ത് സുബ്രഹ്മണ്യ സ്വാമിയുടെ തട്ടകമായ പയ്യന്നൂരാണ് 64 ഗ്രാമങ്ങളിൽ ഒരു ഗ്രാമം. അവിടെ പ്രസിദ്ധിപെറ്റ സുബ്രഹ്മണ്യപുരിയും ക്ഷേത്രപുരിയും നിർമ്മിച്ചത് ഭാർഗവരാമൻ തന്നെ. പെരുഞ്ചെല്ലൂർ എന്നറിയപ്പെടുന്ന തളിപ്പറമ്പ മുതൽ തെക്ക് നിരണംവരെ 32 ഗ്രാമങ്ങൾ ഇന്ന് ഭാർഗ്ഗവരാമന്റെ പേരിൽ അറിയപ്പെടുന്നു, ഇതിനിടയിലുള്ള ചില പ്രസിദ്ധമായ ഗ്രാമങ്ങളാണ് വെണ്മണി, കവിയൂർ, ചെങ്ങന്നൂർ, കിടങ്ങൂർ, തിരുവല്ല, കുമാരന

ല്ലൂർ, ഏറ്റുമാനൂർ, ഇരിങ്ങാലക്കുട, തൃശിവപേരൂർ, പന്നിയൂർ, ശുകപുരം തുടങ്ങിയവ. പയ്യന്നൂർ പാട്ടിൽ സൂചിപ്പിക്കുന്ന നീലികേശി സ്വന്തം ഭർത്താവിനോടുള്ള പക തീർക്കാൻ മകനെ കൊല്ലുന്ന ദാരുണമായ ഒരു പ്രേമദുരന്ത കഥയാണ് പുരാണ മലയാള കൃതിയായ പയ്യന്നൂർ പാട്ടിൽ. പയ്യന്നൂർ മൈതാനിയിൽ ആണ് ഈ കഥ അരങ്ങേറിയത് എന്ന് ഐതിഹ്യമുണ്ട്. പയ്യന്നൂർ പാട്ട് എന്ന ചിരപുരാതന ഗ്രന്ഥം മലയാള സാഹിത്യത്തിലെ ആദ്യത്തെ മലയാള സാഹിത്യ പുസ്തകമായാണ് ഗണിച്ചിട്ടുള്ളത്. മിക്കവാറും നശിച്ച പയ്യന്നൂർ പാട്ടിന്റെ അവശേഷിക്കുന്ന ചില ഭാഗങ്ങൾ ഡോ. ഹെർമ്മൻ ഗുണ്ടർട്ട് സംരക്ഷിച്ച് ജർമ്മനിയിലെ ടുബിങ്ങ്ടൺ സർവ്വകലാശാലയിൽ സൂക്ഷിച്ചിട്ടുണ്ട്. പ്രൊഫസർ ഗുപ്തൻ നായരും, ഡോ. ലീലാവതിയും സ്കറിയാ സഖറിയയും മറ്റും ഈ കൃതിയിൽ പഠനം നടത്തിയവരാണ്. ഗവേഷണ പടുവായ സ്കറിയാ സഖറിയ പയ്യന്നൂർ പാട്ടു പാഠവും പഠനങ്ങളും എന്ന ഒരു ഗ്രന്ഥം രചിച്ചിട്ടുണ്ട്. പയ്യന്നൂർ പാട്ട് ആഖ്യാനവും വ്യാഖ്യാനവും എന്ന മറ്റൊരു ഗ്രന്ഥം രചിച്ചത് ഡോ. പവിത്രനാണ്. പയ്യന്നൂർ സുബ്രഹ്മണ്യ സ്വാമി ക്ഷേത്രത്തിന് ചരിത്രത്തിൽ രേഖപ്പെടുത്തിയ ഇരട്ട ആഘാതം ഉണ്ടായിട്ടുണ്ട്. ഒന്ന് അഗ്നിയുടെ ആക്രമണം, രണ്ട് ടിപ്പുവിന്റെ ആക്രമണം. കാലക്രമേണ പുനരുദ്ധാരണംവഴി ക്ഷേത്രം ഇന്നത്തെ ശൈലിയിലായി.

6

ഉണർന്ന നാട് പുതിയ മുഖഛായ

പയ്യന്നൂരിന്റെ മുഖഛായതന്നെ അതിവേഗം മാറിമറിഞ്ഞുകൊണ്ടിരുന്നു. 1942ലെ സ്വാതന്ത്ര്യ സമരത്തിൽ കയ്യും മെയ്യും മറന്ന് പോരാടിയ ഒരുപാട് ധീരദേശാഭിമാനികൾ പയ്യന്നൂരിന്റെ സ്വന്തമാണ്. അവർ മിക്കവാറും സ്കൂൾ അധ്യാപകരോ,സാധാരണക്കാരോ, കർഷകരോ, സംസ്കൃത പണ്ഡിതന്മാരോ ആയിരുന്നു. ഒന്നും പ്രതീക്ഷിച്ച് സമരാഗ്നിയിൽ എടുത്തുചാടിയവരല്ല അവർ. 1942ലെ ക്വിറ്റ് ഇന്ത്യാ സമരകാലത്ത് മലബാറിൽ ആഞ്ഞടിച്ച പ്രളയവും മഹാമാരിയും പ്രധാനമായും നേരിട്ടത് സ്വാതന്ത്ര്യസേനാ വോളണ്ടിയർമാരായിരുന്നു എന്ന് അന്ന് സജീവമായിരുന്ന സ്വാതന്ത്ര്യ സമര സേനാനി വി.പി. അപ്പുക്കുട്ടപ്പൊതുവാൾ (100 വയസ്സ്) സാക്ഷ്യപ്പെടുത്തുന്നുണ്ട്. ഇദ്ദേഹം 2023ലെ പത്മശ്രീ അവാർഡിന് അർഹനായി. ഈ പുരസ്കാരത്തിനായി ഇദ്ദേഹത്തിന്റെ പേര് ഭാരതസർക്കാരിന് നിർദ്ദേശിക്കാൻ എനിക്ക് ഭാഗ്യമുണ്ടായി. കാലം പുലർന്ന് സ്വാതന്ത്ര്യം കൈവന്നപ്പോൾ നാട്ടിലുടനീളം ആഹ്ലാദത്തിനൊപ്പം വലിയൊരു മുരടിപ്പ് ജനമനസ്സിൽ ഉണ്ടാകാൻ കാരണംതന്നെ എല്ലാം ഇട്ടെറിഞ്ഞ യുവത്വത്തിന്റെ നിരാശാബോധവും ലക്ഷ്യബോധമില്ലായ്മയുമാണ്. സജീവ സ്വാതന്ത്ര്യ പ്രവർത്തകർ പലതും വിഷാദ നക്ഷത്രങ്ങളെ പോലെയായി. പല നാട്ടിലും ചെറുപ്പക്കാർ മറ്റിടങ്ങളിലേക്ക് വിദ്യാഭ്യാസവും ഉദ്യോഗവും ലക്ഷ്യമാക്കി നീങ്ങിയപ്പോൾ പയ്യന്നൂർ ഗ്രാമത്തിൽ വിശേഷിച്ച് ഈ മുരടിപ്പ്

സ്വാതന്ത്ര്യസമരനായകൻ അപ്പുക്കുട്ട പൊതുവാൾക്ക് നൂറു തികയുമ്പോൾ

പ്രകടമായ കാലമായിരുന്നു. ആ മുരടിപ്പിൽ നിന്ന് നാട് വളരെ സാവധാനത്തിൽ കരകയറിയെങ്കിലും, ഉയർന്ന ബുദ്ധിസാമർത്ഥ്യം കൈമുതലായുണ്ടെങ്കിലും വിദ്യാഭ്യാസം വഴി ഉയർന്ന ജോലി നേടാനോ, വിദേശ സ്ഥലങ്ങളിൽ പോയി പഠനം നടത്തി ഉയർന്ന സ്ഥാനങ്ങളിലെത്തി പുതിയ ലോകത്തിനു യോജിച്ച ജീവിതം കെട്ടിപ്പടുക്കുവാനോ പയ്യന്നൂർ ഗ്രാമത്തിലെ ചെറുപ്പക്കാർക്ക് അന്ന് കഴിഞ്ഞില്ല. സ്വാതന്ത്ര്യസമരം നിസ്വാർത്ഥ സേവനമായും സ്വന്തം ജീവിതം ത്യജിച്ചുകൊണ്ടുള്ള ആ പഴയ സമരനായകന്മാർ പുതിയ തലമുറ ജീവിതമാർഗ്ഗം തേടുന്നതിനോട് വലിയ യോജിപ്പൊന്നും കാണിച്ചില്ല എന്നുവേണം അനുമാനിക്കാൻ. അന്ന് നാട്ടിൽ മാർഗ്ഗ നിർദ്ദേശങ്ങൾ നൽകാൻ തയ്യാറായില്ല. കടമ തീർന്നു എന്ന രീതിയിലായിരുന്ന ആ നിഷ്കാമ കർമ്മികളുടെ ഭാവം പുതിയ തലമുറയ്ക്ക് ഗുണം ചെയ്തില്ല. പുതിയ സാങ്കേതിക വിജ്ഞാനവും സാമൂഹിക മാറ്റവും ചുറ്റും നടന്നുകൊണ്ടിരിക്കുമ്പോൾ മലബാർ പ്രദേശം, പ്രത്യേകിച്ച് ഉത്തര മലബാറിലെ പയ്യന്നൂർ പോലുള്ള സ്ഥലങ്ങൾ അക്കാലത്ത് പകച്ചു നിന്നതിൽ അതിശയമില്ല. ഇന്ന് സ്ഥിതി മാറിവന്നു. ഉൽപതിഷ്ണുക്കളായ യുവജനങ്ങൾ വലിയ നേട്ടങ്ങൾ കൈവരിച്ചു.

പയ്യന്നൂരിലെ ഇരട്ട ഗ്രാമത്തിൽ ഒന്നാണ് സുബ്രഹ്മണ്യസ്വാമി ക്ഷേത്ര ചുറ്റുപാടിലെ പ്രദേശങ്ങൾ അടങ്ങുന്ന പയ്യന്നൂർ ദേശം. മറ്റൊന്ന് അന്നൂരാണ്. മധ്യദേശമാണ് കൊക്കാനിശേരി. ഗതകാല ചരിത്രത്തിൽ അനിഷേധ്യമായ സ്ഥാനമാണ് അന്നൂരിനും ഉള്ളത്. ഈ രണ്ടു ഗ്രാമീണ തട്ടകങ്ങൾക്കും മദ്ധ്യത്തിലാണ് വ്യാപാര കേന്ദ്രമായ കൊക്കാനിശ്ശേരി. അന്നൂരിൽ ആദ്യകാലം മുതലേ ഉയർന്ന സഞ്ജയൻ സ്മാരക വായനശാലയും, രവിവർമ്മ കലാസമിതിയും പയ്യന്നൂർ മഹാദേവ ഗ്രാമത്തിന്റെ മുഖമുദ്രപോലെ തലയുയർത്തി നിൽക്കുന്ന മഹാദേശായി സ്മാരക വായനശാലയും. കസ്തൂർബാ വായനശാലയും ഒരു അസാധാരണ ബൗദ്ധികാന്തരീക്ഷം തന്നെ രണ്ടു ഗ്രാമങ്ങളിലും സൃഷ്ടിച്ചു. സ്വാതന്ത്ര്യത്തോടുള്ള അദമ്യമായ ആഗ്രഹം രണ്ടു ഗ്രാമങ്ങളിലും ഒരുപോലെ ആ കാലത്ത് ആഞ്ഞടിച്ചു. വായനശാലകളുമായി ബന്ധപ്പെട്ട് നിരവധി കലാപരിപാടികളും പൊതുജന സമ്പർക്ക പരിപാടികളും അരങ്ങേറി. സമര പ്രക്ഷോഭങ്ങളിൽ ഒന്നും നോക്കാതെ ചാടിയിറങ്ങുന്ന മനസ്സ് രണ്ടിടത്തേയും ചെറുപ്പക്കാരിൽ അന്നും ഇന്നും നിലനിൽക്കുന്നു. അധ്യാപനം, ജ്യോതിഷം, സംസ്കൃതം, വേദാന്ത- തർക്കശാസ്ത്രം, കാർഷികവൃത്തി, ജനകീയ കലകൾ, കളരിയഭ്യാസം എന്നീ മേഖലകളിൽ

പി.യു. മനോഹരൻ

നൈപുണ്യം കൈവരിച്ച പയ്യന്നൂരിലെ ഒരു തലമുറയുടെ പിൻമുറക്കാർ ഇന്ന് കേരളക്കരയിൽ നിന്ന് ഇന്ത്യയിലെല്ലായിടത്തും എത്തിച്ചേർന്നു. മാത്രമല്ല ലോകത്തിൽ മിക്കയിടങ്ങളിലും പയ്യന്നൂർക്കാർ പെരുകിവരികയാണ്. പയ്യന്നൂർ പെരുമ അത്രയും ഉച്ചത്തിലും ഉയരത്തിലും പരപ്പിലും പ്രസിദ്ധമായി. വർത്തമാനകാലത്ത് പുതിയ ഒരു സംസ്കാരപ്പൊലിമതന്നെ ഈ നാട് നെയ്തെടുത്തുകൊണ്ടിരിക്കുന്നു എന്നുവേണം പറയാൻ. പയ്യന്നൂർ പെരുമ ഉയർത്താൻ പുതിയ മാധ്യമങ്ങളെ ശക്തമായി പ്രയോജനപ്പെടുത്തുന്ന പി.യു. മനോഹരൻ, സതീഷ്ബാബു പയ്യന്നൂർ, കെ.പി. ശ്രീധരൻ, പി. ടി. രാമകൃഷ്ണൻ എന്നിവരെ ഓർക്കുന്നു.

നാടിന്റെ ആത്മവീര്യം സമ്മാനിച്ച പുരോഗമനപരമായ ജീവിതഗതിയിൽ പങ്കാളികളാണ് ഈ ഇരട്ട ഗ്രാമവാസികൾ. മഹാദേവ ഗ്രാമത്തിലെയും അന്നൂരിലേയും (ശാന്തിഗ്രാമം) ചെറുപ്പക്കാർ ഈ ജീവിതം കെട്ടിപ്പടുക്കുന്നതിനിടയിൽതന്നെ പരമ്പരാഗതമായ കലാജീവിതത്തിൽ ശ്രദ്ധയർപ്പിച്ചു എന്നത് മറ്റിടങ്ങളിലെ ജീവിതത്തിൽ നിന്ന് പയ്യന്നൂരിനെ വേറിട്ടുനിർത്തുന്നു. കലാജീവിതവും രാഷ്ട്രീയ ബോധവും യുക്തിവാദവും ദൈവഭക്തിയും ചേരുംപടി ചേർന്ന ജീവിതശൈലിയാണ് അവിടെ വേരുറപ്പിച്ചതെന്ന് പറയാം പൊതുവെ. 1950 കാലങ്ങളിൽ പയ്യന്നൂർ പ്രദേശത്തിന്റെ സാമൂഹിക-സാമ്പത്തിക അവസ്ഥ വ്യത്യസ്തമായിരുന്നു. എല്ലാവരും അത്യധ്വാനം ചെയ്ത് നേടിയ സ്വാതന്ത്ര്യം അവർക്കായി ഒന്നും ദാനം നൽകിയില്ല എന്ന ബോധം ജനഹൃദയത്തിൽ ജനിച്ചു. നാട് സാവധാനം വികസന പ്രവർത്തനങ്ങളിൽ ശ്രദ്ധ വച്ചുതുടങ്ങിയതേയുള്ളു. സന്ധ്യയ്ക്ക് വഴിയരികിലെ പഞ്ചായത്ത് വിളക്കുകളിൽ മണ്ണെണ്ണ നിറച്ച് കത്തിക്കുന്ന പഞ്ചായത്ത് ഉദ്യോഗസ്ഥന്മാരും ചരൽപ്പാത താണ്ടി തപാൽ കൊണ്ടുപോകുന്ന അഞ്ചലാപ്പീസുകാരും ആദ്യ കാലത്ത് ഗ്രാമങ്ങളിലെ നിത്യ കാഴ്ചയായിരുന്നു. 1950കളിൽ വിദ്യുച്ഛക്തി മടിച്ചുമടിച്ചു വന്നുതുടങ്ങിയതേയുള്ളു. ചരൽ നിരത്തുകൾ പഴയ ചേലപോലെ പയ്യന്നൂരങ്ങാടിയിലും സമീപഗ്രാമങ്ങളിലും മാത്രം കണ്ടു. അത് ടാർ റോഡാകുന്നതും, നാടിന്റെ ജീവനാഡിപോലെ മുക്കിലും മൂലയിലും ചെന്നെത്തുന്നതും അറുപതുകൾ തൊട്ടു മാത്രമാണ്. നിരത്തുവക്കിൽ പഞ്ചായത്ത് വിളക്കുകൾ മിന്നുന്ന കാഴ്ച മറക്കാറായിട്ടില്ല. വൈകുന്നേരമാകുമ്പോൾ ഒരു ചെറു ഏണിയുമായി പഞ്ചായത്ത്

ജീവനക്കാരൻ എത്തി ഉയരം കുറഞ്ഞ തൂണിന്റെ മുകളിലുള്ള വിളക്ക് മണ്ണെണ്ണ ഒഴിച്ച് കത്തിക്കുന്നു. തീരപ്രദേശത്തിന്റേതായ ഗുണദോഷ സമ്മിശ്രമായ പയ്യന്നൂർ വിശാലമായ വയലുകളാൽ ചുറ്റപ്പെട്ടിരുന്നു. പല പാരമ്പര്യ ഗുണങ്ങൾ പറയാനുണ്ടെങ്കിലും വികസനത്തിന്റെ ആദ്യ സൂചനകൾ ഉണ്ടായത് കർഷകരുടെ ഉന്നമനം ലക്ഷ്യമാക്കി പയ്യന്നൂരിൽ ഉദ്ഘാടനം ചെയ്യപ്പെട്ട എൻ.ഇ.എസ് ബ്ലോക്കാണ്. (പയ്യന്നൂർ ഫർക്കാ വികസന ഓഫീസ്). അത് ഓരോരുത്തർക്കും ഗുണകരമായ വികസന അജണ്ട തയ്യാറാക്കി. പ്രസിദ്ധനായ ജി.കെ. പണിക്കർ നാട്ടുകാരുടെ നേതൃസ്ഥാനം ഏറ്റെടുത്ത മാതൃകാ ഉദ്യോഗസ്ഥനായി. (പിന്നീട് ദിനേഷ് ബീഡി കോർപ്പറേറ്റിന്റെ ചെയർമാനായി). മറ്റൊരാൾ നിസ്വാർത്ഥ സേവകനായ അച്ചുതനാണ്. ഗ്രാമസേവകന്മാരും ജനങ്ങളുടെ ഉന്നതി ലക്ഷ്യമാക്കി ഒരു മിഷനറി സ്പിരിറ്റോടെ പ്രവർത്തിച്ച പ്രശസ്തരായ ചില ഗ്രാമസേവകന്മാരെ എനിക്ക് ഓർമ്മയുണ്ട്. എസ്.കെ. നായനാർ, (പിന്നീട് ആ.ഉ.ഛ ആയി)വാസുദേവൻ നമ്പൂതിരി, (സതീഷ് ബാബു, പയ്യന്നൂരിന്റെ പിതാവ്) ടി.വി. നാരായണൻ. ഇന്ന് നെൽവയൽ ഒരു സ്വപ്നം മാത്രമായിരിക്കുന്ന കാലമാണല്ലോ. പയ്യന്നൂർ ക്ഷേത്രത്തിൽ നിന്നു വടക്കോട്ടും തെക്കോട്ടും പടിഞ്ഞാറോട്ടും കിഴക്കോട്ടും വിശാലമായ നെൽവയലായിരുന്നു അടുത്ത കാലംവരെ. പയ്യന്നൂർ ക്ഷേത്രത്തിന്റെ വടക്കുഭാഗത്തുനിന്നു നോക്കിയാൽ ഒരു കിലോമീറ്റർ ദൂരെ കിഴക്കു പടിഞ്ഞാറ് നീണ്ടുകിടക്കുന്ന പയ്യന്നൂർ അങ്ങാടി എന്ന ബസാർ കാണാമായിരുന്നു. ക്ഷേത്രം പയ്യന്നൂർ ദേശത്തിലാണെങ്കിലും പയ്യന്നൂർ ബസാർ കൊക്കനിശേരി അംശത്തിലായിരുന്നു. പയ്യന്നൂരങ്ങാടിയെ കുട്ടിക്കാലത്ത് ഞങ്ങളെല്ലാം കൊക്കാഞ്ചേരി എന്നാണ് വിളിച്ചുവന്നത് എന്നും ഞാനോർക്കുന്നു. പയ്യന്നൂർ ബസ്സാറിന് ഒരു പ്രത്യേകത അന്നുണ്ടായിരുന്നു. പ്രധാന കച്ചവടക്കാർ സൗത്ത് കാനറയിൽ നിന്നുവന്ന കൊങ്ങിണികളായിരുന്നു. ഷേണായി, പ്രഭു, പൈ തുടങ്ങിയ സാരസ്വത ബ്രാഹ്മണ ജാതി. അങ്ങിനെ സാരസ്വത ബ്രാഹ്മണരുടെ ഒരു കേന്ദ്രമായിത്തന്നെ കുറേക്കാലം പയ്യന്നൂർ ദേശം. പയ്യന്നൂരിന്റെ പൊതുജീവിതവുമായി സമരസപ്പെട്ടവരായിരുന്നു അവരെല്ലാം. അവർ കഴിഞ്ഞാൽ പിന്നെ പ്രധാന കച്ചവടക്കാർ മുസ്ലീംങ്ങളായിരുന്നു.

പയ്യന്നൂരിലെ വലിയൊരു വിഭാഗം അക്കാലം സമ്പന്നരായ പരദേശി ബ്രാഹ്മണരായിരുന്നു. ആദ്യകാലത്ത് പട്ടർമാരായ ഈ ബ്രാഹ്മണർക്ക് പയ്യന്നൂർ ക്ഷേത്രത്തിൽ വലിയ സ്വാധീനമുണ്ടായിരുന്നു. അടുത്ത കാലത്തായി ബ്രാഹ്മണ കുടുംബങ്ങൾ മിക്കവാറും പയ്യന്നൂരിൽ നിന്ന് പി

ന്മാറി. പയ്യന്നൂരിന്റെ അതിർപ്രദേശത്ത് നാനാജാതികൾ അവരവരുടെ തൊഴിലുമായി ചരിത്രാതീതകാലം മുതലേ ജീവിച്ചു. അധ്വാനശീലരായ വാണിയ, ആശാരി, കൊല്ലൻ, ശാലിയ സമുദായക്കാരും ജാതിക്കാരും വലിയൊരു വിഭാഗം തിയ്യ സമുദായക്കാരും (ഈഴവ) പയ്യന്നൂരിന്റെ സാമൂഹ്യഘടനയുടെ കരുത്തുള്ള ഘടകമായി. അവർ അധ്വാനികളാകയാൽ ജീവിത പുരോഗതി പ്രാപിച്ചു വരുന്നു. ഈ ജാതികളുടെ ജീവിതം അവരുടെ ദൈവസാന്നിദ്ധ്യമുള്ള തറവാട്ടു കാവുകളിൽ കുടിയിരിക്കുന്നു. പയ്യന്നൂർ സുബ്രഹ്മണ്യ ക്ഷേത്രത്തിന്റെ മേൽക്കോയ്മ സ്വീകരിച്ചവരാണ് ഇവർ അധികവും. 64 മൈൽ ചുറ്റളവിലുള്ള എല്ലാ കാവുകളും പയ്യന്നൂർ പെരുമാളുടെ ആധിപത്യം അംഗീകരിച്ചു. നാനാ ജാതിക്കാരുടെ ജീവിതശൈലി വ്യത്യസ്തമായിരുന്നു. തദ്ദേശവാസികളായ പയ്യന്നൂർ പൊതുവാൾമാർ കച്ചവടത്തിനൊന്നും വലുതായി പോയില്ല. കാർഷികവൃത്തിക്കു പുറമെ സ്വസ്ഥമായ ജീവിതം പുലർത്താനായിരുന്നു അവർക്ക് താൽപര്യം. മറ്റു പ്രദേശങ്ങളിൽ നിലവിലുള്ളപോലെ വാദ്യക്കാരെന്നോ സസ്യഭോജികളെന്നോ, പൂണൂൽ പ്രാണികളെന്നോ ഉള്ള പരിവേഷമൊന്നും ഇവിടെയില്ല. സാമാന്യ വിദ്യാഭ്യാസം നേടിയ പലരും സംസ്കൃതവും മലയാളവും പഠിച്ച് (പലരും പ്രൈവറ്റ് ആയാണ് പഠനം നടത്തിയത്) സ്കൂൾ അധ്യാപകരായി. അന്ന് വിദ്വാൻ പരീക്ഷ പാസ്സായാൽ ഹൈസ്കൂളിൽ ഭാഷാധ്യാപകനാകാം. കോളേജ് വിദ്യാഭ്യാസം വേണമെന്നില്ല. പക്ഷെ ടീച്ചേഴ്സ് ട്രെയിനിംഗ് കോഴ്സ് എന്ന ടി.ടി.സി നിർബന്ധമായിരുന്നു. ടി.ടി.സി കഴിഞ്ഞ് ലോവർ പ്രൈമറി സ്കൂളുകളിൽ ചേരുന്ന ബഹുഭൂരിപക്ഷം അധ്യാപകരും ഈ ഭാഷാ പാരമ്പര്യം മുതലെടുത്ത് ഹൈസ്കൂൾ അധ്യാപകരായിത്തീർന്നു. അങ്ങിനെ പരശുരാമന്റെ ഈ മണ്ണിൽ നിരവധി അധ്യാപകരുണ്ടായി. ചെറിയൊരു വിഭാഗം സാമാന്യ വിദ്യാഭ്യാസത്തിനുശേഷം ജ്യോതിഷം പഠിച്ച് വടക്കൻ ദിക്കുകളിൽ പ്രാക്ടീസ് തുടങ്ങിയതിന്റെ ഫലമായി വലിയ ധനവാന്മാരായി മാറി. വടക്കൻ സംസ്ഥാനങ്ങളിൽ വൈദ്യവും ജ്യോതിഷവും പഠിച്ച് ജീവിതം നയിക്കുന്ന നിരവധി പയ്യന്നൂർക്കാരുണ്ട്. അതുപോലെ വ്യാപാരാവശ്യത്തിന് മഹാരാഷ്ട്രയിലേക്ക് പോയവരുമുണ്ട്. ഇതെല്ലാം പയ്യന്നൂരിന്റെ ജ്യോതിഷ-സംസ്കൃത മേഖലകളിലെ കരുത്തുറ്റ അസ്ഥിവാരങ്ങളുടെമേൽ കെട്ടിപ്പടുത്തതാണ്. ഇന്ന് പയ്യന്നൂരിന്റെ സാമ്പത്തിക ഭദ്രതയുടെയും പുരോഗതിയുടെയും ഒരു കാരണം ഇതൊക്കെത്തന്നെയാണ് എന്ന വസ്തുത അവഗണിക്കാൻ പറ്റില്ല.

പയ്യന്നൂർ പ്രദേശത്തിന്റെ സാഹിത്യ പാരമ്പര്യം കിടയറ്റതാണ്. അ

വിടെ അരങ്ങേറുന്ന പൂരക്കളിയിലെ വാഗ്വാദങ്ങളും (മറുത്തുകളി) തർക്കവേദികളും നയിക്കുന്ന പണ്ഡിതരുടെ ശ്രേണി പരിശോധിച്ചാൽ ഇതറിയാം. കരിപ്പത്ത് കമ്മാരനെഴുത്തച്ഛനും മരുമകൻ കുഞ്ഞിരാമനെഴുത്തച്ഛനും, പോത്തേര എഴുത്തച്ഛനും, വാച്ചാക്കര എഴുത്തച്ഛനും, കാനാ എഴുത്തച്ഛനും വൈദ്യർ ശ്രീകണ്ഠപ്പൊതുവാളും മറ്റും പ്രാതസ്മരണീയരായ പണ്ഡിതരാണ്. ജ്യോതിസദനം എന്ന പേ

വി.പി.എസ്. പൊതുവാൾ

രിൽ സംസ്കൃത പാരമ്പര്യത്തിന്റെ കരുത്തുള്ള കണ്ണിപോലെ ജ്യോതിഷത്തിനായി ഉഴിഞ്ഞുവച്ച ജ്യോതിഷ ചക്രവർത്തി വി.പി. കുഞ്ഞിക്കണ്ണപ്പൊതുവാളുടെ പ്രസിദ്ധമായ സ്ഥാപനവും വിഖ്യാതിയാർജ്ജിച്ച വിദ്യാപീഠമാണ്. അതിന്റെ പിൻഗാമികളായ സദനം നാരായണനും, എ.വി. മാധവപ്പൊതുവാളും മറ്റും ആ സംസ്കാരത്തിന്റെ പിൻമുറക്കാരാണ്. ജ്യാതിഷികൾ, സംസ്കൃതപണ്ഡിതർ എന്നീ നിലയിൽ ഖ്യാതി നേടിയവരിൽ അച്ചം വീട്ടിൽ നാരായണപൊതുവാളും, കെ.കെ നാരായണപൊതുവാളും, കുഞ്ഞിമംഗലം നാരായണപ്പണിക്കരും, സി.പി കുഞ്ഞിരാമൻ ജ്യോൽസ്യനും പ്രശസ്തമാണ്. പയ്യന്നൂരിലെ സംസ്കൃത വിദ്യാപീഠം സ്ഥാപിച്ച വി.പി. അപ്പുക്കുട്ടപ്പൊതുവാളും, സംസ്കൃത സർവ്വകലാശാല പ്രൊഫസർ ഡോ. ഇ. ശ്രീധരനും ജോതിസദനത്തിലെ അധ്യാപനം മാത്രമല്ല നാട്ടിൽ എ

എ.കെ.കൃഷ്ണൻമാസ്റ്റർ

വിടെയൊക്കെ വിജ്ഞാനവ്യസനികളുണ്ടോ അവിടെയെല്ലാം ഓടിയെത്തിയിരുന്ന സഞ്ചരിക്കുന്ന വിജ്ഞാനകോശമെന്ന പേരിന് അർഹനായ വിദ്വാൻ എ.കെ. കൃഷ്ണൻ മാസ്റ്ററും, 1924ൽ സ്ഥാപിതമായ കുമാരവിലാസിനി വിദ്യാലയത്തിലെ അധ്യാപകൻ യു.കെ. കുഞ്ഞിരാമപ്പൊതുവാളും സ്കൂൾ പ്രഥമ അധ്യാപകനായിരുന്ന വൈദ്യർ വി.പി. ശ്രീകണ്ഠപ്പൊതുവാളും, മുൻഷി മാസ്റ്ററും അനന്തൻ മാഷും, വി.പി. നാരായണപ്പൊതുവാളും വിദ്വാൻ എ.ആർ. പൊതുവാളും തെളിച്ച സംസ്കൃത വഴി പയ്യന്നൂരിന്റെ കുത്തകയായിരുന്നു. രാഷ്ട്രീയ സാംസ്കാരിക മികവ് തെളിയിച്ച നാടെന്ന ഖ്യാതി നിൽക്കെ തന്നെ ശാസ്ത്ര വിജ്ഞാന രംഗത്തും അടയാളപ്പെടുത്തിയ ദേശമാണ്. ബ്രി

വിദ്വാൻ എ.ആർ. പൊതുവാൾ (അമ്മാവൻ)

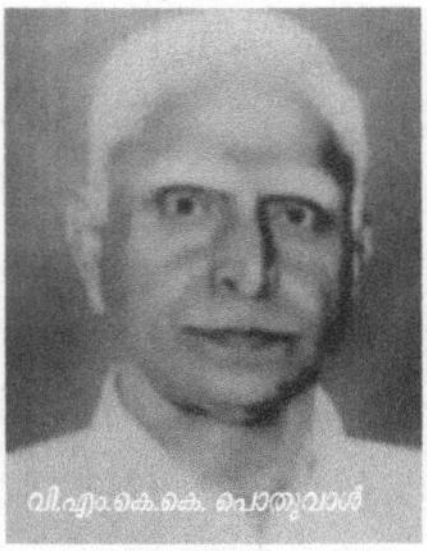

വി.എം.കെ.കെ. പൊതുവാൾ

വി.പി. രാമചന്ദ്രൻ

ട്ടീഷുകാരുടെ കാലത്തു തന്നെ ഉന്നത വിദ്യാഭ്യാസരംഗത്ത് സാന്നിദ്ധ്യം തെളിയിച്ച ബി.എ. രാമപ്പൊതുവാൾ മുതൽ ഇങ്ങോട്ട് പല പണ്ഡിതന്മാരുടെയും തട്ടകം പയ്യന്നൂരായിരുന്നു. പൊതുവാൾ സമുദായത്തിലെ ആദ്യ എഞ്ചിനീയറും, കിടയറ്റ വോളിബോളറുമായിരുന്നു. വി.എം.കെ.കെ പൊതുവാൾ. ബഹിരാകാശ രംഗത്ത് ഉയർന്ന പദവിയിലെത്തിയ പി. കുഞ്ഞികൃഷ്ണൻ, മുതിർന്ന ശാസ്ത്രജ്ഞന്മാരായ വി.പി. ബാലഗംഗാധരൻ, കെ.വി. രവീന്ദ്രൻ, ഐസറിലെ അദ്ധ്യാപകൻ പെരളത്തുകാരനായ ഡോ. എ. സതീഷ് എന്നിവർ ശാസ്ത്ര മണ്ഡലത്തിൽ പയ്യന്നൂരിന്റെ കീർത്തി പരത്തിയവരായിരുന്നു. ഉന്നത വിദ്യാഭ്യാസവും മാനേജ്മെന്റ് ശാസ്ത്രവും ജീവിതചര്യയാക്കിയ പി.ആർ. പോതുവാളും, ഡോ.യു. രാമചന്ദ്രനും, പ്രൊ. കെ.കെ. കുഞ്ഞികൃഷ്ണനനും പയ്യന്നൂരിന്റെ സംഭാവന തന്നെ. സിനിമാരംഗത്ത് നിരവധി മിന്നുംതാരകങ്ങളേയും പയ്യന്നൂർ സംഭാവന ചെയ്തിട്ടുണ്ട്. പയ്യന്നൂർ മുരളിയെന്ന പേരിലറിയപ്പെടുന്ന നടൻ മുരളി, അഭിനയ സംവിധാനരംഗത്ത് ഉയർന്നുവന്ന വി.പി. രാമചന്ദ്രൻ, ദൃശ്യ ശ്രവ്യ കലാരംഗത്ത് സാന്നിദ്ധ്യം തെളിയിച്ച ദൂരദർശൻ പ്രൊഡ്യൂസർ കെ.ബാലചന്ദ്രൻ (എന്റെ ഭാര്യാസഹോദരൻ) ഭാര്യ പ്രശസ്ത നർത്തകി ആനി ബാലചന്ദ്രൻ, നാടകനടൻ ഇ. എ. ഗംഗാധരൻ, മധു കൈതപ്രം, കൈതപ്രം ദാമോദരൻ നമ്പൂതിരി, അനുജൻ വിശ്വനാഥൻ, സുരേഷ് പൊതുവാൾ, രതീഷ് ബാലകൃഷ്ണൻ, സതീഷ് പൊതുവാൾ, പി.ടി. രാമകൃഷ്ണൻ, സി. കെ. രാജൻ, സി.പി. കൃഷ്ണകുമാർ, രഞ്ജിത് പൊതുവാൾ, കെ.വി. ശിവദാസൻ (ദൽഹി) ഗണപതി, വി. പി. കൃഷ്ണകുമാർ, മോഹൻ കുപ്ലേരി, മനോജ് കാന, ബാബു അന്നൂർ, എം.ടി. അന്നൂർ, കെ.യു.

കെ.ബാലചന്ദ്രൻ, ആനി, ജ്യേഷ്ഠൻ ബാലകൃഷ്ണന്റെ കൂടെ

മോഹൻ, നടി മാളവിക മോഹൻ, നർത്തകൻ എൻ.വി. കൃഷ്ണനൻ, നർത്തകിമാരായ സീത, ദിവ്യാറാം, ലത തുടങ്ങിയവർ പയ്യന്നൂരിന്റെ സംഭാവനയാണ്. ഇനിയും അനേകം യുവപ്രതിഭകൾ വന്നുകൊണ്ടേയിരിക്കുന്നു. ദീപാങ്കുരനും, ശ്രീനാഥും, സേതുവും മിഥുനും മറ്റും സുകുമാര കലയുടെ വൈവിധ്യം വെളിപ്പെടുത്തുന്നവരാണ്. പയ്യന്നൂർ ഇന്ന് സാംസ്കാരിക രാഷ്ട്രീയ പ്രാധാന്യം മാത്രം അവകാശപ്പെടുന്ന ഒരു ഭൂമികയല്ല. തൊട്ടടുത്തുള്ള രാമന്തളിയിലെ ലോക പ്രസിദ്ധമായ നേവൽ അക്കാദമിയും നിരവധി റിസോർട്ടുകളും വ്യാപാര കേന്ദ്രങ്ങളും ഉള്ള വികസന മാപ്പിലെ സുപ്രധാന കേന്ദ്രം കൂടിയാണ്. ഗവൺമെന്റ് ഉദ്യോഗം വ്യാപകമായി ചെറുപ്പക്കാർക്ക് ലഭ്യമായത് ഇരുപതാം നൂറ്റാണ്ടിന്റെ അവസാന പാദത്തിലാണ്. പയ്യന്നൂരിന്റെ ഹൃദയഭാഗത്ത് ജനിച്ചുവളർന്ന ഞാൻ പിൻതിരിഞ്ഞു നോക്കുമ്പോൾ നാടിന്റെ ചരിത്രം ഏറെക്കുറെ ബോദ്ധ്യമാകുന്നുണ്ട്. ആ പോയ നാളുകൾ എന്നും സമ്പന്നമായിരുന്നില്ല. ദാരിദ്ര്യവും പട്ടിണിയും വിജ്ഞാനരാഹിത്യവും പൊറുതി മുട്ടിച്ച വിവിധ ജാതിയിൽ പെട്ട മനുഷ്യർ ധാരാളമായിരുന്നു പയ്യന്നൂരിൽ. ഈ ദുർഗതിയെല്ലാം ക്രമേണ നീങ്ങുന്നു.

7

മഹിതപാരമ്പര്യം

പയ്യന്നൂരിന്റെ സാമ്പത്തികമായ അഭിവൃദ്ധി ആദ്യകാലത്ത് തുലോം അപര്യാപ്തമായിരുന്നെങ്കിലും കലാ സാംസ്കാരിക രംഗത്തെ കേൾവി അനിതരസാധാരണമായിരുന്നു എന്ന് ചരിത്രം പരിശോധിച്ചാലറിയാം. ഒരു നാടിന്റെ മേന്മ ഈ ഘടകങ്ങൾ കൂടിയാണ് നിശ്ചയിക്കുന്നത്. കണ്ണൂർ ജില്ലയുടെ വടക്കെ അറ്റത്ത് പഴയ ചില മലബാർ പാരമ്പര്യത്തോടെ ത്യാഗപൂർണ്ണമായ ജീവിതം നയിക്കുന്ന ജനതയുടെ തട്ടകമാണ് പയ്യന്നൂർ. വലിയ അഭിലാഷങ്ങളുമായി മുന്നോട്ടു പോകുന്ന ജീവിതശൈലി വടക്കെ മലബാറിൽ ഒളിഞ്ഞും തെളിഞ്ഞും പ്രകടമായ സ്വഭാവമാണ്. കലാരംഗത്ത് കേരളത്തിന്റെ തന്നെ ഭൂമികയിൽ സുവർണ്ണ ലിപികളിൽ രേഖപ്പെടുത്തി നിരവധിപേർ പയ്യന്നൂരിലും പരിസരത്തും ജനിച്ചു വളർന്നിട്ടുണ്ട്. കഥകളിയാചാര്യനായ ഗുരു ചന്തുപ്പണിക്കർ, കലാമണ്ഡലം കൃഷ്ണൻ നായർ, കാനാ കണ്ണൻ നായർ, നൃത്താചാര്യൻ പത്മഭൂഷൺ വി.പി. ധനഞ്ജയൻ, ലോകോത്തര ശിൽപ്പിയായ കാനായി കുഞ്ഞിരാമൻ, ഡാൻസർ ശിവപാലൻ (ദൃശ്യകല), അകാലത്തിൽ പൊലിഞ്ഞുപോയ ശില്പി അശോകൻ പൊതുവാൾ, ഉണ്ണി കാനായി, കുഞ്ഞിമംഗലം നാരായണൻ, കണ്ണൻമാരാർ, പട്ടാളി കണ്ണൻ ഗുരുക്കൾ എന്നിവരെല്ലാം പയ്യന്നൂരിലും ചുറ്റുവട്ടത്തും ജനിച്ചു വളർന്ന് പ്രശസ്തിയുടെ പടവുകൾ താണ്ടിയ പഴയ തലമുറയിലെ കലാകാരന്മാരായിരുന്നു. നാടകരംഗത്ത് പേരെടു

പത്മഭൂഷൺ ധനഞ്ജയന്റെ കൂടെ

കരിവെള്ളൂർ മുരളി

സി.പി.ശ്രീധരൻ

ത്ത കെ. പത്മനാഭൻ നായർ (പ്രക്ഷേപണത്തിലും അഗ്രഗണ്യൻ), ആന്ധ്രകണ്ണപ്പൊതുവാൾ, അത്തായിരാമപ്പൊതുവാൾ, അത്തായി കുഞ്ഞപ്പൻ മാസ്റ്റർ, കൂടത്തിൽ ശേഖരൻ നായർ കെ.എം.കെ, കെ.ടി.വി. കേളു, ഡോ. ആനന്ദ്, ധർമ്മാനന്ദ്, ബി.കെ. തിരുമുമ്പ്, മലയാളി മാസ്റ്റർ, കെ.പി. കുഞ്ഞിരാമപ്പൊതുവാൾ, വി.പി. രാമചന്ദ്രൻ, യു.എൻ. ധരൻ, ഡോ. കെ.കെ. കരുണാകരൻ, എം.ടി. അനൂർ, ബാബു അനൂർ, ഇ.എ. ഗംഗാധരൻ, കരിവെള്ളൂർ മുരളി, യു. കലാധരൻ, പപ്പൻ കാമ്പ്രത്ത്, പ്രമോദ് പയ്യന്നൂർ, ഉമ ബാബു, പി.യു. ബാബു, കാമ്പ്രത്ത് മാധവൻ, അനിൽ പൂത്തലത്ത് എന്നിവരെല്ലാം വിവിധ കാലയളവിൽ പയ്യന്നൂരിന്റെ നാടക പാരമ്പര്യത്തിന്റെ പ്രകാശ കിരണങ്ങൾ സമൂഹത്തിൽ പരത്തിയവരായിരുന്നു. സാഹിത്യ പ്രവർത്തനം മറ്റൊരു സാംസ്കാരിക മേഖലയായിരുന്നു. പയ്യന്നൂരിൽ അതിശക്തമായ സാഹിത്യാശയങ്ങളുടെ ഉറവിടമായിരുന്നു; ഒരുകാലത്ത് പയ്യന്നൂരിലെ സി.പി. ശ്രീധരൻ. കുഞ്ഞിരാമൻ നായരേയും വിദ്വാൻ കേളു നായരേയും ടി.എസ്. തിരുമുമ്പിനേയും അതിനു മുമ്പുള്ള തലമുറയിലെ സാഹിത്യ വിശാരദന്മാരായി അടയാളപ്പെടുത്തേണ്ടിയിരിക്കുന്നു. പയ്യന്നൂർ ഗ്രാമത്തിന്റെ തന്നെ തനിമ സമൂഹത്തിൽ ലയിപ്പിച്ച കെ.കെ. പൊതുവാൾ, കെ.വി. ആർ, വി.പി. അപ്പുക്കുട്ടൻ, ചന്ദ്രശേഖരൻ വൈദ്യർ, കെ.പി. കുഞ്ഞിരാമപ്പൊതുവാൾ, കെ.യു നാരായണപ്പൊതുവാൾ, കെ.യു. കുഞ്ഞികൃഷ്ണപ്പൊതുവാൾ, കെ.വി. ശേഖരൻ, ശിരോമണി നാരായണപ്പൊതുവാൾ, പി. അപ്പുക്കുട്ടൻ, സി.വി. ബാലകൃഷ്ണൻ, കുറുന്തിൽ കൃഷ്ണൻ, ആർ. സി. കരിപ്പത്ത്, കണ്ടമ്പത്ത സുരേന്ദ്രൻ, കാരണ്ട സുകുമാരൻ, യു.കെ. പീതാംബരൻ, എ.വിജയൻ, പുറച്ചേരി മോഹൻ, പി.കെ. സുരേഷ് കുമാർ, വി.കൃഷ്ണപ്പൊതുവാൾ, പി. പത്മനാഭൻ, സുരേഷ് പൊതുവാൾ, ശിവകു

സി.വി. ബാലകൃഷ്ണൻ

വി.പി.മനോഹരൻ, കഥാകൃത്ത്

മാർ, സതീഷ്ബാബു പയ്യന്നൂർ, ഏ.കെ. രാമകൃഷ്ണൻ മാസ്റ്റർ, വി.ടി.വി. ദാമോദരൻ, ടി.കെ. ദാമോദരൻ, വി.പി. മനോഹരൻ (പ്രഫുൽ അക്കാഡമി) ടി.കെ. രാജശേഖരൻ, വി.പി. യതീന്ദ്രൻ, കെ.പി. ശ്രീധരൻ, കാരണ്ട പവിത്രൻ, കാരണ്ടശശി, സുദർശനൻ, വി.പി. മനോമോഹൻ, കെ.യു. രാധാകൃഷ്ണൻ, പി. പത്മനാഭൻ അന്നൂർ, ഇ. പി. രാജഗോപാൽ കാലയവനികക്കുള്ളിൽ അകാലത്തിൽ മറഞ്ഞ കഥാകൃത്ത് വി.പി. മനോഹരൻ, ടി.സി.വി. സതീശൻ തുടങ്ങിയവരും പയ്യന്നൂരെന്ന സാംസ്കാരിക തട്ടകത്തിലെ വിവിധ സാഹിത്യ തലമുറകളെ പ്രതിനിധീകരിക്കുന്നു. പല കലാരംഗത്തേയും അടയാളപ്പെടുത്തേണ്ടുന്ന മൗലികമായ ഒരു കടമ എന്നിൽ നിക്ഷിപ്തമാകുന്നത് ഞാൻ കണ്ടില്ല എന്നു നടിക്കുന്നില്ല. സിനിമയ്ക്കും നൃത്ത്യനൃത്ത കലകൾക്കും പയ്യന്നൂരിൽ വലിയ മേൽവിലാസമുണ്ടാക്കിയ പലരും പഴയതും പുതിയതുമായ തലമുറയിലുണ്ട്. പഴയകാലത്തിന്റെ കണ്ണാടി നോക്കാം. പലരും സ്വാതന്ത്ര്യ സമരകാലത്ത് അന്തർലീനമായ സർഗ്ഗവൈഭവം പുറത്തെടുത്ത അവസരമായിരുന്നു. എ.വി. ശ്രീകണ്ഠപ്പൊതുവാൾ രചിച്ച ആഗസ്റ്റ് വിപ്ലവം കഥയാക്കി സ്വാതന്ത്ര്യത്തിന്റെ ജയഭേരി മുഴക്കിയ പി.കെ. പൊതുവാളുടെ ആയിരക്കണക്കിന് അരങ്ങുകളിലെ ഓട്ടൻ തുള്ളലും കെ.എം.കെ.യുടെ അഭിനയ ചാതുരിയും ഓർമ്മിക്കണം. പഴയകാലത്ത് പയ്യന്നൂർ കായിക കലാകാരന്മാരുടെയും തട്ടകമായിരുന്നു. പയ്യന്നൂർ നാട്ടിന്റെ കളിക്കഥയിലെ ആദ്യകാല നായകന്മാരിൽ പ്രധാനികൾ പി.ഒ.ജി യും, ആന്ദ്രകണ്ണപ്പൊതുവാളും, ഏ.കെ. കുഞ്ഞിരാമപ്പൊതുവാളും, പത്മനാഭമേനോനും, ടി.സി.വി യും, ഐക്കോമത്ത് ഗോപാലൻനായരും, കെ. കൃഷ്ണൻ മാസ്റ്ററും (പിന്നീടദ്ദേഹം ഹൈസ്കൂൾ ഹെഡ്മാസ്റ്ററായി) എ.കെ. നാരായണൻ നമ്പ്യാരെപ്പോലുള്ള പഴയകാല കായിക താരങ്ങളുടെ നിരയിൽ തന്നെയുള്ള തായമ്പത്ത് രാഘവൻ, അപ്പു നായർ, കണ്ട്യൻ ദാമോദരൻ, പരപ്പേൻ ചന്ദ്രൻ, ടി.വി. ലക്ഷ്മണൻ, അസിനാർകുട്ടി, കരുണൻ, വി.എം. ദാമോദരൻ, നാണു മാസ്റ്റർ,

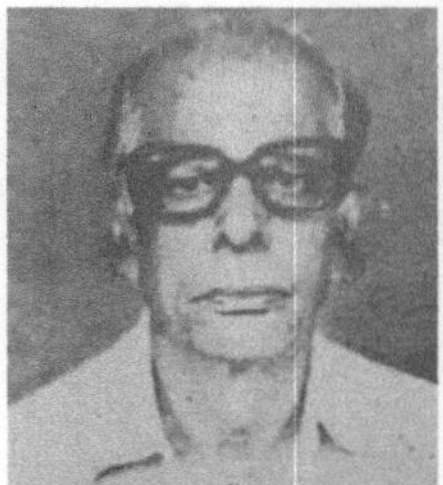
എ.വി. ശ്രീകണ്ഠപ്പൊതുവാൾ

എ.കെ. നാരായണൻ നമ്പ്യാർ

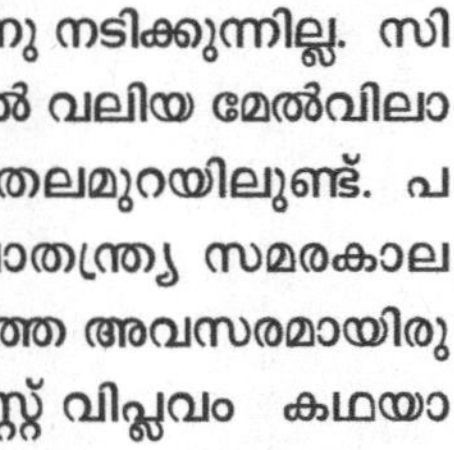
വി.എം. ദാമോദരൻ

പ്രൊഫ. എം.വി.ഭരതൻ

ഇ. ബാലകൃഷ്ണൻ എന്നിവരും ഉജ്വല സാന്നിദ്ധ്യം കൊണ്ട് അനുഗ്രഹിച്ച പയ്യന്നൂർ സ്കൂളിലെ കായികാദ്ധ്യാപകൻ പി.ഒ.ജി. മാസ്റ്ററും, പ്രൊ. ഭരതനും പയ്യന്നൂരിന്റെയും പരിസരത്തേയും കായിക പാരമ്പര്യത്തിന്റെ വേരുകൾ ശക്തിപ്പെടുത്തിയവരായിരുന്നു. എ.കെ. നാരായണൻ നമ്പ്യാരുടെ തട്ടകത്തിലെ അംഗങ്ങൾ തന്നെയായിരുന്നു ശ്രീധരൻ അടിയോടിയും, വി.പി. മാധവപ്പൊതുവാളും, ആർ. ചാത്തുക്കുട്ടിപ്പൊതുവാളും ആർ. സി. പൊതുവാളും, എസ്.പി. മൊയ്തുവും മറ്റും. പി. വി. ഗോവിന്ദൻകുട്ടി, കാനാ പപ്പൻ, ഭരതഷേണായി. വി.എം.ബി പൊതുവാൾ, വി.എം. രാമകൃഷ്ണൻ, ഇ. രാധാകൃഷ്ണൻ. കെ. കുഞ്ഞമ്പു, ടി.വി. വാസു എന്നിവരെ മറക്കുന്നില്ല.

പയ്യന്നൂർ നാട് ഒരാത്മഗതം പറയുന്നുണ്ട്. അവിടത്തെ കലാകാരന്മാരെപ്പറ്റി, രാഷ്ട്രീയ പ്രവർത്തകരെപ്പറ്റി, പ്രബലരായ അദ്ധ്യാപകരെപ്പറ്റി, അങ്ങിനെ സമൂഹത്തിന്റെ ഊടും പാവും നെയ്ത നിരവധി മനുഷ്യ സർഗ്ഗചേതനകളെപ്പറ്റി. ക്വിറ്റ് ഇന്ത്യ സമരകാലത്ത് ഈ നാടിന്റെ ഹൃദയഭാഗത്ത് നടന്ന നാടകീയ രംഗങ്ങൾ ഇങ്ങിനെ. ബ്രിട്ടീഷുകാർ ഇന്ത്യ വിട്ടുപോവുക, Quit India, Do or Die എന്നിവയായിരുന്നു ഉജ്വല സമരാഹ്വാനം. ടി.സി.വി. കുഞ്ഞിരാമപ്പൊതുവാളും, എ.കെ. കുഞ്ഞിരാമപ്പൊതുവാളും, കുഞ്ഞമ്പുസ്രാപ്പും മഹാ സാഹസികത കാട്ടാൻ കൂരിരുട്ടിനെ വകഞ്ഞുമാറ്റി എത്തിയത് പയ്യന്നൂർ പോലീസ് സ്റ്റേഷന്റെ മുറ്റത്താണ്. ലക്ഷ്യം ബ്രിട്ടീഷ് പതാക പാറിയ കൊടിമരം. ഒരിലപോലും അനങ്ങുന്നില്ല,. ഇരുമ്പ് തൂണിന് തൊട്ടടുത്ത് ബ്രിട്ടീഷുകാരന്റെ പോലീസിന്റെ കൂർക്കംവലി. കൊടിമരത്തിലെ ബ്രിട്ടീഷ് യൂണിയൻ ജാക്ക് മാറ്റി ത്രിവർണ്ണ പതാക ഉയർത്തി ആ മൂന്നുപേരും പോലീസ് സ്റ്റേഷൻ കടന്നപ്പോൾ ആ മഹിതലക്ഷ്യം പൂർത്തീകരിക്കുകയായിരുന്നു. അതൊരു ചരിത്ര മുഹൂർത്തം. 1942ൽ ഇന്ത്യ സമരമാർഗ്ഗത്തിൽ ജയിച്ച ഒരു നിമിഷമായിരുന്നു അത്. ഇത്തരത്തിൽ നിരവധി ധർമ്മ സമരങ്ങളും വിധ്വംസക പ്രവർത്തനങ്ങളും കൊണ്ട് പയ്യന്നൂരിലെ അനേകം യു

വകേസരികൾ വർഷങ്ങളോളം അത്യധ്വാനം ചെയ്തപ്പോഴാണ് സ്വതന്ത്ര ഭാരതം ജന്മം കൊണ്ടത്. പയ്യന്നൂരിന്റെയും പരിസരത്തിന്റേയും ജനനേതാക്കളായ സി.എച്ച്. ഗോവിന്ദൻ നമ്പ്യാർ, കെ.പി. കുഞ്ഞിരാമപ്പൊതുവാൾ, എ.വി. ശ്രീകണ്ഠപ്പൊതുവാൾ,

കെ.പി.നൂറുദ്ദീൻ

ടി. ഗോവിന്ദൻ

വി.പി. നാരായണപ്പൊതുവാൾ, വി.പി. രാഘവപ്പൊതുവാൾ, അത്തായി നാരായണപ്പൊതുവാൾ, സുബ്രഹ്മണ്യ ഷേണായി, എ.വി. കുഞ്ഞമ്പു, കണ്ണൻ നായർ, ആർ. രാഘവൻ പൊതുവാൾ, അഡ്വ. പി. കെ. കുഞ്ഞിരാമപ്പൊതുവാൾ, ഡി. കെ. നാരായണപ്പൊതുവാൾ (രാമന്തളി) കെ.പി. രാഘവപ്പൊതുവാൾ, കെ.ടി.വി. കേളു, കെ.പി. നുറുദ്ദീൻ, ടി. ഗോവിന്ദൻ, മാതമംഗലം കുഞ്ഞികൃഷ്ണൻ എന്നിവരും ജനഹിതം കണക്കിലെടുത്ത എന്റെ പരിചയവലയത്തിലെ പഴയകാല നേതാക്കളായിരുന്നു. വയലുകളെ മുറിച്ചുപോകുന്ന ടെലഫോൺ കമ്പികളിൽ പകൽ മുഴുവൻ ഉന്നംവച്ച് രാത്രി കയറേണിയും ഇരുമ്പു കത്രികയുമായി ചെന്ന് മുറിച്ചുമാറ്റി സർക്കാരിനെതിരെ പ്രതിഷേധം സംഘടിപ്പിച്ച പഴയ ചുണക്കുട്ടികൾ സ്വാതന്ത്ര്യം കിട്ടുന്നതുവരെ ഒരിക്കലും അടങ്ങിയിരുന്നിട്ടില്ല. പയ്യന്നൂരമ്പലത്തിന് തൊട്ടുവടക്കുണ്ടായിരുന്ന അത്തായി താവഴിയിലെ കുമ്പയമ്മയുടെ രണ്ട് ആൺമക്കളായ കുഞ്ഞിക്കണ്ണപ്പൊതുവാളും, നാരായണപ്പൊതുവാളും ഉറ്റ ബന്ധുക്കളോടും സ്നേഹിതരോടുംകൂടി വിധ്വംസക പ്രവർത്തനങ്ങളായ തീവണ്ടിപ്പാളം മാറ്റൽ, ടെലഫോൺ കമ്പി മുറിക്കൽ എന്നീ പ്രവർത്തികൾ ചെയ്ത് പോലീസിന്റെ ശ്രദ്ധയാകർഷിച്ചപ്പോൾ, ആയുധങ്ങൾ തിരഞ്ഞു വന്ന പോലീസിനെ കബളിപ്പിച്ച സ്വാധിയായ അത്തായി കുമ്പയമ്മ സ്വാതന്ത്ര്യസമരത്തിലെ ഒരേട് ആയിരുന്നു. കുപ്പാടക്കൻ കൃഷ്ണൻ നമ്പ്യാരെ മറക്കാറായിട്ടില്ല. കൊടിയ പീഢനം സഹിച്ച വി.പി. നാരായണപ്പൊതുവാൾ തുടങ്ങിയ അന്നത്തെ യുവകേസരികൾ വെറുതെ ഇരുന്നില്ല. നാടിന്റെ സ്വാതന്ത്ര്യം തന്നെയായിരുന്നു അവരുടെ ജീവിതമന്ത്രം.

8

സ്കൂൾ ജീവിതം തുടങ്ങുന്നു

എന്റെ സ്കൂൾ ജീവിതകാലം 1950-ൽ ആരംഭിക്കുകയാണ്. അന്നത്തെ സ്കൂൾ പഠിപ്പ് സ്വാതന്ത്ര്യ പൂർവ്വകാലഘട്ടത്തിലേതിൽ നിന്ന് ഒരുപാട് മുന്നോട്ടുപോയി. വലിയ വിദ്യാഭ്യാസ കേന്ദ്രങ്ങളോ വിദ്യാലയങ്ങളോ പഴയകാലത്ത് പയ്യന്നൂരിലില്ല. പയ്യന്നൂർ ക്ഷേത്ര പരിസരത്തെ മുണ്ടുമ്മൽ എന്ന സ്ഥലത്തെ കുമാരവിലാസിനി സംസ്കൃത പാഠശാല സ്വാതന്ത്ര്യ സമരകാലത്തെ മുഖ്യമായ ഒരു വിദ്യാഭ്യാസ കേന്ദ്രമായിരുന്നു. പൊതുവാൾ സമാജമായ സ്കന്ദദാസ സമാജമായിരുന്നു ആ സ്കൂൾ 1924-ൽ സ്ഥാപിച്ചത്. അന്നത്തെ കാലത്ത് സ്വാതന്ത്ര്യ സമരതന്ത്രങ്ങൾ മെനയാത്ത സമൂഹമോ സംഘടനകളോ പയ്യന്നൂരിലോ ചുറ്റുവട്ടത്തോ ഇല്ല. ഈ പ്രദേശത്തിന് ഇന്നും രാഷ്ട്രീയവും സാമൂഹികവും കലാ സാംസ്കാരികപരവുമായ ഖ്യാതിയുണ്ടെന്ന് പുതിയ തലമുറ വേണ്ടത്ര മനസ്സിലാക്കിയിട്ടില്ല എന്നെനിക്കൊരു തോന്നലുണ്ട്. മഹാദേവ ഗ്രാമത്തിന്റെയും, ഉളിയത്തുകടവിന്റെയും പയ്യന്നൂർ പോലീസ് സ്റ്റേഷൻ മുറ്റത്തിന്റെയും മറ്റും ചരിത്രം സ്വാതന്ത്ര്യ പ്രക്ഷോഭവുമായി ഊടും പാവുംപോലെ കെട്ടിപിണഞ്ഞു കിടക്കുന്നു എന്ന് ഇന്നത്തെ എത്ര കുട്ടികൾക്കറിയാം? ഗാന്ധിമാവും ആനന്ദതീർത്ഥസ്വാമിയും മറ്റും അവർ മനസ്സിൽ അടയാളപ്പെടുത്തിയോ? എനിക്കു സംശയമാണ്. പയ്യന്നൂർ ഗ്രാമത്തിൽ പൊതുവാൾ സമൂഹം ആവേശപൂർവ്വമാണ് സ്വാതന്ത്ര്യ സമരവഴികളിൽ നടന്നു നീങ്ങിയത്. ജനമുന്നേറ്റങ്ങളിൽ മറ്റു സമുദായങ്ങളുടെ ശക്തമായ സഹകരണം ഉറപ്പാക്കിയിരുന്നു. കൂട്ടത്തിൽ നിരവധി സമുദായ പ്രശ്നങ്ങളും ഉച്ചനീചത്വ ഉച്ചാടനവും ലക്ഷ്യമാക്കി സമുദായാംഗങ്ങളുടെ ഉൽപതിഷ്ണത്വം മുതലെടുത്ത് സ്കന്ദ സമാജം എന്ന കെട്ടുറപ്പുള്ള സംഘടന തന്നെയുണ്ടായി. ആർജ്ജിതമായ ഒരു സമഭാവനാ സംസ്കാരത്തിന്റെ പിന്തുടർച്ച എന്നോണം ഇന്നും ആ സംഘടന തലയുയർത്തി നിൽക്കുന്നു. പയ്യന്നൂർ ക്ഷേത്രത്തിനു വടക്കു

സ്കന്ദ ടവർ

ഭാഗത്ത് അഭിമാന സ്തംഭംപോലെ നിൽക്കുന്ന സ്കന്ദ സൗധം (Skanda Residency) സമാജത്തിന് അടുത്ത കാലത്ത് അണിയിച്ച തിലകക്കുറിയാണ്. കുമാരവിലാസിനി സംസ്കൃത പാഠശാലയ്ക്ക് അമ്പലത്തിന്റെ തട്ടകത്തിൽ പ്രതീകാത്മകമായ സ്മരണികപോലെ ഒരു സരസ്വതീ ക്ഷേത്രം തുടങ്ങിയതും സ്വാതന്ത്ര്യ പൂർവ്വകാലത്ത് ആ മഹാവിദ്യാലയം പ്രവർത്തിച്ച ക്ഷേത്രസമീപമുള്ള മുണ്ടുമ്മൽ എന്ന സ്ഥലത്ത് ഈ സ്കന്ദ സ്തംഭം ഉയർന്നതും സമാജം സെക്രട്ടറി പാറന്തട്ട പുരുഷോത്തമന്റെയും കൂട്ടരുടേയും നേതൃത്വത്തിന്റെ ആത്മവിശ്വാസത്തിന്റെയും അഭിമാനത്തിന്റെയും പ്രതീകമായാണ് കണക്കാക്കുന്നത്. 'സ്കന്ദദാസ സമാജം' ഒരു നൂറ്റാണ്ടോളം പ്രവർത്തന വഴിയിൽ അതിതീവ്രം ചലിച്ചും, മന്ദഗതിയിൽ നീങ്ങിയും മുന്നോട്ടു വന്നിരിക്കാം. പക്ഷെ വർത്തമാന കാലാഭിമാനം ഓരോരുത്തരും നെഞ്ചിലേറ്റുന്നു. പലപ്പോഴും വലിയ സാമൂഹിക ഉദ്ധാരണ പരിപാടികളും സമാജം ഏറ്റെടുത്തിട്ടുണ്ട്. ഈ നവോത്ഥാനം വിലയിരുത്തേണ്ടത് ഒരു ദേശത്തിന്റെ ചരിത്രാംശമായാണ്. അത് കാലത്തിന്റെ കാവ്യ നീതിയാണ് എന്നെനിക്ക് അനുഭവപ്പെടുന്നു. മികച്ച നേതൃഗുണത്തോടെ ഈ പ്രസ്ഥാനത്തിന് കരുത്ത് നൽകാൻ നേതൃസ്ഥാനത്തുള്ള വി.പി. ബാലഗംഗാധരനും കഴിയുമെന്നുറപ്പാണ്.

വി.പി.ബാലഗംഗാധരൻ

എന്റെ വിദ്യാലയമായ പയ്യന്നൂർ സൗത്ത് എൽ.പി. സ്കൂളിന്റെ അപര നാമധേയമാണ് മുച്ചിലോട്ട് സ്കൂൾ എന്നത്. അങ്ങിനെ പേരു വരാൻ കാരണം നൂറ്റാണ്ട് പിന്നിട്ട ആ വിദ്യാലയം വാണിയ സമുദായ ക്ഷേത്രമായ പയ്യന്നൂരിലെ പൂന്തിരിത്തി മുച്ചിലോട്ട് കാവിന്റെ തൊട്ടടുത്ത മൈതാനത്തിലാണ് നിലകൊള്ളുന്നത് എന്നതുകൊണ്ടാണ്. വാണിയ സമുദായത്തിന്റെ ആസ്ഥാനമായ മുച്ചിലോട്ട് പേരുകേട്ട ഭഗവതി ക്ഷേത്രമാണ്. പത്തും പന്ത്രണ്ടും വർഷങ്ങൾ ഇടവിട്ട് അവിടെ നടന്നുവരുന്ന

കളിയാട്ട മഹോത്സവം കൂടാതെ എല്ലാ പൂരക്കാലത്തും ഭഗവതിയുടെ പ്രതീകമായി കോമരം എഴുന്നള്ളി വീടുകളിൽ അനുഗ്രഹിക്കാനെത്തുന്ന പോതി, ഈ പ്രദേശത്തെ ജനജീവിതത്തിന്റെ ഭാഗമായിത്തീർന്നിരിക്കുന്നു. ഉഗ്രപ്രതാപിയായ ഭഗവതിയെ ഓർമ്മിപ്പിക്കുന്ന ദൈവിക പരിവേഷമുള്ള ഏളത്ത് വാളിളക്കി, അനുഗ്രഹവചസ്സുകൾ ചൊരിയുന്ന കോമരവും, വലിയ ജനക്കൂട്ടവും ഓരോ വീട്ടിലും കയറി മഞ്ഞൾക്കുറി വാരിവിതറി അനുഗ്രഹിക്കാൻ എത്തുമ്പോൾ വീട്ടമ്മമാർ പടിഞ്ഞാറ്റയിൽ (പൂജാമുറി) തൂക്കുവിളക്ക് തെളിയിക്കുന്നു. ആ അന്തരീക്ഷം വിഭ്രമാത്മകമാണ്. അതേസമയം മനസ്സിൽ ദൈവാനുഗ്രഹ പ്രതീതിയും നൽകും, ലോകം എത്ര പുരോഗമിച്ചാലും പയ്യന്നൂർ ഗ്രാമത്തിൽ പിന്തുടരുന്ന ഈ ആചാരത്തിന് വലിയ മാറ്റമില്ല; അതനുഭവിക്കുന്ന പുതുതലമുറയുടെ സമീപനത്തിൽ ചില മാറ്റങ്ങൾ വന്നിട്ടുണ്ടെങ്കിലും; ഗ്രാമത്തിന്റെ അകത്തളത്തിൽ ജനപിന്തുണയോടെ നടക്കുന്ന ഇത്തരം അനുഷ്ഠാനങ്ങൾ (Rituals) മറ്റു മതക്കാർക്ക് തീരെ ഉൾക്കൊള്ളാൻ പറ്റാത്ത ഒരു കാലമുണ്ടായിരുന്നു. പോതികളേയും ഇടവഴിയിലെ കടിഞ്ഞാണില്ലാതെ പായുന്ന കൊമ്പൻ മൂരികളേയും ഗ്രാമതട്ടകത്തിനു പുറത്തുള്ളവർ യഥാർത്ഥത്തിൽ ഭയപ്പെട്ട ഒരു കാലം. മറ്റു ഹിന്ദു സമുദായത്തിലും കാവുകളും പോതികളും നിലനിന്നിരുന്നു. അതെല്ലാം സാമൂഹ്യഘടനയ്ക്ക് കരുത്ത് നൽകി. പയ്യന്നൂർ തട്ടകത്തിൽ ഓരോ സമുദായത്തിന്റേയും ദൈവിക ദീക്ഷയുടെ കേന്ദ്രമായ കാവുകൾ എന്ന ക്ഷേത്ര സമുച്ചയങ്ങൾ പയ്യന്നൂർ സുബ്രഹ്മണ്യ സ്വാമിയുടെ ക്ഷേത്രത്തിന്റെ നേതൃത്വം അംഗീകരിച്ചവയാണ്.

പറഞ്ഞുവന്നത് പയ്യന്നൂർ സൗത്ത് സ്കൂളിലെ എന്റെ കൗമാരകാലത്തെ പഠനാന്തരീക്ഷമാണ്. ഇന്ന് തിരിഞ്ഞു നിന്ന് കൗമാരപ്രായത്തിലെ അനുഭവങ്ങളിലേക്ക് കണ്ണു പായിക്കുമ്പോൾ ഏറ്റവും തെളിഞ്ഞു

നിൽക്കുന്നത് സംഭവബഹുലമായ കുട്ടിക്കാല ജീവിതമാണ് എന്റെ മുന്നിൽ. വലിയ ജന്മികളായ താഴക്കാട്ട് മനയുടെ മാനേജ്മെന്റിലാണ് അന്നും ഇന്നും സൗത്ത് സ്കൂൾ. നീണ്ടു നിവർന്നു നിൽക്കുന്ന വളരെ വീതിയും നീളവുമുള്ള ചെത്തുകല്ലിൽ തീർത്ത L ആകൃതിയുള്ള ഒരു കെട്ടിടം. ഇന്നും ലംഘനമില്ലാതെ കിടക്കുന്ന ആ സ്കൂൾ വലിയ പ്രതീക്ഷാ കേന്ദ്രമായിരുന്നു എന്നെ സംബന്ധിച്ചിടത്തോളം. ഇന്നും അങ്ങിനെതന്നെയാണ് എന്നുപറയാം. ഒന്നാംതരം മുതൽ ലഭിച്ച അവിടത്തെ ഒരു പോസിറ്റീവ് എനർജി വിസ്മയാവഹമാണ്. സ്കൂൾ ജീവിതം എന്റെ ഓർമ്മയിൽ എന്നും പച്ചപിടിച്ചു നിൽക്കുന്നുണ്ട്. ഇന്നും ജന്മനാട്ടിനെക്കുറിച്ച് മനസ്സിൽ പച്ചപിടിച്ചു നിൽക്കുന്ന ഓർമ്മകളിൽ ആ മുച്ചിലോട്ടു സ്കൂൾ മുന്നിലെത്തും. ഞങ്ങളുടെ ഗ്രാമത്തിന്റെ തെക്കുഭാഗത്തുള്ള സ്കൂളിലേക്ക് വീട്ടിൽ നിന്ന് രണ്ടു മൂന്നു ഫർലോങ്ങു മാത്രമേ ദൂരമുള്ളു. ചുറ്റുമുള്ള വീടുകളിലെ സമപ്രായക്കാരെല്ലാം സ്കൂളിലേക്ക് രാവിലെ ഓട്ടമാണ്. അന്ന് ഇന്നത്തെപ്പോലെ ടാർ ചെയ്ത റോഡല്ല. പഞ്ചാരമണൽ വിരിച്ച വീതിയുള്ള ഉയർന്ന വരമ്പാണ്. ഇരുവശവും നെൽവയൽ, വേനൽക്കാലത്ത് സ്കൂളിലേക്കുള്ള പോക്കും വരവും ആഹ്ലാദദായകമായിരുന്നെങ്കിലും മഴക്കാലത്ത് ഭയവിഹ്വലരായാണ് കുട്ടികൾ ആ ഒറ്റയടിപ്പാതപോലുള്ള മണൽത്തിട്ടയിലൂടെ നടക്കുന്നത്. ഓരോ നിമിഷവും അലിഞ്ഞലിഞ്ഞില്ലാതാകുന്ന മണൽതിട്ടയാണത്. മഴയത്ത് ഇരുവശവുമുള്ള കണ്ടങ്ങളിൽ കാണക്കാണെ വെള്ളം കയറും. കിഴക്കുവശത്തുനിന്ന് പടിഞ്ഞാട്ടോഴുകേണ്ടുന്ന ശക്തിയായ വെള്ളപ്പാച്ചിൽ ചിലപ്പോൾ ആ നടപ്പാതയെ തകർക്കും. പിന്നെ ആഴത്തിലുള്ള ഗർത്തത്തിലൂടെ അതിശക്തമായാണ് വെള്ളം ഒഴുകുക. മുതിർന്നവരുടെ സഹായത്താൽ മാത്രമേ ഞങ്ങൾ കുട്ടികൾക്ക് ആ ഒഴുക്ക് കടന്ന് അപ്പുറം പോകാൻ പറ്റൂ. ഈ വഴി തകർച്ച എവിടെയാണ് ഉണ്ടാകുന്നത് എന്ന് പ്രവചിക്കാൻ പറ്റില്ല. എങ്കിലും എന്നും ഒരേ സ്ഥലത്താണ് മണൽത്തിട്ട പൊട്ടി കുഴി ഉണ്ടാകുന്നത്. പൊട്ടിയഭാഗത്തെ 'കടി' എന്നാണ് പറയുക. മഴയില്ലാത്ത സമയത്ത് അങ്ങോട്ട് പോയാലും വലിയ ഭയമാണ്. തിരിച്ചുവരുമ്പോൾ ആ കുത്തിയൊഴുകുന്ന ജലപാത കടത്തിത്തരാൻ മുതിർന്നവർ ആ വഴിയിൽ വേണമല്ലോ. മിക്കപ്പോഴും മാഷന്മാരും ടീച്ചർമാരും സ്കൂൾ വിട്ട് വരുന്നതുവരെ ഞങ്ങളെല്ലാം കാത്തിരിക്കും. വിദ്യാർത്ഥികൾക്കു മാത്രമല്ല വീട്ടിലിരിക്കുന്ന അച്ഛനമ്മമാർക്കും കൂടി വലിയ ഒരു മഴക്കാല ദുരന്തമായി ഈ സ്കൂൾ യാത്ര മനസ്സിലുണ്ടാകും. അധ്യാപകർ ഓരോരുത്തരായി കുത്തിയൊഴുക്കുള്ള വെള്ളച്ചാൽ കടത്തിത്തരും.

9

ചുരുളഴിയുന്ന ഓർമ്മകൾ

പെരുമഴ കഴിഞ്ഞാൽ ചിങ്ങമാസമായി. ഓണക്കാലം വരവായി. ആ വയലിന്റെ മനോഹാരിത അപ്പോഴാണ് കാണുക. തിരുവാതിര ഞാറ്റു വേലയും ഇടവപ്പാതിയും പിന്നിട്ട് രൗദ്രഭാവം പൂണ്ട് കുട്ടിക്കാലത്ത് ഞങ്ങളെ പേടിപ്പിച്ചിരുന്ന നിറഞ്ഞുകവിയുന്ന കണ്ടങ്ങളും ഒഴുകുന്ന വെള്ളച്ചാട്ടവും ഏതുസമയത്തും പൊട്ടിത്തകരാവുന്ന മണ്ണിൻതിട്ടയും നടപ്പാതയും ഓണക്കാലത്ത് ഭയം വിതയ്ക്കുന്നില്ല. നെൽച്ചെടികൾ തലയാട്ടുന്ന വിശാലമായ പച്ചപ്പാടം വഴിയുടെ രണ്ടുവശത്തുമുണ്ട്. ഒരു ചെറിയ കാറ്റുമതി കണ്ണെത്താത്ത ദൂരത്ത് പച്ചവില്ലീസ് തരംഗങ്ങൾ തീർക്കുന്നതുപോലെയാണ് വണ്ണാത്തൻകാവിലെ ആ നെൽപ്പാടങ്ങൾ ഞങ്ങൾക്ക് തോന്നുക. നെല്ലോലകളിലേക്ക് സൂക്ഷ്മമായി നോക്കിയാൽ ധാരാളം പച്ചക്കുതിരകൾ (പച്ചതുള്ളൻ) പൊട്ടിത്തെറിച്ച് ഉയരുന്നതു കാണാം. അൽപ്പം നിരീക്ഷണപാടവം കൂടിയുണ്ടെങ്കിൽ പച്ചക്കുതിരയേയും നീർച്ചാലിലൂടെ ശാന്തമായി ഒഴുകുന്ന സ്ഫടികം പോലെ തെളിഞ്ഞ വെള്ളത്തിനൊപ്പം തിരിഞ്ഞും മറിഞ്ഞും ധൃതിയിൽ ഓടുന്ന ചെറുമീനുകളും കൈയ്യിൽ കരുതിയ ചെറിയ കുപ്പികളിലെത്തും. അന്നത്തെ സ്കൂൾ സഞ്ചിയിൽ പുസ്തകങ്ങൾ മാത്രമല്ല കാണുക. ഇത്തരം പരീക്ഷണ വസ്തുക്കളും, പെൻസിൽ കഷ്ണങ്ങളോടൊപ്പം മഷിത്തണ്ട് ചെടിയുടെ മാംസളമായ തണ്ടുകളും കാണാം. സ്കൂൾ കോമ്പൗണ്ടിന്റെ അതിർത്തിയിൽ (അതിർത്തിരേഖ പോലുമില്ലാത്ത സാങ്കൽപ്പിക അതിർത്തിയാണത്) ഒരു പെട്ടിക്കടയുണ്ട്. തടികൊണ്ടു തീർത്ത ഒരു ഏറുമാടം പോലെയാണത്. എല്ലാ അർത്ഥത്തിലും ഒരു പെട്ടിക്കട. അവിടെ പ്രധാന കച്ചവടം പുഴുങ്ങിയ കടലയും തേങ്ങാപ്പൂളുമാണ്. ആ കച്ചവടക്കാരന്റെ മുഖം ഇന്നും എന്റെ മനസ്സിലുണ്ട്. ഒരണ കൊടുത്താൽ മുളയുടെ അളവുപാത്രത്തിൽ നിറച്ചും കിട്ടും. അതും സ്കൂൾ സഞ്ചിയിലെ ഒരു ആകർഷണമാണ്. ഇതെല്ലാം മുച്ചിലോട്ടു സ്കൂളിലെ പഠ

നത്തിന്റെ കൂടെയുള്ള മറക്കാൻ പറ്റാത്ത ഗൃഹാതുരത ഉളവാക്കുന്ന അനുഭവങ്ങളാണ്. പഠിപ്പ് ഒരുത്സവം തന്നെയായിരുന്നു. മുച്ചിലോട്ടു ഭഗവതി ഞങ്ങൾ വിദ്യാർത്ഥികളുടെ അഭീഷ്ട മൂർത്തിയാകാൻ കാരണമുണ്ട്. പരീക്ഷ വളരെ സംഘർഷഭരിതമാകുമ്പോൾ ആ കാവിന്റെ നടയിൽ വലിയ കുട്ടിഭക്ത പ്രവാഹം തന്നെ കാണാം. അവിടെ അധ്യാപകരെല്ലാം ചുറ്റുവട്ടത്തുള്ളവർ തന്നെ. അമ്മയുടെ അനുജൻ (സുകുമാരൻ മാസ്റ്റർ) എന്റെ പഠനകാലത്ത് അവിടെ അധ്യാപകനായിരുന്നു. കുറേ വർഷത്തിനുശേഷം ഇളയമ്മാവൻ പത്മനാഭപ്പൊതുവാളുടെ ഭാര്യ ശാന്തകുമാരിയും അവരുടെ മൂത്ത മകൾ ജയശ്രീയും അവിടെ അധ്യാപകരായി. അധ്യാപകരെ റോൾ മോഡലായി കണക്കാക്കാൻ കുട്ടികൾ വെമ്പുന്ന കാലമായിരുന്നു അത്. എനിക്ക് ഏറ്റവും ഇഷ്ടപ്പെട്ട അധ്യാപകൻ ബാലകൃഷ്ണൻ തിരുമുമ്പ് (ബി.കെ. തിരുമുമ്പ്) എന്ന പുരോഗമനവാദിയായ തിരുമുമ്പ് എന്ന് വിളിക്കുന്ന മലയാള ബ്രാഹ്മണനായിരുന്നു. പയ്യന്നൂരിലെ വലിയ ജന്മികളായ താഴക്കാട്ട് മനയിലാണദ്ദേഹം. അദ്ദേഹത്തിന്റെ കുടുംബത്തിന്റേതാണ് സൗത്ത് എൽ.പി. സ്കൂൾ എന്ന മുച്ചിലോട്ട് സ്കൂൾ. അദ്ദേഹം ഞങ്ങളെ അന്ന് ഇംഗ്ലീഷാണ് പഠിപ്പിച്ചത്. പ്രാഥമിക വിദ്യാലയങ്ങളിൽ അന്ന് ഇംഗ്ലീഷ് പഠിത്തമില്ല. അതിന് ഹൈസ്കൂളിലെ ആറാം ക്ലാസ്സിലെത്തണം, പക്ഷെ തിരുമുമ്പ് മാഷ് ഇംഗ്ലീഷും ജനറൽ നോളഡ്ജും മറ്റും പഠിപ്പിച്ച് ഞങ്ങളുടെ ജിജ്ഞാസ ഉണർത്തി. എനിക്ക് ശാസ്ത്രത്തിൽ താൽപര്യം മുളപൊട്ടിയത് ആ ക്ലാസ്സ് മുറിയിലായിരുന്നു. കൂടാതെ കലാപരിപാടികൾ, വാർഷികോത്സവത്തിന് ഓരോരുത്തർക്കും എന്തെങ്കിലും ചെയ്യാനുണ്ടായിരുന്നു. സോളോ ആയോ ഗ്രൂപ്പായോ കുട്ടികളെക്കൊണ്ട് നാടകങ്ങൾ അവതരിപ്പിക്കുവാനും അധ്യാപകർ ശ്രമം നടത്തി. ഗാന്ധാരിവിലാപം എന്ന ഒരു ഹ്രസ്വനാടകത്തിന്റെ റിഹേഴ്സലിനായി ഞാൻ ഏറെനാൾ സ്കൂൾ സമയം കഴിഞ്ഞും സ്കൂളിൽ പരിശീലനം നേടിയത് ഓർക്കുന്നു. ഗദായുദ്ധത്തിൽ ഭീമന്റെ അടിയേറ്റ് തുടപൊട്ടിത്തകർന്ന് അമ്മയായ ഗാന്ധാരിയുടെ മടിയിൽ തലചായ്ച്ച് കിടന്ന് വിലപിക്കുന്ന ദുര്യോധനന്റെ റോളായിരുന്നു എനിക്ക്. ആദ്യം മറ്റു കുട്ടികളുടെ സാന്നിദ്ധ്യത്തിൽ ഗാന്ധാരിയായി വേഷമിടുന്ന മല്ലിക എന്ന സഹപാഠിയുടെ മടിയിൽ തല ചായ്ച്ച് കിടക്കുന്നത് വലിയ സങ്കോചമുണ്ടാക്കിയിരുന്നു. പിന്നെ നാടകത്തിന്റെ രീതി ശാസ്ത്രം അൽപ്പാൽപ്പം പിടികിട്ടിയപ്പോൾ ആ ചമ്മലെല്ലാം പോയ്മറഞ്ഞു. വാർഷികോത്സവത്തിന് നാടകം ഗംഭീരമാകുകയും ചെയ്തു. പ്രൈമറി സ്കൂളിലെ അധ്യാപകരിലാണ് നമ്മുടെ വി

ദ്യാഭ്യാസ കാലത്തെ ഏറിയ ഓർമ്മകളും കൊണ്ടെത്തിക്കുക. അന്നത്തെ അധ്യാപകരുടെ സംസാര രീതിയും നടപ്പും നോട്ടവും വസ്ത്രധാരണവും മറ്റും മാതൃകയാക്കുന്നവരാണ് വിദ്യാർത്ഥികൾ.

കെ.വി.ചിണ്ടൻ മാസ്റ്റർ

സുകുമാരൻ മാസ്റ്റർ (അമ്മാവൻ)

ഏറ്റവും നിഷ്കർഷയോടെ പഠിപ്പിക്കുകയും, അർപ്പണ മനസ്സോടെ സ്കൂൾ നടത്തിക്കൊണ്ടു പോകുകയും ചെയ്യുന്ന ഹെഡ്മാസ്റ്റർ കെ.വി. ചിണ്ടൻമാസ്റ്ററായിരുന്നു. ടി.വി.കെ. നമ്പ്യാർ, ബാലകൃഷ്ണൻ തിരുമുമ്പിന്റെ തന്നെ കുടുംബക്കാരനായ വയോവൃദ്ധനായ അപ്പൻ മാസ്റ്റർ, മലയാളി മാസ്റ്റർ, മാധവൻ നമ്പ്യാർ (പുല്ലായിക്കൊടി മാധവൻ നമ്പ്യാർ), കെ.വി. രാഘവൻ മാസ്റ്റർ, (കെ.വി.ആർ. പയ്യന്നൂർ), അനന്തൻ നമ്പ്യാർ, അമ്മാവനായ സുകുമാരൻ മാസ്റ്റർ എന്നിവരുമായി ഇടപെട്ടതാണ് ഓർമ്മയിൽ മുന്നിട്ടു നിൽക്കുന്നത്. ഇന്ദ്രജാലക്കാരനായ മറ്റൊരു അധ്യാപകനായിരുന്നു കൃഷ്ണൻ തിരുമുമ്പ്. കുട്ടികൾ അദ്ദേഹത്തെ ഭയപ്പെടുവാൻ ഒരു കാരണമുണ്ട്. അടിപേടിച്ചല്ല, മറിച്ച് തന്റെ മാജിക് പ്രയോഗിച്ച് കുട്ടികളെ ഉറക്കുമായിരുന്നു അദ്ദേഹം. മറ്റുള്ള അധ്യാപകർ ഹിപ്നോട്ടിസ്റ്റ് തിരുമുമ്പിനെ തമാശയാക്കാൻ പലതും ചെയ്യുമായിരന്നു. ആ കുസൃതികൾ അദ്ദേഹത്തെ പീഡിപ്പിക്കുന്നതായിരുന്നു. നമുക്ക് സഹതാപം തോന്നും. മദ്രാസിൽ വലിയ ഉദ്യോഗത്തിലിരുന്ന മാധവൻ നമ്പ്യാരും, ബി.കെ തിരുമുമ്പും വലിയ ചങ്ങാതിമാരാണ്. രണ്ടുപേരും സിനിമാക്കമ്പക്കാരാണ്. പല ആദ്യകാല സിനിമകളിലും രണ്ടുപേരും അഭിനയിച്ചിട്ടുണ്ട്. അതെല്ലാം കുട്ടികളായ ഞങ്ങൾക്ക് വലിയ അഭിമാനം പകർന്നു. മദിരാശിയിൽ വലിയ പദവിയിലായിരുന്നു പുല്ലായിക്കൊടി മാധവൻ നമ്പ്യാർ ഒരുകാലത്ത്. സമയം ചെലവഴിക്കാനാണ് തന്റെ ഉറ്റസുഹൃത്തായ ബി. കെ. തിരുമുമ്പിന്റെ സ്കൂളിൽ അധ്യാപകനായത് എന്നാണ് ഓർമ്മ. ബി. കെ. തിരുമുമ്പ് അഭിനയത്തിൽ മാത്രമല്ല, സംഗീതത്തിലും സ്പോർട്സിലും നിപുണനായിരുന്നു. അദ്ദേഹം ഒരു വാഹനഭ്രാന്തനായിരുന്നു. സ്വന്തം സ്കൂളിൽ അധ്യാപകനായിരിക്കവെ പയ്യന്നൂർ നിരത്തിലൂടെ ജീപ്പും കാറും ഓടിച്ചുപോയ അദ്ദേഹം ഞങ്ങളുടെയെല്ലാം ആരാധ്യപു

രുഷനുമായി. ഞാൻ പഠിക്കുമ്പോൾ തന്നെ എന്റെ വീട്ടിലെ നാലഞ്ച് കുട്ടികൾ സൗത്ത് എൽ.പിയിൽ വിദ്യാർത്ഥികളായിരുന്നു. സ്കൂളിന്റെ ചിട്ടവട്ടങ്ങളും ശിക്ഷണ പരിപാടിയും ഗുണകോഷ്ഠവും (എഞ്ചുവടി) മണിപ്രവാള ശ്ലോകം ചൊല്ലിപഠിക്കലും ഒന്നും ഇഷ്ടപ്പെടാത്ത കുട്ടികൾക്ക് സ്കൂളിൽ പോകാൻ പലപ്പോഴും മടിയായിരുന്നു. അന്നും കുഴിമടിയന്മാരെ പിടിച്ചുകൊണ്ടു പോകാൻ ചില കുട്ടികളെ പിടുത്തക്കാരായി സ്കൂളിൽ നിന്നും താപ്പാനകളായി അയയ്ക്കുക പതിവായിരുന്നു. മടിയന്റെ സുഹൃത്തുക്കളായതുകൊണ്ട് ഒളിച്ചിരിക്കുന്ന സ്ഥലമെല്ലാം കണ്ടുപിടിക്കാൻ വരുന്നവർക്കറിയാം. സ്കൂളിൽ പോകാതെ മടിച്ചിരിക്കുന്ന കുട്ടികൾക്ക് പേടിസ്വപ്നമാണിത്. വെറുതെ കളിച്ചു നടക്കാനുള്ള മോഹവും വലിയ വലിയ നാട്ടുമാവുകളിൽ നിന്ന് കാറ്റടിക്കുമ്പോൾ പെയ്തു വീഴുന്ന മാങ്ങകൾ ശേഖരിക്കലും, സ്കൂളിൽ അധ്യാപകരുടെ രൂക്ഷമായ ശിക്ഷാവിധികളും ചില കുട്ടികളെയെങ്കിലും ഇങ്ങിനെ മടിയന്മാരാക്കുകയും ഒളിച്ചിരിക്കാൻ പ്രേരിപ്പിക്കുകയും ചെയ്തു എന്നതാണ് സത്യം. പക്ഷെ ഞാൻ ഇങ്ങിനെ മടിപിടിച്ചിരുന്നതോ കുട്ടിത്താപ്പാനകൾ എന്നെ തിരഞ്ഞുവന്നതോ ആയി ഓർമ്മയിലില്ല. എന്റെ മൂത്ത ജ്യേഷ്ഠൻ പലപ്പോഴും പിടിക്കപ്പെടാറുണ്ട്. അന്ന് കുഴിമടിയന്മാരായി കഴിഞ്ഞ ചിലരുടെ പഠിപ്പുതന്നെ എക്കാലത്തേക്കുമായി പൂട്ടിയതായും ഓർക്കുന്നു.

10

കളരി അഭ്യാസവും കഥകളിയും

എന്റെ കൗമാരകാലത്താണ് പയ്യന്നൂർ ഗ്രാമാങ്കണത്തിൽ കാര്യമായ ഒരു നവോത്ഥാനം ഉണ്ടായത്. പയ്യന്നൂരിന്റെ ആയോധന കലാപാരമ്പര്യത്തിന്റെ നൈരന്തര്യമായ ഒരു കളരിയാണത്. സർക്കാർ വകയായി ഒരു ആനുകൂല്യവും സ്വാതന്ത്ര്യാനന്തര ഗ്രാമത്തിൽ കിട്ടിയില്ല. അധ്വാനിക്കുന്ന കർഷകരും, രാഷ്ട്രീയബോധം തിളച്ചുമറിയുന്ന പൊതു ജീവിതവും മാത്രമാണ് ഗ്രാമത്തിന്റെ അകത്തളത്തിലുള്ളത്. ആഗ്രഹങ്ങളും പ്രതീക്ഷകളും അധികമൊന്നുമില്ല. പ്രാഥമിക വിദ്യാഭ്യാസ കാലത്ത് നാട്ടിൻപുറത്തെ മറ്റു കുട്ടികളെ.പ്പോലെതന്നെ നിരവധി അതിജീവന പ്രശ്നങ്ങൾ ഉണ്ടായിരുന്നു. ശരിയായ ജീവിതമാർഗ്ഗദർശനം വീട്ടിലും നാട്ടിലും കുട്ടികൾക്ക് കിട്ടാറില്ല എന്നുതന്നെ പറയാം. ആരും പകർന്നു നൽകാറില്ല; അത്രതന്നെ. സ്വാതന്ത്ര്യാനന്തരം രാജ്യം തന്നെ ഒരുതരം മരവിപ്പിലായിരുന്നു ആദ്യമാദ്യം. പതുക്കെ അത് മാറിവന്നു. 1950കളിൽ മാറ്റം ഗ്രാമങ്ങളിലേക്കും പതുക്കെ പകർന്നിരുന്നു എന്നു തോന്നുന്നു. പയ്യന്നൂരിൽ കായിക കളരി പാരമ്പര്യത്തെ ഓർത്തുകൊണ്ട് അമ്പലപരിസരത്ത് ഒരു കളരി സ്ഥാപിക്കാനുള്ള ആലോചന നടക്കുന്നുണ്ടായിരുന്നു. എന്റെ തറവാട്ടിന്റെ പൂമുഖത്താണ് ആലോചന തുടങ്ങുന്നത്. വൈദ്യർ വി.പി. ശ്രീകണ്ഠപ്പൊതുവാളുടെ (എന്റെ വല്യച്ഛൻ) അനുഗ്രഹത്തോടെ പല പൗരമുഖ്യന്മാരും ഒത്തുകൂടി. വൈദ്യർ വി.പി. കോമപ്പൊതുവാൾ, (ഡോ. കെ.വി. കമലാക്ഷന്റെ പിതാവ്) കലിയന്തിൻ കമ്മാരൻ മാസ്റ്റർ (പ്രൊ.പി.ആർ.പൊതുവാളുടെ അച്ഛൻ) തുടങ്ങിയവർ അന്ന് ആ ആലോചനയ്ക്ക് നേതൃത്വം നൽകിയതായാണ് ഓർമ്മ. കളരി പഠിക്കാനുള്ള കുട്ടികളെ ചേർക്കുന്ന വേളയിൽ ആദ്യം എന്റെ പേരാണ് അവർ ചേർത്തത്. അങ്ങിനെ അമ്പതോളം കുട്ടികളെ തെരഞ്ഞെടുത്തു. എങ്ങിനെയെങ്കിലും കളരി അഭ്യാസത്തിൽ നിന്നൊഴിവാകാൻ ഞാൻ പെടാപ്പാടുപെട്ടു. കൂടെക്കൂടെ തലവേദന വരുന്ന പതിവുണ്ടെ

ന്ന് പറഞ്ഞ് ഏതാനും ദിവസങ്ങൾ കഴിഞ്ഞപ്പോൾ ഒഴിഞ്ഞു. അഭ്യാസി തലമുടി വളർത്തണം, ചവിട്ടിത്തടവൽ ക്രൂരമായിരിക്കും എന്ന ഭയവും ഉണ്ട്. അതിനാൽ ഏതാനും ദിവസത്തേയ്ക്ക് മാത്രം കളരി അഭ്യാസിയായിത്തീർന്നു. എന്റെ അമ്മയും എന്നെ അന്ന് പിന്തുണച്ചു. എനിക്ക് പകരമായി എന്റെ രണ്ട് അനുജന്മാരായ (വലിയമ്മയുടെ മക്കൾ) വിമലിനേയും ശശിധരനേയും ചേർത്തപ്പോൾ ഒരു വീട്ടിൽ നിന്ന് രണ്ടുപേരിലധികം വേണ്ട എന്നുകരുതി എന്നെ വിട്ടു. കലോദയ കളരിസംഘം എന്ന ആ സ്ഥാപനം ഏറെക്കാലം നിരവധി അഭ്യാസികളെ വാർത്തെടുത്തു. ഓരോ ബാച്ചിന്റെയും അരങ്ങേറ്റം പയ്യന്നൂർ ക്ഷേത്രത്തിന്റെ മതിൽക്കെട്ടിനകത്താണ് നടന്നത്. ആ സമയത്തെ അവരുടെ മെയ്യഭ്യാസം കണ്ട് എനിക്ക് വലിയ കൊതിതന്നെ തോന്നിയിട്ടുണ്ട്. കളരിയഭ്യാസം പൂർത്തീകരിക്കാൻ കഴിയാത്തതിൽ ലേശം നിരാശയുണ്ടായി. കലോദയ കളരി തുടർന്ന് ഒരു കഥകളി യോഗവും തുടങ്ങി. ഇതിന്റെയെല്ലാം ശേഷിപ്പ് ഇന്നും പയ്യന്നൂർ മഹാദേവ ഗ്രാമത്തിൽ ഒളിമിന്നുന്നു. അന്യാദൃശമായ ഒരു സാമൂഹ്യ ഉദ്ധാരണ പരിപാടിയായി ഇത് പരിവർത്തനം ചെയ്യപ്പെട്ടു എന്നത് സ്മരണീയമാണ് ഇന്നും.

വി.പി.കോമപ്പൊതുവാൾ

പയ്യന്നൂർ കലോദയ കളരി സംഘം വലിയ പ്രസ്ഥാനമായാണ് പിന്നീട് വളർന്നത്. കളരി പ്രവർത്തനത്തിന് ഉത്സാഹം പകർന്നത് വി.പി. കോമപ്പൊതുവാൾ വൈദ്യരാണെങ്കിലും (വൈദ്യർ വി.പി. ശ്രീകണ്ഠപ്പൊതുവാളുടെ അനന്തിരവൻ) പാട്ടക്കോടതി കണ്ണപ്പൊതുവാൾ (ഫൈൻ ആർട്സ് സെക്രട്ടറി രവീന്ദ്രന്റെ പിതാവ്), ആനിടിൽ കണ്ണപ്പൊതുവാൾ, (ഇപ്പോഴത്തെ നഗരസഭാ അംഗം കെ.കെ. കുമാറിന്റെ പിതാവ്) വി.പി. ഗോവിന്ദപ്പൊതുവാൾ (നഗരസഭാ കൗൺസിലർ പത്മിനിയുടെ പിതാവ്), അത്തായി കണ്ണപ്പൊതുവാൾ, കെ.വി. അപ്പുപ്പൊതുവാൾ, രാമനാത്ത് നാരായണപ്പൊതുവാൾ, ആനിടിൽ ഗോവിന്ദപൊതുവാൾ, പുതിയ വീട്ടിൽ നാരായണപ്പൊതുവാൾ, (പ്രൊഫസർ രാജീവിന്റെ പിതാവ്) അഭംഗുരം അതികഠിനമായി പ്രവർത്തിച്ചവരാണ്. മെയ്യഭ്യാസത്തിലും കോൽക്കളിയിലും മറ്റും അർപ്പണബോധത്തോടെ പ്രവർത്തിച്ച ഗുരുക്കന്മാരായിരുന്നു കുഞ്ഞിക്കണ്ണപ്പൊതുവാൾ ഗുരുക്കളും, തായിനേരിയിലെ നാരായണൻ ഗുരുക്കളും മറ്റും. തുടർന്ന് കളരി

യുടെ പ്രവർത്തന വിജയത്തിന്റെ പ്രകാശത്തിൽ സമാരംഭിച്ച കഥകളി വിദ്യാലയം പയ്യന്നൂർ ഗ്രാമത്തിന്റെ തലപ്പാവിൽ മറ്റൊരു തൂവലായി. ചെറുപ്പം മുതൽ ഞാൻ പയ്യന്നൂരിലെ കഥകളി സാന്നിദ്ധ്യം മനസ്സിലാക്കുന്നത് നീലേശ്വരത്തു നിന്നോ ചിറക്കലിൽ നിന്നോ പയ്യന്നൂരമ്പലത്തിൽ കഥകളി ആടാനെത്തുന്ന കലാകാരന്മാരുടെ കഥകളി കോപ്പുകൾ നിറച്ച വലിയ കറുത്ത പെട്ടികൾ ചുമന്ന് ക്ഷേത്രത്തിലേക്ക് കഥകളിയോഗം വരുമ്പോഴാണ്. കുട്ടികൾക്കെല്ലാം വലിയ കൗതുകമാണ് പെട്ടിവച്ച കളിക്ക് നടന്മാർ വരുന്നത്. പയ്യന്നൂരിൽ പ്രത്യേക കഥകളിയോഗം എളുപ്പമായിരുന്നില്ല. രാജാക്കന്മാരും, അതിസമ്പന്നരായ ഇല്ലത്തെ നമ്പൂതിരിമാരും മാത്രമെ ഭീമമായ കഥകളി യോഗച്ചെലവ് താങ്ങുമായിരുന്നുള്ളു. പക്ഷെ 1950കളിൽ കളരിയുടെ തുടർച്ചയായി സ്ഥാപിച്ച കഥകളി യോഗത്തിന് നല്ലവരായ നാട്ടുകർ സഹായിച്ചു. കഥകളി അരങ്ങേറ്റം മാത്രമല്ല പല സ്ഥലങ്ങളിലും കളി നടത്താൻ പര്യടനം നടത്തുകയും ഉണ്ടായി. കണ്ണൻ മാരാർ ഗുരുക്കൾ, പാട്ടാളി കണ്ണൻ ഗുരുക്കൾ തുടങ്ങിയ ആശാന്മാരായിരുന്നു കഥകളി ഗുരുക്കന്മാർ. പ്രസിദ്ധനായ കാനാ കണ്ണൻ നായരും ഭാഗവതർ കെ.എ.കെ. പൊതുവാളും നർത്തകൻ ശിവപാലും ഈ പ്രസ്ഥാനത്തെ സഹായിച്ചു. ഗുരു ചന്തുപ്പണിക്കരും കലാമണ്ഡലം കൃഷ്ണൻ നായരുമെല്ലാം വഴികാട്ടിയ വെളിച്ചത്തിൽ പയ്യന്നൂർ കഥകളി യോഗം നന്നായി വളർന്നു. അന്നത്തെ നടന്മാരായിരുന്നു ജനാർദ്ദനൻ, പാറന്തട്ട ദാമോദരൻ (പൂന), കണ്ടമ്പത്ത് കൃഷ്ണൻ, കാമ്പ്രത്ത് മാധവൻ, ടി.ടി. കൃഷ്ണൻ, കെ. വി. രാമദാസൻ. എൻ.വി. കൃഷ്ണൻ തുടങ്ങിയവർ ഇന്നും കലാതൽപരരാണ്. ഈ പാരമ്പര്യത്തിന്റെ പശ്ചാത്തലം ഓർമ്മിപ്പിക്കുന്ന കളിഭ്രമം ഇന്നും നാട്ടിനെ വിട്ടിട്ടില്ല. നിരവധി കോൽക്കളി സംഘങ്ങൾ പ്രബലപ്പെട്ടതും കളരി പാരമ്പര്യമായാണ്. ഈ ഗുരു പരമ്പരയുടെ ആദ്യകാല കണ്ണികൾ കല്ലിടിൽ ഗുരുക്കളിൽ ആരംഭിക്കുന്നു.

11

ഹൈസ്കൂളിലേക്ക്

അമ്പതുകളുടെ അവസാനമാണ് ഞാൻ ഹൈസ്കൂളിലെത്തുന്നത്; പയ്യന്നൂർ ടൗണിലുള്ള ചിരപുരാതനമായ ബോർഡ് ഹൈസ്കൂളിൽ. ആ സ്കൂൾ 1918ലാണ് സ്ഥാപിതമായത്. അതിന്റെ ഭരണം മലബാറിലെ ഇതര ഉന്നത വിദ്യാലയങ്ങളുടേതുപോലെതന്നെ മലബാർ ഡിസ്ട്രിക്ട് ബോർഡിനായിരുന്നു. ഇന്ന് ഹൈസ്കൂളുകളെല്ലാം ഗവൺമെന്റ് സെക്കന്ററി എന്നറിയപ്പെടുന്നുണ്ടെങ്കിലും മലബാർ പ്രദേശത്ത് (ബ്രിട്ടീഷ് സർക്കാർ നേരിട്ടു ഭരിച്ച പ്രദേശം) തദ്ദേശിയമായ ഡിസ്ട്രിക്ട് ബോർഡിന് നേരിട്ട് ഭരണാധികാരമുള്ള മേഖലകളിൽ ഒന്നായിരുന്നു വിദ്യാഭ്യാസം. കേളപ്പജിയെ പോലെ അറിയപ്പെടുന്ന നിരവധി ജനനേതാക്കൾ ഡിസ്ട്രിക്ട് ബോർഡ് പ്രസിഡന്റിന്റെ പദവി അലങ്കരിച്ചിട്ടുണ്ടെങ്കിലും യശ്ശശരീരനായ പി.ടി. ഭാസ്കരപ്പണിക്കർ പ്രശസ്തനായ ബോർഡ് പ്രസിഡന്റായിരുന്നു. പി.ടി. ഭാസ്കരപ്പണിക്കരാണ് വളരെ പിന്നണിയിൽ നിൽക്കുന്ന മലബാറിലെ ഗ്രാമപ്രദേശങ്ങളിൽ ഏകാധ്യാപക വിദ്യാലയങ്ങൾ സ്ഥാപിച്ച് വലിയൊരു വിദ്യാഭ്യാസ പുരോഗതി ലക്ഷ്യം വച്ചത്. ഒ.വി. വിജയന്റെ ഖസാക്കിന്റെ ഇതിഹാസത്തിൽ പരാമർശിക്കപ്പെടുന്ന തസ്രാക്ക് എന്ന സ്ഥലത്ത് വിജയന്റെ സഹോദരിയായിരുന്ന ശാന്തയായിരുന്നു ഏകാധ്യാപിക. ഭാസ്ക്കരപ്പണിക്കരുടെ ഇംഗിതമനുസരിച്ചാണ് വിജയൻ ഖസാക്കിന്റെ ഇതിഹാസം എന്ന നോവൽ രചിച്ചതും എന്ന് പറയപ്പെടുന്നു. പിൽക്കാലത്ത് അദ്ദേഹവുമായി (പി.ടി.ബി) ഞാൻ അടുത്ത ബന്ധം പുലർത്തുകയും 'സൗമ്യം പ്രൗഢം ദീപ്തം' എന്ന തലക്കെട്ടിൽ പിടി.ബിയുടെ ജീവചരിത്രം ഞാൻ എഴുതുകയും ചെയ്തു. അദ്ദേഹം മലബാറിന്റെ വികസനത്തിനായി ഡിസ്ട്രിക്ട് ബോർഡ് പ്രസിഡന്റായിരിക്കെ ചെയ്ത സംഭാവനകളെ മറക്കാനാകില്ല. വലിയ ചരിത്ര പ്രാധാന്യമുള്ള മലബാറിന്റെ വികസനത്തിന് മുന്നിട്ടിറങ്ങിയ പിടി.ബി. വലിയ വിദ്യാഭ്യാസ പുരോഗതിക്ക് നേതൃത്വം നൽകി.

പി.ടി.ബി.യുടെ ബഹുവിധമായ പരിഷ്കാരങ്ങൾ പഠനവിഷയമാക്കി ഗവേഷണം ചെയ്യേണ്ടതാണ്.

പയ്യന്നൂർ ഹൈസ്കൂളിൽ ഞാനെത്തുന്നത് 1950ന്റെ രണ്ടാം പകുതിയിലാണ്. ഐക്യ കേരള സങ്കൽപ്പങ്ങൾ പൂവണിഞ്ഞ കാലമായിരുന്നു അത്. ആദ്യത്തെ കേരള സർക്കാർ ഇ.എം.എസിന്റെ നേതൃത്വത്തിൽ അധികാരത്തിൽ വന്നുവെങ്കിലും കുറഞ്ഞകാലംകൊണ്ട് കേന്ദ്ര സർക്കാർ ഇടപെട്ട് ആ കമ്മ്യൂണിസ്റ്റ് സർക്കാരിനെ പിരിച്ചുവിടാനുള്ള സാഹചര്യമുണ്ടായി. സൗത്ത് സ്കൂളിൽ നിന്ന് പ്രാഥമിക തലത്തിലുള്ള പഠനം കഴിഞ്ഞ് പട്ടണത്തിലെ വലിയ സ്കൂളായ ഹൈസ്കൂളിൽ ആറാം ക്ലാസ്സിൽ ചേർക്കപ്പെട്ട മുച്ചിലോട്ട് സ്കൂളിലെ ചുരുക്കം ചിലരിൽ ഒരാളായിരുന്നു ഞാൻ. അന്ന് പ്രൈമറി കഴിഞ്ഞാൽ അപ്പർ പ്രൈമറി പഠിക്കാൻ പുഞ്ചക്കാട്ടെ സെന്റ് മേരീസിലോ, കേളോത്തെ സെൻട്രൽ സ്കൂളിലോ ചേർന്ന ശേഷം എട്ടാം ക്ലാസ്സിൽ മാത്രമാണ് ഹൈസ്കൂളിലേക്ക് കുട്ടികളെ ചേർത്തിരുന്നത്. സ്വന്തം ഭവനം പോലെ തന്നെ പരിചിതമായ പ്രാഥമിക വിദ്യാലയത്തിൽ നിന്ന് പട്ടണത്തിന്റെ പരിവേഷമുള്ള ഹൈസ്കൂളിലേക്ക് ചേക്കേറിയാൽ കുട്ടികൾക്ക് വലിയ മാനസിക സമ്മർദ്ദങ്ങൾ പതിവാണ്. ഇത്തരം മാനസിക പ്രശ്നങ്ങൾ ഞാൻ ആറാം ക്ലാസ്സിൽ ചേർന്നപ്പോൾ അനുഭവിച്ചു എന്നാണ് ഓർമ്മ. ആയിരക്കണക്കിന് വിദ്യാർത്ഥികളും അപരിചിതമായ ചുറ്റുപാടും അസഹനീയമായ ഒരു മാനസിക നിലയ്ക്ക് കാരണമായി. ഇംഗ്ലീഷ് പഠനത്തിന് ഔപചാരികമായ തുടക്കം കുറിക്കുന്നത് ആറാം ക്ലാസ്സിലാണ്. തികച്ചും അപരിചിതമായ പഠനാന്തരീക്ഷം സൃഷ്ടിച്ചുകൊണ്ടാണ് അധ്യാപകർ ക്ലാസ്സിൽ പഠിപ്പിക്കുന്നത്. ഇംഗ്ലീഷ് പദങ്ങൾ പരിചയപ്പെടുത്തുന്നതിനെക്കാളും ധൃതിവച്ച് വ്യാകരണം അടിച്ചേൽപ്പിച്ചാണവരുടെ അക്കാലത്തെ അധ്യാപനതന്ത്രം. അതേസമയം ആറാം ക്ലാസ്സിൽ പഠിക്കുന്ന മറ്റനേകം വിദ്യാർത്ഥികൾ പയ്യന്നൂർ ടൗണിന്റെ മധ്യത്തിൽ തന്നെ പ്രവർത്തിച്ചിരുന്ന മിഷൻ സ്കൂളിൽ നിന്ന് അഞ്ചാം ക്ലാസ്സ് കഴിഞ്ഞ് വന്നവരാണ്. അവരുടെ പഠന നിലവാരം ഉയർന്നതാണ്, എന്നുമാത്രമല്ല അവർക്ക് ഉയർന്ന ക്ലാസ്സുകളിൽ എത്തിയപ്പോൾ ഒരു അപരിചിതത്വമേ ഇല്ല. പയ്യന്നൂർ സ്കൂളിന്റെ ഒരു ഫീഡർ സ്കൂൾ എന്ന നിലയിൽ വളർന്നുവന്ന മിഷൻ സ്കൂൾ ഹൈസ്കൂളിന്റെ അയൽപക്കം പോലെയായിരുന്നു. മിഷൻ സ്കൂളായതുകൊണ്ട് ഇംഗ്ലീഷ് പഠിത്തവും മറ്റു നിരവധി കലാകായിക പ്രവർത്തനങ്ങളും ഊർജ്ജിതമായി നടന്നുകൊണ്ടിരിക്കുന്ന സ്കൂളാണത്. അവർക്ക് യോജിച്ച രീതിയിലാണ് ഹൈസ്കൂളി

ലെ പുതിയ ക്ലാസ്സിൽ ഇംഗ്ലീഷും സയൻസും കണക്കും മറ്റും പഠിപ്പിച്ചു കൊണ്ടിരുന്നത് എന്ന സത്യം എന്നെ ഉലച്ചുകളഞ്ഞു. കോഴിക്കോട്ടെ ബാസൽ മിഷൻ ചിട്ടയോടെ നടത്തിയ ഒരു പ്രാഥമിക വിദ്യാലയമായി രുന്നു പയ്യന്നൂരിലെ മിഷൻ സ്കൂൾ. പയ്യന്നൂരിലെ മറ്റു പ്രാഥമിക വി ദ്യാലയങ്ങളിൽ നിന്ന് വ്യത്യസ്തമായ സംസ്കാരമാണ് അവിടെ ഉണ്ടാ യിരുന്നത്. ഡാൻസും സംഗീതവും സ്പോർട്സും മറ്റും അവർ കുട്ടിക ളിൽ ഔചിത്യപൂർവ്വം ചെലുത്തിയിരുന്നു. ആ കാലം ഒരു വലിയ മാന സിക സംഘർഷം തന്നെ സൃഷ്ടിച്ചു എന്നത് ഞാൻ ഓർക്കുന്നു. ഹൈ സ്കൂളിൽ രണ്ടു മലയാള അധ്യാപകർ എനിക്ക് വളരെ വേണ്ടപ്പെട്ടവ രായി അന്നുണ്ടായിരുന്നു. മലയാളി എന്ന് വിളിപ്പേരുള്ള വി.പി. കു ഞ്ഞിരാമപ്പൊതുവാളും കെ.വി.ആർ എന്ന് അ റിയപ്പെടുന്ന കെ.വി. രാഘവപ്പൊതുവാളും ആയിരുന്നു അവിടെയുണ്ടായിരുന്ന കുടുംബ സുഹൃത്തുക്കളും ബന്ധുക്കളും അഭ്യുദയ കാംക്ഷികളുമായ അധ്യാപകർ. ആറാം ക്ലാ സ്സിലെ അന്തരീക്ഷങ്ങളൊന്നും ശരിപ്പെടാതെ ദുഃഖിതനായി കഴിഞ്ഞ ഞാൻ ആയിരക്കണ ക്കിന് കുട്ടികൾ പഠിക്കുന്ന ഹൈസ്കൂളിൽ ഏതാണ്ട് ഒറ്റപ്പെട്ട നിലയിലായിരുന്നു. എന്റെ നിരന്തരമായ സമ്മർദ്ദം കാരണം എന്റെ അ മ്മ മലയാളി മാഷോടും കെ.വി.ആറിനോടും എന്നെ ഒന്നു പ്രത്യേകം പരിഗണിക്കാൻ പറയുക കൂടി ചെയ്തു. അ വർ ആറാം ക്ലാസ്സിൽ വന്നു ക്ലാസ്സെടുക്കുന്നവരല്ലെങ്കിലും ക്ലാസ്സിന്റെ ചു മതലയുള്ള അൽപ്പം കർക്കശമതിയായ അനന്തകൃഷ്ണൻ മാഷോടും ഇടയ്ക്കുവന്ന് സംസാരിക്കുന്നത് ഞാൻ കാണുന്നുണ്ട്. എന്റെ മനസ്സിൽ വലിയ തെളിനീർ പാതമായിരുന്നു അവരുടെ വരവ്. അഞ്ചാറു മാസം കഴിഞ്ഞപ്പോൾ ഞാൻ ചുറ്റുപാടുമായി ഒരുവിധം പൊരുത്തപ്പെട്ടു. മി ഷൻ സ്കൂളിൽ നിന്നുവന്ന കുട്ടികളായ രാമകൃഷ്ണൻ, രാമചന്ദ്രൻ, ഗോവിന്ദൻകുട്ടി, പുരുഷോത്തമൻ, മനോമോഹൻ എന്നിവരും, രാമസ്വാ മി, കെ. ഇ. സുരേന്ദ്രൻ, ബാലപ്പൊതുവാൾ, രാധാകൃഷ്ണൻ, കണ്ടമ്പ ത്ത് നാരായണൻ, ടി.എ. രാധാകൃഷ്ണൻ, റ്റി.എ. രാഘവൻ, കെ.യു. ഗോവിന്ദൻ, പി.ഒ. വിജയകുമാർ, കടയപ്രത്ത് രാമചന്ദ്രൻ, കുഞ്ഞിമം ഗലം ദാമു, എൻ.വി. ബാലകൃഷ്ണൻ തുടങ്ങിയവർ എന്റെ ആത്മ മി ത്രങ്ങളായി വിദ്യാഭ്യാസത്തിന്റെ എല്ലാ സരണികളിലും കൂടെയുണ്ടാ

മലയാളി മാഷ്

യിരുന്നു. ഇന്നും അവരിൽ ചില ആത്മബന്ധുക്കളുടെ സഹവാസം തുടരുന്നു എന്നത് തിരിഞ്ഞുനോക്കുമ്പോൾ കൂടുതൽ സ്വാർത്ഥകമായി തോന്നുന്നു. മിക്കവരും കോളേജ് വിദ്യാഭ്യാസ കാലത്തും എന്റെ സതീർത്ഥ്യരായിരുന്നു.

ഉന്നതമായ പാരമ്പര്യം അവകാശപ്പെടാവുന്ന വിദ്യാലയമാണ് പയ്യന്നൂർ ഹൈസ്കൂൾ. പയ്യന്നൂർ ടൗണിന്റെ നടുവിൽ തന്നെ റോഡരുകിൽ സ്ഥിതിചെയ്യുന്ന പഴയ ബോർഡ് സ്കൂൾ കെട്ടിടം ഇപ്പോഴും തലയുയർത്തി നിൽക്കുന്നു. ഇന്ന് പഴയ കെട്ടിടങ്ങൾ പൊളിക്കുക പുതിയ കോൺക്രീറ്റ് കെട്ടിടങ്ങൾ ലക്കും ലഗാനുമില്ലാതെ സൃഷ്ടിക്കുക എന്ന തത്വമാണ് സർക്കാരായാലും സ്വകാര്യ മാനേജ്മെന്റായാലും അനുവർത്തിക്കുന്നത്. പയ്യന്നൂർ ഹൈസ്കൂൾ കെട്ടിടങ്ങൾ വിശാലമായി പരന്നു കിടക്കുന്നതാണ്. ഇപ്പോൾ പഴയ ഹൈസ്കൂൾ കൂടാതെ രണ്ടുമൂന്ന് വിദ്യാലയങ്ങൾ ആ കോമ്പൗണ്ടിൽ ഉണ്ട്. ഞാൻ ആറാം ക്ലാസ്സിൽ ചേർന്നപ്പോൾ പ്രധാന കെട്ടിടത്തിന് വടക്കു മാറി ഒരു ചെറിയ ഇടവഴിക്കുമപ്പുറം പുതുതായി കെട്ടിയുണ്ടാക്കിയ ഒരു വിശാലമായ അഴിയിട്ട ഹാളിലാണ് ആറാം ക്ലാസ്സ്. സൗത്ത് എൽ.പി.യിലെ ക്ലാസ്സ് മുറിയെ ഓർമ്മിപ്പിക്കുന്ന അന്തരീക്ഷം തന്നെ. ഒരു ക്ലാസ്സിൽ പഠിപ്പിക്കുന്ന ഒച്ചയും ബഹളവും അടുത്ത ക്ലാസ്സിലും ശ്രദ്ധിച്ചാൽ കേൾക്കാം. ഒന്നു മലയാളം ക്ലാസ്സാണെങ്കിൽ മറ്റൊന്ന് കണക്കോ ഇംഗ്ലീഷോ ആകും. പ്രധാന കെട്ടിട സമുച്ചയത്തിൽ നിന്ന് മാറി അകലെ സ്ഥിതി ചെയ്യുന്ന കെട്ടിടമാകയാൽ അധ്യാപകരും കുട്ടികളും ആറാം ക്ലാസ്സും ഏഴാം ക്ലാസ്സും ഉള്ള ആ കെട്ടിടത്തെ പാക്കിസ്ഥാൻ എന്നാണ് തമാശയായി വിളിച്ചത്. സ്കൂൾ കെട്ടിടത്തിന്റെ പടിഞ്ഞാറു വശം പേടിതോന്നിക്കുന്ന ഒരു കുളമുണ്ട്. അതാണ് ദേവാരിക്കുളം. അതൊരു സ്വകാര്യ വ്യക്തിയുടേതാണ്. അതിലെ വെള്ളത്തിന് കട്ടിയുള്ള പച്ച നിറമായിരുന്നു. പലതരം ഗ്രീൻ ആൽഗകൾ സമൃദ്ധമായി വളരുന്ന കുളം കല്ലു കെട്ടിയതു തന്നെയായിരുന്നു. അതിന്റെ കരയിലായിരുന്നു പയ്യന്നൂർ അസിസ്റ്റന്റ് എഡ്യൂക്കേഷണൽ ഓഫീസറുടെ (ഏ.ഇ.ഒ) ഓഫീസ് അന്ന്.

12

വലിയ പാരമ്പര്യം പിൻപറ്റുന്ന വിദ്യാലയം

പയ്യന്നൂർ ഹൈസ്കൂൾ ഉത്തര കേരളത്തിലെ സ്വാതന്ത്ര്യ സമരകാലത്ത് പ്രധാനപ്പെട്ട ഒരു വിദ്യാഭ്യാസ കേന്ദ്രമായിരുന്നു. വിദ്യാർത്ഥികൾ സമരങ്ങളിൽ സ്വാതന്ത്ര്യ സമരകാലത്തെ തുടർച്ചയായി പങ്കെടുക്കുമായിരുന്നു. ഇന്നത്തെപ്പോലെ സൈക്കിൾ ചെയിൻ, ഹോക്കിസ്റ്റിക്, ക്രിക്കറ്റ് ബാറ്റ് എന്നിവ കൊണ്ട് ആർത്തുവിളിച്ച് രണ്ടു വിഭാഗങ്ങളായി അന്യോന്യം തല്ലുകൂടി തലതല്ലിപ്പൊളിച്ചുള്ള വിനാശകരമായ സമരമല്ല മറിച്ച് പാരതന്ത്ര്യത്തിന്റെ പാതാളത്തിൽ അകപ്പെട്ടുപോയ ഭാരതത്തെ ബ്രിട്ടീഷുകാരിൽ നിന്ന് മോചിപ്പിക്കാനുള്ള അഹിംസാത്മകമായ സമരമുറയാണ് വിദ്യാർത്ഥികൾ പഴയകാലത്ത് സമരം എന്ന പേരിൽ അവലംബിച്ചത്. പയ്യന്നൂർ പ്രദേശത്തെ ജനങ്ങൾ ചെറിയ കാര്യങ്ങൾക്കുപോലും വലുതായി പ്രതികരിക്കുന്നവരാണ്. വിദ്യാർത്ഥികളും യുവാക്കളും സമരത്തിന് എടുത്തുചാടാൻ പിന്നിലല്ല. സ്കൂൾ പഠനകാലത്ത് വിദ്യാർത്ഥികളുടെ നേതാക്കൾ, (വിമോചന സമരത്തിലും) പോലീസിന്റെ മർദ്ദനം ഏറ്റിട്ടുണ്ട്. സമര നേതാക്കളായ കൂത്തൂർ കൃഷ്ണൻ, പുലിക്കോടൻ കൃഷ്ണൻ, എം.പി. പ്രഭാകരൻ, കരിപ്പത്ത് ബാലൻ തുടങ്ങിയവർ വാങ്ങിക്കൂട്ടിയ മർദ്ദനത്തിനു കണക്കില്ല. സ്കൂൾ വിദ്യാഭ്യാസ കാലത്ത് ഞാനും എന്റെ അടുത്ത സ്നേഹിതരും ഒരു നിയന്ത്രണ രേഖയ്ക്ക് ഉള്ളിലാണ്. വീട്ടിലുള്ളവർ ഇത്തരം കാര്യങ്ങൾക്ക് അനുവദിക്കില്ല. പക്ഷെ വിലക്കുകൾ അവഗണിച്ചാണ് എന്റെ ജ്യേഷ്ഠൻ ബാലകൃഷ്ണൻ സമര രംഗത്തു പോയതും പോലീസ് പിടിച്ചതും മറ്റും. കുറേ വർഷത്തിനുശേഷം പയ്യന്നൂർ ഹൈസ്കൂളിൽ നിന്നുള്ള സമര പാരമ്പര്യം ഉൾക്കൊണ്ട് എം. നാരായണൻകുട്ടി, കെ.സി. വേണുഗോപാൽ, കാനാ രാമകൃഷ്ണൻ, സി. ജനാർദ്ദനൻ, കണ്ണോത്ത് ദിവാകരൻ തുടങ്ങിയവർ വലിയ വിദ്യാർത്ഥി നേതാക്കന്മാരായി മുൻനിരയിൽ ഉണ്ടായിരുന്നു. എന്റെ അമ്മാവന്റെ മകൻ കാമ്പ്രത്ത് ശശിധരൻ കോളേ

ജ് വിദ്യാഭ്യാസകാലത്ത് സമര മുന്നണിയിലെ ഒരു യോദ്ധാവായിരുന്നു. കോൺഗ്രസ്സ് പാരമ്പര്യമുള്ള വീടുകളിലെ കുട്ടികളാണ് അന്ന് സമര മുന്നണിയിൽ. ഗവൺമെന്റ് ഹൈസ്കൂളിൽ ഒരു എതിർ ഗ്രൂപ്പ് എന്നത് ഇല്ല എന്നതായിരുന്നു സത്യം. പോലീസിന്റെ അടി കൊള്ളുമെങ്കിലും ഒരു ലക്ഷ്മണ രേഖയുണ്ടായിരുന്നു സമരവീര്യത്തിന്. സ്വാതന്ത്ര്യാനന്തരം പയ്യന്നൂരിലെ പല വിദ്യാർത്ഥി സമരങ്ങളും ഈ പാരമ്പര്യത്തിൽ ഊന്നിയിരുന്നു. പഴയ പാരമ്പര്യം ഓർമ്മിക്കുമ്പോൾ സ്വാതന്ത്ര്യ സമരത്തിൽ പങ്കെടുത്ത വിദ്യാർത്ഥികളിൽ പലരേയും അറസ്റ്റ് ചെയ്ത് ജയിലലടക്കുമായിരുന്നു. 1942 കാലങ്ങളിൽ ക്വിറ്റ് ഇന്ത്യാ സമരകാലത്ത് കുഞ്ഞിരാമൻ അടിയോടി എന്ന ഒരു വിദ്യാർത്ഥിയെ ബ്രിട്ടീഷു പട്ടാളം സമരമുഖത്തു നിന്ന് വേട്ടയാടി ജയിലിൽ കൊണ്ടുപോയി. കൊടുംക്രൂരമായ മർദ്ദനം സഹിക്കാനാകാതെ സ്വതവെ രോഗിയായ ആ വിദ്യാർത്ഥി ജയിലിൽ തന്നെ മരിച്ചുവീണ ദയനീയമായ ഒരു കഥ ഇന്നും പയ്യന്നൂർ ഹൈസ്കൂളിന് പറയാനുണ്ട്. അദ്ദേഹത്തിന്റെ സ്മാരകമായി കുഞ്ഞിരാമനടിയോടി ഹാൾ സ്കൂളിൽ ഉയർത്തിയിട്ടുണ്ട്. ഇന്ന് നിരവധി കെട്ടിടങ്ങളും അവയുടെ പുറകിൽ വിശാലമായ മൈതാനവും സ്റ്റേഡിയവും ഉള്ള പയ്യന്നൂർ ഹൈസ്കൂളിൽ പെൺകുട്ടികൾക്കു മാത്രമുള്ള ഒരു ഗേൾസ് സ്കൂളും ഇപ്പോൾ ഉണ്ട്. കൂടാതെ VHSC യും ഉണ്ടവിടെ. പ്രഗത്ഭരായ ഒരു അധ്യാപക സമൂഹം എന്നും ആ സ്കൂളിൽ പഠനത്തിന് കാവലാളായി ഉണ്ടായിരുന്നു എന്നത് ഒരു സവിശേഷതയായിരുന്നു. മലയാള ഭാഷാരംഗത്തെ പ്രഗത്ഭരുടെ ഒരു നിരതന്നെ സ്ഥിരമായി ആ വിദ്യാലയത്തിലുണ്ടായിരുന്നു. ഒരു നൂറ്റാണ്ട് പിന്നിട്ട പ്രധാന സ്കൂൾ കെട്ടിടം കൂടാതെ വർദ്ധിച്ചുവരുന്ന വിദ്യാഭ്യാസ ആവശ്യങ്ങൾ പരിഗണിച്ച് ധാരാളം പുതിയ കെട്ടിടങ്ങൾ ഇന്ന് സ്കൂളിനുണ്ട്. 1950–60 കാലങ്ങളിൽ പ്രധാനമായും ഉണ്ടായിരുന്നത് ഒരു മുഖ്യ സ്കൂൾ കെട്ടിടവും, എക്ട്രാ കരിക്കുലർ വിഷയമായ വീവിങ്ങ് ക്രാഫ്റ്റ് മുതലായവ പരിശീലിപ്പിക്കാനുള്ള ഉപകരണങ്ങൾ നിറഞ്ഞ മറ്റൊരു പഴയ ആർക്കിടെക്ച്ചർ മാതൃക പിന്തുടരുന്ന കെട്ടിടവും ആണ്. ഈയിടെ അവിടെ ചെന്നപ്പോൾ ആ കെട്ടിടങ്ങളൊന്നും അവിടെ കണ്ടില്ല. ഒരു ആസൂത്രണവുമില്ലാതെ കെട്ടിപ്പൊക്കിയ കുറേ കെട്ടിടങ്ങൾ കണ്ടു. അന്നൊക്കെ പിന്നിൽ ഒരു ചൂരൽ വടിയും ഒളിപ്പിച്ച് കെട്ടിടത്തിന്റെ എല്ലാ മുക്കിലും മൂലയിലും അച്ചടക്കം പാലിക്കാനുള്ള ഉദ്ദേശ്യത്തോടെ പതുങ്ങി നടക്കുന്ന ഹെഡ്മാസ്റ്ററെയാണ് കാണുക. അജാനുബാഹുവായ കുഞ്ഞിരാമനടിയോടി എന്ന ഒരു ഹെഡ്മാസ്റ്ററെ കണ്ട മാത്രയിൽ തന്നെ കുട്ടികൾ ഭയവിഹ്വലരാകും. ഞാൻ പഠിക്കുന്ന കാലത്ത് അടിയോടി മാസ്റ്ററായി

രുന്നു പ്രധാന അധ്യാപകൻ. പിന്നീട് കെ. കൃഷ്ണൻ മാസ്റ്റർ കുറേ ക്കാലം പ്രധാന അധ്യാപകനായിരുന്നു. അദ്ദേഹം സർവ്വീസിൽ നിന്ന് വിരമിച്ചിട്ടും ദീർഘകാലം (നൂറുവയസ്സുവരെ) ആരോഗ്യത്തോടെ ജീവിച്ചിരുന്നു. പ്രഗത്ഭരായ ഭാഷാ പണ്ഡിതന്മാരായ എ.കെ. കൃഷ്ണപ്പൊതുവാൾ (എ.കെ.പി), കെ.കെ.പി. മാസ്റ്റർ, ശിരോമണി നാരായണൻ മാസ്റ്റർ, കെ.കെ. പൊതുവാൾ, വി.പി. ബാലകൃഷ്ണൻ മാസ്റ്റർ, മലയാളി മാസ്റ്റർ, കെ.വി.ആർ. പയ്യന്നൂർ എന്നിവർ മലയാളം കൈകാര്യം ചെയ്ത പ്രഗത്ഭരാണ്. ഹെഡ്മാസ്റ്ററായ കൃഷ്ണൻ മാസ്റ്റർ (പ്രൊ: രാജഗോപാലിന്റെ പിതാവ്), കല്യാണരാമൻ, കെ.വി. കൃഷ്ണൻ മാസ്റ്റർ തുടങ്ങിയവർ ഇംഗ്ലീഷ് അധ്യാപകരാണ്. കണക്ക് നന്നായി പഠിപ്പിക്കുന്ന അപ്പുക്കുട്ടൻ മാസ്റ്ററേയും ഓർമ്മിക്കുന്നു. പയ്യന്നൂർ ഹൈസ്കൂൾ ജീവിതകാലത്ത് ഞാൻ കണ്ട ഒരു മാതൃകാ അധ്യാപകൻ അബ്ദുള്ള മാഷായിരുന്നു. അദ്ദേഹത്തിന്റെ ഖദർ ശുഭ്രവസ്ത്രവും അതിലും ശുഭ്രമായ കൈലേസും പ്രസിദ്ധമായിരുന്നു. അബ്ദുള്ള മാഷ് ഉന്നത ശീർഷനായ ദേശീയവാദിയായ അധ്യാപകനായിരുന്നു. പയ്യന്നൂർ ബസാറിലെ പ്രമുഖ വ്യാപാരിയായിരുന്ന ഖാദർ മുഹമ്മദിന്റെ മകനുമായിരുന്നു. ഗണിതം ലളിതമായി പഠിപ്പിച്ച കാമ്പ്രത്ത് കണ്ണപ്പൊതുവാൾ മാസ്റ്റർ, അദ്ദേഹത്തിന്റെ അനന്തിരവർ ടി.കെ. ചിണ്ടൻ മാസ്റ്ററും ടി.കെ. നാരായണൻ മാഷും പ്രഗത്ഭമതികളായിരുന്നു. നാരായണൻ മാഷ് ജില്ലാ വിദ്യാഭ്യാസ ഡയറക്ടർ വരെയെത്തിയാണ് വിരമിച്ചത്.

ശാസ്ത്രവിഷയങ്ങളിൽ പ്രഗത്ഭരായ ടി.എസ്. രാമചന്ദ്ര അയ്യർ, കരുണാകരൻ മാസ്റ്റർ എന്നിവരും എന്നെ പഠിപ്പിച്ചിട്ടുണ്ട്. ഒരാൾ ഒന്നാന്തരം രസതന്ത്രം അധ്യാപകനും, അടുത്തയാൾ സമർത്ഥനായ ബയോളജി അധ്യാപകനും. ശാസ്ത്ര കാര്യങ്ങൾ ലേഖന രൂപത്തിൽ അവതരിപ്പിക്കാനുള്ള താൽപര്യം ഉണർത്തിയത് അധ്യാപകരായിരുന്നു. പയ്യന്നൂർ ഹൈസ്കൂളിൽ കാലാകാലങ്ങളായി പയ്യന്നൂർക്കാരായ അധ്യാപകരാണ് കൂടുതലും ഉണ്ടായിരുന്നത് എന്നാണ് ഓർമ്മ. ഹിന്ദി പഠിപ്പിച്ച ഗോവിന്ദൻ നമ്പീശൻ മാസ്റ്ററും മറ്റും എന്നും ഓർമ്മിക്കപ്പെടേണ്ടവരാണ്. നമ്പീശൻ മാസ്റ്റർ പീരങ്കി നമ്പീശൻ എന്നും അറിയപ്പെട്ടു. സ്വാതന്ത്ര്യ സമരവേളയിൽ ബ്രിട്ടീഷ് പീരങ്കിയുടെ മേലെ കയറിനിന്ന് പ്രസംഗിച്ച സ്വാതന്ത്ര്യ സമര സേനാനിയായിരുന്നു അദ്ദേഹം. ഞാൻ പിൽക്കാലത്ത് പയ്യന്നൂർ കോളേജിൽ അദ്ധ്യാപകനായി ചെന്നപ്പോൾ അദ്ദേഹത്തിന്റെ മകനെ പഠിപ്പിച്ചു. രാധാകൃഷ്ണൻ പിന്നെ ഡോക്ടറായി. ആലിമാഷും, എച്ച്.കെ. മാഷും, കണ്ണപ്പൊതുവാൾ മാഷും കുഞ്ഞമ്പു മാഷും മറ്റും യു.പി. തലത്തിൽ പഠിപ്പിച്ചവരുടെ കൂട്ടത്തിൽ സ്മരണ

യിൽ ഉയരുന്നു. കണ്ണപ്പൊതുവാൾ മാസ്റ്ററുടെ അനന്തിരവൻമാരായിരുന്നു അധ്യാപനം കലയാക്കിയ ടി.കെ. ചിണ്ടൻ മാസ്റ്ററും, നേരത്തെ പറഞ്ഞ ടി.കെ. നാരായണൻ മാസ്റ്ററും, എച്ച്.എസ്. മാസ്റ്ററും, എം.എസ്സ്. മാസ്റ്ററും ഓർമ്മയിലുണ്ട്. കണ്ണപ്പൊതുവാൾ മാസ്റ്ററുടെ മകനായിരുന്നു വി.എം. ബാലകൃഷ്ണൻ മാസ്റ്റർ. പിന്നീട് ടെലഫോൺ വകുപ്പിലെ ഉന്നത പദവിയിലെത്തി. കണ്ണൂർ ജില്ലയിലെ ഏറ്റവും പേരെടുത്ത കായിക താരങ്ങളും, കലാകാരന്മാരും രാഷ്ട്രീയ നേതാക്കന്മാരും പയ്യന്നൂർ ഹൈസ്കൂളിലായിരുന്നു ഒരു കാലത്ത്. ഫുട്ബോൾ, വോളിബോൾ കളികളിൽ കേമന്മാരായിരുന്നു പയ്യന്നൂർ ഹൈസ്കൂളിലെ അന്നത്തെ വിദ്യാർത്ഥികൾ. ഞാൻ പയ്യന്നൂർ ഹൈസ്കൂൾ വിദ്യാർത്ഥിയായിരുന്ന 1955-63 കാലത്ത് സ്പോർട്സ് രംഗത്ത് പുതിയ ഇതിഹാസങ്ങൾ രചിച്ച പ്രഗത്ഭർ ധാരാളമുണ്ടായിട്ടുണ്ട്. കാനാ ഗോവിന്ദൻകുട്ടി, ഭരതഷേണായി, കാനാ പത്മനാഭൻ (എന്റെ സഹപ്രവർത്തകനായി പിന്നീട് പയ്യന്നൂർ കോളേജിൽ വന്നു പ്രിൻസിപ്പലായി വിരമിച്ചു) കെ.വി. കുമാരൻ, കൂത്തൂർ കൃഷ്ണൻ, പുലിക്കോടൻ കൃഷ്ണൻ, എം.പി. പ്രഭാകരൻ, കരിപ്പത്ത് ബാലൻ, കൂത്തൂർ ഗോപാലൻ തുടങ്ങിയ വിദ്യാർത്ഥി നേതാക്കന്മാരും ആ കാലത്തുതന്നെയായിരുന്നു മികച്ച നേതൃഗുണമുള്ള പ്രകടനങ്ങൾ കാഴ്ചവച്ചത്. അങ്ങിനെ വലിയ പാരമ്പര്യം അവകാശപ്പെടാവുന്ന ഒരു മഹാ വിദ്യാലയമാണ് ഞാൻ 1963വരെ പഠിച്ച പയ്യന്നൂർ ഹൈസ്കൂൾ.

സ്കൂൾ ഫൈനലിനുശേഷം ഉന്നത വിദ്യാഭ്യാസത്തിന് ചേർന്നവരിൽ ഒരു ഡസൻ പേരെങ്കിലും പയ്യന്നൂർ ഹൈസ്കൂളിൽ നിന്ന് കോഴിക്കോട്ടേക്കാണ് വണ്ടി കയറിയത്. ദേവഗിരി, ഗുരുവായൂരപ്പൻ, മലബാർ ക്രിസ്ത്യൻ കോളേജുകളിൽ ചേക്കേറിയ സഹപാഠികളിൽ പലരും ഇന്ന് ഉന്നത സ്ഥാനങ്ങളിലുണ്ട്. നാനാ മേഖലകളിലും പയ്യന്നൂർ പ്രദേശം ആർജ്ജിച്ചിരുന്ന ഉന്നത പൈതൃകത്തിന്റെ വക്താക്കളായിരുന്നു പലരും. ഒരർത്ഥത്തിൽ ചിരപുരതനമായ പയ്യന്നൂർ സംസ്കാര പാരമ്പര്യത്തിന്റെ ദീപശിഖ വഹിച്ചവർ മുഖ്യമായും പയ്യന്നൂർ ഹൈസ്കൂളിൽ പഠിച്ച യുവാക്കളാണ്. പയ്യന്നൂരിന്റെ പാരമ്പര്യകലകളായ പൂരക്കളി, കോൽക്കളി തുടങ്ങി നിരവധി പ്രാദേശിക കായികരംഗങ്ങളിലും മിന്നിത്തിളങ്ങിയ പാരമ്പര്യം പ്രസരിച്ചത് ഒരുവേള ഈ മാതൃവിദ്യാലയത്തിൽ നിന്നാണ്. ആധുനിക കാലത്ത് കോഴിക്കോട് യൂണിവേഴ്സിറ്റി കലാകായിക രംഗത്തെ താരങ്ങളെ ഏറെ സമ്മാനിച്ചതും പയ്യന്നൂർ കോളേജാണ്. പയ്യന്നൂരിൽ പിൽക്കാലത്ത് സാമൂഹിക-രാഷ്ട്രീയ മണ്ഡലങ്ങളിൽ അത്ഭുതങ്ങൾ തന്നെ പടർത്തിയ സാംസ്കാരിക നേതാക്കന്മാരെല്ലാം ഈ വി

ദ്യാലയത്തിലെ ഉൽപ്പന്നങ്ങളാണ്. തൊട്ടടുത്ത പ്രദേശമായ തൃക്കരിപ്പൂർ, കരിവള്ളൂർ, വയക്കര, മാതമംഗലം, കുഞ്ഞിമഗംലം തുടങ്ങിയ ഗ്രാമങ്ങളിലെല്ലാം പിന്നീട് ഹൈസ്കൂൾ തുടങ്ങി. അതുവരെയും പയ്യന്നൂരിലേയും ചുറ്റുവട്ടത്തിലേയും യുവത്വത്തെ രൂപപ്പെടുത്തിയെടുത്ത മാതൃവിദ്യാലയം പയ്യന്നൂർ ഹൈസ്കൂളാണ്. ഇപ്പോൾ പയ്യന്നൂരിൽതന്നെ ഗവ:ഹൈസ്കൂൾ കൂടാതെ പെൺകുട്ടികൾക്കു മാത്രമായുള്ള സെന്റ് മേരീസും സി.ബി.എസ്.സി. സിലബസ്സുപ്രകാരം പ്രവർത്തിക്കുന്ന മറ്റു വിദ്യാലയങ്ങളും ധാരാളമായുണ്ട്. ചുറ്റുപാടുമുള്ള പ്രദേശങ്ങളിലും സരസ്വതി ക്ഷേത്രങ്ങൾക്ക് ഒരു പഞ്ഞവുമില്ല.

പയ്യന്നൂർ ഗവൺമെന്റ് ഹയർ സെക്കണ്ടറി സ്കൂളിൽ നിന്ന് 1963ലാണ് ഞാൻ എസ്.എൽ.സി. പരീക്ഷ പാസ്സായത്. അന്ന് സ്കൂൾ ഫൈനൽ പൊതുപരീക്ഷ വലിയ പ്രാധാന്യത്തോടുകൂടിയാണ് ഏവരും കണ്ടിരുന്നത്. ഒരു ചാറ്റൽമഴയുള്ള ദിവസം അതിരാവിലെ പയ്യന്നൂർ ടൗണിൽ കാത്തിരുന്നു, മനോരമയിൽ അച്ചടിച്ചുവന്ന പരീക്ഷാഫലം നോക്കാൻ ഹൃദയമിടിപ്പോടെ പോയതോർമ്മയുണ്ട്. അക്കാലത്ത് കുട്ടികൾ ആദ്യ ശ്രമത്തിൽ തന്നെ എല്ലാ വിഷയത്തിലും പാസ്സാകുന്നതും ദുർല്ലഭമാണ്. പരീക്ഷയ്ക്ക് നൂറും നൂറ്റമ്പതും വിദ്യാർത്ഥികൾ പ്രവേശിക്കുമെങ്കിലും ഒരു 30-40% പേർ മാത്രമേ കോളേജ് വിദ്യാഭ്യാസത്തിന് അർഹത നേടുംവിധം പാസ്സാകാറുള്ളു എന്നതാണ് അന്നത്തെ സ്ഥിതി.

1960കൾ പയ്യന്നൂരിനെ മാത്രമല്ല വടക്കേ മലബാറിലെ മിക്ക പ്രദേശങ്ങളേയും സംബന്ധിച്ചിടത്തോളം ഒരു വികസനത്തിന്റെ കാറ്റു വീശിയ കാലയളവായിരുന്നു. പുതിയ നിരവധി പ്രസ്ഥാനങ്ങൾ മുളച്ചുവന്ന കാലം. പല വികസന പ്രവർത്തനങ്ങൾക്കും തുടക്കമിട്ട കാലം, അക്കാലത്ത് വികസന ബ്ലോക്കുകൾ ഉൾപ്പെടെ പയ്യന്നൂരിലൊരു കോളേജ് ആരംഭിച്ചത് (പയ്യന്നൂർ എഡ്യൂക്കേഷണൽ സൊസൈറ്റി) അറുപതുകളുടെ മധ്യത്തിലാണ്. അതുവരെ ഹൈസ്കൂൾ വിദ്യാഭ്യാസം പൂർത്തിയാക്കിയ വിദ്യാർത്ഥികൾ ഉന്നത വിദ്യാഭ്യാസം തേടിപ്പോയത് കാസർഗോഡ്, തലശ്ശേരി, പാലക്കാട് മുതലായ സ്ഥലങ്ങളിലെ ഗവൺമെന്റ് കോളേജിലോ കണ്ണൂർ ശ്രീനാരായണ കോളേജിലോ അതുമല്ലെങ്കിൽ കോഴിക്കോട്ടെ പേരുകേട്ട മലബാർ ക്രിസ്ത്യൻ, ദേവഗിരി, ഗുരുവായൂരപ്പൻ എന്നീ കോളേജിലോ ആയിരുന്നു. പയ്യന്നൂർ എഡ്യൂക്കേഷണൽ സൊസൈറ്റി പ്രശസ്ത വക്കീലായിരുന്ന കെ.എസ്. ഉമാമഹേശ്വര അയ്യരുടെ നേതൃത്വത്തിലാണ് ആരംഭിച്ചത്. (അദ്ദേഹത്തിന്റെ മകനായ ബാലസുബ്രഹ്മണ്യൻ എന്റെ അടുത്ത സ്നേഹിതനാണ്.) എടാട്ട് എ

ന്ന പ്രദേശത്ത് വിശാലമായ കുന്നിൻപുറത്ത് പയ്യന്നൂർ കോളേജ് എന്ന പേരിൽ ഒരു ഉന്നത വിദ്യാഭ്യാസ സ്ഥാപനം ഉയർത്തിയത് ഈ സംഘടനയാണ്. പയ്യന്നൂരമ്പലത്തിന്റെ വടക്കുവശത്തുള്ള വിശാലമായ വടക്കെ വയലിലാണ് ആദ്യം ഈ സ്ഥാപനം തുടങ്ങാൻ തീരുമാനിച്ചതെങ്കിലും വ്യാഘ്രലം ശിവരാമകൃഷ്ണയ്യർ എന്ന ജന്മിയുടെ വകയായി കമ്മറ്റിക്ക് സംഭാവനയായി കിട്ടിയ പയ്യന്നൂരിന് കിഴക്ക് എടാട്ടെന്ന പ്രദേശമായിരുന്നു കൂടുതൽ യോജിച്ചത്. ഉമാമഹേശ്വരയ്യരുടെ ആശയങ്ങൾക്ക് പിന്തുണ നൽകിയവരിൽ പ്രധാനി അയ്യരുടെ സന്തതസഹചാരിയായിരുന്ന എന്റെ അമ്മാവൻ അത്തായി കണ്ണപ്പൊതുവാളായിരുന്നു. അന്ന് കോളേജ് ധനശേഖരണത്തിനായി ലോട്ടറി അടിച്ചിറക്കിയിരുന്നു. കോളേജ് സമിതിയിലെ അംഗങ്ങളായ ഡോ. എ.വി. കരുണാകരൻ, ബി.കെ. തിരുമുമ്പ്, കെ. ഗോവിന്ദൻ, അഡ്വ. കുഞ്ഞിരാമൻ നമ്പ്യാർ, ഗണേശയ്യർ, ഗോവിന്ദമല്ലൂർ, സുകുമാരൻ നമ്പ്യാർ, ഗംഗാധര ഷേണായി, വി.പി. നാരായണപ്പൊതുവാൾ, സുബ്രഹ്മണ്യ ഷേണായി, കണ്ണോത്ത് കുഞ്ഞിരാമൻ നായർ (ഇന്നത്തെ കോളേജ് കമ്മിറ്റി പ്രസിഡന്റ് രാമചന്ദ്രന്റെ പിതാവ്) ബാലകൃഷ്ണൻ തിരുമുമ്പ് തുടങ്ങിയവർ ഈ പ്രസ്ഥാനത്തിനു വലിയ പിന്തുണ നൽകിയവരാണ്. കർമ്മധീരരായ പൊതു പ്രവർത്തകർ ചോരയും നീരും അർപ്പിച്ചാണ് കോളേജ് കെട്ടിടങ്ങളും മറ്റും തുടക്കത്തിൽ നിർമ്മിച്ചത്. ചുറ്റുവട്ടത്തിലുള്ള പ്രദേശമായ തളിപ്പറമ്പിലും കാഞ്ഞങ്ങാട്ടും ജൂനിയർ കോളേജ് (സർ സെയ്ദ് കോളേജ്, നെഹ്റു കോളേജ്) തുടങ്ങുന്നതിനും മുമ്പാണ് പയ്യന്നൂർ കോളേജിന്റെ ആവിർഭാവം. ഈ പൊതു പ്രസ്ഥാനം പയ്യന്നൂരിൽ വിദ്യാഭ്യാസ മേഖലയിൽ വലിയൊരു ഉണർവ്വുണ്ടാക്കി. മാത്രമല്ല ഉന്നത വിദ്യാഭ്യാസം സിദ്ധിച്ച സ്വദേശീയർക്ക് ജോലിസാധ്യതയും ഉണ്ടായി.കേരളത്തിന്റെ ഇതരഭാഗങ്ങളിൽ പഠിപ്പിച്ചുകൊണ്ടിരുന്ന പ്രത്യേകിച്ച് കോഴിക്കോട്ടും കണ്ണൂരും മറ്റും പരിണിത പ്രജ്ഞരായ കോളേജ് അധ്യാപകരാണ് പയ്യന്നൂർ കോളേജിലെ ആദ്യകാല അധ്യാപകർ.

അഡ്വ. ഉമാ മഹേശ്വര അയ്യർ

അത്തായി കണ്ണപ്പൊതുവാൾ
(അമ്മാവൻ)

ഉയർന്ന മാർക്കോടെ ബിരുദങ്ങൾ നേടിയ പയ്യന്നൂർ സ്വദേശികളായ നിരവധി പേർക്ക് അവിടെ അധ്യാപകരാകാനുള്ള അവസരവും ഉണ്ടായി. 1968-71 കാലയളവിൽ എനിക്കും അത്തരത്തിൽ ഒരു അസുലഭ അവസരം ലഭ്യമായി എന്നത് എന്റെ ജീവിതയാത്രയിലെ വഴിത്തിരിവായിരുന്നു. പ്രശസ്തമായി ബിരുദ പരീക്ഷ ജയിച്ചവരേയും അന്ന് സ്വകാര്യ കോളേജുകാർ അധ്യാപകരായി നിയമിച്ചിരുന്നു. ഫിസിക്സ്, സുവോളജി, ബോട്ടണി എന്നീ വിഷയങ്ങളിൽ ഇങ്ങിനെ നിയമനം കിട്ടിയവരായിരുന്നു കെ. കുഞ്ഞികൃഷ്ണൻ (സുവോളജി), പി.വി. ഗോവിന്ദൻകുട്ടി (ബോട്ടണി), പി.വി. പത്മനാഭൻ (കെമിസ്ട്രി), കെ.പി. കുഞ്ഞിരാമൻ (ഫിസ്ക്സ്), തമ്പാൻ (ഫിസിക്സ്) എന്നിവർ.

13

എന്റെ ഗ്രാമം കലയുടെ ഈറ്റില്ലം

1960കൾ പയ്യന്നൂരിന്റെ കലാപാരമ്പര്യത്തിനു മാറ്റുകൂട്ടിയ കാലയളവായിരുന്നു. പയ്യന്നൂർ ഗ്രാമത്തിൽ തന്നെ ഒരു കലാസമിതി പയ്യന്നൂർ ഫൈൻ ആർട്സ് സൊസൈറ്റി എന്ന പേരിൽ ആരംഭിച്ച കാലമായിരുന്നു അത്. സ്വാതന്ത്ര്യസമര കാലത്ത് അത്യുഗ്രമായ പ്രക്ഷോഭാന്തരീക്ഷത്തിലും നാടകം, കോൽക്കളി, സംഗീതം, മറ്റു നാടൻ കലകൾ തുടങ്ങിയ കലാരൂപങ്ങൾക്ക് പിറകെ സഞ്ചരിച്ച ഒരു യുവത്വമാണ് പയ്യന്നൂർ ഗ്രാമത്തിലുണ്ടായിരുന്നത്. ആ കലാസപര്യയുടെയെല്ലാം നൈരന്തര്യമെന്നോണം ഒരുകൂട്ടം ചെറുപ്പക്കാരുടെ കർമ്മധീരതയും പ്രതിഭയും സമ്മേളിച്ചപ്പോഴാണ് ഈ കലാസമിതി ഉടലെടുത്തത്. ഫൈൻ ആർട്സ് സൊസൈറ്റി എന്ന കലാസമിതി ഇന്ന് കണ്ണൂർ ജില്ലയിലെത്തന്നെ കലാ സാംസ്കാരിക മേഖലയിലെ നേതൃസ്ഥാനത്താണ് നിലകൊള്ളുന്നത്. പയ്യന്നൂർ അമ്പലമൈതാനത്തു തെക്കെ അതിർത്തിയിൽ വിശാലമായ കെട്ടിടവും വിപുലമായ സൗകര്യവുമുള്ള ഫൈൻ ആർട്സ് സൊസൈറ്റി നിരവധി കലാപ്രവർത്തനങ്ങളുടെ ഈറ്റില്ലമായി 60 സംവത്സരങ്ങൾ പിന്നിട്ടിരിക്കയാണ്. ചെറുപ്രായത്തിലുള്ള കുട്ടികൾക്ക് അഭയസ്ഥാനമെന്നോണം പ്രവർത്തിക്കുന്ന നഴ്സറി ക്ലാസ്സുകളും, വനിതാ വിഭാഗവും, ലൈബ്രറിയും, കോൽക്കളി സംഘവും, നാടകട്രൂപ്പും ഫൈൻ ആർട്സ് സൊസൈറ്റിക്കുണ്ട്. വർഷാവർഷം നടത്തുന്ന വാർഷികോത്സവത്തിൽ അവതരിപ്പിക്കുന്ന അമച്വർ നാടകാവതരണവും സാംസ്കാരിക കൂട്ടായ്മയും പയ്യന്നൂരിന്റെ കലാസ്വാദനത്തിന് വലിയ പിന്തുണയാണ് നൽകുന്നത്. കേരള സംഗീത നാടക അക്കാദമിയുടെ അംഗീകൃത കലാ കേന്ദ്രമാണിത്.

പയ്യന്നൂർ ജീവിതകാലത്ത് ഫൈൻ ആർട്സ് സൊസൈറ്റിയുടെ പ്രവർത്തനങ്ങളിൽ വളരെയധികം ഇഴുകി പ്രവർത്തിക്കാൻ എനിക്ക് സൗകര്യമുണ്ടായി. ദീർഘകാലം എന്റെ അമ്മാവൻ അത്തായി പത്മനാഭ

പ്പൊതുവാളായിരുന്നു ആ പ്രസ്ഥാനത്തിന്റെ ചെയർമാൻ. നിത്യേനയെന്നോണം അന്നത്തെ മുതിർന്ന പ്രവർത്തകരുമായി ആശയവിനിമയം വഴി ആ പ്രസ്ഥാനവുമായി സ്കൂൾ വിദ്യാഭ്യാസകാലത്തുതന്നെ എന്നെ ഏറെ അടുപ്പിച്ചു. അന്നതിന്റെ ചുക്കാൻ പിടിച്ച ഡോ.കെ.കെ. കരുണാകരൻ, കെ.വി. ചിണ്ടൻ മാസ്റ്റർ, അത്തായി നാരായണൻ (ഹയസ്റ്റ്) യു. നാരായണൻ (ഇപ്പോഴത്തെ പ്രസിഡന്റ്), കെ.വി. വിജയൻ, കാരണ്ട നാരായണൻ (യു.എൻ. ധരൻ), സി. കെ. കുഞ്ഞപ്പൻ, ഡോ. കമലാക്ഷൻ, അത്തായി സീതാരാമൻ, അത്തായി ബാലകൃഷ്ണൻ, വി.പി. നാരായണൻ മാസ്റ്റർ തുടങ്ങിയവരുമായി മാനസികമായി അഭേദ്യമായി ബന്ധപ്പെട്ടാണ് ഞാൻ കഴിഞ്ഞത്. അക്കാലത്ത് ഫൈൻ ആർട്സിന്റെ ഒരു വാർഷികത്തിന് ശബരിമല അയ്യപ്പന്റെ വേഷം ടാബ്ലോ ആയി അവതരിപ്പിച്ചതും എന്റെ മനസ്സിൽ മായാതെ നിൽപ്പുണ്ട്. ശ്രീ അയ്യപ്പനായി സ്റ്റേജിലെ ഭക്തിനിർഭരമായ അന്തരീക്ഷത്തിൽ ശബരിമല ക്ഷേത്രത്തിന്റെ നട തുറക്കുന്ന നേരം അഭൗമമായ ദൃശ്യ-ശബ്ദപ്പൊലിമയോടെ ഏതാനും നിമിഷങ്ങൾ ജനസാഗരത്തെ അഭിമുഖീകരിച്ച രംഗം സ്മരണയിൽ നിന്ന് ഇന്നും മാറുന്നില്ല. കർട്ടൻ ഉയർന്നപ്പോൾ തന്നെ പരശ്ശതം കാണികൾ സാമിയേ അയ്യപ്പ എന്ന് ഉച്ചത്തിൽ വിളിച്ചുകൊണ്ട് സ്വാഗതം ചെയ്ത രംഗം എങ്ങിനെ മറക്കാനാണ്.

എ. പത്മനാഭപ്പൊതുവാൾ (അമ്മാവൻ)

ഫൈൻ ആർട്സ് സൊസൈറ്റിയുടെ വൈവിധ്യമാർന്ന പ്രവർത്തനങ്ങൾ തുടക്കം മുതലേ ഒരേ ടീമാണ് നിർവ്വഹിച്ചത്. ഇന്നും ആ പഴയ ടീമിന്റെ സന്ദേശത്തിന്റെ തുടർച്ച എന്നപോലെ അതിന്റെ പ്രസിഡന്റായി പ്രവർത്തിക്കുന്നത് അന്നത്തെ പ്രവർത്തകരിൽ ഒരാളായ യു. നാരായണൻ മാസ്റ്ററാണ്. പയ്യന്നൂർ മഹാദേവ ഗ്രാമത്തിന്റെ കലാപരമായ എല്ലാ പൈതൃകവും തുടർന്ന് പ്രസരിപ്പിക്കാൻ പുതിയ

ഫൈൻ ആർട്സ് പ്രസിഡണ്ട് യു.നാരായണൻ ആദരമർപ്പിക്കുന്നു

തലമുറയിലെ പ്രതിനിധികൾക്ക് കഴിയുന്നു എന്നത് ഒരു പ്രവർത്തന നൈരന്തര്യം കാത്തുസൂക്ഷിക്കാൻ സാധിക്കുന്നു എന്നതിന്റെ തെളിവാണ്. കലാരംഗത്തെ കലവറയില്ലാത്ത പ്രവർത്തനത്തിനും തികഞ്ഞ ആത്മാർത്ഥതയ്ക്കും മകുടോദാഹരണമാണ് ഫൈൻ ആർട്സ് സൊസൈറ്റിയുടെ പ്രവർത്തനം. പ്രൈമറി തലത്തിലും ഹൈസ്കൂളിലും എന്റെ സുഹൃത്തുക്കളായ സി.വി. ബാലകൃഷ്ണൻ, പി.കെ. നാരായണൻ, ആർട്ടിസ്റ്റ് ടി.എ. രാഘവൻ, എടവലത്ത് രവി തുടങ്ങിയവരും ഫൈൻ ആർട്സ് സൊസൈറ്റിയുടെ പ്രവർത്തനങ്ങളിൽ മുഴുകിയ എന്റെ സമകാലികരാണ്. അന്ന് ഞങ്ങൾ നാലുപേരും ഒരു ടീമായി മുതിർന്ന പ്രവർത്തകരെ സഹായിച്ചവരാണ്. കെ. ഭാസ്കരൻ, വി. ചിണ്ടൻ മാസ്റ്റർ, കെ. സതീശൻ, കല്ലിടിൽ പത്മനാഭൻ, ഇ. എ. കൃഷ്ണൻ, എടിച്ചേരി രാമചന്ദ്രൻ, സി.കെ. ദിവാകരൻ, കലിയത്തിൽ പത്മനാഭൻ, ഡോ. വിമലൻ, കെ.യു. പത്മനാഭൻ കെ. യു. നാരായണൻ മാസ്റ്റർ, ടി. കെ നാരായണൻ മാസ്റ്റർ, കാരണ്ട സുകുമാരൻ, തുടങ്ങിയ എന്റെ സമകാലികന്മാരെല്ലാം ഇന്ന് ആ സ്ഥാപനത്തിനൊപ്പമുണ്ട്. ഔദ്യോഗിക സ്ഥാനമൊന്നും കൈയാളാത്തപ്പോഴും ഫൈൻ ആർട്സിന്റെ ഉടയോനായി ജീവിച്ച കണ്ടമ്പത്ത് ബാലനെ (ബാലമ്മാൻ) ആരും മറക്കില്ല. പുതിയ ഭാരവാഹികളായ അത്തായി ശശി, കെ.യു. പത്മനാഭൻ, എടിച്ചേരി രാമചന്ദ്രൻ, രമേശൻ നമ്പ്യാർ, എടവലത്ത് പ്രേമൻ, രവി, വി.പി. രാജേഷ്, സുനിൽകുമാർ, ഇ.എ. ബാലൻ, അത്തായി മോഹൻ, ജയകൃഷ്ണൻ, കലാധരൻ, പാറന്തട്ട പത്മനാഭൻ, അനിൽകുമാർ തുടങ്ങിയവരുടെ സജീവപങ്കാളിത്തം ആ മഹത് സ്ഥാപനത്തിന്റെ പാരമ്പര്യം കളഞ്ഞുകുളിക്കാതെ മുന്നോട്ടു പോകുന്നു. പുറംനാട്ടിൽ ജീവിതം തേടിപ്പോയ നിരവധി യുവാക്കൾ ഈ പ്രസ്ഥാനവുമായി പൊക്കിൾകൊടി ബന്ധമാണുള്ളത്. അടുത്തുനിന്നും അകലെ നിന്നും, ആ പ്രസ്ഥാനത്തെ നിരന്തരം നോക്കി കാണുന്ന എനിക്ക് അതിന്റെ തുടക്കവും വളർച്ചയും തൊട്ടറിയാൻ ധാരാളം അവസരം കിട്ടി. ഐക്യത്തോടുകൂടിയുള്ള ടീം വർക്കിന് പ്രസിദ്ധിപെറ്റ ഗ്രാമത്തിന്റെ തുടിപ്പുകളേറ്റ് ജീവിക്കുന്ന കുശാഗ്രബുദ്ധികളായ ഒരുപറ്റം യുവാക്കൾക്ക് അന്ന് അനുഗ്രഹാശിസുകൾ നൽകിയവരാണ് കെ.എസ്. ഉമാമഹേശ്വരൻ, അത്തായി കണ്ണപ്പൊതുവാൾ, വി. പി. രാഘവപ്പൊതുവാൾ, അഡ്വക്കേറ്റ് കെ.യു. കുഞ്ഞികൃഷ്ണപ്പൊതുവാൾ, വി.പി. നാരായണപ്പൊതുവാൾ, അത്തായി നാരായണപ്പൊതുവാൾ, കെ.വി. ചിണ്ടൻമാസ്റ്റർ, ബി.കെ. തിരുമുമ്പ് തുടങ്ങിയവർ. ഫൈൻ ആർട്സ് സൊസൈറ്റി കെട്ടിടത്തിന്റെ കല്ലിടൽ കർമ്മത്തിന് വിഘ്നാതം തീർ

ത്ത് ആരോ കോടതിയെ സമീപിച്ചതും ആ തടസ്സം നീക്കികിട്ടാൻ അന്നത്തെ ചെറുപ്പക്കാരെ സഹായിച്ചതും അന്നത്തെ ജില്ലാ കളക്ടർ യേശുദാസന്റെ സഹായം തേടിയതും ഈ മുതിർന്ന അഭ്യുദയകാംക്ഷികളാണ്. സാമൂഹ്യ സേവനത്തിലധിഷ്ഠിതമായ പ്രവർത്തന പാരമ്പര്യത്തിന്റേയും ആത്മാർത്ഥത തുടിക്കുന്ന ഒരു ശൈലി ആവാഹിച്ചെടുത്ത ഒരു കലാപ്രസ്ഥാനം എന്ന നിലയ്ക്ക് ഇതിനകം തന്നെ മലബാറിൽ പ്രത്യേകിച്ച് കണ്ണൂർ ജില്ലയിൽ പുകൾപെറ്റ പയ്യന്നൂർ ഫൈൻ ആർട്സ് ആധികാരികമായി അവതരിപ്പിക്കുന്ന പയ്യന്നൂർ കോൽക്കളിയും അനുബന്ധ കലകളും പ്രസിദ്ധമാണ്. കാലിക്കട്ട്, കണ്ണൂർ യൂണിവേഴ്സിറ്റി കലോത്സവങ്ങളിൽ ആധികാരികമായി പയ്യന്നൂർ കോൽക്കളിക്ക് സ്ഥിരം സമ്മാനം കിട്ടുമായിരുന്നു. അടുത്തകാലത്ത് ഈ വകുപ്പിൽപ്പെട്ട കോൽകളി സർക്കാർ തന്നെ നിരുത്സാഹപ്പെടുത്തി സ്കൂൾ യുവജനോത്സവങ്ങളിൽ പരിഗണിക്കുന്നില്ല എന്ന ദുഃഖസത്യം അവശേഷിക്കുന്നു. കോൽക്കളി അവതരണത്തിന് ലിംകാ റിക്കാർഡ്സിൽ ഈ സംഘടനയ്ക്ക് അംഗീകാരം ലഭിച്ചിട്ടുണ്ട്. ആറു ദശകമായി വളർച്ചയുടെ ഓരോ പടവും ശ്രദ്ധാപൂർവ്വം കയറിയ ഈ കലാപ്രസ്ഥാനത്തിന്റെ സംഭാവനകളും വളർച്ചയും സമഗ്രമായ പഠനവിഷയമാക്കേണ്ടതാണ്. ഫൈൻ ആർട്സിന്റെ തണലിൽ വലിയൊരു വിഭാഗം മഹിളാപ്രവർത്തകരും ഊർജ്ജസ്വലമാണ്.

ഫൈൻ ആർട്സ് സൊസൈറ്റിയുടെ വിജയയാത്രയെ മാതൃകയാക്കി, ടാഗോർ ക്ലബ്ബ്, ടെമ്പിൾ ബ്രദേഴ്സ് ക്ലബ്ബ് തുടങ്ങിയ കലാസമിതികൾക്ക് പലപ്പോഴായി രൂപം നൽകിയിരുന്നു. അടുത്ത കാലത്തായി വലിയ പ്രവർത്തന മികവോടെ സ്വന്തമായ കെട്ടിടത്തിന്റെ സ്ഥാപനസഹിതം സാമൂഹ്യ പ്രവർത്തകനായ പി.യു. രാജന്റെ നേതൃത്വത്തിൽ രംഗപ്രവേശം ചെയ്ത ഗ്രാമം പ്രതിഭ നൂതനമായ കലാപ്രവർത്തനങ്ങൾ ചിട്ടയായി നടത്തുന്നുണ്ട്. ഇന്ന് മഹാദേവ ഗ്രാമത്തിന്റെ അകത്തളമായ അമ്പല മൈതാനിയിൽ എത്തിച്ചേരുന്ന ആരേയും തലയെടുപ്പോടെയും പ്രവർത്തന മികവോടെയും സ്വീകരിക്കുന്ന കലാസൗധങ്ങളായ ഫൈൻ ആർട്സ്, ഗ്രാമം പ്രതിഭ എന്നിവ കൂടാതെ സ്കന്ദദാസ സമാജത്തിന്റെ ആഭിമുഖ്യത്തിൽ സ്ഥാപിതമായ ചരിത്രമുറങ്ങുന്ന കുമാരവിലാസി

മഹാദേവ ദേശായി

നി സംസ്കൃത പാഠശാലയുടെ ഒരു പ്രതീകാത്മക സ്ഥാപനവും കാണാം. പരദേശ ബ്രാഹ്മണരുടെ കൂട്ടായ്മ കെട്ടിപ്പടുത്ത സമൂഹം മഠം പയ്യന്നൂരിന്റെ പൈതൃകം വിളിച്ചോതുന്ന പ്രസ്ഥാനം തന്നെയാണ്. മഹാദേവദേശായിയുടെ സ്മരണാർത്ഥം പ്രവർത്തിക്കുന്ന വായനശാല പയ്യന്നൂർ ഗ്രാമത്തിന്റെ ചരിത്രം വിളംബരം ചെയ്യുന്നു. ആ ചരിത്രം പറഞ്ഞതുപോലെ വളരെ സംഭവ ബഹുലമാണെന്നു തന്നെ പറയാം. ഗാന്ധിജിയുടെ സെക്രട്ടറിയും ശിഷ്യനുമായ മഹാദേവ ദേശായിയുടെ പേരിൽ ഇന്ത്യയിലാകമാനം പരതിയാലും ഒരു സ്മാരക സ്ഥാപനം കാണില്ല. കരുനാഗപ്പള്ളിയിൽ ഒരു ലൈബ്രറിക്ക് മഹാദേവ ദേശായിയുടെ പേരുള്ളതായി അടുത്തകാലത്ത് അറിയുകയുണ്ടായി. വർഷങ്ങൾക്ക് മുമ്പ് സ്വാതന്ത്ര്യ സമരാഗ്നിയിൽ കഴിയുന്ന പയ്യന്നൂർ വായിക്കാനും പഠിക്കാനും ബദ്ധശ്രദ്ധരായിരുന്നു. അങ്ങിനെയാണ് ആ വായനശാല ഉയർന്നത്. പയ്യന്നൂരിലെ പഴയകാല യുവജനങ്ങളുടെ ചോരയും നീരും ഈ ഗ്രന്ഥാലയത്തിന്റെ സൃഷ്ടിയുടെ പിറകിലുണ്ട്. ഒരുകാലത്ത് മലയാള സാഹിത്യത്തിലെ വിപ്ലവ നക്ഷത്രമായ സി.പി. ശ്രീധരൻ ഇവിടെ ലൈബ്രേറിയനായിരുന്നു. എന്റെ കുട്ടിക്കാലത്ത് വി. കൃഷ്ണനായിരുന്നു ലൈബ്രേറിയൻ. മുമ്പ് പി. യു. കരുണാകരനും, പി.കെ. കുഞ്ഞിരാമനും ലൈബ്രേറിയന്മാരായിരുന്നു. ഇന്ന് പയ്യന്നൂർ മുൻസിപ്പാലിറ്റിയുടെ നേതൃത്വത്തിൽ മുന്നോട്ടു പോകുന്ന മഹാദേവ ദേശായി സ്മാരക വായനശാല കൗൺസിലർ കെ.കെ. കുമാറിന്റെയും കലിയന്തിൽ ശിവകുമാറിന്റെയും ടി.എ. രാജീവന്റേയും ആർ. മുരളീധരന്റേയും ടി.ടി. കണ്ണന്റേയും മറ്റു പ്രവർത്തകരുടേയും നേതൃത്വമുണ്ട്. ടി.എ. രാജീവിന് ഫോക്ക്‌ലോർ അക്കാഡമി അംഗീകാരം കിട്ടി. കോൽക്കളി വിദഗ്ദ്ധനായ ശിവകുമാർ നല്ല നേതൃത്വഗുണം പ്രദർശിപ്പിച്ചിരുന്നു. ഫൈൻ ആർട്സിലെ നാടൻ കലാ (കോൽക്കളി) വിദഗ്ദ്ധന്മാരായ ഇ.എ. കൃഷ്ണനും വിചിണ്ടനും കലാരംഗത്തെ മുൻനിരക്കാരാണ്. അവർക്ക് ഈയിടെ അക്കാഡമി അവാർഡ് കിട്ടി. ഗ്രാമം പ്രതിഭയുടെ പ്രതിഭയായ പുത്തലത്ത് അനിൽ തുടങ്ങിയവർ ഈ പ്രദേശത്തെ കലാപ്രവർത്തനത്തിന്റെ മുൻനിരയിലുണ്ട്. ഈ ജനകീയ കലാസമിതിയുടെ വേരുകൾ പഴയ കളരിയാശാന്മാരായ കോൽക്കളി ഗുരുക്കന്മാരും പാട്ടുകാരുമാണ്. എടവലത്ത് കണ്ണപൊതുവാൾ

കോൽക്കളിയാശാൻ
ഇ.കെ. പൊതുവാൾ

പുത്തലത്ത് നാരായണ പൊതുവാൾ, പറന്തട്ടെ ഗോവിന്ദ പൊതുവാൾ, ശേഖരപ്പൊതുവാൾ, പുത്തലത്ത് കണ്ണപ്പൊതുവാൾ (തികഞ്ഞ കോൽക്കളി കലാകാരനുമായിരുന്നു) എന്നിവരെ സ്മരിക്കട്ടെ! പയ്യന്നൂർ ഗ്രാമത്തോടൊപ്പം അന്നൂർഗ്രാമവും ഊർജ്ജസ്വലമായ സ്വാതന്ത്ര്യ സമര പ്രക്ഷോഭങ്ങൾക്ക് വേദിയായിട്ടുണ്ട്. സഞ്ജയന്റെ നാമധേയത്തിലുള്ള സാംസ്കാരിക കേന്ദ്രം അന്നൂരിൽ കലാ സാംസ്കാരിക സാമൂഹിക രംഗങ്ങളിലെ ശ്രദ്ധാകേന്ദ്രമായിത്തീർന്നിട്ടുണ്ട്. ആ പാരമ്പര്യം സാഹിത്യത്തിലും, അഭിനയകലയിലും അനുസ്യൂതം തുടരുന്നു.

14

കുടുംബചരിത്രം സംഭവബഹുലം

സ്വാതന്ത്ര്യത്തിന് തൊട്ടുമുമ്പാണ് ഞാൻ ജനിക്കുന്നത്. തറവാടിന്റെ ചരിത്രവും മുൻഗാമികളുടെ യശസ്സും പേർത്തും പേർത്തും ഓർക്കുന്നത് എനിക്ക് എന്നും സുഖദമായ അനുഭവം പകരുന്നു; ഇതൊക്കെക്കാരണമായാണ് ഞാൻ നമ്മുടെ അത്തായി എന്ന ഗവേഷണാത്മകമായ ഒരു തറവാടു ചരിത്രഗ്രന്ഥം തയ്യാറാക്കിയത്. ഇന്നത്തെ ഇളംതലമുറയുടെ പ്രതിനിധികൾക്ക് ഇതെല്ലാം തികച്ചും അനാവശ്യമെന്ന് തോന്നുന്നുണ്ടെങ്കിലും. സ്വതന്ത്ര ഇന്ത്യയിലെ സാമൂഹിക വ്യവസ്ഥകളിൽ വലിയ വ്യത്യാസം വന്നുകൊണ്ടിരുന്ന കാലമായിരുന്നു 1940കളുടെ അവസാനം. പയ്യന്നൂർ ഗ്രാമത്തിൽ സുബ്രഹ്മണ്യ ക്ഷേത്രത്തിന് തെക്കുമാറി വിശാലമായ അമ്പല മൈതാനത്തിന് പടിഞ്ഞാറെ അരുകിൽ തലയുയർത്തി നിന്ന വലിയ ഓടിട്ട ഇരുനില കെട്ടിടം കൊവ്വല്ലത്തായി തറവാട് എന്നാണ് അറിയപ്പെട്ടത്. മരുമക്കത്തായ സമ്പ്രദായത്തിന്റെ ചൊൽപ്പടിയിലാണ് നാട്ടിലെല്ലായിടവും പോലെ അന്ന് പയ്യന്നൂർ ഗ്രാമവും. മരുമക്കത്തായ കോട്ട എന്നുപറയട്ടെ. ഞാൻ ഈ കൊവ്വൽ അത്തായി തറവാടിന്റെ ഒരു കുടുംബവൃക്ഷം രൂപപ്പെടുത്തി ഒരു ഗ്രന്ഥമെഴുതിയപ്പോൾ ഇന്നത്തെ തലമുറയ്ക്കും പിന്നിലോട്ട് ഏഴു തലമുറവരെ രൂപകൽപ്പന ചെയ്തിരുന്നു എന്ന് ,സൂചിപ്പിച്ചുവല്ലോ. 2019ൽ നമ്മുടെ അത്തായി എന്ന പേരിൽ ആ ലഘു ഗ്രന്ഥം പ്രസിദ്ധീകരിച്ചിരുന്നു. മറ്റ് അത്തായി വീടുകളുണ്ടെങ്കിലും എല്ലാ തറവാടിന്റേയും ചരിത്രം ഗണിച്ചെടുക്കൽ ക്ഷിപ്രസാധ്യമല്ല. മറ്റു അത്തായി വീടുകളിലെ അംഗങ്ങളെ ഒത്തൊരുമിച്ച് കൊണ്ടുപോകലും കുടുംബ ക്ഷേത്രവുമായി സമന്വയിപ്പിക്കലും ഈ തറവാട്ടിലെ കാരണവർമാരുടെ ഐക്യത്തോടു കൂടിയ മുന്നേറ്റത്തിന്റെ ഫലമായിരുന്നു. ഇന്നത്തെ വ്യവസ്ഥിതിയ്ക്ക് വിപരീതമായി കാരണവർമാരും അവരുടെ ഭാര്യമാരും സന്താനങ്ങളും മരുമക്കളും എല്ലാം ചേർന്ന ഒരു ബൃഹത്തായ കുടുംബമായിരുന്നു അത്.

എ.കെ.രാമകൃഷ്ണൻ

അക്കാലത്തെ അത്തായി കാരണവന്മാരെ പഞ്ചപാണ്ഡവൻമാർ എന്നാണത്രെ നാട്ടുകാർ പറഞ്ഞുവന്നത്. അത്തായി കോടിയമ്മയെന്ന രണ്ടാം തലമുറയുടെ സന്താനങ്ങളാണവർ. (താമ്രപത്രം - എ.കെ. രാമകൃഷ്ണൻ) അവരിൽ ഓരോരുത്തരും അവരവരുടെ പ്രവർത്തനമണ്ഡലത്തിൽ കേമന്മാരായിരുന്നു. മൂത്ത കാരണവരായ അത്തായി വലിയ കണ്ണപ്പൊതുവാളാണ് കുടുംബത്തലവൻ. അദ്ദേഹത്തിന്റെ ഭാര്യ കാമ്പ്രത്ത് ചിരിയകുഞ്ഞിയമ്മയും മക്കളായ കാമ്പ്രത്ത് കുഞ്ഞിരാമപ്പൊതുവാളും, അഡ്വക്കേറ്റ് കെ.കെ. കുഞ്ഞികൃഷ്ണനും ഈ തറവാട്ടിൽ തന്നെയായിരുന്നു താമസം. വലിയ ആജ്ഞാശക്തിയും തലയെടുപ്പും ഉള്ളയാളും, പൊതുകാര്യപ്രസക്തനും സമ്പന്നനുമായിരുന്നു അത്തായി വലിയ കണ്ണപ്പൊതുവാൾ. അദ്ദേഹത്തിന്റെ മറ്റൊരു താവഴിയിലെ സഹോദരനായ കണ്ണപ്പൊതുവാളുടെ മക്കളായ ചിണ്ടപ്പൊതുവാൾ, അപ്പുക്കുട്ടപ്പൊതുവാൾ, കണ്ണപ്പൊതുവാൾ തുടങ്ങിയവരും പൗരമുഖ്യന്മാരായിരുന്നു.

അഞ്ചു സഹോദരന്മാരിൽ മൂത്തയാളായ അത്തായി വലിയ കണ്ണപ്പൊതുവാൾ ദൃഢചിത്തനും, ദീർഘദർശിയും ഉഗ്രശാസന ക്കാരനുമായിരുന്നു. അദ്ദേഹത്തിന്റെ നയതന്ത്രജ്ഞത പ്രസിദ്ധ മായിരുന്നു. കൊവ്വല്ലത്തായി തറവാട്ടിൽ നിന്ന് ഭാര്യ വീടായ വെള്ളൂർ കാമ്പ്രത്ത് വീട്ടിലേക്ക് താമസം മാറ്റിയശേഷവും അത്യാവശ്യ കാര്യങ്ങൾക്കും, കോടതികാര്യങ്ങൾക്കും മറ്റുമായി പയ്യന്നൂരിലെ തറവാട്ടിൽ വന്നു താമസിക്കുന്ന പതിവ് അദ്ദേഹത്തിനുണ്ടായിരുന്നു. ഒരു ദിവസം രസകരമായ സംഭവമുണ്ടായി. തലശ്ശേരി കോടതിയിലെ കേസു കഴിഞ്ഞ് അർധരാത്രി വീട്ടിലെത്തിയ അദ്ദേഹത്തെ ഒരാൾ തടസ്സപ്പെടുത്തി. അത് ഒരു ഭിക്ഷാടകനായിരുന്നു എന്നു വേഷത്തിൽ മനസ്സിലായി. ഒരു കൃശഗാത്രനായ സ്വാമി. കയറി ഇരിക്കണമെങ്കിൽ അകത്തുള്ളവരോട് ചോദിക്കണമെന്നായി സ്വാമി. ഞാനിവിടത്തെ മൂത്ത കാരണവരാണെന്ന് വലിയ കണ്ണപ്പൊതുവാൾ പറഞ്ഞില്ല. മാത്രമല്ല അദ്ദേഹം ശാന്തനായി സ്വാമിയുടെ വാക്കുകൾ കേട്ടു നിന്നു.

വീട്ടുകാർ പുറത്തു വന്നപ്പോഴാണ് സ്വാമി ഒന്നയഞ്ഞത്. തങ്ങളുടെ വലിയ 'കാരണവരെ'യാണ് സ്വാമി തടഞ്ഞത് എന്ന് അവർ പറഞ്ഞു.

സ്വാമി അല്പം പരുങ്ങലിലായി കുറച്ചുകാലമായി ആ വീട്ടിന്റെ പൂമുഖത്ത് രാത്രി താമസിക്കുന്നുണ്ടെങ്കിലും സ്വാമി വലിയ കാരണവരെ ആദ്യമായാണ് കാണുന്നത്. വലിയ കാരണവർ പക്ഷെ സ്വാമിയെ അഭിനന്ദിക്കുകയാണ് ചെയ്തത്. ഇങ്ങിനെ വീട്ടിനെ സംരക്ഷിക്കുന്ന അയാൾക്ക് തുടർന്ന് അവിടെ താമസിക്കാൻ അനുവാദം നൽകുകയാണുണ്ടായത്.

പയ്യന്നൂർ പ്രദേശത്ത് 'അത്തായി സ്വാമി' ഭിക്ഷാടനം ചെയ്യാറില്ല. ഉൾപ്രദേശത്തു ചെന്ന് ഭിക്ഷയെടുക്കുന്ന സ്വാമി ഒരുപാടു വർഷം അത്തായി വീട്ടിന്റെ പൂമുഖത്തെ താമസക്കാരനായതുകൊണ്ട് ജനങ്ങൾ അദ്ദേഹത്തെ 'അത്തായി സ്വാമി' എന്നാണ് വിളിച്ചു വന്നത്. ഭിക്ഷയെടുത്തു കിട്ടുന്ന അരിയും മറ്റും വേവിച്ചു കഴിക്കുന്നതു ആ സിമന്റു ഇരുത്തിയുടെ ഓരത്തുവെച്ചാണ്. നിത്യം വീട്ടിലെ കുട്ടികൾക്ക് രസകരമായ കാഴ്ചയായിരുന്നു ആ പാചകം. അരിയും പയറും ഇട്ട് വേവിച്ച് തയ്യാറാക്കുന്ന ഭക്ഷണമാണ് അദ്ദേഹത്തിന്റെ ആഹാരം. അതു വേവുന്ന സമയത്ത് ഞങ്ങൾ കുട്ടികളെല്ലാം സിമന്റ് ഇരുത്തിയിൽ കയറി താഴോട്ടു തന്നെ ഏറെനേരം നോക്കും. കുറെക്കഴിഞ്ഞ് പാത്രത്തിൽ നിന്ന് തിള വരുമ്പോഴുണ്ടാകുന്ന ആസ്വാദ്യകരമായ ആ ഗന്ധം ഞങ്ങളെല്ലാം ആസ്വദിക്കുമായിരുന്നു. അത്തായി സ്വാമി ഒരു കാവൽക്കാരനായി ആ പൂമുഖത്ത് ഏറെക്കാലം ജീവിച്ചു. കോഴിക്കോട്ടുകാരനായ അദ്ദേഹം മാസത്തിൽ തന്റെ വീട്ടിലേക്കു പണം അയച്ചുകൊടുക്കുമായിരുന്നു എന്ന കാര്യം ഞങ്ങളിലെല്ലാം അത്ഭുതം വിരിയിച്ചു. സ്വാമി പണം സൂക്ഷിക്കുന്ന രീതി രസകരമാണ്. ഒരു നീണ്ട തുണി സഞ്ചിയാണ്. അരപ്പട്ട പോലെ തുന്നിയ ആ കട്ടിയുള്ള സഞ്ചി അരയിൽ കെട്ടിയാണു യാത്രയും ഉറക്കവും അതിൽ ചിട്ടയോടെ കയറ്റി വെച്ച നോട്ടുകളും ചില്ലറനാണയങ്ങളും സ്വാമിയുടെ സമ്പാദ്യമാണ്.

ചെറിയ മനുഷ്യനാണെങ്കിലും ഘനഗംഭീരമായ ശബ്ദമായിരുന്നു അദ്ദേഹത്തിന്റേത്. എല്ലാ ദിവസവും ഭിക്ഷയ്ക്കായി സ്വാമി പോകാറില്ല. ചില ദിവസങ്ങളിൽ സ്വയം ഹോളിഡേ പ്രഖ്യാപിക്കും. അന്ന് എല്ലാം വിശദമായിത്തന്നെ പാചകം നടത്തും. അന്നാണ് അദ്ദേഹത്തെ നാട്ടുകാർ കാണുന്നത്. വൈകുന്നേരം വീട്ടിലെ ഒരംഗത്തെപ്പോലെ സിമന്റ് ഇരുത്തിയിൽ മുമ്പിലുള്ള മൈതാനത്തിന്നഭിമുഖമായി ഏറെ നേരം ഇരിക്കും. നിരവധി ആളുകൾ വന്നുപോയിരിക്കുന്ന കൊവ്വല്ലത്തായിയിലെ പൂമുഖത്തിൽ ആൾത്തിരക്ക് വരുമ്പോൾ സ്വാമി ഒരു കാവി തോർത്ത് പുതച്ച് മൈതാനത്തിലേക്കിറങ്ങി അല്പം ഭക്തിയോടെ തൊട്ടടുത്ത അ

മ്പലനടയിലേക്കു പോകും. പക്ഷെ അമ്പലത്തിന്റെ കിഴക്കേ നടയിലിരുന്ന് ഭജനമഠത്തിൽ അധിവസിക്കുന്ന സന്യാസിമാരെയൊന്നും അത്തായി സ്വാമിക്ക് പരിചയമില്ല. സന്ധ്യസമയത്ത് അമ്പലനടയിൽ ഏകാന്തമായി അല്പസമയം ചിലവഴിച്ച് സ്വാമി വീട്ടിലേക്കു തന്നെ മടങ്ങും. നേരത്തെ പാചകം ചെയ്തുവച്ച അരിയും പയറും പച്ചക്കറികളും ചേർന്ന കഞ്ഞി കഴിക്കുന്നു. ആഹാരശേഷം പൂമുഖത്തിന്റെ മുമ്പിലെ മുറ്റത്ത് സ്വാമി ഏറെ നേരം ഉലാത്തും. വീട്ടിലെ പുരുഷന്മാരൊക്കെ വന്നെത്തുന്നതുവരെ ഉലാത്തലാണ്. വീടിന്റെ സുരക്ഷ സ്വന്തം കടമയാണെന്നു കരുതി ജീവിക്കുന്ന സ്വാമി അങ്ങിനെ പത്തു പതിനഞ്ചുവർഷം (എന്റെ ബാല്യകാലത്ത്) തറവാട്ടിൽ ഒരംഗത്തെപ്പോലെ ജീവിച്ചു എന്നോർക്കുമ്പോൾ ഇന്നത്തെ സാമൂഹികാവസ്ഥയിൽ നിന്ന് തികച്ചും വ്യത്യസ്തമായ ആ കാലം ഒരു സുഖദമായ ഓർമ്മയായി നിലനിൽക്കുന്നു.

അത്തായി കണ്ണപ്പൊതുവാളുടെ അനുജന്മാരായ അത്തായി കമ്മാരപ്പൊതുവാൾ, ഗോവിന്ദപ്പൊതുവാൾ, കുഞ്ഞപ്പൻ മാസ്റ്റർ, രാമൻ മാസ്റ്റർ എന്നിവരും കുടുംബസമേതം ഈ തറവാട്ടിൽ തന്നെ ആദ്യകാലത്ത് താമസിച്ചിരുന്നു. അടുത്തകാലത്താണ് ഓടുമേഞ്ഞ ആ മൂന്നു നില മാളിക പൊളിച്ചുമാറ്റിയത്. കമ്മാരപ്പൊതുവാളുടെ മകൾ ശാന്തകുമാരി പിൽക്കാലത്ത് അധ്യാപികയായി. മാധവൻ എന്ന് പേരുള്ള സഹോദരൻ യുവാവായിരിക്കെ പൊടുന്നനെ മരിച്ചുപോയി. വട്ടക്കൊവ്വൽ വണ്ണാടിൽ ചിരിയകുഞ്ഞമ്മയെന്ന ഈ അമ്മായിയെ ആരും മറക്കില്ല. സ്നേഹനിധിയായിരുന്നു ഞങ്ങൾക്ക് അവർ. അത്തായി ഗോവിന്ദപ്പൊതുവാൾ മീത്തലേവീട്ടിൽ വണ്ണാടിൽ ചിരിയമ്മയെയാണ് വിവാഹം ചെയ്തിരുന്നത്. അവർക്കുണ്ടായ മക്കളാണ് വണ്ണാടിൽ ജാനകി അമ്മ, നാരായണിയമ്മ, പത്മനാഭൻ, ബാലകൃഷ്ണൻ, പത്മിനി, മാധുരി തുടങ്ങിയവർ. അദ്ദേഹത്തിന്റെ പൗത്രൻ വി.പി. ബാലഗംഗാധരനാണ് ഇന്ന് പൊതുവാൾ സംഘടനയായ സ്കന്ദദാസ് സമാജത്തിന്റെ പ്രസിഡണ്ട്. വലിയ കണ്ണപ്പൊതുവാളുടെ മൂന്നാമത്തെ സഹോദരൻ അത്തായി കുഞ്ഞപ്പൻ മാസ്റ്റർ വിവാഹം ചെയ്തിരിക്കുന്നത് ആനിടിൽ കിഴക്കിനകത്ത് നാരായണിയമ്മയെയാണ്. ഗംഗാധരൻ, ചന്ദ്രശേഖരൻ, രാമകൃഷ്ണൻ, ഭവാനി, ബാലാമണി, തങ്കമണി, രാധ തുടങ്ങയവരാണ് മക്കൾ. അഞ്ചുപേരിൽ ഏറ്റവും ഇളയ ആളായിരുന്നു അത്തായി രാമൻ മാസ്റ്റർ. അദ്ദേഹത്തിന്റെ സഹധർമ്മിണി മീത്തലേ വീട്ടിൽ മാധവിയമ്മയാണ്. ആ ദമ്പതികളുടെ മക്കളാണ് രാജലക്ഷ്മി, വേണുഗോപാലൻ, ധനഞ്ജയൻ,

കാമ്പ്രത്ത് പാർവ്വതിയമ്മ
(ഭാര്യാ മാതാവ്)

അത്തായി നാരായണപ്പൊതുവാൾ
(അമ്മാവൻ)

രാമചന്ദ്രൻ, വസുമതി, മനോമോഹനൻ, പുഷ്പവേണി, മാധവിക്കുട്ടി തുടങ്ങിയവർ. പഞ്ചപാണ്ഡവൻമാർ എന്ന് പുകൾപ്പെറ്റ അത്തായി സഹോദരന്മാരുടെ ഇളയമ്മയായ അത്തായി കുമ്പയമ്മയുടെ സാഹസികരായ രണ്ടു മക്കളായ സ്വാതന്ത്ര്യ സമര പ്രവർത്തകന്മാരാണ് അത്തായി കണ്ണപ്പൊതുവാളും അത്തായി നാരായണപ്പൊതുവാളും (എന്റെ ഭാര്യ പിതാവ്). അവരുടെയും മറ്റു കാരണവന്മാരുടെ മക്കളുടെയും, സമാനചിന്താഗതിക്കാരായ അന്നത്തെ പയ്യന്നൂരിലേയും പരിസരത്തേയും, യുവാക്കളുടേയും സ്വാതന്ത്ര്യ സമര പ്രവർത്തനങ്ങളും വിധ്വംസക പ്രവർത്തനങ്ങളും അറിയപ്പെടുന്ന ചരിത്ര സംഭവങ്ങളാണ്.

കുടുംബത്തോടൊപ്പം

പയ്യന്നൂരിന്റെ ചരിത്രവുമായി അഭേദ്യമായി ബന്ധപ്പെട്ടു കിടക്കുന്ന ഒരു കുടുംബമാണ് ഞങ്ങളുടെ കൊവ്വൽ അത്തായി. അക്കാലത്ത് പയ്യന്നൂർ ക്ഷേത്രവുമായി നിലനിന്നിരുന്ന നിരവധി ആചാരസംബന്ധമായ പ്രശ്നങ്ങളും മാമൂലുകളും സ്വാതന്ത്ര്യ സമര രംഗങ്ങളിലെ നേതൃത്വവും വലിയ വിദ്യാഭ്യാസ പാരമ്പര്യം അവകാശപ്പെടാവുന്ന കുമാരവിലാസിനി സംസ്കൃത സ്കൂളിന്റെ ഭരണവും, പൊതുവാൾമാരുടെ സംഘടനയായ സ്കന്ദദാസ സമാജത്തിന്റെ നടത്തിപ്പും, മഹാദേവ ഗ്രാമത്തിലെ സ്വാതന്ത്ര്യ സമരത്തെ പിന്തുണയ്ക്കുന്ന നാടകമടക്കമുള്ള കലാപ്രവർത്തന

സ്വാതന്ത്ര്യസമരഭടൻമാരായ അത്തായി നാരായണപ്പൊതുവാൾ, വി.പി.അപ്പുക്കുട്ടപ്പൊതുവാൾ, അത്തായി കണ്ണപ്പൊതുവാൾ

ങ്ങളുടെ നടത്തിപ്പും ഈ തറവാട്ടിലെ കാരണവന്മാരുടെ ബഹുവിധമായ ഇടപെടലിന്റെ ഉദാഹരണമാണ്. അത്തായി കമ്മാരൻ മാസ്റ്ററും, കുഞ്ഞപ്പൻ മാസ്റ്ററും രാമൻ മാസ്റ്ററും അരങ്ങു തകർത്ത നടന്മാരും ഗായകരുമായിരുന്നു. സ്വാതന്ത്ര്യപൂർവ്വകാലത്ത് അരങ്ങേറിയ മിക്ക നാടകങ്ങളിലും അവർ അഭിനയിച്ചിരുന്നു. അത്തായി ഗോവിന്ദപ്പൊതുവാൾ താൽപര്യമെടുത്തത് കൃഷി കാര്യങ്ങളിലാണ്. ഇരുപതാം നൂറ്റാണ്ടിന്റെ ആദ്യപകുതിയിൽ വലിയൊരു സാമൂഹ്യ പരിവർത്തനത്തിന്റെ കാലമായിരുന്നു. ചർക്കയിൽ നൂൽനൂൽപ്പും ഹിന്ദി പ്രചാരണവും കലാസപര്യയും ഗാന്ധിയൻ ആശയങ്ങളുടെ ആവിഷ്കരണവുമെല്ലാം അന്ന് ദേശീയ പ്രക്ഷോഭത്തിന്റെ ഭാഗമായിരുന്നു. ഷൊർണ്ണൂരിൽ നിന്ന്

കാർത്ത്യായനിയമ്മയും മക്കളും പേരമക്കളും

വന്ന് പയ്യന്നൂർ പ്രവർത്തനകേന്ദ്രമാക്കിയഗാന്ധിശിഷ്യൻ ദണ്ഡിയാത്രയിൽ പങ്കെടുത്ത നാലു മലയാളികളിൽ ഒരാളായ രാഘവ്ജി നൂൽനൂല്പിന്നു നേതൃത്വം നൽകി. പയ്യന്നൂർ പ്രദേശത്തെ അത്തരം പ്രവർത്തനങ്ങൾ ഏറ്റവും ശക്തിയായി മുന്നേറിയത് മഹാദേവഗ്രാമത്തിന്റെ നേതൃത്വത്തിലായിരുന്നു എന്ന് ചരിത്രം തെളിയിക്കുന്നു. എന്റെ അമ്മ അത്തായി കാർത്ത്യായനിയമ്മയും, അവരുടെ മൂത്ത സഹോദരി അത്തായി കല്യാണി അമ്മയും നേരത്തെ സൂചിപ്പിച്ച അഞ്ച് സഹോദരന്മാരുടെ ഏക സഹോദരിയായ അത്തായി ചിരിയക്കുഞ്ഞിയമ്മയുടെ മക്കളാണ്. ഇവരുടെ ആങ്ങളമാരാണ് വിദ്വാൻ എ.ആർ. പൊതുവാൾ, സുകുമാരൻ മാസ്റ്റർ, കുഞ്ഞിക്കണ്ണപ്പൊതുവാൾ, പത്മനാഭപ്പൊതുവാൾ എന്നി

വർ. കൊവ്വൽ അത്തായി തറവാട്ടിലെ നാലാം തറമുറയിൽപ്പെടുന്ന ഈ സഹോദരന്മാരും കാരണവന്മാരെപ്പോലെ ബഹുവിധ സിദ്ധികളും നേതൃത്വപാടവവും സാമൂഹ്യ സേവന തൃഷ്ണയും പ്രകടിപ്പിച്ചവരായിരുന്നു. തറവാട്ടിലെ സ്ത്രീകളും സ്വാതന്ത്ര്യ സമരത്തിന്റെ ചൂരും ചൂടും പ്രസരിപ്പിച്ചവരായിരുന്നു. ഗാന്ധിജിയുടെ സ്വാതന്ത്ര്യ സമരായുധമായ നൂൽനൂൽപ്പും, ചർക്കാസംഘവും അവരുടെ ദൗത്യമായി. വിശാലമായ അത്തായി

പി.യു. കണ്ണപ്പൊതുവാൾ (അച്ഛൻ)

അത്തായി കാർത്ത്യായനി അമ്മ (അമ്മ)

പ്പറമ്പിൽ അന്ന് ഒരു ഭവനമായിരുന്നെങ്കിൽ ഇന്ന് എട്ടു ഭവനങ്ങളാണുള്ളത്. പഴയ തറവാടിന്റെ ഓർമ്മയുടെ പുളകങ്ങൾ വിതറുന്ന 'അത്തായിഭവന സ്മൃതി' എന്നുമുണ്ടാകും. പരശുരാമൻ പയ്യന്നൂർ പരിസരത്ത് സ്ഥാപിച്ച പത്തു വീട്ടിൽ പൊതുവാൾമാരുടെ ഒരു കുടുംബമായ കുറിന്തിൽ തറവാട്ടിൽ പെട്ടതാണ് അത്തായിത്തറവാട്. കരിവെള്ളൂരിനടുത്ത് നെടുവപ്പുറം എന്ന സ്ഥലത്തെ കുറുന്തിൽ കൊട്ടാരമാണ് അത്തായിവീട്ടിന്റെയും മൂലസ്ഥാനം. പുളിച്ചോൻ, പൂളോൻ എന്നീ തെയ്യങ്ങളാണ് കുറുന്തിൽ തറവാട്ടിന്റെ കുലദൈവങ്ങൾ. ഊർജ്ജസ്വലതയുടെ പര്യായമായ അത്തായി വിനയകുമാറും, സഹപ്രവർത്തകരായ കുറുന്തിൽ സുരേഷ്, പത്മകുമാർ മറ്റനേകം കുടുംബാംഗങ്ങളും ദേവസ്ഥാനത്ത് വിലമതിക്കാനാകാത്ത പുനരുദ്ധാരണപ്രവർത്തനങ്ങൾ നടത്തുന്നു. വെള്ളാരങ്കര ഭഗവതിക്ഷേത്രത്തിന്റെ കോയ്മ സ്ഥാനമാണ് അത്തായി തറവാട്ടിൽ വന്ന മറ്റൊരുഭാഗ്യം. നൂറു വർഷത്തെ ഇടവേളയിൽ ആ ക്ഷേത്രത്തിൽ നടന്ന കളിയാട്ടത്തിൽ കെട്ടിയാടുന്ന ബാലിതെയ്യം പയ്യന്നൂരിലെ കൊവ്വൽ അത്തായി മുറ്റത്തുവന്ന് ആശിർവാദം നൽകുന്ന ചടങ്ങ് അതീവ

പുനരുദ്ധരിച്ച കുറുന്തിൽ കൊട്ടാരം

അത്തായി വിനയകുമാർ

ഹൃദ്യമായിരുന്നു. പയ്യന്നൂർ പെരുമാളുടെ സവിധത്തിലേക്ക് കോയ്മയുടെ കയ്യും പിടിച്ചെത്തിയ തെയ്യം നെയ്യും തിരിയും സ്വീകരിച്ച് തായിനേരിയിലുള്ള ക്ഷേത്രത്തിലേക്കു ആഘോഷപൂർവ്വം നീങ്ങിയകാഴ്ച കോരിത്തരിപ്പിക്കുന്നതായിരുന്നു. ഞാൻ ചെയർമാനായി എന്റെ നാലു സോഹദരങ്ങളായ അത്തായി ബാലകൃഷ്ണനൻ, ഇന്ദിരാദേവി, മനോമോഹനൻ, വിജയലക്ഷ്മി എന്നിവർ അംഗങ്ങളായ 'അത്തായി സ്മൃതിഭവൻ ഫൗണ്ടേഷൻ' നിലവിൽ വന്നിട്ടുണ്ട്. കുടുംബാംഗങ്ങളുടെ പുരോഗതിക്കായാണ് ഈ ഫൗണ്ടേഷൻ സ്ഥാപിതമായത്. പയ്യന്നൂരിലെ മിക്ക കുടുംബിനികളും ഖാദി നൂല്പുകാരായിരുന്നു. ദണ്ഡിയാത്രയിൽ ഗാന്ധിജിക്കൊപ്പം സഞ്ചരിച്ച രാഘവ്ജി സ്വാതന്ത്ര്യ സമരാഗ്നി

ബാലിത്തെയ്യം തറവാട്ടു മുറ്റത്ത്, അഡ്വ.കെ.കെ.ശ്രീധരൻ, പി.യു. രാജൻ എന്നിവരെയും കാണാം

ഹൃദയത്തിൽ ജ്വലിപ്പിച്ച സി,എച്ച്. ഗോവിന്ദൻ നമ്പ്യാർ, നൂറ്റാണ്ടുകളായി പിന്തുടർന്ന അയിത്തത്തെ പരസ്യമായി വെല്ലുവിളിച്ച ആനന്ദതീർത്ഥ സ്വാമി എന്നിവർ സ്വാതന്ത്ര്യ സമരത്തിന്റെ അഗ്നിസ്ഫുലിംഗം പയ്യന്നൂർ ദേശത്ത് ഊതിക്കത്തിച്ചവരാണ് അന്ന്. 1930ൽ നടന്ന (ഏപ്രിൽ മാസം) ഐതിഹാസികമായ കേരള ദണ്ഡിയാത്ര സ്മരണിക മാർച്ച് കോഴിക്കോട്ടു നിന്ന് പയ്യന്നൂരിലേക്കു നടന്നത് ചരിത്ര വസ്തുതയാ

സഹോദരങ്ങളോടൊപ്പം

ണ്. കെ.കേളപ്പന്റെ നേതൃത്വത്തിൽ പയ്യന്നൂരിൽ വന്നെത്തിയ ജാഥ ഉളിയത്തുകടവിലാണ് ഉപ്പുകുറുക്കിയത്. ജാഥാംഗങ്ങൾ ആരും ഇന്നില്ല.

59. രാഘവജി

പയ്യന്നൂർ ദേശത്തിന്റെ ആത്മവീര്യം വടക്കെ മലബാറിൽ സുപ്രസിദ്ധമാണ്. പ്രത്യേകിച്ച് പയ്യന്നൂരിലെ സുബ്രഹ്മണ്യ സ്വാമി ക്ഷേത്രപരിസരമായ മഹാദേവഗ്രാമത്തിന്റെ മഹത്വം വിളിച്ചറിയിക്കുന്ന സ്ഥലമാണ് പയ്യന്നൂരംശം. 1934ൽ ഗാന്ധിജി കൊക്കാനിശേരി നാരായണ വിദ്യാലയം സന്ദർശിക്കുകയും അവിടെ ഒരു മാവിൻതൈ നടുകയും ഉണ്ടായി. ആ മാവ് ഇന്നും വിശേഷപ്പെട്ട ഗാന്ധി മാവായി ജനങ്ങളെ ആകർഷിക്കുന്നു. പയ്യന്നൂർ ദേശം അറിയപ്പെട്ടത് ഗാന്ധിജിയുടെ സെക്രട്ടറി മഹാദേവ ദേശായിയുടെ പേരിലാണ്. അതാണ് മഹാദേവ ഗ്രാമം. ദേശായിയുടെ പേരിൽ പ്രസിദ്ധമായ ഒരു ഗ്രന്ഥശാലയും അമ്പലപരിസരത്ത് ഉയർന്നത് അക്കാലത്താണ് എന്ന് സൂചിപ്പിച്ചല്ലോ. ഇന്നും മറ്റു സാംസ്കാരിക കേന്ദ്രങ്ങളായ പയ്യന്നൂർ ഫൈൻ ആർട്സ് സൊസൈറ്റി, ഗ്രാമം പ്രതിഭ, കുമാരവിലാസിനി സംസ്കൃത പാഠശാലയുടെ സ്മരണികയായി പുതുതായി സ്ഥാപിച്ച കെട്ടിടം എന്നിവയുടെ നടുവിൽ മഹാദേവ ദേശായി സ്മാരക വായനശാല തലയുയർത്തി നിൽക്കുന്നുണ്ട്. പുതിയ തലമുറയുടെ കലാ സാംസ്കാരിക അഭിപ്രേരണകൾക്ക് അനുസൃതമായ വൈവിധ്യമാർന്ന കലാസാഹിത്യ സാംസ്കാരിക കൂട്ടായ്മകൾ നിരന്തരം അരങ്ങേറുന്ന ഒരു സാംസ്കാരിക പ്രഭവകേന്ദ്രമായി ഇന്ന് മഹാദേവഗ്രാമം മാറിയിട്ടുണ്ട്.

എന്റെ കൗമാരകാലത്തു തന്നെ കാണുന്ന പയ്യന്നൂർ ഗ്രാമത്തിന്റെ സ്വത്വത്തിനു കഴിഞ്ഞ ആറ് പതിറ്റാണ്ടായിട്ടും വലിയ മാറ്റങ്ങൾ ഒന്നും സംഭവിച്ചിട്ടില്ല എന്നതാണ് സത്യം. ബന്ധുമിത്രാദികളുടെ സമ്മേളന കേന്ദ്രമായിരുന്ന ഞങ്ങളുടെ ഭവനമായ കൊവ്വൽ അത്തായി നിരവധി കലാപ്രവർത്ത

വി. പി. ശാന്തകുമാരി ധനഞ്ജയ ദമ്പതികളുടെ കൂടെ

തറവാട്ടിലെ നാലു സഹോദരിമാർ ഇന്ദിര, രുഗ്മിണി, ഭാരതി, വിജയം

നങ്ങളുടെയും സാംസ്കാരിക ധാരകളുടെയും കേന്ദ്രസ്ഥാനവുമായിരുന്നു. സ്വാതന്ത്ര്യ സമര കാലത്ത് നൂൽനൂൽപ്പും ഖാദി പ്രവർത്തനവും സംസ്കൃത പ്രചാരണവുമെല്ലാം ഓരോ സമരായുധമായിരുന്നെങ്കിലും യുവജനങ്ങൾ പ്രത്യേകിച്ച് തറവാടുമായി ബന്ധമുണ്ടായിരുന്നവരും കാരണവർമാരും അവരുടെ മക്കളും കലാപ്രവർത്തകരായിരുന്നു. നാടകം ഒരു സമരായുധമായിരുന്നു അന്നത്തെ പയ്യന്നൂരിൽ. പ്രസിദ്ധന്മാരായിരുന്നു അമ്മയുടെ കാരണവന്മാർ. അതിൽ അത്തായി രാമപ്പൊതുവാൾ, അത്തായി കമ്മാരപ്പൊതുവാൾ, അത്തായി കുഞ്ഞപ്പപ്പൊതുവാൾ തുടങ്ങിയവർ അരങ്ങിൽ ഏറെ തിളങ്ങി. കുട്ടമത്തിന്റെയും വൈദ്യർ വി.പി. ശ്രീകണ്ഠപ്പൊതുവാളുടേയും മറ്റും നാടകങ്ങൾ അഭിനയിച്ച് ഒരു നാടക സംഘം തന്നെ അത്തായി തറവാട്ട് പരിസരത്ത് നിലനിന്നിരുന്നു. സംസ്കൃത പണ്ഡിതനും ആയുർവേദാചാര്യനും സാഹിത്യകാരനുമായ വി.പി. ശ്രീകണ്ഠപ്പൊതുവാൾ (വലിയമ്മയുടെ ഭർത്താവ്) രചിച്ച നാടകങ്ങളും അരങ്ങിലെത്തിയത് അക്കാലത്തായിരുന്നു. നാടകഭ്രാന്ത് മൂത്ത എല്ലാവരും സ്വാതന്ത്ര്യ പ്രക്ഷോഭത്തിന്റെ ഭാഗമായി നാടകം ജീവിതത്തിന്റെ ഭാഗമാക്കി. എ.വി. ശ്രീകണ്ഠപ്പൊതുവാളും, ആന്ധ്രകണ്ണപ്പൊതുവാളും, ഏ.കെ. കുഞ്ഞിരാമപ്പൊതുവാളും, കൂടത്തിൽ പത്മനാഭൻ നായരും മറ്റും അത്തായി സഹോദരന്മാരുടെ കൂടെ അരങ്ങിലെത്തി. അടുത്ത തലമുറയിലെ അമ്മാമനായ സുകുമാരൻ മാസ്റ്റർ, വി.പി. പത്മനാഭൻ, വി.പി. ബാലകൃഷ്ണനൻ (ഗോവിന്ദൻ കാരണവരുടെ മക്കൾ) കെ.കെ. കുഞ്ഞികൃഷ്ണനൻ (അത്തായി വലിയകണ്ണപ്പൊതുവാളുടെ മകൻ), വി.പി. വേണുഗോപാലൻ,, ധനഞ്ജയൻ (അത്തായി രാമപ്പൊതുവാളുടെ മക്കൾ), എ.കെ. ഗംഗാധരൻ, ഏ.കെ. ചന്ദ്രൻ, ഏ.കെ. രാമകൃഷ്ണനൻ

സീതാരാമപ്പൊതുവാൾ (കുടുംബത്തിലെ മുതിർന്ന അംഗം)

(കുഞ്ഞപ്പപ്പൊതുവാളുടെ മക്കൾ) തുടങ്ങി നിരവധി പേരടങ്ങുന്ന ഒരു സംഘം തന്നെയാണ് ബാലഗോപാലൻ, സന്താനഗോപാലം എന്നീ നാടകങ്ങളിൽ സജീവമായി രംഗത്തെത്തിച്ചത്.

സ്വാതന്ത്ര്യ സമരകാലത്ത് ടെലഫോൺ കമ്പികൾ അറുത്തുമാറ്റൽ, റെയിൽപ്പാളങ്ങൾ ഇളക്കിമാറ്റൽ തുടങ്ങിയ വിധ്വംസക പ്രവർത്തനങ്ങൾ നടത്താനും, ഈ കലാകാരന്മാരും യുവ സ്വാതന്ത്ര്യ ദാഹികളും തയ്യാറായിരുന്നു. കുപ്പാടക്കൻ കൃഷ്ണൻ നമ്പ്യാർ (കോരൻ കാരണവരുടെ മകൻ) ആനിടിൽ അമ്പുപ്പൊതുവാൾ (അത്തായി തറവാട്ടിലെ രണ്ടാം തലമുറയിലെ കുഞ്ഞമ്പുപ്പൊതുവാളിന്റെ മകൻ) അത്തായി നാരായണപ്പൊതുവാൾ, അത്തായി കണ്ണപ്പൊതുവാൾ (രണ്ടാം തലമുറയിലെ കുമ്പയമ്മയുടെ മക്കൾ) എന്നിവരും, എ.കെ. കുഞ്ഞിരാമപ്പൊതുവാളും, ടി.സി.വി.യും കുഞ്ഞമ്പു സ്രാപ്, പിലിക്കോട്ട് കുഞ്ഞിക്കണ്ണൻ തുടങ്ങിയവരും വിധ്വംസക പ്രവർത്തനത്തിന് നേതൃത്വം നൽകിയ പ്രക്ഷോഭകരുടെ കൂട്ടത്തിലുണ്ട്. പയ്യന്നൂരിലെ ഒളവറപ്പാലത്തിന് ബോംബ് വച്ചവരാണവർ. അവരെല്ലാവരും സ്വാതന്ത്ര്യ സമരസേനാനികളായി അംഗീകാരം നേടിയവരുമാണ്. നിരവധി പരിവർത്തനങ്ങൾക്ക് ചുക്കാൻ പിടിക്കാനും ഖാദിയുടെ ഈറ്റില്ലമായ പയ്യന്നൂരിൽ ഗ്രാമോദയ ഖാദി സംഘം എന്ന പ്രസ്ഥാനത്തിന് വി.പി. നാരായണപ്പൊതുവാൾ, വി.പി. രാഘവപ്പൊതുവാൾ, വി.പി അപ്പുക്കുട്ടപ്പൊതുവാൾ, ഗംഗാധരഷേണായി, സുബ്ബരായ ഷേണായി, കാമ്പ്രത്ത് കുഞ്ഞിരാമപ്പൊതുവാൾ (സി.വി.ബാലകൃഷ്ണന്റെ പിതാവ്) എന്നിവരുടെ കൂടെ കഠിനയത്നം ചെയ്ത ഒരാളാണ് എന്റെ ഭാര്യാപിതാവായ അത്തായി നാരായണപ്പൊതുവാൾ. പയ്യന്നൂർ ക്ഷേത്രവുമായി ബന്ധപ്പെട്ട് പൊതുവാൾ സമുദായത്തിന് പഴയ കാലത്തുണ്ടായിരുന്ന പല ആചാരങ്ങളും പരിഷ്കരിക്കാൻ അത്തായി തറവാട്ടിലെ കാരണവന്മാരുമായി തോളോട് തോൾ ചേർന്ന് പടപൊരുതിയവരാണ് വി.പി. ശ്രീകണ്ഠപ്പൊതുവാൾ, കലിയന്തിൽ കമ്മാരൻ മാസ്റ്റർ, കലിയന്തിൽ അപ്പുപ്പൊതുവാൾ തുടങ്ങിയ സമുദായചാര്യന്മാർ. ഇതിൽ കലിയന്തിൽ സഹോദരന്മാർ അത്തായി ചിരിയമ്മയുടെ ഭർത്താവ് രാമനാത്ത് കണ്ണപ്പൊതുവാളുടെ അർദ്ധസഹോദരന്മാരായിരുന്നു. അതുവഴി അവർ രണ്ടുപേരും ഞങ്ങളുടെ ഇളയപ്പന്മാരുമാണ്. കുഞ്ഞിരാമപ്പൊതുവാളുടെ മകൾ സീതാലക്ഷ്മി പിന്നീട് അത്തായി തറവാടുമായി അടുത്ത ബന്ധത്തിലായി. അത്തായി വലിയ കണ്ണപ്പൊതുവാളുടെ മകൻ അഡ്വ.കെ.കെ. കുഞ്ഞികൃഷ്ണനാണ് സീതാലക്ഷ്മിയുടെ ഭർത്താവ്. അവരുടെ എട്ടു മക്കളിൽ പൂനയിൽ താമസിക്കുന്ന മൂത്ത

അമൃതയുടെ ഭർത്താവായ രാഹുലിന്റെ കുടുംബത്തോടൊപ്പം

മകൻ രാമരാജൻ ഞാനുമായി വലിയ ഹൃദയൈക്യത്തിലുമായി. സീതാലക്ഷ്മിയുടെ അനുജത്തി ശാന്തയുടെ മകൻ ജീവരാജൻ എന്റെ അനുജൻ മോഹനന്റ മകൾ സീതയെ വിവാഹം ചെയ്തും ബന്ധപ്പെട്ടിട്ടുണ്ട്. അതുപോലെ എന്റെ അച്ചിമ്മയായ ചിരിയമ്മയുടെ മക്കളുടെ അർദ്ധ സഹോദരനായിരുന്നു കണ്ടമ്പത്ത് കണ്ണപ്പൊതുവാൾ. എന്റെ ബാല്യകാലത്ത് സ്നേഹവായ്പോടെ ഞങ്ങളോട് പെരുമാറുകയും അത്യന്തം കരുതലോടെ സ്നേഹിക്കുകയും ചെയ്ത അദ്ദേഹം എന്റെ അമ്മയുടെ അർദ്ധ സഹോദരനായിരുന്നു എന്ന് കാലം കുറേ കഴിഞ്ഞാണ് അറിയുന്നതുതന്നെ. (നമ്മുടെ അത്തായി എന്ന തലക്കെട്ടിൽ ഞാൻ എഴുതിയ കുടുംബചരിത്രത്തിൽ ഇക്കാര്യവും അത്തായി കുടുംബവൃക്ഷത്തിൽപ്പെട്ട മുഴുവൻ കുടുംബങ്ങളുടെയും ചരിത്രം വിശദമാക്കിയിട്ടുണ്ട്).

ഡോ. ഗൗതം (അനന്തിരവൻ)

15

പൂരവും പോറാട്ടും പിന്നെ നിരവധി നേരംപോക്കുകളും

എന്റെ കുട്ടിക്കാലത്ത് പയ്യന്നൂർ പ്രദേശം പല കാരണങ്ങൾകൊണ്ടും സമ്പന്നമായിരുന്നില്ല. സാമ്പത്തികമായി നിരവധി ബന്ധുക്കളുടെ സുരക്ഷിതവലയം ചുറ്റുമുണ്ടായതിനാൽ ഞങ്ങളുടെയൊന്നും ബാല്യം ശിഥിലമായില്ല എന്നു പറയട്ടെ. വേണ്ടത്ര കഴിവുണ്ടായിട്ടും അഞ്ചാം ക്ലാസ്സുവരെ കൂടെ പഠിച്ച പലരും മുന്നോട്ടു വന്നില്ല അക്കാലത്ത്. ജീവിതം പരിമിതമായ അതിർത്തികളിൽ മാത്രം ഒതുങ്ങി. ബന്ധുക്കൾക്ക് വലിയ കാര്യമായിരുന്നു. ചെറുപ്പത്തിൽ എനിക്കും എന്റെ ജ്യേഷ്ഠൻ ബാലകൃഷ്ണനും സമയം ചെലവഴിക്കാനുള്ള ഉപാധി വീടിനുമുന്നിലുള്ള വിശാലമായ മൈതാനത്ത് അരങ്ങേറുന്ന നിരവധി കളികളായിരുന്നു. പലപ്പോഴും പ്രതീക്ഷിക്കാത്ത സംഭവങ്ങളും ആ മൈതാനത്ത് അരങ്ങേറും. സൈക്കിളഭ്യാസം അല്ലെങ്കിൽ തിരുവിതാംകൂറിൽ നിന്ന് താറാവിനേയും തെളിച്ചുകൊണ്ട് നാടുചുറ്റുന്ന തെക്കൻ സംഘത്തിന്റെ വരവും അവിടെയുള്ള താമസവും, വർഷംതോറും പൂരത്തോടനുബന്ധിച്ച് തെരുവിൽ നിന്ന് പെരുമാളെ കാണാൻ ക്ഷേത്രനടയിലേക്ക് ഓരോ വേഷം കെട്ടി വന്നുപോകുന്ന ആറാട്ടും പൊറാട്ടു വേഷങ്ങളും, കൗതുകം വിളമ്പി. തെരുവിലെ പൊറോട്ട് വേഷത്തിന്റെ തനിമയും ഉന്നത നിലവാരം പുലർത്തുന്ന മേക്കപ്പും ഇന്നും ഓർമ്മയിലുണ്ട്. പല വേഷങ്ങളും അമ്പലനടയിലെത്തി മൊഴിയുന്നത് മാമൂലനുസരിച്ചുള്ള അത്ര ശ്ലീലമല്ലാത്ത ഭാഷയാണെന്നു മാത്രം. ഏറ്റവും ആവേശം പകരുന്നത് കുട്ടികളെ സംബന്ധിച്ചിടത്തോളം കുതിര എഴുന്നള്ളിപ്പാണ്. അഞ്ചാറു മരക്കുതിരകൾ ചക്രത്തിൽ ഘടിപ്പിച്ച് മരത്തിന്റെ പുറംചട്ടയാകുന്ന കുതിരയുടെ ശരീരം വർണ്ണശീലകൾ കൊണ്ട് അണിയിച്ച് ശരവേഗത്തിൽ വലിച്ചുകൊണ്ടോടുന്ന ആ കാഴ്ച പഴയ തലമുറയിൽ ഇന്നും മനസ്സിൽ ആവേശത്തിന്റെ ചായം കോരിയൊഴിക്കും. ഇന്ന് അത്തരം ആഘോഷങ്ങളിൽ ആർക്കു കമ്പം കാണില്ല. എല്ലാം ദൃശ്യമാധ്യമങ്ങളിൽ മിന്നിമറയുന്ന

കാലം. കുതിര വലിക്കുന്ന കമ്പത്തിൽ അന്ന് ഒരു പൂരക്കാലത്ത് ഞങ്ങളുടെ കൂടെ പഠിച്ച ഒരു ചങ്ങാതിയുടെ (നീലാണ്ടൻ ബാലൻ) കാല് തന്നെ അപായപ്പെട്ടു. ആ ഉത്സവത്തിന്റെ ജീവിക്കുന്ന രക്തസാക്ഷിയായി ബാലനെ ഇന്നും കാണാം. നന്നായി പഠിക്കുകയും പെരുമാറുകയും ചെയ്യുന്ന അദ്ദേഹം പിൽക്കാലത്ത് സർക്കാർ ഉദ്യോഗസ്ഥനായി. ശാലിയത്തെരുവിലെ ഭഗവതീ സന്നിധിയിൽ നിന്ന് പല വേഷങ്ങൾ മാറി മാറി പൊറോട്ടു കെട്ടിവരുന്ന കൂട്ടത്തിൽ ഞങ്ങൾക്ക് ഏറെ ഇഷ്ടപ്പെട്ട ഒരു വേഷമുണ്ട്. വാഴക്കണ്ടൻ. ഉണങ്ങിയ വാഴയില ദേഹം മുഴുവൻ കെട്ടിപ്പൊതിഞ്ഞ് പൊറോട്ടുകളുടെ കൂടെ ശാന്തമായി നടക്കുകയേള്ളു. വാഴക്കണ്ടന് വലിയ വേഷപ്പൊലിമയോ, ധൃതിയോ ഇല്ല. തെരുവിൽ നിന്ന് സുബ്രഹ്മണ്യസ്വാമി ക്ഷേത്രം തെക്കേ നടവരെ മന്ദമന്ദം നടന്നു വരുമ്പോൾ മറ്റു ചില വേഷങ്ങൾ ചുറ്റുംകൂടിയ കുട്ടികൾ ആർപ്പുവിളിയോടെ തിരികെപ്പോകുന്നതും കാണും. പിറ്റേദിവസം ഒരു കൗതുകം വരാനുണ്ട്. ക്ലാസ്സിലിരിക്കുമ്പോൾ സരസരായ മാഷന്മാരു തന്നെ ഒരുത്തനെ വാഴക്കണ്ടൻ എന്നു വിളിക്കും. അപ്പോഴാണ് ഇന്നലെ ദേഹവും മുഖവും വാഴയിലയാൽ മറച്ച പൊറോട്ടുവേഷമായത് ക്ലാസ്സിലെ ആ ചങ്ങാതിയാണെന്നു പിടികിട്ടുക. ഇന്ന് പുരോത്സവവും പൊറോട്ടും, പോതിയും, കേളീപാത്രവും, അലാമിയും എല്ലാം പേരിനുമാത്രമായിത്തീർന്നു.

പുഞ്ചക്കാട്ട് എന്ന സ്ഥലത്തെ (ശാലിയ തെരുവിന്ന് തെക്ക് വയലിന്റെ കരയിൽ) സ്ഥിതിചെയ്യുന്ന സെന്റ് മേരീസ് സ്കൂളിനോടനുബന്ധിച്ച് ചിലപ്പോൾ സായിപ്പന്മാർ വന്നു താമസിക്കും. ഉയരം കൂടിയ വെളുവെളുത്ത മനുഷ്യൻ, ഒരു ചട്ടിത്തൊപ്പി ധരിക്കും. കുട്ടികളെല്ലാം സായ്പ്പേ എന്നു ഉച്ചത്തിൽ വിളിച്ച് അദ്ദേഹത്തിന്റെ പുറകെ കൂടും. വയലും നാട്ടുവഴികളും താണ്ടി എല്ലാ സായാഹ്നത്തിലും കൊക്കാനിശേരി ബസ്സാർ എന്നറിയപ്പെടുന്ന പയ്യന്നൂർ പട്ടണത്തിലേക്കാണ് പാതിരി സായ്പ് പോകുന്നത്. രാവിലെയായാലും വൈകുന്നേരമായാലും കുട്ടികൾ പറയുന്നത് ഗുഡ്മോണിംഗ് സായ്പേ, സലാം സായ്പേഎന്നൊക്കെയാണ്. ഇങ്ങിനെ പറയുന്ന കുട്ടികളോട് ഉചിതമായി പ്രതികരിച്ചുകൊണ്ടാണ് സായ്പ് തെക്കുനിന്ന് വടക്കോട്ട് പലപ്പോഴും നീങ്ങുന്നത്. കുട്ടികളുടെ ഏറ്റവും വലിയ ദൗർബല്യമായ ഐസ്ഫ്രൂട്ട് ടിന്ന് പെട്ടിയിലാക്കി സൈക്കിളിൽ കൊണ്ടുപോകുന്നതും ഞങ്ങളുടെ വീട്ടിനു മുന്നിലുള്ള ആ കൊവ്വൽ എന്ന മൈതാനം മുറിച്ചു കടന്നാണ്. ആഴ്ചയിൽ ഒരു ദിവസം ചെണ്ടമേളത്തോടെ ഒരു ചെറുസംഘം സിനിമാ പോസ്റ്റർ വഹി

ച്ചുകൊണ്ടു പോകുന്നതും ആ വഴിതന്നെ. കുറേ വർഷങ്ങൾകൂടി കഴിഞ്ഞപ്പോൾ ജീപ്പിൽ രാജാറാം ടാക്കീസിലെ പുതിയ സിനിമ വിളിച്ചുപറഞ്ഞുകൊണ്ട് പരസ്യം നടത്തുന്നതും കണ്ടു. അവർ ഓടുന്ന ജീപ്പിൽ നിന്നും പുറകിലോട്ടിടുന്ന വലിയ സിനിമാ നോട്ടീസുകൾ വലിയ ഓട്ടക്കാർക്ക് മാത്രമേ കിട്ടിയിരുന്നുള്ളു. സിനിമാ നോട്ടീസിന് പിറകെ ഓടുന്നത് മിക്കവാറും വനിതകളാണ്. ഓർമ്മയിൽ തങ്ങിനിൽക്കുന്ന മറ്റൊരു ഗ്രാമീണ കാഴ്ച ബ്രൂക്ക്ബോണ്ട് സ്വാമിയും ചായപ്പൊടിപെട്ടി തലയിലേറ്റിയ കാര്യസ്ഥനുമാണ്. മിക്ക ദിവസങ്ങളിലും ബ്രൂക്ക്ബോണ്ട് കമ്പനിയുടെ ഈ ഉദ്യോഗസ്ഥൻ നാട്ടിലെ കടകളിൽ നേരിട്ട് നടന്നുപോയി ചായപ്പൊടി വിൽപ്പന നടത്തുന്ന ഏർപ്പാടാണത്. (പഴയകാലത്ത് പാന്റ്സ് ധരിച്ച് ആ വഴിയിലൂടെ സഞ്ചരിക്കുന്ന ഏക വ്യക്തി സ്വാമിയാണ് എന്ന് ഞാനോർക്കുന്നു). ചുരുക്കത്തിൽ മൈതാനത്തിന്റെ പടിഞ്ഞാറെ കരയിലെ വീട്ടിൽ നിന്നുതന്നെ ഞങ്ങൾക്കെല്ലാം ഈ സംഭവങ്ങളിലെല്ലാം സജീവമായി പങ്കെടുക്കാൻ പറ്റിയ ഒരു അവസ്ഥ അന്നുണ്ടായിരുന്നു. സഹജീവികളായ പലർക്കും ഇല്ലാത്ത ഒരു ഭാഗ്യമായിരുന്നു അമ്പലപരിസരത്തെ സംഭവബഹുലമായ ഞങ്ങളുടെ ജീവിതം. ചെറുപ്പകാലത്ത് സ്കൂൾ സമയം കഴിഞ്ഞ് പുസ്തകങ്ങൾക്ക് അടുത്ത ദിവസം രാവിലെ സ്കൂളിലേക്ക് ഓടാൻ സമയംവരെ വിശ്രമമാണ്. പ്രാഥമിക വിദ്യാഭ്യാസകാലത്ത് കുട്ടി മടികാണിക്കാതെ സ്കൂളിലേക്ക് സ്വയം പോകുന്നു (ചൂരൽപ്രയോഗമില്ലാതെ) എന്ന സമാധാനമാണ് അച്ഛനമ്മമാർക്ക്. അക്കാലത്ത് രാവിലെ ഉറക്കമുണരില്ല എന്നു പറയുന്നില്ല. രാവിലെ മൂന്നു മണിക്കുപോലും ഉണർന്ന് ചെറിയ മുട്ടവിളക്കു മെടുത്ത് (ചെറിയ മണ്ണെണ്ണവിളക്ക്) പറമ്പിന്റെ അതിർത്തിയിൽ ഉയർന്നു നിൽക്കുന്ന പറങ്കിമാവുകളുടെ ചോട്ടിലേക്ക് ഓടും. ഞാനും എന്റെ ഏട്ടനും മത്സരിച്ചു ഓട്ടമാണ്. മറ്റു വീടുകളിൽ നിന്നും ഈ ഓട്ടക്കാർ വരും. ഞങ്ങളുടെ വീടിന്റെ തെക്കെ വളപ്പിലുള്ള കല്ലിടിൽ ശേഖരൻ (പിന്നെ പട്ടാളത്തിൽ ചേർന്നു) വടക്കുഭാഗത്തെ സമൂഹം മഠത്തിലെ ദേവേശൻ (എന്റെ സഹപാഠി) എന്നിവരും ഞങ്ങളുടെ അമ്മാവന്റെ മകൾ ശാന്തകുമാരിയും എല്ലാം ഓടിയെത്തുംമുമ്പ് എത്താനാണ് എന്റെ ഓട്ടം. ചെറിയ മണ്ണെണ്ണ വിളക്കുമായി ഈ കുട്ടികൾ ഓടിവരുന്നത് പറങ്കിമാവിന്റെ ചോട്ടിൽ വീണുകിടക്കുന്ന കൊരട്ട എന്നുപറയുന്ന കശുവണ്ടി പെറുക്കിയെടുക്കാനാണ്. തലേദിവസം മരത്തിന്റെ മുകളിൽ തൂങ്ങിക്കിടക്കുന്ന വവ്വാലിന്റെ ഇഷ്ടഭോജ്യം പറങ്കിമാങ്ങ (cashew apple)യാണ്. അവ അതിന്റെ മധുര രസം ഊറ്റിക്കുടിച്ച് അണ്ടികൾ താഴെയിടുന്നു.

അവ എത്രയുംവേഗം പെറുക്കിയെടുക്കുക എന്നതാണ് മത്സരിച്ചോടുന്ന കുട്ടിപ്പട്ടാളത്തിന്റെ ലക്ഷ്യം. വളപ്പിന്റെ അതിരിൽ വീണുകിടക്കുന്ന ആ കശുവണ്ടികൾ ചെറിയ ഓരോ പാത്രങ്ങളിൽ ശേഖരിച്ച് നേരെ വീട്ടിനകത്തേക്ക് വരികയല്ല പതിവ്. വീടിന്റെ വടക്കെ വളപ്പിൽ ഒരു അതിഭീമൻ മാവുണ്ട്. അതിർത്തിയിൽ തലയുയർത്തിനിൽക്കുന്ന ഭീമൻ വൃക്ഷം ഒരു ഗ്രാമ വൃദ്ധനെപ്പോലെ തലയുയർത്തി നിൽക്കുന്നു. പയ്യന്നൂരിലും പരിസരത്തും വച്ച് ഏറ്റവും വലിയ ഒത്ത ആകൃതിയിലുള്ള, അമ്പരപ്പിക്കുന്ന ഉയരമുള്ള മാവായിരുന്നു അത്, തൊണ്ടൻ മാവ് (വയസ്സൻ മാവ്), അതിന്റെ ചോട്ടിലും വവ്വാലുകൾ പറങ്കിയണ്ടികൾ ഇട്ടുതരും. ആ 'മാവ് മുത്തശ്ശന്റെ' ചോട്ടിൽ മാങ്ങ പെറുക്കാൻ ചെല്ലുമ്പോൾ ധാരാളം പാമ്പുകളെ പകൽ കണ്ടിട്ടുണ്ട്. അതിരാവിലെ മങ്ങിയ വെളിച്ചത്തിൽ അതിന്റെ ചോട്ടിൽ കൊരട്ട ശേഖരണത്തിന് ശ്രമിക്കുന്നതിൽ ഞങ്ങൾക്കെല്ലാം പേടിയുമുണ്ട്. തൊണ്ടൻമാവ് ഞങ്ങൾക്ക് എന്നും ഒരു മിത്താണ്. ചില കാലങ്ങളിൽ 'മരയിൽ തലച്ചി' എന്ന പെലിക്കൻപക്ഷി അതിന്റെ ഉയരത്തിൽ ദിവസങ്ങളോളം വന്നിരിക്കും. വാരിക്കര ചാത്തുക്കുട്ടി നായനാർ (വി. സി നായനാർ) എന്ന റിട്ടയേർഡ് മിലിട്ടറി ഡോക്ടർ പതിവായി ആ മരത്തിലെ പക്ഷികളെ വെടിവച്ചിടുമായിരുന്നു. തൊണ്ടൻ മാവ് ഒരിക്കൽ നിലംപതിച്ചപ്പോൾ 200-250 മീറ്റർ നീളത്തിൽ അതിന്റെ തായ്തടി നീണ്ടു കിടന്നു. അഞ്ചോ ആറോ തോണി ആ വൻമരത്തിൽ നിന്നുണ്ടാക്കി എന്നാണ് കേഴ്‌വി. അണ്ടി ശേഖരണം കഴിഞ്ഞ് വീടുകളിലേക്ക് എത്തുമ്പോൾ ഏകദേശം നേരം പുലർന്നിരിക്കും. നൂറു കണക്കിന് അണ്ടികൾ ആദ്യമാദ്യം മണ്ണെണ്ണ വിളക്കുമായി ചെന്നവർക്ക് കിട്ടും. അണ്ടിക്ക് അന്ന് വലിയ വിലയാണ്. ബസ്സാറിൽ മല്ലറുടെ പീടികയിൽ ഒരു മാസത്തെ സമ്പാദ്യമായ എട്ടും പത്തും കിലോ അണ്ടി വിൽക്കാൻ ഞാനും എന്റെ ഏട്ടനും പോകും. തിരിച്ചുവരുമ്പോൾ ആർക്കും പങ്കാളിത്തമില്ലാത്ത ആ സ്വന്തം സമ്പാദ്യത്തിൽ നിന്നു വലിയൊരു ഭാഗം ഞങ്ങൾ പല സാധനങ്ങളും വാങ്ങാൻ വിനിയോഗിക്കും (പലതും വീട്ടിൽ ആവശ്യമുള്ളവയാണ് താനും). വരുന്ന വഴി കുറേനേരം രാജാറാം ടാക്കീസിന്റെ പുറകിലെ ഓലമതിലിനു പുറകിൽ നിന്ന് സിനിമാ സീൻ കാണാൻ ചിലവഴിക്കും. ഓസിന് ഒരു സിനിമയുടെ ചില രംഗങ്ങൾ കാണാം. തുണി സ്ക്രീനിനു മുന്നിൽ പൂഴിമണലിലിരുന്നാണ് അന്ന് ടിക്കറ്റെടുത്ത ആളുകൾ സിനിമ കണ്ടിരുന്നത്. ഞങ്ങൾക്ക് സ്ക്രീനിന്റെ പുറകിൽ നിഴൽ നാടകം പോലെ കുറച്ചുസമയം ഒരു കാപ്സ്യൂൾ സിനിമ ലഭ്യമാകുന്നു എന്നുമാത്രം. വീട്ടിലേക്ക് തിരി

കെ.എ.കെ. പൊതുവാൾ

കെ പോകുമ്പോൾ സന്ധ്യാ സമയത്തു വീണുകിട്ടുന്ന വിനോദമാണ് ഈ ഫ്രീഷോ. അന്ന് തറടിക്കറ്റിന് രണ്ടോ മൂന്നോ അണ മാത്രമേ ടിക്കറ്റുവിലയുള്ളു. (പതിനാറണ ഒരു രൂപ). പിന്നോട്ടു പിന്നോട്ടു പോകുന്തോറും ടിക്കറ്റുവിലയും ഇരിപ്പിടത്തിന്റെ ഗമയും കൂടും എന്നുമാത്രം. ബഞ്ചും ഗ്യാലറിയും കസേലയും വിലകൂടിയ സീറ്റുകളാണ്. സ്നേഹസീമ, അവൻ വരുന്നു, ജീവിതനൗക എന്നീ സിനിമകൾ ആ ടാക്കീസിൽ ഇരുന്നു കണ്ടത് ഞാനോർക്കുന്നു. കുടുംബസമേതം അന്ന് സിനിമയ്ക്ക് പോകുന്നുവെങ്കിൽ രണ്ടാം കളിക്കാണ് കയറുന്നത്. വലിയമ്മയുടെ മകൾ രുഗ്മിണി ഏടത്തിയുടെ ഭർത്താവ് ആന്ധ്രകുഞ്ഞമ്പുപ്പൊതുവാൾ എപ്പോഴെങ്കിലും അവരുടെ കുടുംബത്തോടൊപ്പം സഹോദരങ്ങളേയും എന്റെ അമ്മയേയും ഞങ്ങൾ സഹോദരങ്ങളേയും സിനിമ കാണിക്കാൻ കൊണ്ടുപോകും. എല്ലാവർക്കും കസേര ടിക്കറ്റാണ് എടുക്കുക. ഗ്യാലറി എന്ന ഒരു ടൈപ്പ് സീറ്റുകൂടിയുണ്ടെങ്കിലും അതിന് കസേലയുടെ വിലയില്ല; ഗമയുമില്ല. അദ്ദേഹം സാമാന്യം സമ്പന്നനായതുകൊണ്ട് കസേലയ്ക്കാണ് കയറുക. പയ്യന്നൂരിൽ കുറേകൊല്ലം കൂടി കഴിഞ്ഞതിനുശേഷമാണ് ഓലമേഞ്ഞ ടാക്കീസ് മാറി ഒരു സെമിപെർമനന്റ് തിയേറ്റർ ശോഭ എന്ന തിയേറ്റർ വന്നത്. മുമ്പ് ശോഭ തിയേറ്റർ ഉണ്ടായിരുന്ന സ്ഥലത്ത് പഴയ ബസ്റ്റ് സ്റ്റാന്റിന് എതിർവശം വിശാലമായ ഷോപ്പിംഗ് കോംപ്ലക്സും സ്റ്റാർ ഹോട്ടലും മറ്റുമാണ് ഇന്ന് പ്രവർത്തിക്കുന്നത്. എങ്കിലും നഗരത്തിന്റെ ഹൃദയഭാഗത്തായി മൂന്നാലു സിനിമാ തിയേറ്റർ ഇന്നുണ്ട്.

എന്നും കിട്ടിയ സ്നേഹവും കരുതലും

സ്കൂൾ വിദ്യാഭ്യാസകാലത്ത് ആവശ്യമായ പുസ്തകങ്ങളും മറ്റും വാങ്ങുകയെന്നത് ദുഷ്കരമായിരുന്നു ആ നാളുകളിൽ. നല്ല പെൻസിലും, റബ്ബറും, കട്ടറും,. ഇൻസ്ട്രുമെന്റ് ബോക്സും, വർക്ക് ബുക്കും കോപ്പി ബുക്കും മറ്റും പഠിക്കുന്ന കുട്ടികൾക്ക് വാങ്ങിക്കൊടുക്കാൻ വീട്ടുകാർക്ക് അക്കാലത്ത് കഴിയാറില്ല. അതൊന്നും ക്ലാസ്സുകളിൽ അത്ര നിർബന്ധവുമല്ല. പക്ഷെ അതൊക്കെ വേണമെന്ന നിർബന്ധബുദ്ധി എനിക്കുണ്ടായിരുന്നു. അമ്മാവൻമാരും ചിലപ്പോൾ സമ്പന്നരായ അടുത്ത ബന്ധുക്കളും ഇതൊക്കെ വാങ്ങിത്തരുമായിരുന്നു. പയ്യന്നൂർ ഹൈസ്കൂൾ പഠനകാലത്ത് അദ്ധ്വാനിച്ച് പഠിച്ചില്ലെങ്കിൽ ക്ലാസ്സുകയറ്റം കിട്ടില്ലയെന്നും അത് ജീവിതത്തിൽ വലിയ ഒരു പിന്നോട്ടടിക്കൽ ആയിരിക്കുമെന്നും എനിക്ക് ബോദ്ധ്യം വന്നതിനാൽ ഏതിനും മീതെ പഠിത്തത്തിൽ ശ്രദ്ധിക്കുമായിരുന്നു ഞാൻ. എന്റെ മൂത്ത അമ്മാവൻ കാഞ്ഞങ്ങാട് ദുർഗാ ഹൈസ്കൂളിലെ അധ്യാപകൻ ഏ.ആർ. പൊതുവാളും വീട്ടിൽ എപ്പോഴും വന്നുകൊണ്ടിരിക്കുന്ന വലിയ അമ്മാവൻമാരുടെ മക്കളും, അമ്മയുടെ ഇളയപ്പൻമാരുടെ മക്കളായ പി.ആർ. പൊതുവാളും (സ്കൂൾ ഓഫ് മാനേജ്മെന്റ് കൊച്ചിൻ യൂണിവേഴ്സിറ്റി) എടിച്ചേരി ബാലകൃഷ്ണൻ (പൂന), അഡ്വ.കെ.കെ. കുഞ്ഞികൃഷ്ണപ്പൊതുവാൾ, മൂത്ത ജ്യേഷ്ഠത്തിയുടെ ഭർത്താവ് ആ ന്ധ്ര ക്കു ഞ്ഞ മ്പു പ്പൊതുവാൾ, വി.പി. അപ്പുക്കുട്ടപ്പൊതുവാൾ തുടങ്ങിയവരും വലിയമ്മ

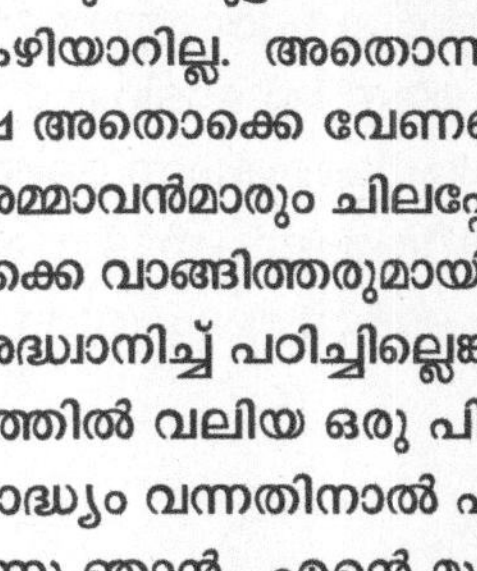

അഡ്വ.കെ.കെ.കുഞ്ഞികൃഷ്ണപ്പൊതുവാൾ

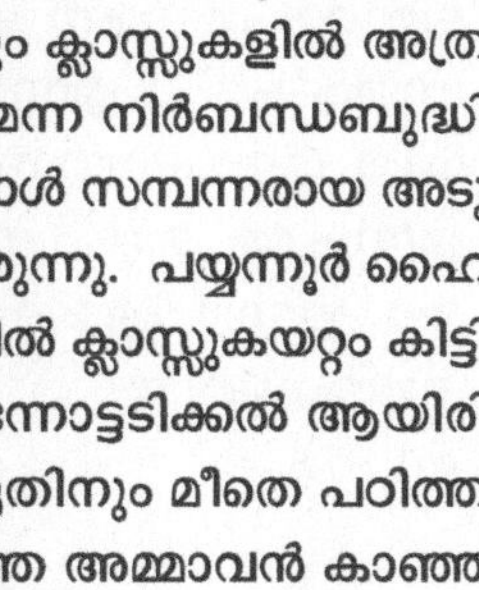

പ്രൊ. പി.ആർ. പൊതുവാൾ

യുടെ മകൻ സീതാരാമനും അച്ഛന്റെ അനന്തിരവൻ പി.യു കരുണാകരനും പഠനകാര്യത്തിൽ പ്രോത്സാഹനം നൽകുകയും, സഹായിക്കുകയും ചെയ്ത ബന്ധുജനങ്ങളാണ്. കലിയന്തിൽ പുരുഷോത്തമൻ, കെ. കെ. കരുണാകരൻ, ഹയസ്റ്റ് നാരായണൻ, യു. നാരായണൻ തുടങ്ങിയ മുതിർന്ന ക്ലാസ്സുകളിൽ പഠിക്കുന്ന ബന്ധുജനങ്ങളും പഠിത്തത്തിലും മറ്റു കലാപ്രവർത്തനങ്ങളിലും മാർഗ്ഗനിർദ്ദേശങ്ങൾ കലവറയില്ലാതെ നൽകിയവരായിരുന്നു. ഗാർഹിക സമ്മർദ്ദങ്ങളുടേയും, പഠിത്തത്തിന്റെ പിരിമുറുക്കത്തിന്റെയും ഇടയിൽപ്പെട്ട് ഉഴറിയ കൗമാരത്തിൽ സ്നേഹവായ്പും കരുതലും നൽകിയ സ്നേഹനിർഭരമായ സമീപനം പുലർത്തിയ നിരവധി അധ്യാപകരും ജ്യേഷ്ഠസഹോദരങ്ങളും അനൽപ്പമായ സുരക്ഷിതത്വമാണ് അന്ന് നൽകിയത്. വീടിന് മുമ്പിലുണ്ടായിരുന്ന ആൽമരങ്ങളാൽ അതിരിട്ട പട്ടറാട്ട് കൊവ്വൽ എന്ന വിശാലമായ അമ്പല മൈതാനം ഞങ്ങൾ കുട്ടികളുടെ മനസ്സും വികാര വിചാരങ്ങളും വിശാലമാക്കി എന്നാണ് എന്റെ ഇപ്പോഴത്തെ തോന്നൽ. പ്രകാശം പരത്തുന്ന ആ കാഴ്ച എന്നും മനസ്സിൽ ഓടിവരുന്നത് കാറ്റിനോട് നിശബ്ദമായി കുശലം പറയുന്ന ആടിക്കളിക്കുന്ന അരയാലില ഓർക്കുമ്പോഴാണ്. ഇന്നും ആ കാഴ്ച സജീവമാണ്; നാട് നമ്മെ മാടിവിളിക്കുന്നതുപോലെ. ഇന്നും എവിടെ പാർത്താലും തുറസ്സായ ചുറ്റുപാടിനെ ഞാൻ സ്നേഹിക്കുന്നു.

17

എല്ലാവരേയും വഴിനടത്തുന്ന ദേവൻ

പ്രസിദ്ധമായ പയ്യന്നൂർ സുബ്രഹ്മണ്യ ക്ഷേത്രത്തിന്റെ പരിസരത്ത് ദൈവഭക്തിയും കുളിച്ചുതൊഴലും നിത്യേന പാലിക്കാത്തവർ ചുരുക്കമായിരുന്നു. ഭക്തരാണോ അല്ലയോ എന്ന ചോദ്യമില്ല. സമയം കിട്ടുമ്പോഴെല്ലാം അമ്പലച്ചിറയിൽ നീന്തിക്കുളി വലിയ ഇഷ്ടമായ കാലമായിരുന്നു അത്. പ്രത്യേകിച്ച് കുട്ടികൾക്ക്. വിശാലമായ അമ്പലച്ചിറ കാണുമ്പോൾ പ്രത്യേകിച്ച് മഴക്കാലത്ത് തുമ്പിക്കൈവണ്ണമുള്ള മഴത്തുള്ളികൾ ജലപ്പരപ്പിൽ ആഞ്ഞുപതിക്കുന്ന പരശ്ശതം ആനകണ്ണുകൾ പോലെ ജലപ്പരപ്പിൽ നിന്ന് മേലോട്ട് കുമളിക്കുന്ന കാഴ്ച കുട്ടിക്കാലത്ത് വലിയ ഭീതിയാണുളവാക്കിയത്. ഒറ്റയ്ക്ക് അത്തരം സന്ദർഭങ്ങളിൽ കുളക്കടവിൽ കണ്ണുപായിക്കാൻ എനിക്ക് ധൈര്യമുണ്ടാകാറില്ല. ചിറയിലെ കുളി ഒരു പതിവുള്ള സുഹൃദ്സംഗമം കൂടിയാണ്. നട്ടുച്ചയ്ക്കുപോലും തിമിർക്കാൻ തയ്യാറുള്ളവർ വാസ്തവത്തിൽ എന്റെ ഏട്ടന്റെ സുഹൃത്തുക്കളാണ്. നീന്തൽ വൈദഗ്ദ്ധ്യം കഷ്ടിയായ എന്റെ ഏട്ടൻ അവരുടെ കൂടെ ഇറങ്ങുമ്പോൾ നിരീക്ഷിക്കാനാണ് അമ്മ എന്നെയും ചിറയിലേക്ക് പറഞ്ഞയക്കുക. കുളത്തിലെ തിമിർപ്പിന്നിടയിൽ പന്നിക്കല്ലിന്റെ മുകളിൽ നിന്നുള്ള വെള്ളത്തിലേക്കുള്ള ചാട്ടവും തരിമൂക്കിലും ചെവിയിലും അസാരം വെള്ളം കയറലും പതിവാണ്. എപ്പോഴും നീന്തിത്തുടിക്കാൻ സജ്ജരായ അത്തായി രാഘവൻ, പാറന്തട്ട ദാമോദരൻ, കെ.വി. ഗോവിന്ദൻ കല്ലിടിൽ ശേഖരൻ, ഉത്തമന്തിൽ കുഞ്ഞപ്പൻ എന്നിവർക്കു ഈ വെള്ളത്തിലെ തിമർപ്പ് നിത്യം ഉത്സവമാണ്. പിന്നീട് ക്ഷേത്രത്തിനകത്തുകൂടെ തെക്കെ നടയിൽ വന്ന് വീട്ടിലേക്ക് ഒരോട്ടം. കുളിയും തേവാരവുമെല്ലാം ഒരോട്ടത്തിൽ കഴിഞ്ഞു. പയ്യന്നൂർ പെരുമാളുടെ സവിധത്തിൽ ഒരു നിമിഷം നിന്നാൽ അതുമതി ആ ദിവസത്തേക്കുള്ള മനോധൈര്യത്തിന് എന്ന തോന്നൽ വളരെ ചെറുപ്പത്തിൽ തന്നെ മറ്റു പലരേയുംപോലെ എന്നിൽ വേരൂന്നിയിരുന്നു. ഇന്നും ആ ചിന്ത എന്നെ

പഴുതുകിട്ടുമ്പോഴൊക്കെ ആ ശ്രീകോവിലിന്റെ സോപാനത്തിനു താഴെ ഒരു നെയ്യമൃതുമായി നിൽക്കാൻ പെരുമാൾ വിളിച്ചുകൊണ്ടുപോകുന്നു. ഭക്തിനിർഭരമായ അന്തരീക്ഷം സമ്മാനിക്കുന്ന നിറപുത്തരിയും, പുന്നെൽക്കൂഴവും വിജയദശമിയും, ആരാധന ഉത്സവവും പെരുമാളുടെ കളഭവും ഹൃദയംഗമമായ സ്മരണകളാണ്. മുരുകന് കൂഴം കെട്ടാൻ പ്രാർത്ഥിച്ചവർ ദൂരദിക്കിൽ നിന്നു വന്ന് പടിഞ്ഞാറെ ഗോപുരത്തിന്റെ കൂഴത്തറയിൽ നെല്ലും നേന്ത്രക്കായക്കുലയും പച്ചക്കറികളും എത്തിച്ച് പൊതുവാൾമാരെ തിരഞ്ഞുനടക്കുന്ന ഒരു കാലമുണ്ടായിരുന്നു. കൂഴത്തിന് ഒരു പൊതുവാൾ ഉടമ്പടിയും ഇടപെടലും വേണം. മാത്രമല്ല ദൂരസ്ഥലത്തുവരുന്ന നായർ, നമ്പ്യാർ കുടുംബങ്ങൾ കൂഴം കഴിക്കാൻ അമ്പലത്തിൽ എത്തിയാൽ സഹായിയായിവരുന്ന പൊതുവാൾ കുടുംബത്തിലാണ് അവർക്ക് ഉച്ചഭക്ഷണം. ചില കൂഴക്കാർക്ക് പൊതുവാളെ തിരയേണ്ടതില്ല. ആചാരമനുസരിച്ചുതന്നെ ഏതെങ്കിലും കുടുംബത്തിൽ വർഷാവർഷം പതിവായി ആതിഥ്യവും ഉച്ചയൂണും ആവാം. എന്റെ വീട്ടിൽ വർഷത്തിൽ മൂന്നാലു നായർ തറവാട്ടുകാർ കൂഴവുമായി വരുന്ന പതിവുണ്ട്. ഇതെല്ലാം ചില സ്വകാര്യ ഉത്സവാന്തരീക്ഷം മനസ്സിൽ കടന്നു കൂടാൻ അവസരം ഒരുക്കിയ ഓർമ്മയുണ്ട്. മറ്റെവിടെയും കാണാത്ത ഒരു പാരസ്പര്യത്തിന്റെ അനുരണനംപോലെ.

എന്റെ കുട്ടിക്കാലത്ത് കൂഴം കഴിക്കാൻ അമ്പലത്തിന്റെ പടിഞ്ഞാറെ ഗോപുരത്തിൽ ഒത്തുകൂടുന്ന കരിവെള്ളുരിലേയും കാങ്കോലേയും കോറോത്തേയും പെരളത്തേയും പല നായർ കുടുംബങ്ങളെയും വീട്ടിലേക്ക് സ്വീകരിച്ചാനയിച്ചതായി ഓർമ്മയിലുണ്ട്. മുഴുക്കൂഴവും അരക്കൂഴവും അളക്കുന്ന പതിവുണ്ട്. യാദൃശ്ചികമായിട്ടായിരിക്കും ആ തറവാട്ടിലെ ചില സമപ്രായക്കാരായ കുട്ടികൾ ഹൈസ്കൂളിൽ ആറിലും ഏഴിലും പഠിക്കുന്ന എന്റെ സതീർത്ഥ്യരാണെന്ന സന്തോഷം വന്നണയുന്നത്. പിന്നെ കുട്ടികളും മുതിർന്നവരും ക്ഷേത്രദർശനവും തൊഴലും കഴിഞ്ഞ് ഞങ്ങളുടെ തറവാട്ടിന്റെ പൂമുഖത്തു ഒത്തുചേർന്നു കഴിഞ്ഞാൽ അവരുടെ കൂട്ടത്തിൽ വന്ന വാല്യക്കാർ നേന്ത്രക്കുലയും നെല്ലും മറ്റും ക്ഷേത്രത്തിലെ കൂഴക്കാരനായ ജീവനക്കാരൻ അളന്ന് പെരുമാൾക്ക് നൽകിയതിൽ ഒരു ഭാഗവും വലിയ കുമ്പളങ്ങയും മത്തനും മറ്റും പടിഞ്ഞാറേ ഗോപുരത്തിൽ നന്ന് കൊണ്ടുവരികയായി. ഉച്ചയ്ക്ക് വന്ന അതിഥികൾക്ക് സദ്യ ഒരുക്കണം. അവർ എത്രപേരുണ്ടെന്ന് അന്നേരം മാത്രമെ അറിയൂ. വീട്ടിലുള്ള സാധനങ്ങൾ തികയില്ലെങ്കിൽ അവർ കൊണ്ടുവന്ന കറിസാധനങ്ങൾ തന്നെ പെട്ടെന്ന് സദ്യവട്ടത്തിനെടുക്കും. അമ്മ കൂടാതെ ഞങ്ങളുടെ കുടുംബത്തിന്റെ ഭാഗമായി കാലങ്ങളോളം സംര

ക്ഷണ വലയം സൃഷ്ടിച്ച് അമ്മാമ എന്ന അമ്മായി (ചെറുപ്പത്തിലെ നിര്യാതനായ കമ്മാരൻ കാരണവരുടെ പത്നി)യും പിന്നെ ചാർച്ചക്കാരായ പടിഞ്ഞാറെ അത്തായി വീട്ടിലെ സ്ത്രീകളും മറ്റും ചേർന്നാണ് പെട്ടെന്ന് സദ്യ ഒരുക്കുക. പെട്ടെന്ന് നല്ല വട്ടത്തോടു കൂടി ലളിതമായ സദ്യ ഒരുക്കുന്നത് അവർക്ക് ഒരു പ്രശ്നമേ അല്ല. പത്തുപതിനാറ് പേരടങ്ങുന്ന കൂഴക്കാർ ഉച്ചയൂണ് കഴിഞ്ഞ് പെരുമാളുടെ ആതിഥ്യവും സ്വീകരിച്ച് പയ്യന്നൂർ ബസാറുവരെ നടന്ന് പിന്നെ ബസ്സിന് അവരുടെ ദേശത്തേക്ക് പോകും. കൂട്ടത്തിൽ ഒന്നു പറയട്ടെ പയ്യന്നൂരിലെ പൊതുവാൾ സമൂഹം സദ്യ ഒരുക്കുന്നതിൽ അതിനിപുണന്മാരാണ്. ആ നൈപുണ്യം അടുക്കളയിലെ വീട്ടമ്മമാർക്കും പകർന്നു കിട്ടിയിട്ടുണ്ട്. പൊതുവാൾ ദേഹണ്ഡക്കാരുടെ കീർത്തി ഏറെക്കാലം പയ്യന്നൂരിൽ പരന്നിരുന്നു. ഇന്നും ചില എണ്ണം പറഞ്ഞ ദേഹണ്ഡക്കാർ (പാചകവിദഗ്ധർ) ഒരുക്കുന്ന സദ്യയെ പലരും പ്രകീർത്തിക്കാറുണ്ട്. അന്നൂരിലെ ദാമോദരപ്പൊതുവാളും അത്തായി ഭാസ്കരനും പഴയ തലമുറയിലെ ആനടിൽ അമ്പുപ്പൊതുവാളും, കരിപ്പത്ത് കമ്മാരപ്പൊതുവാളും എന്റെ അറിവിലുള്ള പാചകരത്നങ്ങളായിരുന്നു. തളിപ്പറമ്പിലേയും കണ്ണൂരെയും പ്രസിദ്ധ സസ്യാഹാര ഹോട്ടലായിരുന്ന ഭാരതി ഹോട്ടലും, പയ്യന്നൂരിലെ ഷണ്മുഖവിലാസം ബോംബെ ഹോട്ടലും അന്നൂരിലെ പ്രസിദ്ധ പൊതുവാൾ കുടുംബത്തിന്റേതായിരുന്നു. കെ.യു. കുഞ്ഞിരാമപ്പൊതുവാളും സഹോദരന്മാരും ബോംബെയിൽ പോയി പരിചയപ്പെട്ട ഹോട്ടൽ വ്യാപാരത്തിന്റെ തുടർച്ചയായിരുന്നു ഈ ഭക്ഷണശാലാ ശൃംഖല. എന്നു പറഞ്ഞല്ലൊ. കെയുസി സഹോദരന്മാർ സ്ഥാപിച്ച പയ്യന്നൂരിലെ ബോംബെ ഹോട്ടൽ ഇന്നും പ്രസിദ്ധമാണ്.

നമ്മൾ പടിഞ്ഞാറെ ഗോപുരത്തിലാണിപ്പോഴും. കൂഴം പയ്യന്നൂരമ്പലത്തിലെ ഒരു പ്രധാന വഴിപാടാണെങ്കിലും അത് തികച്ചും ആചാരപരമാണ്. അവിടെ വലിയ നേർച്ചയായി കണ്ടിട്ടുള്ളത് അപ്പവും കൂഴവുമാണ്. ഇന്നും വലിയ ചിലവുള്ള സംഭവമാണത്. കൂഴം കൂടാതെ പെരുമാൾക്ക് നെയ്യപ്പം നിവേദിക്കുന്ന വലിയ ചടങ്ങാണത്. ആ നേർച്ചയുടെ കൂടെയും ഈ കൂഴം കഴിപ്പിക്കുന്നു. പുറത്തുനിന്നുവരുന്നവരാകുമ്പോൾ കൂഴത്തിനു പൊതുവാൾ കുടുംബം നിർബന്ധമാണുതാനും. അടുത്ത പ്രദേശത്തെ നായർ, നമ്പ്യാർ കുടുംബത്തിന്റെ കൂഴത്തിന് ആതിഥ്യം നൽകി അവരെ തൃപ്തരാക്കി തിരിച്ചയയ്ക്കുമ്പോൾ അവർ എന്തു വിഭവങ്ങൾ വീട്ടിലെത്തിച്ചു എന്നത് പ്രശ്നമല്ല. അവർക്ക് നല്ല സദ്യ ഒരുക്കുന്നു എന്നുമാത്രം. പലപ്പോഴും ഒരു നഷ്ടകച്ചവടമായിരിക്കും കൂഴം. പക്ഷെ പയ്യന്നൂർ പൊതുവാളുടെ സഹജീവിബഹുമാനവും വിശാല വീ

ക്ഷണവും ഇതിന്റെ പിന്നിലെ ചരിത്രവസ്തുതയാണ്. ഏറ്റവും കൗതുകകരമായി എനിക്ക് തോന്നിയിട്ടുള്ളത് കൂടെ പഠിച്ച വിദൂരദേശത്തെ നായർ കുടുംബത്തിലെ കുട്ടികൾ കൂഴത്തിൽ പങ്കെടുത്തവർ പിറ്റേദിവസം സ്കൂളിൽ എത്തിയാൽ ആതിഥേയ കുടുംബത്തിലെ അംഗമായി എന്നെ കണ്ടാൽ തലേദിവസം കണ്ട ഭാവം തന്നെ ഉണ്ടാകില്ല. ഞാൻ ഇന്നും ഓർക്കുന്ന ചിലർ അന്ന് എന്തുകൊണ്ട് അങ്ങിനെ ഒരു വേറാക്കൂറ് കാണിച്ചു എന്ന്. ഒരു പിടിയും കിട്ടുന്നില്ല. കാലത്തിന്റെ ഒരു രീതിയും ശൈലിയും തന്നെ. അവർ പലരും വലിയ തറവാട്ടുകാരായിരുന്നതുകൊണ്ടല്ല അങ്ങിനെ പെരുമാറുന്നത്. മനുഷ്യരുടെ അന്യോന്യ ബന്ധത്തിന് അന്നൊക്കെ അത്ര മാത്രമേ മൂല്യമുണ്ടായിരുന്നുള്ളു. ആ അതിർവരമ്പ് ഭേദിച്ചവരായിരുന്നു വാസ്തവത്തിൽ ജീവിതം കണ്ടത്. അതിൽ പലരും സ്കൂൾ ഫൈനൽവരെ എന്റെ കൂടെ ക്ലാസ്സിലിരുന്നവരും ഉണ്ട്. മറ്റൊരു കാര്യം അന്ന് പയ്യന്നൂർ ഹൈസ്കൂളിൽ ആറിൽ ചേരുന്ന പലരും പയ്യന്നൂരിന് ചുറ്റുമുള്ള ഗ്രാമങ്ങളിലെ കുട്ടികളായിരുന്നു. രാമന്തളി, തൃക്കരിപ്പൂർ, കരിവള്ളൂർ, കോറോം, കാങ്കോൽ തുടങ്ങിയ ഇടങ്ങളിൽ നിന്നുള്ളവർ. ഹൈസ്കൂൾ ക്ലാസ്സിൽ ഒന്നിച്ച് പഠിച്ച അന്നത്തെ വിദ്യാർത്ഥികൾ (ഇന്നത്തെ സപ്തതി പിന്നിട്ട വൃദ്ധർ എന്നു പറയട്ടെ) വർഷത്തിൽ ഒരു ദിവസം മാർച്ച് 4ന് ഒന്നിച്ചിരിക്കാനും ഭക്ഷണം കഴിക്കാനും ഒരു അവസരം എന്ന നിലയിൽ ഇപ്പോൾ ഒത്തുകൂടുന്നുണ്ട്. 1863 ൽ S.S.L.C. പരീക്ഷ പാസായവരുടെ ഒരു സൗഹൃദ വാർഷിക കൂട്ടായ്മ. എല്ലാ സൗകര്യവുമുള്ള ഹോട്ടൽ ഓഡിറ്റോറിയത്തിലാണ്, ഒരു ഏകദിന കോൺഫറൻസ് നടത്തുന്നത്.

ഒരു കാര്യം ഞാൻ കൗതുകപൂർവ്വം ശ്രദ്ധിച്ചിട്ടുണ്ട്. ഇത്തരം വാർഷിക കൂട്ടായ്മയ്ക്ക് എന്തുവന്നാലും വലിയ പ്രചാരം വന്നിട്ടുണ്ട് ഇന്ന് പയ്യന്നൂരിൽ. പല വർഷങ്ങളിലായി പഠിച്ച കുട്ടികൾ ഇന്ന് വൃദ്ധരായി. എന്നാലും ഒത്തുകൂടാൻ തുടങ്ങിയിട്ടുണ്ട്. കാലത്തിന് ഒത്ത ഒരു സോഷ്യലൈസേഷന്റെ ലക്ഷണമാണിത്. പോയ വർഷങ്ങളിൽ കൊറോണ മഹാമാരി ഈ സ്നേഹദൗത്യത്തിനു തുരങ്കം വച്ചു. സംഘടനയുടെ മുൻസാരഥികളായിരുന്ന ജനാർദ്ദനനും, ജയരാജനും ശേഷം അറിയപ്പെടുന്ന കായികപ്രതിഭയായ നാരായണനും സാഹിത്യകാരനായ കുപ്പേരി രാമചന്ദ്രനുമാണ് നേതൃനിരയിൽ.

പയ്യന്നൂർ ക്ഷേത്രത്തിലെ മിക്ക ഉത്സവ ചടങ്ങുകളും സമൂഹ നന്മയെ ലക്ഷ്യമാക്കിയുള്ളതാണ്. സമൂഹത്തിന്റെ ദൈവകാര്യങ്ങളിലുള്ള കരുതലും ഇതിൽ വ്യക്തമാണ്. ചുറ്റുമുള്ള പല ക്ഷേത്രങ്ങളുടേയും നിയന്ത്രണ കേന്ദ്രമാണ് സുബ്രഹ്മണ്യസ്വാമി ക്ഷേത്രം. ബ്രഹ്മശ്രീ തര

ണനല്ലൂർ പത്മനാഭനുണ്ണി നമ്പൂതിരിപ്പാട് ആണ് മുഖ്യതന്ത്രി. പയ്യനെന്ന ദേവൻ (സുബ്രഹ്മണ്യൻ) പയ്യന്നൂരിന്റെ ദേവനായി. ചുറ്റുമുള്ള വിവിധ ജാതികളിൽപ്പെട്ടവരുടെ കാവുകളിലെയും കഴകങ്ങളിലെയും ഉത്സവത്തിന് ഈ പ്രധാന ക്ഷേത്രത്തിലെ നെയ്യും തിരിയും വേണം. അമ്പലത്തിന്റെ നടത്തിപ്പ് ഇപ്പോൾ മലബാർ ദേവസ്വം ബോർഡാണെങ്കിലും കാരാളന്മാരായ പൊതുവാൾമാരുടെ ട്രസ്റ്റിയും, പത്തുവീട്ടിൽ ഓരോന്നിനും പ്രാതിനിധ്യമുള്ള മൂത്ത പൊതുവാൾമാരും ക്ഷേത്ര ഭരണത്തിന്റെ നെടുംതൂണുകളാണ്. മൂത്ത പൊതുവാൾക്ക് നിരവധി അധികാരങ്ങൾ ഉണ്ടെങ്കിലും ക്ഷേത്രത്തിന്റെ നാലമ്പലത്തിന്റെ അകത്ത് അവർക്ക് കടക്കാൻ അനുവാദമില്ല. ശ്രീകോവിലിനകത്തിരിക്കുന്ന ദേവൻ പോലും ബഹുമാനിക്കുന്നവരാണ് മൂത്ത പൊതുവാൾ. അതുപോലെ ക്ഷത്രിയരോ രാജസൂചകങ്ങളായ ആന, കുതിര എന്നിവയ്ക്കും ക്ഷേത്രമതിലിനകത്ത് പ്രവേശനമില്ല. ക്ഷേത്ര നിർമ്മാതാവായ പരശുരാമന്റെ സാന്നിദ്ധ്യമാണിതിനു കാരണം. വിചിത്രമായ നിരവധി ആചാരങ്ങളുള്ള പയ്യന്നൂർ സുബ്രഹ്മണ്യ സ്വാമി ക്ഷേത്രത്തിൽ ഒരു മുസ്ലീം കുടുംബത്തിനുമുണ്ട് ആചാരസ്ഥാനം. കേളോത്തെ ഒരു മുസ്ലീം കുടുംബമാണ് പുത്തരിക്ക് പഞ്ചസാര കലവുമായി ക്ഷേത്രത്തിനകത്ത് കയറിവരുന്നത്. അവർ അർപ്പിക്കുന്ന പഞ്ചസാരയും നേന്ത്രപ്പഴവും അമ്പലത്തിൽ ഉണ്ടാക്കുന്ന ആഗ്രാണം ഉരുളയിൽ (പുത്തരിയുടെ വിഭവം) ചേർക്കണം. തിരികെപ്പോകുമ്പോൾ കലവറക്കാരൻ അവർക്ക് പച്ചക്കറിയും മറ്റും നൽകുന്നു. സുബ്രഹ്മണ്യ ക്ഷേത്രത്തിന്റെ പ്രധാന ഉത്സവം വൃശ്ചികം ഒന്നു മുതലുള്ള 14 ദിവസത്തെ ആരാധനാ മഹോത്സവമാണ് എല്ലാ ദിവസവും വൈകുന്നേരം വാദ്യവിശാരദന്മാർ നയിക്കുന്ന തായമ്പക, പഞ്ചവാദ്യം, ഗംഭീരമായ ചെണ്ടമേളം എന്നിവ മുഖ്യമാണ്.

ആരാധനാകാലത്ത് വാദ്യങ്ങൾ ആസ്വദിക്കാൻ ആബാലവൃദ്ധം ജനങ്ങളും മതിൽകെട്ടിനകത്ത് എത്തുന്നു. പഞ്ചവാദ്യം നാലമ്പലത്തിനു

തിടമ്പ് ശീവേലി

ചുറ്റും പല സ്ഥലങ്ങളിലായി കുറേനേരം നിന്ന് നിന്നാണ് മുന്നേറുക. കിഴക്കെ നടയിൽ ബലിക്കല്ലിനരികിൽ നിന്ന് കുറേയേറെ നേരം വാദ്യം പൊടിപിടിക്കും. ഒരുഭാഗത്ത് പുരുഷന്മാരും (പ്രധാനമായും ചെറുപ്പക്കാർ) മറുവശത്ത് യുവതികളും നിറയും. ഒരുവിധം പെണ്ണുകാണലെല്ലാം നാട്ടിൽ നടക്കുന്നത് വാദ്യഘോഷം പൊടിപൊടിക്കുമ്പോൾ ആ രാത്രിയിൽ കാണുന്ന കാഴ്ചയിലാണ്. പന്തത്തിന്റെ അരണ്ട വെളിച്ചത്താണ് പെണ്ണിന്റെ മുഖം ചെക്കന്റെ മനോമുകുരത്തിൽ പതിയുക.

18

ക്ഷേത്രപരിസരത്തെ കളിയും കാര്യവും

ഹൈസ്കൂൾ വിദ്യാഭ്യാസ കാലത്താണ് ഞാൻ പയ്യന്നൂരിലെ മഹാദേവ ഗ്രാമത്തിലെ പൊതു സാംസ്കാരിക ധാരയുമായി അടുത്തിടപഴകുന്നത്. അന്നത്തെ വിദ്യാർത്ഥികൾക്ക് ഇത്തരം പ്രവർത്തനങ്ങളുടെ ലോകം തുറന്നുകിട്ടാറില്ല. ഏവരും വളരെ ശുഷ്കമായ ജീവിതപശ്ചാത്തലത്തിലാണ് വളർന്ന് വരുന്നത്. പയ്യന്നൂരിൽ എന്റെ വീടിന്റെ സമീപം തന്നെ അറുപതുകളിൽ നാമ്പെടുത്ത പയ്യന്നൂർ ഫൈൻ ആർട്സ് സൊസൈറ്റിയെപ്പറ്റി ഞാൻ പറഞ്ഞല്ലൊ. അതിന്റെ ആദ്യകാല ദൈനംദിന പ്രവർത്തനങ്ങളിൽ സജീവമായി ഇടപെടാൻ പറ്റിയതുതന്നെ കലാ സാംസ്കാരിക മേഖലയിലേക്ക് എനിക്ക് ഒരു വാതായനം തന്നെ തുറന്നുകിട്ടി. രാഷ്ട്രീയ സാംസ്കാരിക രംഗത്ത് വ്യക്തിമുദ്ര പതിപ്പിച്ച വാഗ്ധോരണിയുടെ ഉടമകളായ കെ.വി. ശേഖരൻ, സി.വി. നാരായണൻ, കെ.വി. കൃഷ്ണൻ, യു. കൃഷ്ണൻ മാസ്റ്റർ എന്നിവർ അന്നത്തെ യുവത്വത്തിന്റെ ആവേശമായിരുന്നു. അന്നൂരിലെ കെ.പി. കുഞ്ഞിരാമപ്പൊതുവാളും, ചന്ദ്രശേഖരൻ വൈദ്യരും, എ.വി. ശ്രീകണ്ഠപ്പൊതുവാളും, മാതമംഗലം കുഞ്ഞികൃഷ്ണനും, ടി.പി. ഭാസ്കരൻ മാസ്റ്ററും, കെ.എം.

പി. അപ്പുക്കുട്ടൻ

ടി.പി. ഭാസ്കരൻ മാസ്റ്റർ

കെ. പി. കുഞ്ഞിക്കണ്ണൻ

കെ. പി. കുഞ്ഞിരാമപ്പൊതുവാൾ

കണ്ണോത്തും, ടി.പി.എൻ. കൈതപ്രവും, പി. അപ്പുക്കുട്ടനും കെ.പി.കുഞ്ഞിക്കണ്ണനും മറ്റും പ്രസംഗകലയുടെ പര്യായമായിരുന്നു ഒരു കാലത്ത്. പയ്യന്നൂർ മൈതാനിയിൽ ഇതെല്ലാം അഭംഗുരം അരങ്ങേറും. രാഷ്ട്രീയ സാഹിത്യ വേദികളിലെ നിത്യവസന്തമായിരുന്നു ഇവർ. കണ്ണൂരിൽ നിന്ന് എത്തുന്ന വാണീദാസ് എളയാവൂരും, ചിറയ്ക്കൽ ടിയും അഴീക്കോടും വേറെയും. 'ഫൈൻ ആർട്സ് സൊസൈറ്റി'യുടെ ബീജാവാപത്തിന് പശ്ചാത്തലമൊരുക്കിയത് അമ്പലമൈതാനത്തെ ഏതാനും ചെറുപ്പക്കാരുടെ കൂട്ടായ്മയായിരുന്നു. അന്നൂരിലും സ്വാതന്ത്ര്യാനന്തരം വലിയൊരു സാംസ്കാരിക ഉത്തേജനം സംഭവിച്ചു. കെ.പി. കുഞ്ഞിരാമപ്പൊതുവാളും സഹപ്രവർത്തകരും അന്നൂരിന്റെ ദീപ്തമായ കലാ സാഹിത്യ മുഖം കാട്ടി. സഞ്ജയൻ സ്മാരക വായനശാല പ്രസിദ്ധമായി. കെ.പിയുടെ ഭാരതരഥം നാടകം ബ്രിട്ടീഷുകാർ നിരോധിച്ചു. ഈ അടുത്തകാലത്ത് വി.പി. രാമചന്ദ്രന്റെ നേതൃത്വത്തിൽ ഈ നാടകം അരങ്ങേറി. അന്ന് കായിക പ്രവർത്തനത്തിനായിരുന്നു പയ്യന്നൂരിലെ ചെറുപ്പക്കാർക്ക് ഏറെ താൽപര്യം. വോളിബോൾ, ചടുകുടു, ഷോഡി, ബാഡ്മിന്റൺ, കുട്ടീംകോലും, ഫുട്ബോൾ തുടങ്ങിയ കളികൾ എത്ര ടീമിന് വേണമെങ്കിലും കളിക്കാനുള്ള വലിയൊരു പഞ്ചാര മണൽ വിരിച്ച മൈതാനം അമ്പലത്തിന് തെക്കുഭാഗത്തുണ്ടായിരുന്നതാണ് ഏറ്റവും വലിയ പ്രചോദനം. ഈ പ്രചോദനം നിരവധി കായികതാരങ്ങളെ സമ്മാനിക്കുകയുണ്ടായി. പ്രധാനമായും വോളിയിൽ എന്റെ കൗമാരകാലം കരുത്തേറിയ സമൃദ്ധമായ ഒരു യുവനിര പയ്യന്നൂരിന്റെ കലാകായിക ഈടുവെപ്പായിരുന്നു. ഒന്നോ രണ്ടോ വോളികോർട്ടുകൾ വൈകുന്നേരങ്ങളിൽ നിരവധി കളിക്കാർ, യു. നാരായണൻ, പി.കെ. ചിണ്ടൻ, ഏട്ടൻ കൃഷ്ണാട്ടൻ, അനിയൻ കൃഷ്ണാട്ടൻ, കെ.വി. ചിണ്ടൻ മാസ്റ്റർ, കെ.വി. കൃഷ്ണൻ, കെ.വി. മാധവൻ, കലിയത്തിൽ പുരുഷോത്തമൻ, കലിയന്തിൽ ഗോവിന്ദൻ, കല്ലിടീൽ പത്മനാഭൻ, യു.എൻ ധരൻ, അത്തായി നാരായണൻ, കെ. കെ.കരുണാകരൻ, കെ.വി. വിജയൻ തുടങ്ങിയവർ മികച്ച കളിക്കാരായിരുന്നു. കളികളിൽ ഭാഗഭാക്കാകാതെ, പഠിപ്പും വായനയും സമ്പർക്ക പരിപാടിയും ആയി മുഖ്യധാരയിലുണ്ടായിരുന്ന പി. രാമചന്ദ്രൻ, കെ.കെ. അപ്പുക്കുട്ടൻ, വി. കൃഷ്ണൻ, സീതാരാമൻ എന്നിവർ വേറെയുമുണ്ട്. അവർക്ക് വായനയും

സാഹിത്യവും നന്നായി വഴങ്ങി.കോളേജു പഠനത്തിനായി പുറം ദിക്കിൽ പോയി റേഡിയോ മെക്കാനിക്കായി തിരിച്ചുവന്നതും പയ്യന്നൂരിലെ ആദ്യത്തെ റേഡിയോ ടെക്നീഷ്യനായിരുന്ന കണ്ടമ്പത്ത് കുഞ്ഞിരാമൻ ഈയിടെ അന്തരിച്ചതും ഓർമ്മയിലുണ്ട്. ചിലർ അമ്പലക്കുളത്തിലെ നീന്തൽ ചാമ്പ്യൻമ്മാരായിരുന്നു. അമ്പലപരിസരത്തു പല പ്രായത്തിലുള്ള കുട്ടികളും യുവാക്കളും പല കേളികളിലും ഏർപ്പെടുന്നു. പൊതുവെ അന്ന് മുതിർന്നവർ ആവേശത്തോടെ കളിച്ചിരുന്നത് വോളിബോളായിരുന്നു. പ്രശസ്തരായ പല വോളിബോൾ കളിക്കാരും പയ്യന്നൂരിൽ ഉണ്ടായിരുന്ന കാലമാണത്. ഇന്നത്തെ യുവജനങ്ങൾ കാര്യലാഭം ഉണ്ടെങ്കിൽ മാത്രമേ കളിയിലും കാര്യത്തിലും ഇടപെടൂ എന്ന സത്യം എനിക്ക് ബോധ്യപ്പെടുന്നു. പയ്യന്നൂരിനടുത്ത് കണ്ടങ്കാളി, തൃക്കരിപ്പൂർ, വെള്ളൂർ, അന്നൂർ, കണ്ടോത്ത്, കുഞ്ഞിമംഗലം തുടങ്ങിയ ഇടങ്ങളിൽ വോളിബോൾ ടീമുണ്ടായിരുന്നു. ടീമുകൾ തമ്മിലുള്ള സൗഹൃദമത്സരം കൂടെക്കൂടെ നടത്തും. കളിക്കാരിൽ പലരും പയ്യന്നൂർ ഹൈസ്കൂളിലെ ആദ്യകാല മികച്ച താരങ്ങളുമായിരുന്നു. ഹൈസ്കൂളിലെ സ്പോർട്സ് അധ്യാപകനായ പ്രസിദ്ധനായ പി.ഒ.ജി. മാസ്റ്റർ കളിക്കാനറിയാവുന്നവരുടെ അത്താണിയായിരുന്നു. ജാതിയോ, രാഷ്ട്രീയമോ കളിക്കാരുടെ ഇടയിൽ വിഷയമായിരുന്നില്ല. കൊവ്വൽ എന്നറിയുന്ന അമ്പല മൈതാനം ഏവർക്കും പ്രിയപ്പെട്ടതും ഇന്നും ഗൃഹാതുരത്വം ചുരത്തുന്നതുമാകാൻ പ്രധാന കാരണം അതിന്റെ ഐതിഹ്യപരമായ ചരിത്രപരവുമായ പ്രാധാന്യവും, യുവജനങ്ങളുടെ കൂട്ടായ്മ കേന്ദ്രം എന്ന നിലയിലുള്ള പ്രസക്തിയുമായിരുന്നു. അന്നൂർ ഗ്രാമത്തിലും ഇതേമാതിരി ഒരു മൈതാനം ഉണ്ടായിരുന്നു അക്കാലത്ത്. സുബ്രഹ്മണ്യ ക്ഷേത്രത്തിന് സമീപമുള്ള വിശാലമായ മൈതാനത്ത് ഒരേസമയത്ത് പല പ്രായക്കാർക്കായി വോളിബോളും, ഫുട്ബോളും ചടുകുടുവും ബാഡ്മിന്റനും കളിക്കാനുള്ള സ്ഥലമുണ്ടായിരുന്നു. പയ്യന്നൂരിൽ മറ്റൊരിടത്തും ഇത്തരം വിശാലമായ സൗകര്യം അന്നുണ്ടായിരുന്നില്ല എന്നാണ് തോന്നുന്നത്. ഭാരത സർക്കാർ തന്നെ ഇന്ന് നാട്ടിലുടനീളം വിശാലമായ മൈതാനവും പാർക്കും സ്ഥാപിക്കാൻ ജനങ്ങൾക്കു സഹായഹസ്തം നീട്ടുന്നുണ്ട്. ജീവത്തായ ഒരു പൊതു സ്ഥലം ജനജീവിതത്തിന്റെ ഊടും പാവും നെയ്തെടുത്ത ആ മർമ്മപ്രധാനമായ കേന്ദ്രം മറ്റെവിടെയും കണ്ടിട്ടില്ല. പിന്നീട് ഫൈൻ ആർട്സ് സൊസൈറ്റി കെട്ടിപ്പടുത്ത അന്നത്തെ ചെറുപ്പക്കാർ ഒന്നാന്തരം കായിക താരങ്ങളെ പയ്യന്നൂരിന് സംഭാവന ചെയ്തിരുന്നു. കലാ സാംസ്കാരിക പ്രവർത്തനത്തിന്റെ കൊടികെട്ടി

യ കപ്പൽ എന്ന നിലയിൽ വളർത്തി പയ്യന്നൂർ ഫൈൻ ആർട്സ് സൊസൈറ്റി ഉയിർ കൊണ്ടത് വലിയൊരു വഴിത്തിരിവു തന്നെയായിരുന്നു. സ്വാതന്ത്ര്യ സമരകാലത്തെയും മറ്റും സാംസ്കാരിക-നാടക പ്രവർത്തനങ്ങൾ പശ്ചാത്തലത്തിലുണ്ടായിരുന്നു. അന്നത്തെ യുവജനങ്ങൾക്ക് വലിയ ത്യാഗമനോഭാവമായിരുന്നു. ഫൈൻ ആർട്സ് കെട്ടിടം വരുന്നതിന് മുമ്പ് ചെറുപ്പക്കാരുടെ മനസ്സിലായിരുന്നു പ്രവർത്തനകേന്ദ്രം കുടികൊണ്ടത്. ധാരാളം കലാ കായിക പ്രവർത്തനങ്ങൾക്ക് ആ മൈതാനം തന്നെ വേദി. പക്ഷെ 1960കളുടെ ആദ്യമാണ് ഒരു കെട്ടിടം ഉയർത്താനുള്ള ശേഷി ആ സംഘടനയ്ക്ക് കൈവന്നത്. അതിന്റെ തറക്കല്ലിടൽ തീരുമാനിച്ചപ്പോൾ ചില വൈരാഗ്യബുദ്ധികൾ സ്ഥലത്തിന്റെ അവകാശത്തെ സംബന്ധിച്ച് കുസൃതികൾ ഉണ്ടാക്കി. കണ്ണൂർ കളക്ടറുടെ സഹായത്താൽ ആണ് അന്ന് ആ ശിലാസ്ഥാപനം നടന്നത്. തുടർന്ന് കെട്ടിടമായപ്പോൾ അതിന്റെ ഉദ്ഘാടനം നിർവ്വഹിച്ചത് എക്കാലത്തേയും ഇഷ്ടനടനായിരുന്ന നിത്യഹരിത നായകൻ പ്രേംനസീറായിരുന്നു. ഇപ്പോഴും പയ്യന്നൂരിലെ പഴയ തലമുറ പറയും നസീർ വന്ന് ആ സാംസ്കാരിക കേന്ദ്രം ഉദ്ഘാടനം ചെയ്ത പഴയ കഥ.

അമചർ നാടകവേദിക്ക് ഫൈൻ ആർട്സ് പല സംഭാവനകൾ നൽകിയിരുന്നു. ബി.കെ. തിരുമുമ്പ്, കൂടത്തിൽ ശേഖരൻ നായർ, കെ.കെ. കരുണാകരൻ, വി.പി. കുഞ്ഞിരാമൻ മാസ്റ്റർ (മലയാളി) കാരണ്ട നാരായണൻ (ധരൻ), സി.കെ. കുഞ്ഞപ്പൻ, വി.പി. രാമചന്ദ്രൻ തുടങ്ങിയവരെല്ലാം അന്നത്തെ കാലത്ത് നാടകത്തിന് വേണ്ടി വളരെ ആവേശത്തോടെ സ്വയം അർപ്പിച്ചു പ്രവർത്തിച്ച മികച്ച മുൻനിര കലാകാരന്മാരായിരുന്നു. നാടകം ഒരു പ്രധാന കലാപരിപാടിയായിരുന്നെങ്കിലും തുടർന്ന് അരങ്ങുകൾ വൈവിധ്യമാർന്ന കലാപ്രവർത്തിനത്തിൽ ശ്രദ്ധ കേന്ദ്രീകരിച്ചു. നൃത്തം, കളരിപ്പയറ്റ്, കോൽക്കളി എന്നീ മേഖലകളിലും ഫൈൻ ആർട്സ് വലിയ നേട്ടങ്ങൾ കൈവരിച്ചു. കണ്ണൂർ ജില്ലയിലെതന്നെ തലയെടുപ്പുള്ള മാതൃകാപരമായ കലാകേന്ദ്രമായി അത്.

19

ചെറുപ്പകാലത്തെ ജീവിതദൗത്യം

ചെറുപ്പത്തിൽതന്നെ അടുത്തുനിന്നും ദൂരെനിന്നും ഫൈൻ ആർട്സ് പോലുള്ള ഒരു വലിയ സാംസ്കാരിക പൈതൃകത്തിന്റെ പ്രവർത്തനങ്ങളിൽ എനിക്ക് ഭാഗഭാക്കാകാൻ സാധിച്ചു എന്നത് വലിയൊരു ഭാഗ്യമായി ഞാൻ കണ്ടു. ആ ബന്ധം ആജീവനാന്തം തുടരുന്നു. കോളേജ് വിദ്യാഭ്യാസത്തിന് കോഴിക്കോട് പോകുന്നതിന് മുമ്പ് നിത്യേന ഫൈൻ ആർട്സ് സൊസൈറ്റിയുമായി എനിക്ക് ആഴത്തിലുള്ള ബന്ധമുണ്ടായിരുന്നു. 1960കളിൽ കോഴിക്കോട് പഠിക്കാൻ പോയതൊടെ വെക്കേഷൻ കാലത്തു മാത്രമേ ഇത്തരം പ്രവർത്തനങ്ങളുമായി ബന്ധപ്പെടാൻ പറ്റിയുള്ളു. ഒരർത്ഥത്തിൽ ഇത്തരം പ്രവർത്തനത്തിന്റെ നൈരന്തര്യം തന്നെ ഇല്ലാതായി. പക്ഷെ തുടക്കം മുതലേ ഹൃദയത്തിലേറ്റിയ ആ കലാ സാംസ്കാരിക സൗധം എന്നും ഒരു ലഹരിയായിരുന്നു. ജീവിതത്തിലെ അനേകം പ്രതിസന്ധി ഘട്ടങ്ങളിൽ ചൂണ്ടുപലകയായി വർത്തിച്ചു. മനസ്സിന് വലിയ കരുത്ത് നൽകുന്ന അത്താണിയായിരുന്നു അന്നു പരിശീലിച്ച ജീവിത ശൈലി. കാലം കുറേ കൊഴിഞ്ഞുവീണു. കോളേജ് പഠനത്തിനായി കോഴിക്കോട്ടു പോയപ്പോഴാണ് അത്തരം ആഹ്ലാദകരമായ ഗ്രാമ ജീവിതത്തിന്റെ മാറ്റുരച്ചു നോക്കിയത്. കോഴിക്കോട്ടുള്ള കോളേജ് ജീവിതകാലത്ത് എനിക്ക് ഒരു വലിയ പിന്തുണയായി നിലകൊണ്ടത് അന്ന് ഗണപതി ഹൈസ്കൂളിലെ അധ്യാപകനും പിൽക്കാലത്ത് കോഴിക്കോട് സർവ്വകലാശാലയിലെ മലയാളം വകുപ്പിൽ പ്രൊഫസറുമായിരുന്ന കെ.കെ. കരുണാകരനായിരുന്നു. ഫൈൻ ആർട്സ് സൊസൈറ്റിയുടെ പല പദ്ധതികളിലും പ്രായോഗികമായ ഇടപെടൽ നടത്താനും തന്റെ അഭിപ്രായങ്ങൾ മുഖം നോക്കാതെ തുറന്ന് പറഞ്ഞ് പ്രാവർത്തികമാക്കാനും അദ്ദേഹം വളരെക്കാലം ആ സ്ഥാപനത്തിന്റെ കൂടെയുണ്ടായിരുന്നു. പയ്യന്നൂരിൽ സ്കന്ദദാസ് സമാജം കെട്ടിടത്തിൽ ചെറുശ്ശേരി കോളേജ് എന്ന പേരിൽ ഒരു സ്ഥാപനം തുടങ്ങാൻ ആർ

മുരളീധരൻ, കെ.യു. മോഹൻ (പ്രശസ്ത കാമറാമാൻ) എന്നിവരെ പ്രേരിപ്പിച്ചത് 1980 കാലങ്ങളിൽ ഡോ. കെ. കെ. കരുണാകരനായിരുന്നു. കോഴിക്കോട് ദേവഗിരി കോളേജിൽ പ്രീ യൂണിവേഴ്സിറ്റി (പി.യു.സി) ക്ലാസ്സിൽ എന്നെ ചേർക്കാൻ കോഴിക്കോട് ടൗൺ ബസ് സ്റ്റേഷനിൽ നിന്ന് ചേവായൂർ വരെ എന്നെ അനുഗമിച്ച് സെന്റ് തോമസ് ഹോസ്റ്റലിൽ വാർഡനായ ഫാദർ ആബേലിനെ ഏൽപ്പിച്ചതും അദ്ദേഹമായിരുന്നു. എന്റെ കോളേജ് വിദ്യാഭ്യാസത്തിന്റെ ചുമതല വഹിക്കുന്ന കുഞ്ഞിക്കണ്ണമ്മാവന്റെ (ജർമ്മൻ) നിർദ്ദേശമനുസരിച്ചാണ് കരുണാകരൻ മാസ്റ്റർ ഈ സേവനം എനിക്കുവേണ്ടി നിർവ്വഹിച്ചതെങ്കിലും ക്രമേണ അദ്ദേഹവുമായുള്ള മാനസിക അടുപ്പം കൂടിവന്നു. എന്റെ കോളേജ് പ്രവേശനം, കോളേജ് ജീവിതകാലത്തെ സഹായം എന്നിവയുമായി ബന്ധപ്പെട്ട് മറക്കാനാകാത്ത മറ്റൊരു പേര് കുപ്ലേരി കുമാരന്റേത്, അദ്ദേഹവും എന്റെ അമ്മാവന്റെ സന്തതസഹചാരി തന്നെ. റവന്യൂ വകുപ്പിൽ ഉദ്യോഗസ്ഥനായിരുന്നു അദ്ദേഹം. ട്രെയിനിംഗ് സ്കൂളിൽ ചേരാൻ പറ്റില്ല എന്നു കരുതിയ സന്ദർഭത്തിൽ അതിനായി എല്ലാ സഹായവും ചെയ്ത് യാത്രയ്ക്ക് സജ്ജമാക്കിയ ജർമ്മൻകാരണവരോട് കരുണാകരൻ മാസ്റ്റർക്ക് എന്നും നന്ദിയുണ്ടായിരുന്നു. പിൽക്കാലത്ത് ഞങ്ങൾ തമ്മിൽ ഇതെല്ലാം ഏറെ സമയം ചർച്ച ചെയ്യാറുണ്ടായിരുന്നുതാനും. തന്റെ ജീവിതലക്ഷ്യങ്ങൾ വാനോളം ഉയർന്നു വന്നപ്പോൾ, അദ്ദേഹം തൃക്കരിപ്പൂർ ഹൈസ്കൂളിൽ മലയാളം അധ്യാപകനായിരിക്കെ കഷ്ടപ്പെട്ട് സമ്പാദിച്ച അധ്യാപക പദം രാജിവച്ചിട്ടായാലും കോഴിക്കോട് തേഞ്ഞിപ്പലം യൂണിവേഴ്സിറ്റിയിൽ

ഡോ. കെ.കെ. കരുണാകരൻ

മലയാളം വകുപ്പിൽ ഡോ. സുകുമാർ അഴിക്കോടിന്റെ കീഴിൽ പി.എച്ച്.ഡിയ്ക്ക് ഗവേഷണം നടത്തി വടക്കെ മലബാറിലെ അനുഷ്ഠാനകലയായ പൂരക്കളിയിൽ ഗവേഷണം ചെയ്യാൻ ഉദ്യമിച്ചപ്പോൾ ഞാൻ സർവ്വകലാശാല ആസ്ഥാനത്ത് പോസ്റ്റ് ഗ്രാഡ്യൂവേഷൻ പഠിക്കുന്നു. സുകുമാർ അഴീക്കോടിന്റെ ക്വാർട്ടേഴ്സിൽ പോയി അഴീക്കോടുമായി അദ്ദേഹം പിന്നീട് കെട്ടിപ്പടുത്ത ഉറ്റബന്ധത്തിന് അസ്ഥിവാരമിടാനും എനി

ഡോ. പി.കെ.രാമദാസ്

ക്കു സാധിച്ചു. പയ്യന്നൂർ കോളേജിൽ നിന്ന് എന്റെ കൂടെ തന്നെ യൂണിവേഴ്സിറ്റിയിലേക്ക് പോസ്റ്റ് ഗ്രാഡ്യുവേഷൻ ലക്ഷ്യമിട്ടുവന്ന പി.വി. പത്മനാഭനും (പിന്നീട് പയ്യന്നൂർ കോളേജ് പ്രിൻസിപ്പലായിരുന്നു) ഞാനും താമസിക്കുന്ന മെൻസ് ഹോസ്റ്റലിൽ അന്തേവാസിയുമായിരുന്നു കരുണാകൻ മാസ്റ്റർ. എം.എസ്.സിക്ക് പഠിക്കാൻ വന്ന ക്രിസ്റ്റി (ക്രിസ്ത്യൻ കോളേജിൽ പ്രിൻസിപ്പലായി വിരമിച്ചു) രാംദാസ് (ശാസ്ത്രജ്ഞൻ) പയ്യന്നൂർ സ്വദേശികളായ രവീന്ദ്രനാഥൻ, ശ്രീധരൻ നമ്പ്യാർ, കണ്ണൂർക്കാരൻ കുരുവിള, ഡോ. എം.കെ. കണ്ണൻ, ഡോ. സെബാസ്റ്റ്യൻ തുടങ്ങിയവരും 1972-74 കാലത്ത് തേഞ്ഞിപ്പാലത്ത് ഹോസ്റ്റലിലെ അന്തേവാസികളായിരുന്നു. അവിടെ എന്റമോളജി പഠിച്ച് പിന്നീട് മെഡിക്കൽ കോളേജിൽ അദ്ധ്യാപകനായിത്തീർന്ന ദാസ് ഞങ്ങളുടെയെല്ലാം പൊതു സുഹൃത്ത് പ്രസന്നൻ എന്നിവരെ എന്നുമോർക്കും. പിന്നീട് ഒരുകാലത്ത് കോഴിക്കോട് യൂണിവേഴ്സിറ്റി ചരിത്ര വകുപ്പിൽ പ്രൊഫസറും യൂണിവേഴ്സിറ്റിയുടെ വൈസ് ചാൻസിലറുമായിരുന്ന ഡോ.കെ.കെ.എൻ കുറുപ്പ് ഗവേഷണ വിദ്യാർത്ഥിയായി അന്ന് ഞങ്ങളുടെകൂടെ ആ ഹോസ്റ്റലിലുണ്ട്.

പയ്യന്നൂർ കോളേജിൽ സസ്യശാസ്ത്ര വകുപ്പിൽ അധ്യാപകനായി ഞാൻ ചേർന്നപ്പോഴും ഏറെക്കാലം കഴിഞ്ഞ് തലസ്ഥാന നഗരിയിൽ മാധ്യമ കേന്ദ്രമായ ആകാശവാണിയിലും തൊഴിൽ സംബന്ധമായി നിശ്ചയദാർഢ്യവും ദീർഘവീക്ഷണവും സുതാര്യതയും പ്രകടമാക്കാൻ എനിക്ക് കൂട്ടായത് പയ്യന്നൂരിലെ ഫൈൻ ആർട്സ് സൊസൈറ്റി പ്രവർത്തനത്തിൽ ചെറുപ്പത്തിൽ തന്നെ ഇടപെടാൻ കിട്ടിയ അവസരവും ആത്മവീര്യം നിറഞ്ഞ എന്റെ നാട്ടിന്റെ പൈതൃക ശീലവും ഭാഗ്യമായിട്ടാണ് ഞാൻ കരുതുക. കലാപരമായ പല മേഖലകളിലും ഈ ബാല്യകാലാനുഭവം എനിക്ക് കൂട്ടായി നിന്നു പിൽക്കാലത്ത്. പെരുമാൾ ക്ഷേത്രത്തിന്റെ തിരുസന്നിധിയിലെ കലാക്ഷേത്രങ്ങൾ എനിക്ക് കേവലം വിനോദദായകം മാത്രമായിരുന്നില്ല. ജീവിതം

കാട്ടിത്തന്ന പുണ്യകേന്ദ്രവുമായിരുന്നു എന്നാണ് എന്റെ വിശ്വാസം.

പഴയ സ്നേഹിതർ (ക്ലാസ്മേറ്റ്സ്)

കോളേജിൽ അധ്യാപകനാകുന്നതിന് മുമ്പുതന്നെ പയ്യന്നൂരിൽ സഹപാഠികളായ നിരവധി സ്നേഹിതരുണ്ട്. എല്ലാ ദിവസവും സായാഹ്നത്തിൽ അഞ്ചുപത്തു പേരുണ്ടാകും. ഇന്നത്തെ സെന്റ് മേരീസ് സ്കൂളിന്റെ എതിരെയുണ്ടായിരുന്ന ചുറ്റും അരമതിലുണ്ടായിരുന്ന വലിയ കെട്ടിടം അന്ന് പോസ്റ്റാഫീസായിരുന്നു. എന്നെക്കൂടാതെ, സി.പി. ഗോവിന്ദൻകുട്ടി, എം. രാമചന്ദ്രൻ, മോഹൻദാസ് പൈ, എ.വി. പുരുഷോത്തമൻ, രാമകൃഷ്ണൻ, ടി.എ. രാധാകൃഷ്ണൻ, സി.എച്ച്. ഭാസ്കരൻ, വി.പി. ഹരി തുടങ്ങിയവർ പയ്യന്നൂർ ബസാർ മുതൽ പടിഞ്ഞാറ് പുഴയോരം വരെ നടക്കും. തിരികെ വന്ന് ടൗണിലെ ബോംബെ ഹോട്ടലിൽ നിന്ന് വിസ്തരിച്ചു കാപ്പികുടി. ഇത് നിത്യവ്യാപാരമായിരുന്നു. പയ്യന്നൂരിലെ ഈ സായാഹ്ന സവാരിക്കാർക്ക് ഒരു പാരമ്പര്യം തന്നെയുണ്ട്. ഞങ്ങളുടെ സീനിയർ നടത്തക്കാരും സൂപ്പർ സീനിയർ സവാരിക്കാരും ഉണ്ടായിരുന്നു. അതുപോലെ ജൂനിയർ ക്ലബ്ബും ഉണ്ട്. ബാലസുബ്രഹ്മണ്യൻ, (ജലാവ്), പി.വി. രാമകൃഷ്ണൻ, സി. ജനാർദ്ദനൻ, അപ്പു, കാരേപ്പള്ളി കൃഷ്ണൻ, വി.പി. ചന്ദ്രൻ. മറ്റൊരു ബാച്ചും അക്കാലത്തുതന്നെ പഴയ ആളുകളുടെ ഭാഷയിൽ പറഞ്ഞാൽ നിരത്തിന്റെ വീതി അളക്കുന്നവരാണ്. സി.സി. മാധവൻ, വേണു, പി.വി. പത്മനാഭൻ, കെ.ഇ. കൃഷ്ണൻ, അപ്പാട് മാധവൻ (പിന്നീട് നേവിയിൽ ഉന്നത പദവിയിലെത്തി) തുടങ്ങിയവർ സീനിയർ ബാച്ചാണ്. അതിലും മുതിർന്ന ഒരു ഗ്രൂപ്പിനേയും ഓർക്കുന്നു. വി.പി. കുഞ്ഞിരാമൻ, കാനാ ബാലൻ, ഭരത ഷേണാ

സി.എച്ച്.ഭാസ്കരൻ, വി.പി. രാമചന്ദ്രൻ എന്നിവരുടെ കുടുംബത്തോടൊപ്പം

യി, വി.പി. മാധവൻ, കൂത്തൂർ കൃഷ്ണൻ, എം.പി. പ്രഭാകരൻ, സി.പി. നാരായണൻ തുടങ്ങിയ അന്നത്തെ മുതിർന്നവരാണ് ആ ബാച്ചിൽ. അന്ന് പയ്യന്നൂരിൽ ആകെയുള്ളത് പെരുമ്പ മുതൽ പടിഞ്ഞാറ് റയിൽവേ ട്രാക്കുവരെ നീണ്ടുകിടക്കുന്ന മനോഹരമായ റോഡാണ്. വാഹനങ്ങളാണെങ്കിൽ കുറവ്. ആൾത്തിരക്കുമില്ല. യുവജനങ്ങളുടെ ഈ സവാരി പയ്യന്നൂരിന്റെ മുഖമുദ്രയായിരുന്നു. ഇന്നും തുടരുന്നുണ്ടാകാം ഇത്.

20

മറക്കാനാകാത്ത കോളേജ് കാലം

സ്വന്തം ഭവനത്തിൽ താമസിച്ചതിലേറെക്കാലം ഞാൻ വിദ്യാഭ്യാസവും ജോലിയുമായി പരദേശിയായി ജീവിച്ചു. പഠിത്തത്തിനും ഉദ്യോഗത്തിനും വേണ്ടി സ്വന്തം ജന്മനാടുമായുള്ള പൊക്കിൾക്കൊടി ബന്ധം ഒരിക്കലും അവഗണിച്ചല്ല, മറിച്ച് അനിവാര്യമായ നിരവധി ബാന്ധവങ്ങളുമാണ് നാൽപ്പത്തഞ്ച് സംവത്സരങ്ങൾക്കുശേഷവും തലസ്ഥാന നഗരിയെ സ്ഥിരമായി വേർപിരിയാൻ കഴിയാത്തതിന്റെ പിന്നിലുള്ളത്. പഠനകാലത്തും, ഉദ്യോഗകാലത്തും ചെറിയ ഇടവേളകളിൽ സ്വന്തം ജന്മനാടിന്റെ മടിത്തട്ടിൽ ഇഷ്ടത്തോടെ എത്തുമ്പോൾ വേരുകൾ നഷ്ടപ്പെട്ടു എന്ന ധാരണയൊന്നും എന്നെ അലട്ടിയിരുന്നില്ല. കാലത്തിന്റെ ഒഴുക്കിൽ ബാല്യകാലത്ത് അനുഭവവേദ്യമായ കൂട്ടു കുടുംബം മിക്കവാറും അപ്രത്യക്ഷമായിക്കൊണ്ടിരിക്കുന്നത് കൺമുന്നിൽ കാണുന്നു. തറവാട് ആ പേരിന്ന് ഓരോ വസതിയും അർഹമല്ലാതായി. കാർഷിക പ്രമാണിയായിരുന്നെങ്കിലും കൂട്ടുകുടുംബ ബാക്കിപത്രം പോലെ, അച്ഛൻ സ്വാഭാവികമായും ഋണബാധിതനായി. തറവാട്ടു ഭവനത്തിന്റെ വരുമാനം തന്നെ കുറഞ്ഞ അവസ്ഥയിലാണ്. ഞാൻ ഉന്നതവിദ്യാഭ്യാസത്തിനായി ചേർന്നതും അമ്മയുടെ സഹോദരങ്ങൾ നാലുപേരും അവരവരുടെ കുടുംബം സംരക്ഷിക്കുന്ന വ്യവസ്ഥയിൽ സാമൂഹ്യ രീതിയായ മക്കത്തായത്തിലേക്ക് ക്രമേണ മാറിപ്പോകുന്ന അവസ്ഥയായിരുന്നു. 1960 കാലങ്ങൾ. അമ്മയുടെ മൂത്ത സഹോദരിയുടെ ഭർത്താവ് വൈദ്യർ ശ്രീകണ്ഠപ്പൊതുവാളുടെ വൈദ്യശാലയുടെ വരുമാനം ആ കുടുംബത്തിനു വലിയ താങ്ങായി. അത് നോക്കിനടത്താനും വ്യാപാരം തന്നെ പുരോഗതി പ്രാപിക്കാനും ഞങ്ങളുടെ അമ്മാമനായ കുഞ്ഞിക്കണ്ണപ്പൊതുവാൾ ശ്രദ്ധിച്ചു. പൊതുകാര്യപ്രസക്തനായ അദ്ദേഹം പൊതുവാൾ സംഘടനയായ സ്കന്ദദാസ സമാജത്തിന്റേയും പയ്യന്നൂർ ക്ഷേത്ര ട്രസ്റ്റിയുടേയും മറ്റും നേതൃസ്ഥാനം വഹിച്ചു. എന്റെ അച്ഛന്റെ സാമ്പത്തിക

ബാധ്യതയിലും അദ്ദേഹം ചില പരിഹാര മാർഗ്ഗങ്ങൾ ആരാഞ്ഞു. കുറച്ചു തോട്ടങ്ങൾ വിൽപ്പന നടത്തിയാണെങ്കിലും സാമ്പത്തിക നിലവാരം കൂപ്പുകുത്തുന്നതിൽ നിന്നും ചെറിയ തോതിൽ രക്ഷ നേടിയ സമയമായിരുന്നു അത്. പൊതുവെ പയ്യന്നൂർ പ്രദേശത്ത് വലിയ വറുതിയും ക്ഷാമവും പടർന്നുപിടിച്ച അവസരവുമായിരുന്നു അത് എന്നും ഓർമ്മയുണ്ട്. പക്ഷെ ഗ്രാമീണ തലത്തിൽ മനുഷ്യരുടെ ആത്മവിശ്വാസവും അഭിമാനബോധവും എല്ലാത്തിനും മുന്നിലായിരുന്നു. ജീവിതവീക്ഷണത്തിലും അധ്വാനശേഷിയിലും പ്രത്യേകതയുള്ള നിലവാരം കൈവരിച്ച ഒരു ചെറുസമൂഹമായിരുന്നു പയ്യന്നൂരിലെ പൊതുവാൾമാർ. 1963–ൽ ദേവഗിരി കോളേജിലേക്ക് എന്നെ കോളേജ് വിദ്യാഭ്യാസത്തിനായി അയയ്ക്കാൻ നടപടിയെടുത്ത അമ്മാവൻ സാമ്പത്തിക പരാധീനതയ്ക്കിടയിലും തറവാടിന്റെ ഉൽക്കർഷം കരുതി വലിയൊരു ലക്ഷ്യം മനസ്സിൽ വച്ചിരുന്നു എന്ന് തിരിഞ്ഞു നോക്കുമ്പോൾ മനസ്സിലാകുന്നു.

അക്കാലത്തായി എന്റെ ചില അഭ്യുദയകാംക്ഷികൾ ഒറ്റക്കെട്ടായി ഒരു ടീംവർക്ക് ചെയ്തതിന്റെ ഫലമായി കോഴിക്കോട്ടയച്ച് എന്നെ പ്രീ-യൂണിവേഴ്സിറ്റി ക്ലാസ്സിൽ ചേർക്കാൻ അദ്ദേഹം നിർദ്ദേശിച്ചു. അദ്ദേഹത്തിന്റെ മനസ്സിൽ ഒരു പ്ലാൻ ബി ഉണ്ടായിരുന്നത് ഭാര്യയുടെ കസിൻ സഹോദരൻ മാധവന്റെ ശുപാർശയോടെ എന്നെ നേവിയിൽ ചേർത്ത് ബോംബെയിലേക്ക് അയക്കുക എന്നതായിരുന്നു. ദേവഗിരി സെന്റ് ജോസഫ് കോളേജിൽ ചേർന്ന ഞാൻ കോളേജ് പഠനം തുടർന്നു. മാസത്തിൽ വലിയ സംഖ്യ ഫീസായും, ഹോസ്റ്റൽ ചെലവായും എനിക്ക് തരേണ്ടിവരുമെന്നത് അമ്മയടക്കം മുതിർന്നവർക്ക് ഒരു വലിയ കീറാമുട്ടിയായിരുന്നു. ദേവഗിരിയിൽ കുറേയേറെ കണ്ണൂർ ജില്ലക്കാർ അക്കാലത്ത് ചേർന്ന് പഠിക്കുന്നുണ്ടായിരുന്നു. പയ്യന്നൂരിൽ നിന്നും എന്റെ സഹപാഠികളായ വലിയൊരു വിഭാഗം കോളേജ് വിദ്യാഭ്യാസത്തിന് ചേർന്നത് അവിടെയായിരുന്നു. ഗുരുവായൂരപ്പൻ കോളേജിലും ധാരാളംപേർ പയ്യന്നൂർ സ്വദേശികളായി പരമ്പരാഗതമായിത്തന്നെ പഠിക്കാറുണ്ടായിരുന്നു. എന്റെകൂടെ സ്കൂൾ ഫൈനലിൽ പാസ്സായ പത്തിരുപത് ഉറ്റ സ്നേഹിതർ ആ പ്രാവശ്യം കോഴിക്കോട്ടെ കോളേജുകളിലെത്തിയിരുന്നു. പയ്യന്നൂർ ഹൈസ്കൂളിൽ നിന്ന് മലയാളം മീഡിയത്തിൽ പഠിച്ച ഞങ്ങൾ അക്കാലത്ത് കോളേജ് വിദ്യാഭ്യാസത്തിനു ചേർന്നപ്പോൾ ക്ലാസ്സിൽ പറയുന്ന ഇംഗ്ലീഷ് പ്രസംഗങ്ങൾ കേട്ട് ഒരരർത്ഥത്തിൽ ഞെട്ടിപ്പോയി. കെട്ടിലും മട്ടിലും തനിധ്വരകളെപ്പോലുള്ള അധ്യാപകർ. ഒരു ക്ലാസ്സിൽ 60–80 കുട്ടികളാണ്. പ്രീ-യൂണിവേഴ്സിറ്റി ക്ലാസ്സ് ഒരു വർഷം മാത്രം

ദൈർഘ്യമുള്ളതായിരുന്നല്ലോ. പി.യു.സി ആ കൊല്ലം ഓടിപ്പോയി. പഠിക്കാനൊന്നും സമയം കിട്ടാതെ നിരവധി വിഷയങ്ങളുടെ മുമ്പിൽ അമ്പരന്നുപോയവരാണ് പിന്നെ ആ പരീക്ഷാ ഫലത്തിന്റെ അടിസ്ഥാനത്തിൽ ബിരുദത്തിന് ചേരുന്നത്. സാമൂഹ്യപാഠവും ശാസ്ത്രവിഷയങ്ങളും കണക്കും ഇംഗ്ലീഷും ജനറൽ നോളഡ്ജും ഒക്കെ പഠിപ്പിക്കുന്നുണ്ടെങ്കിലും ഒരു കാര്യത്തിലും ആഴത്തിലുള്ള അറിവു നേടാൻ ആ ഒറ്റവർഷ കോഴ്സുകൊണ്ട് സാധ്യമല്ല എന്ന് തെളിയിച്ചതിനാലാണ് കേരളത്തിൽ 1965 മുതൽ പി.യുസിക്ക് പകരം പ്രീഡിഗ്രി തുടങ്ങിയത്. ഞാൻ പി.യു.സി. ക്ലാസ്സിൽ മറ്റു കൂട്ടുകാരെപ്പോലെ തന്നെ ബുദ്ധിമുട്ടി. സെന്റ് തോമസ് ഹോസ്റ്റലിൽ അന്നത്തെ വാർഡനായ ഫാ. ആബേൽ (പിന്നീട് കൊച്ചി കലാഭവൻ ഡയറക്ടർ) വലിയൊരാശ്വാസമായി. ദേവഗിരി അന്ന് വലിയ വിദ്യാഭ്യാസ കേന്ദ്രമായിരുന്നു. ഏറ്റവും ചിട്ടയോടെ നടത്തുന്ന കേരളത്തിലെ ആകർഷണീയമായ കോളേജ്. ക്രിസ്തീയ മാനേജ്മെന്റ്. അന്നത്തെ പ്രിൻസിപ്പൽ ഫാ. തിയോഡോഷ്യസ് കോഴിക്കോട് നഗരത്തിൽ പ്രസിദ്ധനായിരുന്നു. അധ്യാപകരും വിദ്യാർത്ഥികളും തമ്മിലുള്ള ആത്മബന്ധം ദേവഗിരി കോളേജിൽ അന്യാദൃശമായിരുന്നു. വലിയൊരു കുടുംബം പോലെയാണ് കോളേജ് മൊത്തം കഴിയുന്നത്. എം.എക്കാരും ഏറ്റവും താഴ്ന്ന പി.യു.സി വിദ്യാർത്ഥികളും ഒരേ ഹോസ്റ്റലിൽ സഹോദരതുല്യം കഴിയുന്ന ഒരു കീഴ്‌വഴക്കം മറ്റെവിടെയും കണ്ടിട്ടില്ല. മലങ്കര കത്തോലിക്കാ ഫാദർമാരുടെ പുരോഗമനാശയങ്ങൾ കോളേജിലൂടെ പ്രാവർത്തികമാക്കുകയാണ് പ്രധാന ലക്ഷ്യം. പ്രിൻസിപ്പലായിരുന്ന ഫാദർ തിയോഡോഷ്യസ് വളരെ ഉന്നത ശീർഷനായ ഒരു വിദ്യാഭ്യാസ ചിന്തകനായിരുന്നു. വിശാല മനസ്കനായ ഫാദർ തിയോഡോഷ്യസ് അധ്യാപകരേയും വിദ്യാർത്ഥികളേയും വളരെയധികം സ്നേഹിച്ചു എന്നു മാത്രമല്ല തികച്ചും അനൗപചാരികമായാണ് കുട്ടികളുമായി ഇടപെട്ടത്. പ്രസാദാത്മകമായ കാരണവർ സാന്നിദ്ധ്യമായി കോഴിക്കോട് നഗരത്തിൽ ജീവിച്ച തിയോഡോഷ്യസ് കെ.പി. കേശവമേനോന്റെ ആത്മസുഹൃത്തായിരുന്നു. ചെറിയ മീറ്റിംഗിനുപോലും കേശവമേനോനേയും ഫാ. വെർഗോട്ടിണിയേയും പ്രിൻസിപ്പൽ കോളേജിലേക്ക് ക്ഷണിച്ച് വിദ്യാർത്ഥികളോട് സംസാരിപ്പിക്കുക പതിവാണ്. കുട്ടികളുടെ പച്ചക്കറി വിളവെടുപ്പ് ഉദ്ഘാടനം ചെയ്യാൻപോലും പ്രിൻസിപ്പൽ മഹാനായ കേശവമേനോനെ ക്ഷണിക്കുമായിരുന്നു. കേശവമേനോന്റെ ഇംഗ്ലീഷിലും മലയാളത്തിലുമുള്ള അനർഗളമായ പ്രഭാഷണം കേട്ടുവളർന്നവരാണ് ഞങ്ങൾ. പിൽക്കാലത്ത് ആകാശവാണിയി

ലെത്തിയ എന്നോടു സഹപ്രവർത്തകനായ ഉദയഭാനു തന്റെ അമ്മാവനായ കേശവമേനോന്റെ അത്യന്തം വിസ്മയകരമായ കഥ പറഞ്ഞു കേട്ടപ്പോൾ ഞാൻ സ്തബ്ദ്ധനായിട്ടുണ്ട്. അന്ധനായ അദ്ദേഹം മുടങ്ങാതെ പത്രത്തിന്റെ എഡിറ്റോറിയൽ എഴുതുന്നതും അദ്ദേഹത്തിനു മക്കളോടും മരുമക്കളോടുമുള്ള സ്നേഹവായ്പും എടുത്തു പറഞ്ഞിട്ടുണ്ട്.

ഞങ്ങൾ അവിടെ വിദ്യാർത്ഥികളായിരിക്കുമ്പോഴാണ് ഫാ. തിയോഡോഷ്യസിന് ബ്രെയിൻട്യൂമർ പിടിപെട്ടത്. അദ്ദേഹം രോഗഗ്രസ്തനായ കാലത്ത് നിത്യവും വിദ്യാർത്ഥികളുടെ പ്രാർത്ഥനയുണ്ടായിരുന്നു. ദിവസങ്ങൾ കൊഴിഞ്ഞുവീണു. തിയോഡോഷ്യസ് അച്ചന് രോഗം മൂർച്ഛിക്കുകയാണുണ്ടായത്. അവസാനം വെല്ലൂർ ക്രിസ്റ്റ്യൻ ഹോസ്പിറ്റലിൽ വച്ച് അദ്ദേഹം അന്തരിച്ചു. കോളേജിന് ദീർഘകാലം അവധി കൊടുത്തു. ദേവഗിരി കോളേജിൽ അക്കാലത്ത് പഠിച്ച കുട്ടികൾക്കും പഠിപ്പിച്ച അധ്യാപകർക്കും നിതാന്തമായ മാനസികത്തകർച്ചയാണ് ഫാദർ തിയോഡോഷ്യസിന്റെ വിയോഗം മൂലമുണ്ടായത്. തിയോഡോഷ്യസിന്റെ കാലത്ത് ദേവഗിരി കോളേജ് അക്കാദമീയ കാര്യത്തിലും, കായികരംഗത്തും, വിദ്യാർത്ഥികളുടെ പഠനേതര നൈപുണിയുടെ കാര്യത്തിലും കേരളത്തിൽ മാത്രമല്ല ഇന്ത്യയിൽ തന്നെ പ്രസിദ്ധമായിരുന്നു.

ഫാദർ തിയോഡോഷ്യസ്
(ദേവഗിരി കോളേജ്, പ്രിൻസിപ്പൽ)

കെ.പി. കേശവമേനോനെപ്പോലുള്ള മഹാരഥന്മാർ അദ്ദേഹത്തിന്റെ ഉറ്റ സ്നേഹിതന്മാരായിരുന്നുവെന്ന് പറഞ്ഞല്ലോ. കോഴിക്കോട്ട് നഗരത്തിലെ തലയെടുപ്പുള്ള ഒരു വ്യക്തി വൈഭവമായിരുന്നു ഫാ. തിയോഡോഷ്യസ്. പ്രഗത്ഭരായ അധ്യാപകവൃന്ദത്തെ ആകർഷിച്ച ആ ആചാര്യൻ സി.എ. ഷെപേഡിനേയും തായാട്ട് ശങ്കരനേയും സുകുമാർ അഴീക്കോടിനേയും കെ.ജി. അടിയോടിയേയും കെ.ടി. വിജയമാധവനേയും, മാത്യു താമരക്കാടിനേയും കെ.പി. പ്രഭാകരൻ നമ്പ്യാരേയും ഈശ്വര വാര്യരേയും മറ്റും ദേവഗിരിക്കുന്നിലെ ആ സരസ്വതി ക്ഷേത്രത്തിൽ ആകർഷിച്ചടുപ്പിച്ച മഹാ പ്രതിഭയായിരുന്നു പ്രാതസ്മരണീയനായ ഫാദർ തിയോഡോഷ്യസ്. വിദ്യാർത്ഥികളായ ഞങ്ങൾക്ക് ഈ അധ്യാപകരെല്ലാം റോൾമോഡലായി വർത്തിച്ചു. വിഷ്ണുനാരായണൻ നമ്പൂതിരി ആ കാലയളവിൽ എം.എ ഇംഗ്ലീഷിന് അവിടെ പഠിച്ചിരുന്നു. സി.എ. ഷെപേർഡിന്റെ ശിഷ്യനായിരുന്നു വിഷ്ണു. ഒളിമ്പ്യൻ അബ്ദു റഹീ

മാനെ മാനേജ്മെന്റ് അവിടെ ക്ഷണിച്ചു വരുത്തി പഠിപ്പിച്ചു. മജീദിനെ മറക്കാൻ പറ്റില്ല. ആ ഇംഗ്ലീഷ് പ്രസംഗം ജൂനിയറായ എന്നെ അദ്ദേഹത്തിന്റെ ഒരാരാധനകനാക്കി. കുറേക്കാലം കഴിഞ്ഞ് മജീദ് സർ സെയ്ദ് കോളേജിൽ ഇംഗ്ലീഷ് പ്രൊഫസറായി. അന്ന് കോളേജ് യൂണിയൻ ചെയർമാൻ മറ്റൊരു എം.എ. വിദ്യാർത്ഥിയായിരുന്നു എബ്രഹാം; നമ്മെ അത്ഭുതപ്പെടുത്തുന്ന പ്രസംഗകൻ. പിന്നീട് രാഷ്ട്രീയത്തിൽ കഴിവു തെളിയിച്ച എബ്രഹാം പാല സെന്റ് തോമസിൽ പ്രൊഫസറായിരുന്നു. ഞാൻ പി.യുസി കഴിഞ്ഞ് ശാസ്ത്രവിഷയത്തിനുതന്നെ ബി.എസ്.സിക്ക് ദേവഗിരിയിൽ ചേരാൻ നിശ്ചയിച്ചു. അന്ന് വലിയ പ്രയാസമില്ലാതെ കിട്ടാവുന്ന കോഴ്സ് ബയോളജിയാണ്. എനിക്കതിൽ ഒരു ഇഷ്ടവും തോന്നി. ജന്തുശാസ്ത്രം പഠിച്ചാൽ എം.ബി.ബി.എസ്സിന് ചേരാം, സസ്യശാസ്ത്രം പഠിച്ചാലും ഡോക്ടറാകാൻ അവസരമുണ്ട്. ഇന്നത്തെപ്പോലെ തന്നെ അക്കാലത്തും ഏറ്റവും ആകർഷകം മെഡിക്കൽ കോളേജ് തന്നെയായിരുന്നു. പക്ഷെ ഏത് ശരി ഏത് തെറ്റ് എന്ന് മാർഗ്ഗനിർദ്ദേശം തരാനും മറ്റും ആരും ഉണ്ടായിരുന്നില്ല. ഡിഗ്രി പാസ്സായവരെല്ലാം മെഡിക്കലോ എഞ്ചിനീയറിംഗോ വേണമെങ്കിൽ മൂന്നു മാസത്തെ ഇന്റൻസീവ് കോഴ്സിന് ചേരണം. അതൊരു കടമ്പയാണ്. ബിരുദതലത്തിൽ കെമിസ്ട്രിയും സുവോളജിയും ബോട്ടണിയും പഠിച്ചവർ ഫിസിക്സിന് ഒരു തീവ്ര പരിശീലന പരിപാടിയ്ക്ക് വിധേയനായാലേ ബി.എസ്.സി. യുടെ മാർക്കിന്റെ അടിസ്ഥാനത്തിൽ മെഡിക്കൽ കോളേജ് പ്രവേശനം നേടിയാലും ഡോക്ടറാവാൻ ചേരാൻ പറ്റുകയുള്ളു എന്ന നിബന്ധനയുണ്ട്. ഞാൻ ചില സുഹൃത്തുക്കൾക്കൊപ്പം ഇന്റൻസീവ് കോഴ്സിന് ചേർന്നത് പാലക്കാട് വിക്ടോറിയയിലാണ്. അന്ന് എന്റെ കോളേജ് സഹപാഠികളായ മംഗലാട്ട് രാമചന്ദ്രനും ആ കോഴ്സിന് ചേർന്നു. വാറംഗൽ ആർ.ഈസിൽ പഠിച്ച് മെറ്റലർജി ശാഖയിൽ എഞ്ചിനീയറായിത്തീർന്ന അദ്ദേഹം വർഷങ്ങളായി അമേരിക്കയിലാണ്.

ഇന്റൻസീവ് കോഴ്സിന് ചേർന്നവരിൽ രാമകൃഷ്ണൻ (പെരുമാൾ ഇൻസ്റ്റിറ്റ്യൂട്ട് ഉടമ എപി. ബാലകൃഷ്ണപ്പൊതുവാളുടെ അനുജൻ), പുരുഷോത്തമൻ (പയ്യന്നൂരിലെ പ്രശസ്ത ഡോക്ടർ എ.വി. കരുണാകരന്റെ അനുജൻ) എന്നിവർക്ക് കോഴിക്കോട് മെഡിക്കൽ കോളേജിൽ തന്നെ ചേരാനും ഡോക്ടർമാരാകാനും പറ്റി. രാമകൃഷ്ണൻ ഏറെക്കാലം സർക്കാർ സർവ്വീസിൽ ഡോക്റായിരുന്നു. ഈയിടെ അദ്ദേഹം മരിച്ചുപോയി. പുരുഷോത്തമൻ ഡോക്ടർമാരുടെ കുടുംബത്തിൽ തന്നെയുള്ള ആളായിരുന്നു. പയ്യന്നൂരിലെ പൗരമുഖ്യനായിരുന്നു ഡോ. ഏ.

വി. കരുണാകരന്റെ അനുജൻ. അദ്ദേഹം സർക്കാർ സർവ്വീസിൽ നിന്ന് ദീർഘകാലത്തിനുശേഷം പിരിഞ്ഞ് പരിയാരം മെഡിക്കൽ കോളേജിൽ സർജറി വിഭാഗം തലവനായിരുന്നു. വിധിവൈപരീത്യം പോലെ മെഡിക്കൽ കോളേജ് എന്ന മോഹം ഒരു മാർക്കിന്റെ കുറവിൽ എനിക്ക് നിഷേധിക്കപ്പെട്ടു.. അന്ന് ആദ്യം വെയിറ്റിംഗ് ലിസ്റ്റിൽ വരാനുള്ള യോഗ്യത നേടിയെങ്കിലും സാമുദായിക റൊട്ടേഷൻ വന്നപ്പോൾ അതും നഷ്ടമായി. ജീവിതത്തിന്റെ ഗതി തന്നെ മാറ്റിമറിച്ച സംഭവമായിരുന്നു അത്. പക്ഷെ ഞാൻ ഇക്കാര്യത്തിൽ ഏറെയൊന്നും ദുഃഖിച്ചില്ല. എന്റെ ജീവിതമാർഗ്ഗം മറ്റൊരു രംഗത്തായിരിക്കുമെന്ന് ഞാൻ വിശ്വസിച്ചു. ആ ആശ്വാസം എന്നെ ക്രിയാത്മകമായ വൈവിധ്യമാർന്ന ജീവിതസരണികളിലൂടെ നടത്തിച്ചു. ജീവിതം എന്തെന്ന് അടയാളപ്പെടുത്തുന്ന അനുഭവപഥത്തിലാണ് എത്തിയത്.

കോളേജ് വിദ്യാഭ്യാസകാലത്ത് ദേവഗിരി കാമ്പസിലെ ജീവിതം അവിസ്മരണീയമായ അനുഭവമായിരുന്നു. ആത്മാർത്ഥതയുള്ള സുഹൃത്തുക്കൾ നിറഞ്ഞ കോളേജ്. വലിയ ഗമയുള്ള കെട്ടിടം, പ്രഗത്ഭരായ അധ്യാപകർ, നാലഞ്ചു മേത്തരം ഹോസ്റ്റലുകൾ, നല്ല റിസൽട്ട്, ഇതെല്ലാം ദേവഗിരിയുടെ അന്നത്തെ മേൽവിലാസമായിരുന്നു. അന്നത് ആൺ വിദ്യാലയമായിരുന്നെങ്കിലും ടാഗോർ, ന്യൂമെൻസ്, സെന്റ് ജോസഫ്സ്, സെന്റ് തോമസ് എന്നീ ഹോസ്റ്റലുകൾ വലിയ ആകർഷണകേന്ദ്രമായിരുന്നു. അതീവ ചിട്ടയും ഏറെ സമൃദ്ധമായ ഭക്ഷണവും കിടയറ്റ കലാകായികാന്തരീക്ഷവും കാമ്പസിന്റെ ഭാഗ്യമുദ്രയായിരുന്നു. മാസത്തിൽ ഹോസ്റ്റൽ ഫീസും, ട്യൂഷൻ ഫീസുമായി അന്നത്തെ നിലയ്ക്ക് വലിയൊരു സംഖ്യ വേണം. മറ്റു പലർക്കുള്ളതുപോലെ വിദ്യാഭ്യാസ ചിലവിനായി ദേവഗിരിയിൽ പോയപ്പോൾ ആരും ഒന്നും എനിക്കായി നീക്കിവച്ചിട്ടില്ല. അച്ഛന്റെ കാർഷികപരമായ പ്രവർത്തനത്തിന്റെ അന്ത്യദശയായിരുന്നു. വലിയ ഭൂസ്വത്തു വിൽക്കാൻ തുടങ്ങിയിരുന്നു. മരുമക്കത്തായത്തിന്റെ വരുതിയിൽ നിന്ന് മോചിതനായിരുന്നില്ല അച്ഛൻ. അ

കെ. കരുണൻ

കെ.യു. കുഞ്ഞിക്കൃഷ്ണപ്പൊതുവാൾ

ങ്ങിനെ സ്വത്തു വിൽക്കുമ്പോൾ ഒഴിഞ്ഞുകിട്ടുന്ന ചെറിയ സംഖ്യ എന്റെ അമ്മാവനായ കുഞ്ഞിക്കണ്ണപ്പൊതുവാളുടെ കയ്യിലെത്തും. അദ്ദേഹം പൊതുകാര്യപ്രസക്തനാകയാൽ പല കാര്യങ്ങൾക്കായി കോഴിക്കോട് വരുമ്പോൾ എന്റെ പഠിത്തത്തെപ്പറ്റി ആരായാനും ഫീസ് തരാനും തയ്യാറായിരുന്നു. ചില സുഹൃത്തുക്കളും അദ്ദേഹത്തിന്റെ കൂടെ കാണും. പയ്യന്നൂരിലെ വക്കീലന്മാരായിരിക്കും പലപ്പോഴും കെ.യു. കുഞ്ഞികൃഷ്ണപ്പൊതുവാൾ (പിന്നീട് പബ്ലിക് സർവ്വീസ് കമ്മിഷൻ അംഗമായി) കെ.എസ്. ഉമാമഹേശ്വരയ്യർ (പയ്യന്നൂർ എഡ്യൂക്കേഷൻ സൊസൈറ്റി പ്രസിഡന്റായിരുന്നു) കേരള എഞ്ചിനീയറിംഗിലെ ഉടമസ്ഥൻ കരുണൻ എന്നിവരാരെങ്കിലും അമ്മാവന്റെ കൂടെയുണ്ടാകും. എന്നെ കോളേജിൽ വന്ന് കാണുക, ആവശ്യമുള്ള പണം തരിക എന്നത് ഒരു സ്ഥിരം അജണ്ടയായിരുന്നു. ചിലപ്പോൾ അവർ താമസിക്കുന്ന ഇമ്പീരിയൽ ഹോട്ടലിലോ അളകാപുരിയിലോ എന്നെ വിളിപ്പിക്കും. വിഭവസമൃദ്ധമായ ഭക്ഷണവും ദേവഗിരി ഹോസ്റ്റലിലെ ഏറ്റവും വലിയ ആകർഷണമായിരുന്നു. പയ്യന്നൂർ സുഹൃത്തുക്കൾ കൂടാതെ അക്കാലത്ത് അവിടെ എന്റെകൂടെ പഠിച്ച വടകരക്കാരും കൊയിലാണ്ടിക്കാരും തലശ്ശേരിക്കാരും ബാലുശ്ശേരിക്കാരും ആയ ചങ്ങാതിമാർ ഇന്നും മനസ്സിലുണ്ട്. അവരിൽ പലരും പ്രസിദ്ധരായ ഡോക്ടർമാരും സമർത്ഥരായ എഞ്ചിനീയർമാരുമായിരുന്നു. ചിലർ അധ്യാപനരംഗത്തേക്ക് പോയി. ജീവിതത്തിന്റെ പല മുഹൂർത്തങ്ങളിലും അവരുമായി പിന്നീട് കുറേക്കാലം അടുത്ത ബന്ധം പുലർത്താനും അവസരമുണ്ടായി. പയ്യന്നൂരിൽ നിന്നുവന്ന സ്നേഹിതർക്ക് പുറമെ മുൻ മന്ത്രി പി.ആർ. കുറുപ്പിന്റെ മകൻ ഡോ. ബാലഗോപാൽ, കണ്ണൂരിലെ എം. ജനാർദ്ദനൻ, തലശ്ശേരിയിലെ കരുണാകരൻ (രണ്ടുപേരും ഡോക്ടർമാർ) പാട്യം സ്വദേശി ടി.പി.വി. രവീന്ദ്രൻ, ഉമേഷ് ഷേണായി (പിന്നീട് കാനറ ബാങ്കിന്റെ തലപ്പത്ത് എത്തി) എന്നീ ആത്മസുഹൃത്തുക്കളെ ഇന്നും ഓർക്കുന്നു. കാഞ്ഞങ്ങാട്ടെ വേണുവും മുരളിയും എ.സി. ജയരാജനും എന്റെ സഹപാഠികളിൽ ചിലരായിരുന്നു. കണ്ടങ്കാളിയിലെ മേജർ മാരാരുടെ മൂന്നു മരുമക്കളായ രാമചന്ദ്രൻ, ദിവാകരൻ, ഗോപാലകൃഷ്ണനൻ, ചന്തേര കുഞ്ഞിക്കമ്മാരൻ നായരുടെ മക്കളായ രവീന്ദ്രൻ, സുരേന്ദ്രൻ, സി.പി. ഗോവിന്ദൻകുട്ടി, മനോമോഹനൻ എന്നിവരും എന്റെ ജൂനിയറായി എന്റെ വീട്ടിനടുത്തുള്ള പി.കെ. ദിവാകരനും മറ്റും ദേവഗിരിയിലെ ആത്മബന്ധുക്കളാണ്. പി.യു.സി. കഴിഞ്ഞതും ബിരുദത്തിനു ചേരുന്നവർക്ക് വലിയ ആശയക്കുഴപ്പമുണ്ടാകുന്ന കാലമായിരുന്നു അത്. ഒന്നാമത് കുട്ടികൾ ഇഷ്ടപ്പെടുന്ന വിഷയ

ങ്ങൾ തുടർന്ന് ഡിഗ്രിക്ക് ലഭിക്കണമെന്നില്ല. കോളേജ് സീറ്റുകളാണെ ങ്കിൽ പരിമിതം. ജോലിസാധ്യത കൂടുതലുള്ള സീറ്റുകൾക്ക് വലിയ അ ടിപിടിയാണ് എല്ലാ കോളേജിലും. ദേവഗിരിയിൽ തന്നെ പഠിത്തം തുട രണം എന്ന നിശ്ചയത്തിൽ അവിടെ ഏതെങ്കിലും വിഷയത്തിന് ഡിഗ്രി ക്കു ചേരണം എന്നാണ് എന്റെ മനസ്സിലിരിപ്പ്. ഇന്നത്തെപ്പോലെ കുട്ടി കളെ നേർവഴിക്ക് ഉപദേശിക്കാൻ മറ്റാരെങ്കിലും ഇല്ല. അവർതന്നെ സ്വ യം തീരുമാനിക്കുകയാണ്. പഠിച്ചെടുക്കാൻ താരതമ്യേന എളുപ്പമുള്ള വിഷയം സസ്യശാസ്ത്രമാണെനിക്ക്. ധാരാളം ചിത്രങ്ങൾ വരഞ്ഞ് ര ക്ഷപ്പെടാം. ആ വിഷയമെടുത്താൽ ചെടികളുടെയും പൂക്കളുടേയും വിത്തുകളുടേയും ധാരാളം ചിത്രങ്ങൾ സ്വയം വരച്ച് പ്രാക്ടിക്കൽ റെ ക്കോർഡ് തയ്യാറാക്കേണ്ടി വരും. എനിക്ക് ചിത്രരചന വലിയ ഇഷ്ടമാ യിരുന്നതുകൊണ്ട് ആദ്യമേ മനസ്സ് അതിനായി പരുവപ്പെടുത്തി. മറ്റൊ ന്ന് അന്ന് ബോട്ടണിക്കാർക്ക് വലിയ ഉദ്യോഗസാധ്യതയുള്ള ഒരു കാല മായിരുന്നു. റബ്ബർ ബോർഡിൽ അവസരങ്ങൾ സസ്യശാസ്ത്രക്കാർക്ക് തുറന്നുകിട്ടിയിരുന്നു. എന്റെ സീനിയർ ബാച്ചിൽ പഠിച്ച നിരവധിപേർ റ ബ്ബർ ബോർഡിൽ ഡവലപ്മെന്റ് ഓഫീസർമാരായിത്തീർന്നു എന്നതും ആ വിഷയത്തിൽ ഡിഗ്രി എടുക്കാൻ പ്രേരിപ്പിച്ചു. മറ്റൊരു കാര്യം ബോ ട്ടണി വകുപ്പ് അദ്ധ്യക്ഷൻ പ്രശസ്ത അധ്യാപകനും എഴുത്തുകാരനു മായ പ്രൊഫ. മാത്യു താമരക്കാടും ഉപവിഷയമായ സുവോളജിയിൽ കെ.ജി. അടിയോടി, ജോൺസി ജേക്കബ്, (പിന്നീട് പയ്യന്നൂർ കോളേ ജിൽ ഞാനദ്ദേഹത്തിന് സഹപ്രവർത്തകനായി) കെ.പി. പ്രഭാകരൻ ന മ്പ്യാർ, വിജയമാധവൻ എന്നീ പ്രശസ്ത അധ്യാപകരും അന്നുണ്ട്. ഡി ഗ്രിയ്ക്ക് സസ്യശാസ് ത്രം പഠിക്കാൻ നിശ്ച യിച്ച എനിക്ക് ദേവഗി രിയിലെ നമ്പർ വൺ ഹോസ്റ്റലായ ടാഗോ റിൽ തന്നെ പ്രവേശ നം കിട്ടിയെന്നുള്ളതും വലിയ ആശ്വാസമാ യി. രണ്ടാം ഭാഷയാ യി മലയാളം എടുത്ത തുതന്നെ പ്രൊഫസർ സുകുമാർ അഴീ

പ്രൊഫ. പ്രഭാകരൻ നമ്പ്യാരുടേയും കെ. കുഞ്ഞികൃഷ്ണന്റേയും കൂടെ

ക്കോട്, തായാട്ട് ശങ്കരൻ എന്നീ പ്രഗത്ഭമതികളുടെ ശിഷ്യത്വം കാംക്ഷിച്ചാണ്. എന്നുമാത്രമല്ല ഇംഗ്ലീഷ് അധ്യാപകരായ പ്രൊഫ. സി.ഏ. പ്രൊ: ഷെപേഡ് പ്രൊ. വിജയറാം തുടങ്ങിയവരും അധ്യാപകരുടെ കൂട്ടത്തിൽ വലിയ ആകർഷണമായിരുന്നു. ദേവഗിരിയിൽ ജൂനിയർ അധ്യാപകൻ കുട്ടികളുടെ മെന്റർമാരെപ്പോലെയാണ്. കെമിസ്ട്രിയിൽ അന്നുമുതലെ ജൂനിയർ ലക്ചറർ ആയി ജോലി ചെയ്തിരുന്ന കുന്നമംഗലക്കാരൻ രാധാകൃഷ്ണൻ നായരുമായി ഞങ്ങൾക്കെല്ലാം വലിയ ഹൃദയബന്ധമായിരുന്നു. ഡിഗ്രിക്ക് പഠിക്കുമ്പോൾ രസതന്ത്രം കൂടി സസ്യശാസ്ത്രത്തിന്റെ കൂടെ ഹാഫ് സബ്ബ് ആയി പഠിക്കുകയും വേണം. രാധാകൃഷ്ണൻ നായർ പിന്നീട് എന്റെ കൂടെ കേരള ഭാഷാ ഇൻസ്റ്റിറ്റ്യൂട്ടിന്റെ സ്പെഷ്യൽ എംപ്ലോയ്മെന്റ് സ്കീമിൽ എഡിറ്ററായും തുടർന്ന് അസി. ഡയറക്ടർവരെയായി കോഴിക്കോട് ഭാഷാ ഇൻസ്റ്റിറ്റ്യൂട്ട് ഉപകേന്ദ്രത്തിന്റെ ചാർജ്ജുമായി. അന്ന് ദേവഗിരിയിൽ പഠിച്ച കുട്ടികളുടെ (52 വർഷം മുമ്പത്തെ കഥ) ക്ലാസ്സിലെ റോൾ നമ്പർ ഇന്നും രാധാകൃഷ്ണൻ നായർ തത്ത പറയുംപോലെ പറയും എന്ന അത്ഭുതകരമായ കാര്യം ഞങ്ങളിൽ ചിലർക്ക് ഇപ്പോഴും കൗതുകകരമാണ്. ദേവഗിരിയിൽ എന്റെ ആത്മമിത്രമായിരുന്ന ഗോവിന്ദൻകുട്ടിയും ഞാനും രാധാകൃഷ്ണൻ നായർ എന്ന പ്രതിഭാസത്തെക്കുറിച്ച് ഇന്നും പറയും. എന്റെ ആത്മമിത്രമായ കെ. കുഞ്ഞികൃഷ്ണൻ സീനിയർ ക്ലാസ്സിൽ ഉണ്ടായിരുന്നു.

ദേവഗിരി, അന്ന് ഒരു ഡിഗ്രി കോളേജാണ്. മാസ്റ്റേഴ്സ് ഡിഗ്രി ഗണിത ശാസ്ത്രത്തിനും ഇംഗ്ലീഷിനും ഉണ്ടായിരുന്നു എന്നാണ് ഓർമ്മ. പക്ഷെ ബോട്ടണി പോസ്റ്റ് ഗ്രാഡ്യുവേഷൻ ആ കാമ്പസിൽ നടന്നിരുന്നു. അത് കേരള യൂണിവേഴ്സിറ്റിയുടേതാണെന്നു മാത്രം. ക്രമേണ കോഴിക്കോട് യൂണിവേഴ്സിറ്റി രൂപം കൊണ്ടപ്പോൾ പ്രത്യേകം പ്രത്യേകം പോസ്റ്റ് ഗ്രാഡ്യൂവേഷൻ വകുപ്പുകൾ തേഞ്ഞിപ്പലത്തു തുടങ്ങിയപ്പോൾ സസ്യശാസ്ത്രവും അവിടെ തുടങ്ങി. ദേവഗിരിയിലെ കേരള യൂണിവേഴ്സിറ്റി സെന്ററുകൾ ബോട്ടണിയും സുവോളജിയും തിരുവനന്തപുരത്തേക്ക് തന്നെ തിരിച്ചുപോവുകയും ചെയ്തു.

21

മെഡിക്കൽ മോഹത്തിനുശേഷം എത്തിയത് അധ്യാപനത്തിൽ

ബി.എസ്സ്.സി. പാസ്സായവർക്ക് നൽകുന്ന മെഡിക്കൽ കോഴ്സിന്റെ മുന്നോടിയായി ഇന്റൻസീവ് കോഴ്സ് എന്ന ഊർജ്ജിത സ്വഭാവമുള്ള മൂന്നു മാസത്തെ കോഴ്സിന് ചില സുഹൃത്തുക്കളോടൊപ്പം 1968 അവസാനമാണ് ഞാനും സുഹൃത്തുക്കളും പാലക്കാട് വിക്ടോറിയയിൽ ചേർന്നത്. തികച്ചും വ്യത്യസ്തമായ ഒരു ജീവിതസരണിയായിരുന്നു അത്. വിക്ടോറിയ കോളേജിന്റെ മുമ്പിലുള്ള ഒരു ലോഡ്ജിൽ താമസം. വരണ്ട ചൂടുള്ള പാലക്കാടൻ കാലാവസ്ഥ. തുടർച്ചയായി ഫിസിക്സ് ക്ലാസ്സ്, എല്ലാംകൊണ്ടും മനസ്സിനെ മടുപ്പിക്കുന്ന കാലം. എം.ബി.ബി.എസിന് ചേരാൻ സാധിക്കാതെ വന്നപ്പോൾ നിരാശയുടെ പടുകുഴിയിലേക്ക് തള്ളപ്പെടാതിരിക്കാൻ ഒരു പുൽനാമ്പു കയ്യിൽ കിട്ടി. അതാണ് പയ്യന്നൂർ കോളേജിലെ ബോട്ടണി ജൂനിയർ ലക്ചറർ പദവി. 1968 –71 കാലങ്ങളിൽ അങ്ങനെ കാലത്തിന്റെ സമ്മാനമായി കിട്ടിയ ഒരു സ്ഥാനലബ്ധി എന്നെത്തന്നെ ആശ്ചര്യപ്പെടുത്തിയിരുന്നു. 1965ൽ ആരംഭിച്ച ജൂനിയർ കോളേജായിരുന്നു പയ്യന്നൂർ കോളേജ്. എന്ന് പറഞ്ഞല്ലോ! അന്ന് കോളേജ് കമ്മിറ്റിക്ക് ഏറ്റവും അനുഗ്രഹമായിത്തീർന്നത് വ്യാഘ്രലം ശിവരാമകൃഷ്ണയ്യർ എന്ന ജന്മി (ഉമാമഹേശ്വരയ്യരുടെ സഹോദരി ഭർത്താവ്) പയ്യന്നൂരിൽ നിന്ന് കിഴക്കോട്ടു മാറി എടാട്ട് എന്ന സ്ഥലത്ത് കുറേ ഏക്കർ സ്ഥലം കോളേജിന് സൗജന്യമായി നൽകിയതായിരുന്നു. അക്കാലത്ത് അഡ്വക്കേറ്റ് ഉമാമഹേശ്വരയ്യരുടെ അടുത്ത് സുഹൃദ്ബന്ധം പുലർത്തിയ എന്റെ മാതൃസഹോദരൻ അത്തായി കുഞ്ഞിക്കണ്ണപ്പൊതുവാൾ വഴിയായി ശുപാർശ അനുസരിച്ച് കോളേജിൽ ഒരു അധ്യാപക ജോലി പ്രതീക്ഷിച്ചു കഴിയുകയായിരുന്നു ഞാൻ. 1968 ആദ്യം അവിടെ ബോട്ടണിയിൽ ഒരു ഒഴിവു വന്നപ്പോൾ എനിക്ക് ആ അ

ജോൺ. സി. ജേക്കബ്

ധ്യാപകജോലി ലഭിച്ചു. അവിടെ ബയോളജി വകുപ്പിന്റെ തലവൻ എന്നെ ദേവഗിരികോളേജിൽ പഠിപ്പിച്ച സുവോളജി പ്രൊഫസറും പ്രകൃതിസ്നേഹിയും പ്രശസ്ത പരിസ്ഥിതി പ്രവർത്തകനുമായ ജോൺസി ജേക്കബ് ആയിരുന്നു. തുടക്കത്തിൽ തന്നെ മികവുറ്റ ഒരു കോളേജായി പ്രവർത്തിച്ച പയ്യന്നൂർ കോളേജിൽ സമർത്ഥരായ അധ്യാപകരെയാണ് മാനേജ്മെന്റ് റിക്രൂട്ട് ചെയ്തത്. കോളേജിന്റെ ഒരു ബാലാരിഷ്ടത എന്നോണം കൃത്യമായി മാസശമ്പളം അക്കാലത്ത് കിട്ടിയിരുന്നില്ല. ഇതിനെച്ചൊല്ലി രസകരമായ നിരവധി സംഭവങ്ങൾ നിത്യവും അരങ്ങേറും. പയ്യന്നൂർ എഡ്യൂക്കേഷണൽ സൊസൈറ്റിയുടെ ഓഫീസ് പട്ടണത്തിലുണ്ട്. ആ സ്ഥലത്തിന് എതിർവശത്തുള്ള ഷേണായിയുടെ കടയിൽ ഞങ്ങളെല്ലാവരും കോളേജിൽ പോകാൻ സജ്ജരായി നിൽക്കുമ്പോൾ പ്രൊ. ജോൺസി ഉച്ചത്തിൽ വിളിച്ചുപറയുന്നത് ശമ്പളം കൃത്യമായി കിട്ടാത്ത കാര്യമാണ്. മാനേജമെന്റ് ഭാരവാഹികൾ സൊസൈറ്റി ഓഫീസിലേക്ക് പോകുമ്പോഴാണ് പ്രൊഫസർ ഈ അഭിപ്രായ പ്രകടനം നടത്തുക. രസകരമായ ഇത്തരം സീനുകൾ കഴിഞ്ഞാണ് ഒന്നോ രണ്ടോ ടാക്സി വിളിച്ച് ഞങ്ങളെല്ലാവരും കോളേജിലേക്ക് പോകുന്നത്. ടൗണിൽ നിന്ന് കോളേജിലേക്ക് വെറും രണ്ടു രൂപയാണ് ടാക്സി ചാർജ്ജ്. അമ്മാവന്റെ ശുപാർശ അനുസരിച്ച് എനിക്ക് മുമ്പുതന്നെ സുവോളജി ജൂനിയർ ലക്ചറർ തസ്തികയിൽ പെരളം സ്വദേശിയും എന്റെ സീനിയർ ബാച്ചിൽ ദേവഗിരിയിൽ പഠിച്ചിരുന്ന കെ. കുഞ്ഞികൃഷ്ണൻ ചേർന്നിരുന്നു. കുഞ്ഞികൃഷ്ണന്റെ അമ്മാവനായ കൃഷ്ണൻ നമ്പ്യാരുമായുള്ള അമ്മാവന്റെ അടുപ്പമാണ് ഇത് സാധ്യമാക്കിയത്. കുഞ്ഞികൃഷ്ണൻ പയ്യന്നൂർ കോളേജിലെ നാലു വർഷത്തെ സേവനം പൂർത്തിയാക്കി കോഴിക്കോട് യൂണിവേഴ്സിറ്റിയിൽ പോസ്റ്റ് ഗ്രാഡ്യുവേഷന് ചേർന്നുവെങ്കിലും ഏറെ താമസിയാതെ ICARൽ ജൂനിയർ സയന്റിഫിക് ഓഫീസറായി ചേരുകയാണുണ്ടായത്. അങ്ങിനെ കാസർഗോഡ് CPCRIയിൽ ജോലി ചെയ്യവേ അദ്ദേഹം വാർത്താവിതരണ പ്രക്ഷേപണ മന്ത്രാ

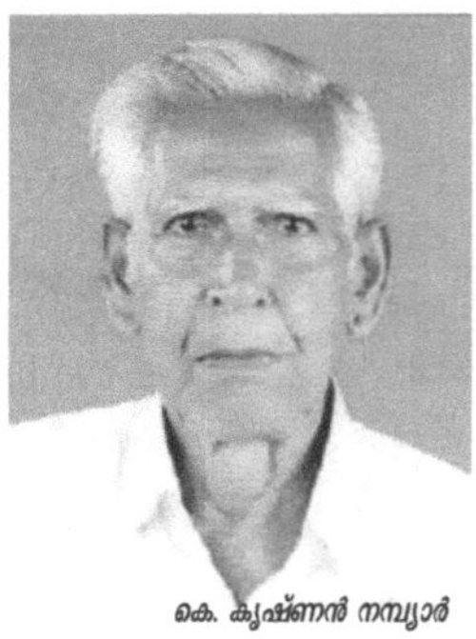
കെ. കൃഷ്ണൻ നമ്പ്യാർ

ലയത്തിൽ ക്ലാസ്സ് വൺ പോസ്റ്റിലേക്ക് തിരഞ്ഞെടുക്കപ്പെട്ടു. ഏറെക്കാലം പ്രസാർഭാരതിയിൽ ദൂരദർശന്റെ ഉന്നത പദവികളിലിരുന്ന കുഞ്ഞികൃഷ്ണൻ അഡിഷണൽ ഡയറക്ടർ ജനറലായാണ് (ADG) വിരമിച്ചത്. പഴയ ജീവിതസരണിയിലെ ഇഴയടുപ്പം സാക്ഷാത്കരിക്കുന്ന മട്ടിൽ അദ്ദേഹം ഉദ്യോഗകാലം കഴിഞ്ഞ് തലസ്ഥാന നഗരിയിൽ (തിരുവനന്തപുരം) എന്റെ വീടിനടുത്തു തന്നെ എത്തിച്ചേർന്നു. തിരുവനന്തപുരത്ത് സ്ഥിര താമസമായ കുഞ്ഞികൃഷ്ണനെപ്പോലെത്തന്നെ അക്കാലത്ത് പയ്യന്നൂർ കോളേജിൽ ഉണ്ടായിരുന്ന അധ്യാപകരിൽ ഏറിയപങ്കും എന്റെ അടുത്ത സുഹൃത്തുക്കളായിത്തീർന്നു. ഫിസിക്കൽ എഡ്യൂക്കേഷൻ ഡയറക്ടറായിരുന്ന ഈയിടെ അന്തരിച്ച പ്രൊഫ. ഭരതൻ, പി.വി. ഗോവിന്ദൻകുട്ടി, അദ്ദേഹത്തിന്റെ അനുജൻ പി.വി. പത്മനാഭൻ, പറശ്ശിനിക്കടവ് മുത്തപ്പൻ മടപ്പുരയുടെ ട്രസ്റ്റി പി.എം. ലക്ഷ്മണൻ, (ഇന്നില്ല) ടി.വി. അച്യുതൻ നായർ, പ്രൊ. രാഘവൻ, സുകുമാരൻ, ഭട്ടതിരി, എബ്രഹാം, കെ.പി. കുഞ്ഞിരാമൻ, കരുണാകരൻ, ടി.പി. ശ്രീധരൻ, തമ്പാൻ, (ഗോവിന്ദൻ) തുടങ്ങിയവരും ഏറെ ഹൃദയബന്ധമുള്ള സുഹൃത്തുക്കളായിരുന്നു. മുതിർന്ന സഹപ്രവർത്തകരായിരുന്ന എം.ആർ. ചന്ദ്രശേഖരൻ, രാമൻ നമ്പൂതിരിപ്പാട്, ഏ.കെ. രാഘവൻ നമ്പ്യാർ (എ.കെ.ജിയുടെ അനന്തരിവൻ), ജോൺ.സി. ജേക്കബ് കെ.പി. ബാലകൃഷ്ണൻ, വി.കെ.സി. നായർ, പ്രൊഫ. ശ്യാമള, തങ്കം നായനാർ, കെ.എം. നാരായണൻ, ശ്രീമതി ജാനകികുട്ടി, ലക്ഷ്മി, റോജ, ഇന്ദിര, അയ്യർ, കെ.പി.കുഞ്ഞിരാമൻ, കോടോത്ത് ബാലകൃഷ്ണൻ നമ്പ്യാർ (എ.കെ. നാരായണൻ നമ്പ്യാരുടെ അളിയൻ) തുടങ്ങിയവർ ഏറെ പ്രിയപ്പെട്ടവരായിരുന്നു. എന്റെ പയ്യന്നൂർ കോളേജ് ജീവിതത്തിൽ. അന്ന് അധ്യാപക-അധ്യാപകേതര സ്റ്റാഫംഗങ്ങൾ വളരെ കുറവായിരുന്നു കോളേജിൽ. ഉള്ളവർ എല്ലാം അന്യോന്യം വളരെ അടുപ്പം കാണിച്ചു. ഡിപ്പാർട്ട്മെന്റിൽ അസിസ്റ്റന്റായി ജോലി ചെയ്ത കൃഷ്ണൻ ഇന്നും കോളേജ് മാനേജ്മെന്റിന്റെ ഭാഗമാണ്.

പയ്യന്നൂർ കോളേജിൽ കോളേജ് അധ്യാപകനായി ജീവിച്ച കാലം എനിക്ക് എന്നും വിസ്മരിക്കാൻ പറ്റില്ല. ജീവിതത്തിന്റെ പല വഴിത്തിരിവിലും യാദൃശ്ചികമായി ഭാഗ്യം എന്നെ തേടിയെത്തി. അതിലൊന്നാണ് പയ്യന്നൂർ കോളേജ് ഉദ്യോഗലബ്ദി. പ്രൊഫഷണൽ ജീവിതത്തിന്റെ അസ്ഥിവാരമായിരുന്നു അത്. അന്ന് ഞാൻ പഠിപ്പിച്ച ചിലരെങ്കിലും പയ്യന്നൂർ സ്കൂളിൽ എന്റെ പഴയ സതീർത്ഥ്യരായിരുന്നു എന്നത് കൗതുകകരമായിരുന്നു. ജനറൽ സയൻസ് എന്ന ഒരു ക്ലാസ്സ് എല്ലാ

ഗ്രൂപ്പുകാർക്കും പൊതുവായി അന്നുണ്ടായിരുന്നു. ആ ക്ലാസ്സിൽ പഠിപ്പിക്കൽ മിക്കവാറും ജൂനിയർ ലക്ചറർമാരുടെ ബാധ്യതയാണ്. കാരണം ആ ക്ലാസ്സിലെ കുട്ടികളാരും സയൻസ് പഠിക്കാൻ താൽപര്യമില്ലാത്ത ഹുമാനിറ്റീസ് വിഷയക്കാരാണ്. കുട്ടികൾക്കെല്ലാം തന്നെ ആ ഒരു മണിക്കൂർ കുസൃതികൾ അവതരിപ്പിക്കാനുള്ള അവസരമായാണ് ഈ ക്ലാസ്സുകൾ കണക്കാക്കിയിരുന്നത്. പയ്യന്നൂർ ഹൈസ്കൂളിൽ പഴയ ചങ്ങാതികളായ ചിലരെല്ലാം ഞാൻ സസ്യശാസ്ത്രം പഠിപ്പിക്കാൻ ക്ലാസ്സിലേക്ക് പ്രവേശിക്കുമ്പോൾ തന്നെ ഇറങ്ങാൻ തുടങ്ങും. പക്ഷെ പോകുന്നവർക്ക് പോകാം എന്നതാണ് പ്രൊഫസർമാരുപോലും അംഗീകരിച്ച അന്ന് പഠിപ്പിന്റെ നിയമം എന്നതുകൊണ്ട് അധ്യാപകരുടെ വശത്തുനിന്ന് എതിർക്കില്ല. ഈ ജനറൽ നോളഡ്ജിന് അത്ര പ്രാധാന്യം മാത്രമേ കൽപ്പിച്ചിട്ടുള്ളു എന്നു തോന്നും. എന്തു പ്രതിബന്ധമുണ്ടായാലും പഠിപ്പിക്കൽ കേമമായി നടക്കും. സസ്യജാല വർഗീകരണം, ചെടിയുടെ ഭാഗങ്ങൾ, പുഷ്പം, ലൈംഗികപ്രജനനം, വിത്തുകളുടെ വൈവിധ്യം, സാമ്പത്തിക പ്രാധാന്യമുള്ള സസ്യവർഗ്ഗങ്ങൾ എന്നീ വിഷയങ്ങൾ ഒരു വർഷം കൊണ്ട് പഠിപ്പിച്ചുതീർക്കും. ഒരാഴ്ച ബോട്ടണിയാണെങ്കിൽ മറ്റെ ആഴ്ചയിൽ ഒരു ദിവസം ജന്തുശാസ്ത്രമായിരിക്കും. സുവോളജി പഠിപ്പിക്കുന്ന അധ്യാപകനും പത്തറുപതു വിദ്യാർത്ഥികൾ ചേർന്ന് വലിയ പത്മവ്യൂഹമാണ് തീർക്കുക. ഈ ജനറൽ സയൻസ് പഠിപ്പിക്കുന്നത് സയൻസിൽ താൽപര്യമില്ലാത്ത കൂട്ടരെയാണ് എന്നോർക്കണം. സെക്കന്റ് ഗ്രൂപ്പിലെ യഥാർത്ഥ ശാസ്ത്ര വിദ്യാർത്ഥികൾക്ക് പത്ഥ്യമായ വിധത്തിൽ സസ്യശാസ്ത്രം പഠിപ്പിക്കൽ നടക്കുന്നതിനിടയിലാണ് ഈ   നേർച്ച പഠിപ്പിക്കൽ . എങ്കിലും ഒരു അനുഭവമാണത്.

ജൂനിയർ ലക്ചറർ എന്ന നിലയിൽ പയ്യന്നൂർ കോളേജിൽ കഴിഞ്ഞപ്പോൾ സസ്യശാസ്ത്രം നല്ലതുപോലെ പ്രാക്ടീസ് ചെയ്യാൻ സാധിച്ചു എന്നതാണ് എന്റെ ഒരു മെച്ചം. അധ്യാപനത്തിൽ തഴക്കം നേടാനും നല്ല അവസരം. തിയറിയും പ്രാക്ടിക്കലും കൈകാര്യം ചെയ്തു കൈത്തഴക്കം എം.എസ്.സി. ക്ലാസ്സിൽ പഠിക്കുമ്പോൾ വലിയ സഹായമായി. അന്ന് തേഞ്ഞിപ്പാലത്തെ യൂണിവേഴ്സിറ്റി ഡിപ്പാർട്ട്മെന്റ് ഓഫ് ബോട്ടണിയിൽ പോസ്റ്റ് ഗ്രാഡ്യുവേഷന് കൂടെ പഠിക്കാനെത്തിയ മറ്റു ഏഴുപേരിൽ മിക്കപേരും സ്പെഷ്യൽ ബി.എസ്.സി കഴിഞ്ഞെത്തിയവരായതുകൊണ്ട് തിയറിയിൽ നല്ല പ്രാവീണ്യമുള്ളവരും സബ്ജക്ടിൽ വ്യത്യസ്തമായ രീതിയിൽ ഗ്രാഹ്യമുള്ളവരുമായിരുന്നു. ഞാൻ സാദാ ബി.എസ്.സി. കഴിഞ്ഞ് വഴിയിൽ അൽപ്പം തങ്ങിവന്ന ഇടയ്ക്ക്

അധ്യാപകന്റെ വേഷമണിഞ്ഞ വിദ്യാർത്ഥിയെന്ന നിലയിൽ ആദ്യമാദ്യം അവരുടെ കൂടെ ഓടിയെത്താൻ അൽപ്പം പ്രയാസപ്പെട്ടു. എളുപ്പം കാര്യങ്ങൾ പഠിച്ചെടുക്കേണ്ടുന്ന ടെക്നിക്കും സമഗ്രമായ ശാസ്ത്രബോധവും, പക്വതയും എനിക്ക് സഹായകരമായി. അധ്യാപകരിൽ ചിലർ എന്റെ ആരംഭത്തിലെ ചെറിയ പിന്നോക്കാവസ്ഥ കണ്ട് തമാശയായി വാധ്യാർ എന്നു വിളിച്ചു. ക്ലാസ്സിൽ ചില വിവേചനങ്ങൾ തന്നെ ഉണ്ടായി. എങ്കിലും ആദ്യ വർഷം തന്നെ അശ്രാന്തപരിശ്രമം ചെയ്ത ഞാൻ അവരുടെ കൂടെ ഓടിയെത്തി. എന്നെ കളിയാക്കിയ ചില പ്രൊഫസർമാരെ ഞാൻ സ്ഥിരോത്സാഹത്തോടെ അത്ഭുതപ്പെടുത്തി. ഡോ.ബി. കെ. നായർ. ഡോ.കെ. ഉണ്ണികൃഷ്ണൻ (രണ്ടുപേരും ഇന്നില്ല) എന്നിവർ എന്റെ അവസ്ഥ മനസ്സിലാക്കി എന്നെ സഹായിച്ച പ്രിയപ്പെട്ട അധ്യാപകരായിരുന്നു. പ്രൊഫസറായിരുന്ന ബി.കെ. നായർ വലിയ ഗവേഷകനായി ഇന്ത്യൻ ബൊട്ടാണിക്കൽ ഗാർഡനിൽ (ലക്നൗ) ജോലി ചെയ്യവെ കോഴിക്കോട് സർവ്വകലാശാലയിലേക്ക് വന്നുചേർന്ന ഗവേഷകപ്രതിഭയായിരുന്നു എന്റെ ശാസ്ത്രരചനാ താൽപര്യത്തെ ജ്വലിപ്പിച്ച അധ്യാപകനായിരുന്ന ഡോ. കെ. ഉണ്ണികൃഷ്ണൻ. അദ്ദേഹം ശാസ്ത്രസാഹിത്യ പരിഷത്തിന്റെ ആത്മാർത്ഥ പ്രവർത്തകനുമായിരുന്നു. ഞാൻ പോസ്റ്റ് ഗ്രാഡ്യുവേഷൻ കഴിഞ്ഞ് ഒരുവഴിത്തിരിവിലായി. നല്ല നിലയിൽ ഡിഗ്രി കിട്ടിയെങ്കിലും (ഡസർട്ടേഷനോടുകൂടിയ എം.എസ്.സി) പകച്ചുപോയത് പയ്യന്നൂർ കോളേജിൽ തുടർന്ന് അധ്യാപകനാകാൻ അടുത്തെങ്ങും പറ്റില്ല എന്നറിഞ്ഞപ്പോഴാണ്. അവിടെ ബോട്ടണി വകുപ്പിൽ ഒരു ഒഴിവുണ്ടാകണമെങ്കിൽ ഇനിയും വർഷങ്ങൾ കാത്തിരിക്കണം. മാത്രമല്ല ആ നിർണ്ണായകമായ കാലയളവിലാണ് സ്വകാര്യ കോളേജിൽ ലക്ഷങ്ങൾ വാങ്ങി നിയമനം എന്ന പരസ്യമായ രഹസ്യം മറനീക്കി വ

എം.എസ്.സി. ബോട്ടണി ബാച്ച്. പ്രൊ: ബി.കെ.നായരേയും കാണാം.

ന്നത്. അവിടെ ഒരു തവണ അധ്യാപകനായിരുന്നു എന്നത് തുടർന്ന് ഉദ്യോഗം ലഭിക്കാൻ പോരുന്ന കാരണവുമല്ല എന്നത് മറ്റൊരു നഗ്ന സത്യം. ഉന്നത പഠനത്തിന് പോകാൻ കോളേജ് ലീവ് അനുവദിക്കാത്തതിന്റെ കാരണങ്ങൾ പകൽപോലെ വ്യക്തമായിരുന്നു.

എന്നാൽ എം.എസ്.സി. പഠനത്തിനു പോകുന്നതിന് മുമ്പ് പയ്യന്നൂർ കോളേജിലെ ഔദ്യോഗിക കാലയളവ് ജീവിതത്തിൽ ഒരു വഴിത്തിരിവായിരുന്നു. താരതമ്യേന ചെറിയ വയസ്സിൽ കോളേജിൽ അധ്യാപകനായി സ്വന്തം നാട്ടിൽ വിലസാൻ പറ്റിയത് വലിയൊരു ജീവിതാനുഭവമായി എനിക്ക് ഇന്നും ഓർമ്മയിൽ വരുന്നു. പ്രഗത്ഭരായ നിരവധി സഹപ്രവർത്തകർ അന്നവിടെയുണ്ടായിരുന്നു എന്ന് പറഞ്ഞല്ലോ. നിരവധി വർഷങ്ങൾ പല ഫസ്റ്റ് ഗ്രേഡ് കോളേജുകളിലും പ്രവർത്തിച്ച മുതിർന്ന അധ്യാപകരാണ് ഈ പുതിയ കോളേജ് അന്തരീക്ഷത്തിലേക്കു വന്നത്. കോളേജ് സേവനകാലത്തെ നിരവധി ഓർമ്മകൾ പച്ചപിടിച്ചു നിൽക്കുന്നുണ്ട്. വിശാലമായ കോളേജ് കാമ്പസും സ്പോർട്സ് പശ്ചാത്തലവും ചെറുപ്പകാലത്ത് ലഭിച്ച ആ ഉദ്യോഗം സാർത്ഥകമാക്കി. സ്പോർട്സ് അധ്യാപകനായ പ്രൊ. ഭരതന്റെ മേൽനോട്ടത്തിൽ ലോൺ ടെന്നീസ് കളിക്കാൻ പരിശീലിച്ചതും, ഉറ്റ സഹപ്രവർത്തകരായ ടി.പി. ശ്രീധരൻ, കെ. കുഞ്ഞികൃഷ്ണൻ എന്നിവർക്കൊപ്പം കോടോത്ത് ബാലകൃഷ്ണൻ നമ്പ്യാരുടെ കാസർഗോഡ് മലപ്രദേശത്തുള്ള പണ്ഡാരംവള്ളം, എന്ന സ്ഥലത്ത് നമ്പ്യാരുടെ എസ്റ്റേറ്റിൽ ദിവസങ്ങളോളം താമസിച്ചതും മറ്റും സ്മരണയിൽ പൊങ്ങിവരികയാണിന്നും. പയ്യന്നൂർ കോളേജ് അധ്യാപക ജീവിതം വലിയ ഊർജ്ജ ഖനിയായിരുന്നു എനിക്ക്. താരതമ്യേന ചെറുപ്പക്കാരായ ചില അധ്യാപകർക്ക് അന്നൊരു വലിയ തമാശ കാണുന്ന പ്രതീതിയാണ് കോളേജിലെ എന്തെങ്കിലും പൊതുപരിപാടിയിൽ കോളേജ് പ്രസിഡന്റ് ഉമാ മഹേശ്വരയ്യരും, പ്രിൻസിപ്പൽ സുരേന്ദ്രനാഥും ഇംഗ്ലീഷ് പ്രസംഗം കൊണ്ട് കാണികളെ ഞെട്ടിവിറപ്പിക്കുന്നത് കാണുമ്പോൾ. രണ്ടുപേരും ഇംഗ്ലീഷ് ഭാഷയുടെ മറുകര കണ്ട ഓക്സ്ഫോർഡ് ശൈലിയിലുള്ള പ്രസംഗം; അധ്യാപകർക്കുപോലും പെട്ടെന്ന് ഒന്നും മനസ്സിലാകാത്ത ഉച്ചാരണം. പടക്കം പൊട്ടുന്നതുപോലെയുള്ള ഇന്റൊണേഷനിലാണ് കാച്ചുക.

അധ്യാപക ജീവിതകാലത്ത് നടന്ന ഓർമ്മയിൽ തങ്ങുന്ന വേറൊരു സംഭവമാണ് ലാബിന്റെ പൂട്ടുപൊട്ടിച്ച എപ്പിസോഡ്. പബ്ലിക് പരീക്ഷക്കാലത്ത് കോളേജ് അന്തരീക്ഷം അതീവ ഗൗരവം നിറയ്ക്കുമല്ലോ. പ്രീഡിഗ്രി പ്രാക്ടിക്കൽ പരീക്ഷ, കുട്ടികളെല്ലാം ഒമ്പതരയ്ക്ക് തന്നെ

എത്തി, ലാബ് അസിസ്റ്റന്റ് നാരായണനും എത്തി. അന്ന് പ്രാക്ടിക്കൽ പരീക്ഷ ഇൻവിജിലേറ്ററായി എന്നെയാണ് നിയമിച്ചിരുന്നത്. ലാബ് തുറക്കാൻ പറ്റുന്നില്ല. വലിയ പൂട്ട് ഇട്ട് പൂട്ടിയ ലാബിൽ എല്ലാ സ്പെസിമനും തലേന്നാൾ തന്നെ അറേഞ്ച് ചെയ്തതാണ്. പക്ഷെ നാരായ ണൻ ലാബ് തുറക്കുന്നില്ല, കാരണം താക്കോൽ കാണുന്നില്ല. പത്തു മണിയാകുന്നു സർ എങ്ങനെയാ പരീക്ഷ നടത്തുന്നത്. ലാബ് അസിസ്റ്റന്റ് ചോദിച്ചു. കുട്ടികൾ തിരക്കു കൂട്ടുന്നുണ്ട് ലാബ് തുറക്കാൻ. ഞാൻ പറഞ്ഞു: തൽക്കാലം ആ ഹാമറെടുത്ത് പൂട്ട് അടിച്ചുപൊട്ടിക്ക്. എനിക്ക് അന്ന് ആ സംഭവം നിസ്സാരമായാണ് തോന്നിയത്. വലിയൊരു ലക്ഷ്യത്തിനുവേണ്ടിയല്ലെ? ഞൊടിയിടകൊണ്ട് അത് സംഭവിച്ചു. വിദ്യാർത്ഥികളെല്ലാം ലാബിൽ പ്രവേശിച്ചു. പരീക്ഷ വിജയപ്രദമായി അവസാനിച്ചു. മാർഗ്ഗം ലക്ഷ്യത്തെ സാധൂകരിച്ചില്ല എന്നപറയട്ടെ. പക്ഷെ ഒന്നര മണിക്ക് ഒരു മെമ്മോയുമായി പ്രിൻസിപ്പലിന്റെ പ്യൂൺ എന്നെ അന്വേഷിച്ചു വന്നു. പ്രൊഫസർ തീരെ നിസ്സംഗനായി പറഞ്ഞു പ്രിൻസി മെമ്മൊ തന്നു അല്ലെ? മെമ്മോയിൽ നാളെ രാവിലെ പതിനൊന്നു മണിക്ക്മുമ്പ് ആ പൂട്ടും തെറിച്ചുപോയ ഓടമ്പലും പുനഃസ്ഥാപിക്കണം, അല്ലെങ്കിൽ അച്ചടക്ക നടപടിയാണ്. ജൂനിയർ സ്റ്റാഫായ ഞാൻ അന്തം വിട്ടു. ഞാൻ ന്യായാന്യായങ്ങളൊന്നും ആലോചിക്കാൻ നിന്നില്ല. പ്രൊഫസറോട് മുന്നൂറ് രൂപ കടം വാങ്ങി നാരായണനോടു പറഞ്ഞു: ഒരു ആശാരിയെ വിളിച്ച് ഇന്ന് വൈകുന്നേരം തന്നെ ആ ഓടാമ്പലും പൂട്ടും ശരിയാക്കൂ . ഇത്തരം ചില കണ്ണും മൂക്കുമില്ലാത്ത എപ്പിസോഡുകൾ അധ്യാപക ജീവിതകാലത്തുണ്ടാകും. എത്രതന്നെ നിർണ്ണായകമായാലും അധ്യാപകർ ഏതു വർഗമായാലും ഒന്നിലും ഇടപെടാതെ മുഖംതിരിച്ച് നിൽക്കുന്നതിന്റെ സാരം ഇതാണ് പലപ്പോഴും എന്നാണ് എന്റെ നിഗമനം.

22

യൂണിവേഴ്സിറ്റി അനുഭവങ്ങൾ വീണ്ടും

പോസ്റ്റ് ഗ്രാഡ്യുവേഷൻ വിദ്യാർത്ഥി ജീവിതകാലത്തേക്കുതന്നെ തിരികെ പോകാം. പോസ്റ്റ് ഗ്രാഡ്യുവേഷൻ പ്രവേശനം തന്നെ വലിയ ഒരു കടമ്പയായിരുന്നു. സാധാരണഗതിയിൽ അധ്യാപന പരിചയത്തിൽ വെയിറ്റേജ് ഒന്നുമില്ല. നിയമപ്രകാരം ആ പരിഗണനയ്ക്ക് എനിക്ക് അർഹതയില്ല. പിന്നെ മാർക്കിന്റെ അടിസ്ഥാനത്തിൽ എനിക്ക് സീറ്റു കിട്ടാൻ അക്കൊല്ലം സാധ്യതയുമില്ല. ഞാൻ ജീവിതത്തിൽ പരിചയപ്പെട്ട ഏറ്റവും മാതൃകാപുരുഷനായ ഒരു വൈസ് ചാൻസലറായിരുന്നു യൂണിവേഴ്സിറ്റിയുടെ തലപ്പത്ത്, പ്രൊഫ. മുഹമ്മദ് ഘനി. ആ പദവിക്ക് ഏറ്റവും അനുയോജ്യനായ വ്യക്തിപ്രഭാവമുള്ള ഒരു അസാധാരണ അക്കാഡമിക് എന്നുപറയട്ടെ. പല കടമ്പയും കടന്ന് ഞാൻ അദ്ദേഹത്തിന്റെ മുറിയിലെത്തി. പയ്യന്നൂർ കോളേജിൽ നിന്ന് വിടുതൽ നേടുകയും എം.എസ്.സി.ക്ക് സീറ്റിനപേക്ഷിക്കുകയും ആണെന്ന് ഉണർത്തിച്ചപ്പോൾ അദ്ദേഹം എനിക്കൊരു ദൈവദൂതനെപ്പോലെ തോന്നിച്ചു. ഒരു ചുവപ്പുനാട ഇതുവരെ കൈകൊണ്ട് തൊട്ടിട്ടില്ലാത്തതുപോലെ നേരെ ബോട്ടണി പ്രൊഫസർ ബി.കെ. നായരെ ഫോണിൽ വിളിച്ച് പ്രവേശനം നടത്താതെ വച്ചിരിക്കുന്ന ബോട്ടണിയിലെ എട്ടാമത്തെ സീറ്റിൽ എന്നെ തൽനിമിഷം പ്രവേശിപ്പിക്കാൻ പറഞ്ഞു. ഞാൻ ദൈവത്തെ കണ്ടെന്ന് പറയാതെ വയ്യ. ചിലപ്പോൾ ദൈവം തൽസമയം കർമ്മം ചെയ്യും എന്നും മനസ്സിലായി. എനിക്ക് പരിചയമുള്ള നാലോ അഞ്ചോ സിന്റിക്കേറ്റ് അംഗങ്ങളെ കണ്ട് ടീച്ചിംഗ് എക്സ്പീരിയിൻസ് മുൻനിർത്തി കോഴിക്കോട് യൂണിവേഴ്സിറ്റിയുടെ പരിധിയിൽ എവിടെയങ്കിലും ഒരു സീറ്റ് എനിക്ക് തരപ്പെടുത്താൻ ഏർപ്പാടാക്കണമെന്ന് അഭ്യർത്ഥിച്ചിട്ട് ഫലമുണ്ടാകാത്ത അവസ്ഥയിലാണ് ഇങ്ങിനെ ഒരു മനുഷ്യത്വമൂറുന്ന മഹത്തായ പ്രവൃത്തിക്ക് സാക്ഷ്യം വഹിച്ച് അന്തംവിട്ടുപോയത്. കോഴിക്കോട് യൂണിവേഴ്സിറ്റിയിൽ 1972-ൽ ഡോ.ബി.കെ. നായരുടെ വിശാല ഹൃദയവും

കലവറയില്ലാത്ത പിന്തുണയും ഇക്കാര്യത്തിന് സഹായമായിത്തീർന്നു. രണ്ടുകൊല്ലത്തെ പോസ്റ്റ് ഗ്രാഡ്വേഷന് മറ്റൊരു അപകടമുണ്ട്. ആർക്കും ഫസ്റ്റ് ക്ലാസ്സ് കിട്ടാത്ത കാലമാണ്. സെക്കന്റ് ക്ലാസ്സെങ്കിലും പിടിച്ചെടുത്തില്ലെങ്കിൽ അഥവാ മൂന്നാം ക്ലാസ്സായിപ്പോയാൽ ഓർക്കാപ്പുറത്ത് എടുക്കാത്ത നാണയമായിപ്പോകുന്ന അപായകരമായ അവസ്ഥയുണ്ട്. കഠിനാധ്വാനം എന്ന മന്ത്രമാണ് എന്നെ മറ്റു സഹപാഠികളുടെ കൂടെ ഓടിയെത്താനും പ്രശസ്തമായ വിജയം കൈവരിക്കാനും സഹായിച്ചത്. കൂടെപ്പഠിച്ച നാലു പെൺകുട്ടികളിൽ ശശികല മഞ്ചേരിക്കാരിയും (ഇപ്പോൾ അമേരിക്കയിലെ ടെന്നീസ് വാലിയിൽ) രുഗ്മിണി, ധനലക്ഷ്മി എന്നിവർ പാലക്കാട്ട് കാരികളും പ്രേമവല്ലി കണ്ണൂർ സ്വദേശിയും ആയിരുന്നു. ശശികല ഭർത്താവിനോടൊപ്പം അമേരിക്കയിലെ ടെന്നീസ് വാലിയിലും ധനലക്ഷ്മി പാലക്കാട് സെന്റ് മേരീസ് കോളേജിൽ നിന്ന് റിട്ടയർ ചെയ്ത് പാലക്കാട് ജീവിക്കുന്നു. രുഗ്മിണി, പ്രേമവല്ലി എന്നിവർ അവരുടെ സ്വന്തം സ്ഥലങ്ങളിൽ സ്വസ്ഥ ജീവിതം. പുരുഷന്മാരിൽ രണ്ടുപേർ രവീന്ദ്രനാഥും, ശ്രീധരൻ നമ്പ്യാരും ബാങ്ക് മാനേജർമാരായി (കണ്ണൂർ ജില്ലയിലെ കുഞ്ഞിമംഗലം സ്വദേശികൾ) വിരമിച്ചവരാണ്. നാലാമൻ ശിവദാസ് ശാസ്ത്രത്തിന്റെ വഴിയിൽ തന്നെ നിലയുറപ്പിച്ച് കോഴിക്കോട് യൂണിവേഴ്സിറ്റിയിലെ ബോട്ടണി വകുപ്പിൽ തന്നെ അധ്യാപകനായും പ്രൊഫസറായും വിരമിച്ചു. ഞാൻ മാധ്യമപ്രവർത്തകനുമായി. ഇന്ന് സപ്തതി പിന്നിട്ട യുവ വൃദ്ധരാണ് എല്ലാവരും.

യൂണിവേഴ്സിറ്റി ജീവിതം ജീവിതത്തിൽ എന്നും ഓർക്കത്തക്കനിലയിൽ അനുഭവങ്ങൾ പച്ചപിടിച്ചു നിൽക്കുകയാണിന്നും. നാൽപ്പത്തഞ്ച് വർഷങ്ങൾക്ക് മുമ്പുള്ള ആ അനുഭവങ്ങൾ ഒന്നുകൂടി അയവിറക്കാൻ ഞങ്ങൾ എട്ടുപേരും കുടുംബസമേതം കോഴിക്കോട് മലബാർ മാൻഷനിൽ ഒരു ഒത്തുകൂടൽ നടത്തണമെന്ന് എന്റെ അഭിപ്രായം പരിഗണിച്ച് ഞങ്ങൾ 2018-ൽ ഒരു കൂട്ടായ്മ നടത്തി. ഒരു ദിവസം മുഴുവൻ ഞങ്ങൾ കുടുംബസമേതം വിശേഷങ്ങൾ പങ്കിട്ട് ഇഷ്ടംപോലെ ഭക്ഷണം കഴിച്ച് ഒരുപാട് സംസാരിച്ച്, ആഹ്ലാദിച്ച് പഴയ വിദ്യാർത്ഥികളായിത്തീർന്നതും ഓർക്കാൻ ഇഷ്ടമാണ്.

അന്ന് യൂണിവേഴ്സിറ്റി ബോട്ടണി വകുപ്പിൽ ഡോ.ബി.കെ. നായരെ കൂടാതെ അധ്യാപകനായിരുന്നു ഡോ. മണിലാൽ (ഹോർത്തൂസ് മലബാറിക്കസ് പരിഭാഷകൻ) കൂടാതെ എന്നെ സഹോദരതുല്യം സ്നേഹിച്ച ഡോ.കെ. ഉണ്ണികൃഷ്ണനൻ, കൂടാതെ ഡോ. ലീലാവതി, ഡോ. ശിവരാജൻ, ഡോ. ഫിലിപ്പ്, ഡോ. പവിത്രൻ, ഡോ. നീലകണ്ഠൻ തുടങ്ങിയവരെല്ലാം അവിടത്തെ കിടയറ്റ അധ്യാപകരായിരുന്നു. യൂണിവേഴ്സി

റ്റി ഡിപ്പാർട്ട്മെന്റായതുകൊണ്ട് ഗവേഷണ സാമർത്ഥ്യം ആവശ്യപ്പെടുന്ന സന്ദർഭമായിരുന്നു അവിടെ നിലനിന്നിരുന്നത് എന്നു പറയാം. ഓരോ വിദ്യാർത്ഥിക്കും ഇഷ്ടമുള്ള വിഷയത്തിൽ രണ്ടാം വർഷം ഗവേഷണത്തിലേർപ്പെടാം. അത് ഓരോ പ്രൊഫസർമാരുടെ കീഴിലായിരിക്കണം. വിഷയവും ഗൈഡും നമുക്ക് കണ്ടെത്താം. ഒരു ചെറുകിട ഡോക്ടറേറ്റ് കോഴ്സുപോലെ തന്നെയാണത്. നല്ല തപസ്യ ആവശ്യമാണ് അത് പൂർത്തീകരിക്കാൻ. തേഞ്ഞിപ്പലം കാമ്പസിൽ ഏറ്റവും സുലഭമായിരിക്കുന്ന സസ്യമായ പറങ്കിമാവിന്റെ വിവിധ ശാസ്ത്ര വശങ്ങളിലാണ് അധ്യാപകരും ശിഷ്യഗണങ്ങളെ പ്രലോഭിപ്പിച്ചത്. ഞാൻ ഡോ. ഉണ്ണികൃഷ്ണന്റെ മേൽനോട്ടത്തിൽ Prseudocarp anatomy of anacardium apple വിഷയമായി എടുത്തു. കൂടുതൽ സൂക്ഷ്മമായി ശാസ്ത്രീയമായി പറഞ്ഞാൽ ആ പഠനം ഹിസ്റ്റോളജിയാണ്. പറങ്കിമാവിന്റെ ഫലത്തിന്റെ ഭാഗമെന്നോണം കൗതുകകരമായി വളരുന്ന പഴം (apple) ആണ് എന്റെ വിഷയം. പുഷ്പത്തിന്റെ ആദ്യ ദശയിൽ തുടങ്ങി അവസാനം കാഷ്യുനട്ട് മൂപ്പെത്തുന്നതുവരെ എന്തൊക്കെ കോശവികസനം ഉണ്ടാകുന്നു എന്ന പഠനം ഞാൻ നന്നായി നിർവഹിച്ചു. ഗവേഷണഫലം ഒരു അന്താരാഷ്ട്ര ജേർണലിൽ ഗൈഡിന്റെയും എന്റേയും പേരിൽ പ്രസിദ്ധീകരിക്കുകയും ചെയ്തു. സഹപാഠികളായ എട്ടുപേരും ഗവേഷണത്തിന് തിരഞ്ഞെടുത്തത് പറങ്കിമാവിന്റെ മറ്റു ശാസ്ത്ര രഹസ്യങ്ങൾ അനാവരണം ചെയ്യുന്നു വിഷയങ്ങൾ തന്നെ. ചിലർ പൂങ്കുലയുടെ ശാസ്ത്രം, മറ്റുചിലർ കാഷ്യുവിന്റെ ഘടന അങ്ങിനെ പോകുന്നു പഠനങ്ങൾ. അക്കാലത്ത് കാമ്പസിലെ മരങ്ങളുടെ ചോട്ടിൽ ഈ ഗവേഷകർ അലഞ്ഞു. എം.എസ്.സി. പരീക്ഷാ വിഷയങ്ങളിൽ ജനിതകത്തിന് യൂണിവേഴ്സിറ്റി തലത്തിൽ തന്നെ മികച്ച മാർക്ക് കിട്ടിയ എനിക്ക് ഒരു ഉയർന്ന സെക്കന്റ് ക്ലാസ്സു കിട്ടി. അന്നത്തെക്കാലത്ത് പോസ്റ്റ് ഗ്രാഡ്യുവേഷന് മൂന്നാം ക്ലാസ്സ് നൽകപ്പെട്ടാൽ വെറും ഗ്രാഡ്യുവേഷന്റെ നിലയിലെക്ക് താഴും. പിന്നെ ആ വിദ്യാർത്ഥിക്ക് രക്ഷയില്ല എന്ന നിലയാണ്. കോളേജ് അധ്യാപകനാകാൻ ചുരുങ്ങിയത് സെക്കന്റ് ക്ലാസ്സ് വേണം. അന്ന് ആർക്കും ഫസ്റ്റ് ക്ലാസ്സ് കിട്ടിയിട്ടില്ല എന്നാണ് ഓർമ്മ. ഏതായാലും പയ്യന്നൂർ കോളേജിലെ അധ്യാപകവൃത്തിക്കുശേഷം കോഴിക്കോട് സർവ്വകലാശാലയിൽ നിന്ന് പോസ്റ്റ് ഗ്രാഡ്യുവേഷൻ നേടിയതൊക്കെ ഒരു ദീർഘമായ ചലച്ചിത്രരംഗംപോലെ മനസ്സിൽ നിലനിൽക്കുന്നു. അന്ന് യൂണിവേഴ്സിറ്റി ഫീസും ഹോസ്റ്റലിലെ താമസവും മറ്റും വളരെ ചിലവേറിയതാണ്. ജീവിതം തന്നെ വഴിതിരിച്ചു വിട്ട കാലമായിരുന്നു 1972-74 കാലം. അവിടെ പിന്നീട് വി.സി.യായ ഡോ.കെ.കെ.എൻ.

കുറുപ്പ് വയോജന വിദ്യാഭ്യാസമെന്ന നിലയിൽ എം.എ. ഹിസ്റ്ററിക്ക് ചേർന്ന് ഞങ്ങളുടെ കൂടെ മെൻസ് ഹോസ്റ്റലിലായിരുന്ന കാര്യം സൂചിപ്പിച്ചുവല്ലോ. പയ്യന്നൂർ കോളേജിൽ എന്റെ ഉറ്റസുഹൃത്തായി ഉണ്ടായിരുന്ന പി.വി. പത്മനാഭൻ (പപ്പൻ) മലബാർ ക്രിസ്റ്റ്യൻ കോളേജിൽ നിന്നുവന്ന പി.കെ. രാമദാസ്, ക്രിസ്റ്റി, കുരുവിള, രവീന്ദ്രനാഥ്, ശ്രീധരൻ നമ്പ്യാർ തുടങ്ങിയവരെല്ലാം മെൻസ് ഹോസ്റ്റൽ ജീവിതം സംഭവബഹുലമാക്കിയവരായിരുന്നു. ക്രിസ്റ്റി പിൽക്കാലത്ത് ക്രിസ്റ്റ്യൻ കോളേജിൽ പ്രിൻസിപ്പാളായി. യൂണിവേഴ്സിറ്റി വിദ്യാഭ്യാസത്തിന്റെ പ്രൗഢിയും ഞങ്ങൾ ആസ്വദിച്ചു. വലിയ അച്ചടക്കനടപടി.യൊന്നും വരാനില്ലെങ്കിലും, സ്വന്തമായി ഡിസിപ്ലിൻ പാലിച്ചവരായിരുന്നു ഞങ്ങൾ. കാരണം ഹോസ്റ്റൽ വാർഡനില്ലാത്ത ഹോസ്റ്റലാണ്. തേഞ്ഞിപ്പാലത്തിനടുത്തുള്ള കോഹിനൂർ എന്ന ഗ്രാമത്തിൽ അന്ന് ഒരു ഓല കെട്ടിയ തിയേറ്റർ ഉണ്ട്. കാലിക്കറ്റിലേക്ക് ഒരു മണിക്കൂർ ബസ്സിലോടണം. പക്ഷെ കോഹിനൂറിൽ ഹോസ്റ്റലിൽ നിന്ന് നടന്നുപോകാം. അവിടെ ചെന്ന് സിനിമ കാണുക, പോകുന്നവഴി പറങ്കിമാവിൻ തോട്ടവും വിമൻസ് ഹോസ്റ്റലും പിന്നിട്ട് കാണുന്ന തെങ്ങിൽ കയറി കരിക്കിടുക എല്ലാം ഈ ബിരുദാനന്തര ബിരുദ വിദ്യാർത്ഥികളും, ഗവേഷകരും ചെയ്യുമായിരുന്ന സാധാരണമായ വിക്രിയകൾ.

സൗഹൃദ ക്രിക്കറ്റ് വി.സി. മുഹമ്മദ് ഗനിയെയും കാണാം. പി.വി. പത്മനാഭനേയും കാണാം.

സർവ്വകലാശാലയിൽ പല ഉയർന്ന പദവികളിലും എനിക്ക് വേണ്ടപ്പെട്ടവർ ഉണ്ടായിരുന്ന കാലമായിരുന്നു അത്. അന്ന് കുറേക്കാലം പ്രൊഫസർ ഗുപ്തൻ നായർ മലയാളം വകുപ്പിന്റെ അധ്യക്ഷനായി അവിടെ ഉണ്ടായിരുന്നു. പ്രൊഫ. അഴിക്കോട് പ്രോ വൈസ് ചാൻസിലറായി കുറച്ചുകാലം കോഴിക്കോട് യൂണിവേർസിറ്റിയിലുണ്ടായിരുന്നു. ആദ്യം അദ്ദേഹം മലയാളം വകുപ്പ് മേധാവിയായിരുന്നല്ലോ. അദ്ദേഹത്തിന് ശേഷ

മാണ് മലയാളം വകുപ്പിൽ പ്രൊഫ. ഗുപ്തൻ നായർ കോഴിക്കോട് യൂണിവേഴ്സിറ്റിയിലുണ്ടായിരുന്നത്. അന്ന് മലയാളം വകുപ്പിൽ നിത്യസന്ദർശകനായി ഞാൻ മാറാൻ ഒരു കാരണം ഡോ. കെ.കെ. കരുണാകരൻ അവിടെ അധ്യാപകനായി ചെന്നതോടെയാണ്. കൊമേഴ്സ് വകുപ്പിൽ മാനേജ്മെന്റ് പ്രൊഫസറായിരുന്ന മുസബക്കർ (പിന്നീട് അദ്ദേഹം തിരുവനന്തപുരത്ത് ഞാനുമായി ഉറ്റസൗഹൃദം പുലർത്തി) തികച്ചും വേറിട്ട ഒരു അധ്യാപക പ്രതിഭയായിരുന്നു. മുസബക്കർ അടുത്ത കാലത്ത് നിര്യാതനായി. എന്റെ കാമ്പസ് ജീവിതകാലത്ത് അവിടെ ഡെപ്യൂട്ടി രജിസ്ട്രാറായിരുന്ന ശ്രീ.ടി.ടി. കുഞ്ഞികൃഷ്ണൻ, യൂണിവേഴ്സിറ്റി എഞ്ചിനീയർ രാജഗോപാലൻ നമ്പ്യാർ എന്നിവരെ ഓർക്കുന്നു.

23

ഇനി തിരുവനന്തപുരത്തേക്ക്

ചുരുക്കിപ്പറഞ്ഞാൽ പയ്യന്നൂർ കോളേജിൽ അധ്യാപകനായും കോഴിക്കോട്ട് യൂണിവേഴ്സിറ്റിയിൽ ബിരുദാനന്തര വിദ്യാർത്ഥിയായും ജീവിച്ച കാലത്ത് തികച്ചും അനുഭവബഹുലമായ ഒരു ജീവിതത്തിലൂടെ ഞാൻ കടന്നുപോയി എന്നു പറഞ്ഞാൽ തെറ്റില്ല. എം.എസ്.സി. പാസ്സായി എന്നതുകൊണ്ട് തക്കതായ ഉദ്യോഗം അന്നു ലഭ്യമാകണമെന്നില്ല. പയ്യന്നൂർ കോളേജിൽ ബോട്ടണി അധ്യാപകന്റെ ഒഴിവില്ല. അക്കാലത്ത് സമീപ സ്ഥാനങ്ങളായ തളിപ്പറമ്പിലെ സർ സയ്ദ് കോളേജ്, കാഞ്ഞങ്ങാടെ നെഹ്റു കോളേജ് എന്നിവയിലും തൽക്കാലം രക്ഷയില്ല. എന്റെകൂടെ യൂണിവേഴ്സിറ്റിയിൽ പഠിച്ച പയ്യന്നൂരിലെത്തിയ പി.വി. പത്മനാഭന് രസതന്ത്രത്തിലദ്ദേഹത്തിനായി ഒഴിച്ചിട്ട സീറ്റിൽ ജോലി കിട്ടുകയും ചെയ്തു. മൂന്നോ നാലോ വർഷം സ്വകാര്യ കോളേജുകളിൽ ജൂനിയർ ലക്ചററായി ജോലി ചെയ്ത യോഗ്യത നേടി തിരിച്ചുവരുന്നവർക്ക് വീണ്ടും ജോലി എന്ന സാങ്കേതിക ആനുകൂല്യം വച്ചാണ് പപ്പന് ജോലി തരമായത്. അങ്ങനെ ചിലർക്ക് ആ ഭാഗ്യം കിട്ടും. പക്ഷെ ഞാൻ പയ്യന്നൂർ കോളേജിൽ 3 വർഷം പൂർത്തിയാക്കിയിട്ടുമില്ല. അന്നത്തെ ജൂനിയർ ലക്ചറർമാരോട് സ്വകാര്യ കോളേജ് അധികൃതർ ഒരു സഹതാപവും കാണിച്ചില്ല എന്നു മാത്രമല്ല സർവ്വകലാശാലയുടെ പിരിച്ചുവിടൽ ഭീഷണിയോട് അനുകൂലിക്കുകയും ചെയ്തു. ഒരു വർഷം പയ്യന്നൂരിൽ തൽക്കാലം ജോലിയില്ലാതെ നിന്നപ്പോഴും ബന്ധുക്കളും സ്നേഹിതരുമൊക്കെ കോളേജ് അധ്യാപകൻ എന്ന നിലയിൽ തന്നെ എന്നെ കണ്ടു. ഒരു വർഷം തികയുന്നതിന് മുമ്പ് തിരുവനന്തപുരത്തെ ഭാഷാ ഇൻസ്റ്റിറ്റ്യൂട്ടിൽ ഒരു എഡിറ്റർ ട്രെയിനിയുടെ അവസരം കൈവന്നത് വലിയ ഭാഗ്യമായി. അതൊരു വഴിത്തിരിവായിരുന്നു. അങ്ങിനെയാണ് തൽക്കാലത്തേക്ക് പയ്യന്നൂരിനോട് വിടപറയുന്നത്. അങ്ങിനെ തലസ്ഥാന നഗരി എന്നെ സ്വാഗതം ചെയ്തു.

കേന്ദ്ര സർക്കാരിന്റെ പ്രത്യേക പദ്ധതിയനുസരിച്ച് ഒരു സ്പെഷ്യൽ എംപ്ലോയ്മെന്റ് പദ്ധതിയിൽ വിവിധ വിഷയങ്ങളിൽ എഴുത്തിൽ സാമർത്ഥ്യം തെളിയിച്ചവരെ സബ് എഡിറ്ററായി നിശ്ചയിക്കുന്ന ആകർഷകമായ പദ്ധതിയായിരുന്നു അത്. ആയിരക്കണക്കിന് അപേക്ഷകരിൽ നിന്ന് പരീക്ഷ നടത്തി അഞ്ഞൂറുപേരെ ഷോർട്ട് ലിസ്റ്റ് ചെയ്ത നൂറുപേരെ നിയമിക്കാൻ ആ പദ്ധതിയുടെ ചീഫ് എഡിറ്ററായിരുന്ന പ്രശസ്തനും കർക്കശമതിയുമായ പി.ടി. ഭാസ്കരപ്പണിക്കർ തീരുമാനമെടുക്കുകയായിരുന്നു. അപേക്ഷകരെ തരംതിരിച്ച് തെരഞ്ഞെടുക്കുന്നതിന് അദ്ദേഹത്തെ സഹായിച്ചത് അന്ന് ഭാഷാ ഇൻസ്റ്റിറ്റ്യൂട്ടിലുണ്ടായിരുന്ന എ.കെ. ജനാർദ്ദനനായിരുന്നു (എ.കെ.ജിയുടെ മരുമകൻ). ശാസ്ത്ര വിഷയങ്ങളുടെ ഓരോ ശാഖയിലും പത്തു പേർ വീതം ഉണ്ടായിരുന്നു. അമ്പതുപേരുള്ള രണ്ടു ബാച്ചിനെ നളന്ദയിലെ ഭാഷാ ഇൻസ്റ്റിറ്റ്യൂട്ടിൽ വച്ച് 6 മാസം പരിശീലിപ്പിക്കുക മാത്രമല്ല, മറ്റിടങ്ങളിൽ പ്രാദേശിക കേന്ദ്രങ്ങൾ തുറന്ന് ശാസ്ത്ര ഗ്രന്ഥ രചനയ്ക്ക് വളരെ വ്യക്തമായ കാഴ്ചപ്പാടോടെ പദ്ധതിയുണ്ടാക്കി എന്നതായിരുന്നു ഭാസ്കരപ്പണിക്കരുടെ നേട്ടം. വിജയനാഥൻ പിള്ള, ഇൽഡ്യഫോൺസ്, ഡാൻ.എം. പീറ്റേഴ്സ്, വസന്തസഖൻ എന്നിവരായിരുന്നു ഓരോ വിഭാഗത്തിന്റേയും അസി: എഡിറ്റർമാർ. ഓരോ സബ് എഡിറ്ററും രണ്ടു മൂന്നു ഗ്രന്ഥങ്ങൾ രചിച്ചു. ഭാഷാ ഇൻസ്റ്റിറ്റ്യൂട്ടിലെ സ്ഥിരം ഉദ്യോഗസ്ഥർ ഏകദേശം അത്രവരെ തയ്യാറാക്കിയത്രയും ഗ്രന്ഥങ്ങൾ ശാസ്ത്രത്തിലും മാനവിക വിഷയത്തിലും ഈ ടീമിനെക്കൊണ്ട് തയ്യാറാക്കിക്കാൻ ഭാസ്കരപ്പണിക്കരുടെ സൂക്ഷ്മവും അർപ്പണബോധവുമുള്ള നേതൃത്വത്തിന് സാധിച്ചു എന്നത് ഈ രംഗത്ത് വലിയൊരു അത്ഭുതമായാണ് നോക്കിക്കണ്ടത്. ജീനുകളും പാരമ്പര്യവും (എന്റെ ആദ്യ ശാസ്ത്ര പുസ്തകം) എന്ന ഒരു ജനിതകഗ്രന്ഥം ഞാൻ തയ്യാറാക്കിയത് ഭാഷാ ഇൻസ്റ്റിറ്റ്യൂട്ടിന്റെ തൃശൂർ പ്രാദേശിക കേന്ദ്രത്തിൽ ജോലി ചെയ്യുമ്പോഴാണ്. ഒന്നര വർഷത്തിനുശേഷം ഈ പദ്ധതി തുടരാൻ സാധിച്ചില്ല. കേന്ദ്ര സർക്കാർ ഈ പദ്ധതി തുടർന്ന് ഏറ്റെടുക്കാൻ പറ്റില്ലെന്നും സംസ്ഥാന സർക്കാർ തുടരണമെന്നും പറഞ്ഞു. അച്യുതമേനോൻ സർക്കാരിന് ഇത് ചെയ്യാൻ അന്നത്തെ നിലയ്ക്ക് സാധിച്ചില്ല എന്നതാണ് വാസ്തവം. ഭാഷാ ഇൻസ്റ്റിറ്റ്യൂട്ടിന്റെ ഡയറക്ടറായി അന്ന് സേവനമനുഷ്ഠിച്ച എൻ.വി. കൃഷ്ണവാര്യരും, ഈ പദ്ധതിയുടെ ചീഫ് എഡിറ്ററായ പി.ടി.ബിയും ആവുന്നതും പരിശ്രമിച്ചെങ്കിലും വിജ്ഞാനഗ്രന്ഥ രചനയുടെ രംഗത്ത് രജതരേഖ സൃഷ്ടിച്ച ഈ പരിപാടി കേരള സർക്കാർ തൽക്കാലത്തേക്ക് വെണ്ടെന്ന്

ഡോ. വിളക്കുടി രാജേന്ദ്രൻ

വച്ചു. ഇക്കാര്യത്തിനായി വലിയ പ്രതിഷേധം പല ഭാഗത്തു നിന്നും ഉണ്ടായി. സമർത്ഥരായ നൂറോളം പരിശീലനം ലഭിച്ച ബിരുദാനന്തര ബിരുദധാരികൾ വഴിയാധാരമായി എന്നത് ദുഃഖകരമായിരുന്നു. ഞാനും ശ്രീ. വിളക്കുടി രാജേന്ദ്രനും കൂട്ടരും ഇതിനെതിരായി ഒരു സംഘടന രൂപീകരിച്ച് ഈ പ്രശ്നത്തിനെതിരെ പ്രതികരിച്ചു. പി. ടി.ബി തന്നെയായിരുന്നു അതിന്റെ നേതൃസ്ഥാനത്ത്. സ്പെഷ്യൽ എംപ്ലോയ്മെന്റ് പദ്ധതിയിൽ (SEP) ജോലി ചെയ്തവരെല്ലാം സെക്രട്ടേറിയേറ്റിലെ പിആർഡിയിലും മറ്റനവധി മാധ്യമ സ്ഥാപനങ്ങളിലുമായി ജോലിയിൽ പ്രവേശിച്ചു. അവരെല്ലാം വലിയ പദവികളിൽ നിന്ന് വിരമിച്ചു. അക്കൂട്ടത്തിൽ എനിക്ക് മാത്രമാണ് ഇന്ത്യാ ഗവൺമെന്റിന്റെ ആഭിമുഖ്യത്തിലുള്ള ആകാശവാണിയിൽ ജോലി തരപ്പെട്ടത്. അവിടെ അപ്പോൾ ആരംഭിച്ച ശാസ്ത്ര പരിപാടികളിലും വിദ്യാഭ്യാസ രംഗത്തിലും അസി. എഡിറ്റർ എന്ന തസ്തികയിൽ ജോലി കിട്ടി എന്നുള്ളത് വലിയൊരു വഴിത്തിരിവു തന്നെയായിരുന്നു. പ്രശസ്ത കവി മധുസൂദനൻ നായർ, എസ്. രമേശൻ നായർ, ടി.പി. ശങ്കരൻകുട്ടി നായർ, ഫാലലോചനൻ നായർ, ശ്രീ. ഹർഷൻ, എം.എസ്. ഏലിയാമ്മ, വിളക്കുടി രാജേന്ദ്രൻ, ചുനക്കര ഗോപാലകൃഷ്ണൻ, സിറാജ് മീനത്തേരി എന്നിവർ എന്റെ ഒപ്പം വിവിധ വിഷയങ്ങളിൽ പുസ്തക രചനയിൽ ഇൻസ്റ്റിറ്റ്യൂട്ടിന്റെ പ്രാദേശിക കേന്ദ്രത്തിന്റെ പരിപാടിയിൽ പങ്കെടുത്ത പ്രധാന വ്യക്തിത്വങ്ങളായിരുന്നു.

വീണ്ടും അധ്യാപനം
തുടർന്ന് പ്രക്ഷേപണരംഗത്തേക്കും

ആകാശവാണിയിൽ ഉടനെത്തന്നെ എനിക്ക് ജോലി കിട്ടിയില്ലെങ്കിലും ആ സ്ഥാപനത്തിലേക്ക് ശാസ്ത്രമെഴുതുന്ന ഒരു പ്രക്ഷേപകനെ തെരഞ്ഞെടുക്കണമെന്ന പദ്ധതി അന്ന് വിദ്യാഭ്യാസ പരിപാടിയുടെ പ്രൊഡ്യൂസറായിരുന്ന വി.എൻ. ഉണ്ണിയും, സ്റ്റേഷൻ ഡയറക്ടർ ഇ.എം.ജെ. വെണ്ണിയൂരും തീരുമാനിച്ചിരുന്നു. എഴുത്ത് പരീക്ഷയും അഭിമുഖവും കഴിഞ്ഞപ്പോൾ എന്റെ മാർഗ്ഗം തെളിഞ്ഞു വന്നു. ഭാഷാ ഇൻസ്റ്റിറ്റ്യൂട്ടിന്റെ തൃശൂർ പ്രാദേശിക കേന്ദ്രത്തിൽ ഞാൻ ഏകദേശം ഒരു വർഷം സബ് എഡിറ്ററായി ജോലി ചെയ്തുകഴിഞ്ഞതിനുശേഷം തിരുവനന്തപുരത്തേക്ക് തിരിച്ചു വന്നതിനാലാണ് പുതിയൊരു ഉദ്യോഗ പർവ്വത്തിന്റെ പടിവാതിൽക്കൽ എത്തിച്ചേർന്നത്. ആദ്യം തിരുവനന്തപുരത്തെ പ്രശസ്ത അദ്ധ്യാപകപ്രതിഭയായിരുന്ന പി. അശോക് കുമാർ വിജയപ്രദമായി നടത്തിവന്ന ട്യൂട്ടോറിയൽ അക്കാഡമിയിൽ ബോട്ടണി അധ്യാപകനായി. ക്രമേണ ആകാശവാണിയിലെ താൽക്കാലിക ആർട്ടിസ്റ്റുമായി. സ്വന്തം നാടായ പയ്യന്നൂരിൽ അക്കാലത്ത് സ്ഥിരമായ ഒരു ഉദ്യോഗം ലഭ്യമാകാത്ത അവസ്ഥയിൽ അങ്ങോട്ട് പോകാതെ കഴിഞ്ഞു എന്നതായിരുന്നു അപ്പോഴത്തെ ഒരു ഒഴികഴിവ്. മാഷ് ഇപ്പോ ഏത് കോളേജിലാ എന്ന അഭ്യുദയകാംക്ഷിയുടെ ചോദ്യത്തിൽ നിന്ന് രക്ഷപ്പെട്ടു. എന്റെ വലിയമ്മയുടെ മകളായ ഭാരതിയുടെയും ഭർത്താവ്

യോഗേഷും ഭാര്യ ജയശ്രീയും മകൾ നിരഞ്ജനയും

വി.പി. അപ്പുക്കുട്ടപ്പൊതുവാളിന്റെ (ഖാദി കമ്മിഷൻ ഓഡിറ്റർ) പുത്തൻ ചന്തയിലെ ആയുർവേദ കോളേജ് ജംഗ്ഷനിലെ ഖാദി കമ്മിഷന്റെ വകയായുണ്ടായിരുന്ന വീട്ടിൽ താമസം. അവരുടെ മൂത്ത കുട്ടിയായിരുന്ന യോഗേഷ് (എന്റെ അനന്തിരവൻ) അന്ന് ഹോളി ഏഞ്ചൽസിൽ നഴ്സറി കുട്ടിയായിരുന്നു. ഇന്ന് യോഗേഷ് എ.ജി.എസ് ഓഫീസിലെ സീനിയർ ഓഫീസറാണ്. തൃപ്പൂണിത്തുറ സ്ദേശിയും ഫെഡറൽ ബാങ്ക് ഉദ്യോഗസ്ഥയുമായ ജയശ്രീയാണ് യോഗേഷിന്റെ പത്നി. അശോക് കുമാറിന്റെ അക്കാഡമിയിൽ ഒരു അധ്യാപകൻ എന്നതിലുമുപരിയുള്ള പ്രാധാന്യം എനിക്ക് നേടിത്തന്നത് അന്നത്തെ സെക്രട്ടേറിയേറ്റിലെ അണ്ടർ സെക്രട്ടറി ഈയിടെ അന്തരിച്ച കോട്ടയ്ക്കൽ കൃഷ്ണൻകുട്ടി മേനോൻ വഴിയാണ്. അദ്ദേഹവും അക്കാഡമിയിൽ പാർട്-ടൈം ബോട്ടണി അധ്യാപകനായിരുന്നു. ബോട്ടണി വകുപ്പിന്റെ ഹെഡ് തന്നെ എന്നു പറയാം. അക്കാലത്ത് ആകാശവാണിയിലെ ഇംഗ്ലീഷ് യുവവാണി പരിപാടി പ്രൗഢഗംഭീരായി അവതരിപ്പിച്ചുകൊണ്ടിരുന്ന ജെ.ആർ.കെ. മേനോൻ എന്ന അവതാരകൻ വഴിയാണ് ഞാൻ വഴുതക്കാട്ടെ ആകാശവാണി പ്രവർത്തിക്കുന്ന ഭക്തിവിലാസത്തിൽ ചെല്ലുന്നത്. നല്ല ഓക്സ്ഫോർഡ് ഇംഗ്ലീഷ് പറയുന്നയാൾ. അദ്ദേഹം ട്യൂട്ടോറിയൽ അക്കാഡമിയിൽ ഇംഗ്ലീഷ് പഠിപ്പിക്കാൻ വന്നുകൊണ്ടിരുന്നു. ഞങ്ങൾ അടുത്ത സുഹൃത്തുക്കളായി. ലണ്ടനിൽ വി.കെ. കൃഷ്ണമേനോന്റെ സഹായിയായി ജീവിച്ച വ്യക്തിയായിരുന്നു ജെ.ആർ.കെ. ആകാശവാണിയിൽ ചെറിയ വിജ്ഞാനപരിപാടികൾ അവതരിപ്പിക്കുന്ന ചുമതല എന്നെ ഏൽപ്പിക്കാൻ ഹേതുവായത് വിദ്യാഭ്യാസ പരിപാടിയുടെ അന്നത്തെ പ്രൊഡ്യൂസറായിരുന്ന വി.എൻ. ഉണ്ണിയായിരുന്നു. തുടർന്ന് എനിക്ക് ആകാശവാണിയിൽ സ്ഥിരമായി ഒരു ലാവണം ലഭ്യമായതും അദ്ദേഹത്തിന്റെ കീഴിലായിരുന്നു. തുടർന്ന് ശ്രീ. ഭാസിയുടെ നേതൃത്വത്തിലുള്ള യൂണിവേഴ്സൽ അക്കാദമിയിൽ എൻട്രൻസ് പ്രവേശന പദ്ധതിയിൽ അദ്ധ്യാപകനായി പാർട്ട്ടൈം സേവനക്കാലത്ത് തിരുവനന്തപുരത്തെ പേരുകേട്ട പ്രഫസർമാരായ പരമേശ്വര അയ്യർ (സുവോളജി) ശങ്കരൻ നായർ (ഫിസിക്സ്), വേലപ്പൻ നായർ (കെമിസ്ട്രി), എന്നിവരുടെ സഹപ്രവർത്തകനാകാനുള്ള ഭാഗ്യം കുടെ ലഭിച്ചു എന്നു പറയട്ടെ. മെഡിക്കൽ കോളേജ് പ്രിൻസിപ്പൽ ഡോ. തോമസ് മാത്യു അടക്കം ഉള്ള ധാരാളം ഡോക്ടർമാർ ശിഷ്യന്മാരായുണ്ടായി.

ഡിഗ്രി പാസ്സായ ചെറിയ പ്രായത്തിൽ ഒരു കൊച്ചു മാഷായി വളരെ ഗമയോടെ പല മുതിർന്ന പ്രൊഫസർമാരുടെ കൂടെ പയ്യന്നൂർ കോ

പി. അശോക് കുമാർ

ളേജിൽ അധ്യാപകവേഷം അണിഞ്ഞ ഞാൻ ഒരു ലാവണമില്ലാതെ തിരുവനന്ത പുരത്ത് അലയേണ്ടിവന്നില്ല. ഭാഷാ ഇൻസ്റ്റി റ്റ്യൂട്ടിലെ സബ് എഡിറ്റർ ജോലി തൽക്കാ ലം ജീവിത മാർഗ്ഗം തുറന്നു തന്നു. ആ ലാ വണം ഒന്നര വർഷം നീണ്ടു. കുറച്ചുകാലം വീണ്ടും അധ്യാപകനായി വേഷം കെട്ടിയ ശേഷമാണ് മൂന്നാമത്തെ ലാവണമായ ആ കാശവാണിയുടെ തിരുവനന്തപുരം ഓഫീ സിൽ ജോലിക്ക് ചേർന്നത്. രണ്ടാമത്തെ അധ്യാപകവേഷം എന്നെ ഹൃദയത്തോടടുപ്പിച്ച് വച്ച ഇന്നത്തെ പൊതു പ്രവർത്തകനായ പി. അശോക് കുമാറിന്റെ സ്വന്തം സംരംഭമായ ട്യൂ ട്ടോറിയൽ അക്കാഡമിയിലായിരുന്നു എന്ന് സൂചിപ്പിച്ചുവല്ലൊ. ആ സ്ഥാപനം മറ്റ് ട്യൂട്ടോറിയൽ കോളേജുകളിൽ നിന്ന് വ്യത്യസ്തമായാ ണ് പ്രവർത്തിച്ചത്. മാഞ്ഞാലിക്കുളത്തെ സുപ്രസിദ്ധമായ ഔവർ കോ ളേജിലെ പ്രഗത്ഭനും പ്രായോഗികമതിയുമായ അധ്യാപകനും ഇപ്പോൾ ബി.ജെ.പി. നേതാവുമായ പി. അശോക് കുമാർ ഔവ്വർ കോളേജ് വിട്ട് സ്വന്തമായി ആസൂത്രണം ചെയ്ത വ്യത്യസ്തമായ സ്ഥാപനം. നല്ല റി സൾട്ട് സൃഷ്ടിക്കാൻ കൈയ്യും മെയ്യും മറന്ന് പഠിപ്പിക്കുന്ന അധ്യാപ കർ. ഇംഗ്ലീഷ് പ്രൊഫസറായ നാഗപ്പൻ നായരും സണ്ണി ഐപ്പും അ ക്കാലത്ത് ട്യൂട്ടോറിയൽ അക്കാഡമിയിലെ പ്രശസ്തരായ അധ്യാപക രായിരുന്നു. പലരും സെക്രട്ടറിയേറ്റിലും ഏജീസിലും വി.എസ്.എസ്. സിയിലും ജോലി ചെയ്യുന്ന മിടുക്കന്മാർ. അവർക്കെല്ലാം പഠിപ്പിക്കൽ ഒ രു ഹരംപോലെയാണ്. പ്രതിഫലം ആരും പ്രശ്നമാക്കാറില്ല. രക്ത ത്തിലലിഞ്ഞുചേർന്ന വികാരമായിരുന്നു അവർക്ക് അധ്യാപനം. അവ രുടെകൂടെയാണ് ഞാൻ എത്തിയത്. അശോക് കുമാർ എല്ലാ അധ്യാ പകർക്കും ആകർഷകമായ ശമ്പളം നൽകി. പത്രങ്ങളിൽ ചൂടോടെ ക ലാപരമായ പരസ്യങ്ങൾ കൊടുത്തു. അത്തരം പ്രചാരണ പരിപാടി യിൽ എന്റെ സേവനംകൂടി ഉൾപ്പെടുത്തിയപ്പോൾ വലിയ സംതൃപ്തി യുണ്ടായി. ചുരുക്കിപ്പറയുകയാണെങ്കിൽ തലസ്ഥാന നഗരിയിലെ പ്ര ശസ്തമായ ഒരു വിദ്യാഭ്യാസ ആകർഷണമായി ട്യൂട്ടോറിയൽ അക്കാ ഡമി . ഇന്ന് ആ കോളേജ് കോംപ്ലക്സ് നിന്ന ഇടം വലിയ വ്യാപാര കേന്ദ്രമായിത്തീർന്നു. പ്രശസ്തമായ സ്റ്റാർ ഹോട്ടലായി അവിടം. 1976 വരെ ഞാൻ പൂർണ്ണസമയവും അവിടെ അധ്യാപകനായി. നേരത്തെ പ

റഞ്ഞതുപോലെ എന്റെ പയ്യന്നൂരിലെ കുടുംബത്തെ ഒരുവിധം താങ്ങി നിർത്തിയ ജർമ്മൻ എന്ന ഇരട്ടപ്പേരിൽ വിളിക്കുന്ന കുഞ്ഞിക്കണ്ണനമ്മാമനും, എന്റെ അച്ഛനും ചരമമടഞ്ഞത് ആ അവസരത്തിലാണ്. ഈ രണ്ട് മരണങ്ങൾ എന്നെ അഗാധമായ ദുഃഖത്തിലാഴ്ത്തി. എന്നെ പയ്യന്നൂർ കോളേജിൽ അധ്യാപകനാക്കുന്നതിന് ശക്തമായ ചില ഇടപെടലുകൾ നടത്തിയതും സ്കൂൾ ഫൈനൽ കഴിഞ്ഞാൽ കോളേജ് പഠനം വെറും ഒരു സ്വപ്നം മാത്രമായിരുന്ന എന്നെ വലിയ സാമ്പത്തിക ഭാരം താങ്ങാൻ തയ്യാറായി കോളേജിൽ ചേർക്കാനുള്ള ധൈര്യം കാണിച്ചതും എന്റെ അമ്മയുടെ അനുജനായ കുഞ്ഞിക്കണ്ണപ്പൊതുവാളാണ്. അച്ഛനാണെങ്കിൽ ഞാൻ പയ്യന്നൂർ കോളേജിലെ ലക്ചറർ ആയിത്തീർന്നതിൽ വലിയ അഭിമാനത്തിലായിരുന്നു. പെട്ടെന്ന് ആ ജോലി ഉപേക്ഷിച്ച് ഇതിലും വലിയ ജോലി കിട്ടിയതുകൊണ്ടാണ് തിരുവനന്തപുരത്തേക്ക് പോയത് എന്ന നിഗമനത്തിലായിരുന്നു അച്ഛൻ. തികച്ചും കർഷകനായ അച്ഛൻ പൊങ്ങിലാട്ട് ഉത്തമത്തിൽ കണ്ണപ്പൊതുവാൾ വലിയ തോട്ടമുടമയും, കഠിനാദ്ധ്വാനിയുമായിരുന്നു. ആ മരണവും പൊടുന്നനെ ആയിരുന്നു. അച്ഛൻ എഴുപത്തഞ്ചാമത്തെ വയസ്സിലാണ് അന്തരിച്ചതെങ്കിലും അമ്പതു വയസ് തികയുന്നതിന് മുൻപാണ് അമ്മാവൻ വിടപറയുന്നത്. ഇവരുടെ രണ്ടുപേരുടേയും മരണത്തിൽ ഞാൻ സാക്ഷിയായില്ല. അതങ്ങിനെയാണ്. തിരുവനന്തപുരം അന്ന് അകലെയാണ്. കൊല്ലങ്ങൾക്ക് ശേഷം എന്റെ അമ്മ മരിച്ചതും വളരെ നാടകീയമായിരുന്നു. ഞാൻ തിരുവനന്തപുരത്ത് ആയിരിക്കുമ്പോൾ അമ്മയുടെ ചികിത്സ മംഗലാപുരം ഹോസ്പിറ്റലിൽ വിജയപ്രദമായി നടന്നു. ഇടുപ്പെല്ലിൽ ക്ഷതം. അത് മാറ്റി സ്ഥാപിച്ച് സുഖമായി കാർ മാർഗ്ഗം പയ്യന്നൂരിലേക്ക് യാത്ര ചെയ്യുമ്പോഴാണ് കാറിൽ വച്ച് ഹൃദയാഘാതം ഉണ്ടാകുന്നതും വീട്ടിലെത്തുന്നതിന് മുമ്പ് മരിക്കുകയും ചെയ്യുന്നത്. എന്റെ ജീവിതത്തെ ഏറ്റവുമധികം സ്വാധീനിച്ചുകൊണ്ടിരുന്ന ഇവരാരും മരിക്കുമ്പോൾ ഞാൻ അടുത്തില്ലായിരുന്നു എന്ന ഹൃദയവ്യഥ എന്നെ എന്നും പിന്തുടരുന്നു. കുടുംബത്തിലെ പ്രധാന അത്താണികളുടെ വിടവാങ്ങൽ ഏവരേയും ദുഃഖത്തിലാഴ്ത്തും. തുടർന്നുള്ള വർഷത്തിൽ അമ്മയുടെ മറ്റു സഹോദരന്മാരായ വിദ്വാൻ എ.ആർ. പൊതുവാളും അത്തായി സുകുമാരൻ മാസ്റ്ററും അത്തായി പത്മനാഭപ്പൊതുവാളും, അമ്മയുടെ ജ്യേഷ്ഠത്തി കല്യാണിയമ്മയും അവരുടെ മകൾ രുഗ്മിണി അമ്മയും വിട്ടുപോയപ്പോൾ ഈ സങ്കടങ്ങൾ ആവർത്തിച്ചു. ഈ അടുത്തകാലത്ത് 2020 സെപ്റ്റംബറിൽ ഒരിക്കലും മറക്കാനാകാത്ത മറ്റൊരു നഷ്ടം ഞ

ങ്ങളുടെ കുടുംബത്തിന് അനുഭവിക്കേണ്ടി വന്നത് മകൾ അപർണ്ണയുടെ ഭർത്താവും എനർജി രംഗത്തെ സാങ്കേതിക വിദഗ്ധനും, വിദ്യാഭ്യാസ വിദഗ്ധനുമായ കെ.ജി. മധുവിന്റെ അകാല നിര്യാണമാണ്. അക്ഷരാർത്ഥത്തിൽ കുടുംബം മുഴുവൻ സ്തംഭിച്ച അവസരം. ഭാര്യാ പിതാവ് സ്വാതന്ത്ര്യ സമര സേനാനി അത്തായി നാരായണപ്പൊതുവാൾ, ഭാര്യാ മാതാവ് കാമ്പ്രത്ത് പാർവ്വതിയമ്മ, ഭാര്യാ സഹോദരനും വ്യാപാരിയുമായ ചന്ദ്രമോഹൻ എന്നിവരുടെയെല്ലാം വിയോഗം കുടുംബത്തിന് ആഘാതം തന്നെ സൃഷ്ടിച്ചു.

പ്രക്ഷേപണത്തിന്റെ തിരുമുറ്റത്തേക്കു തന്നെ പോകാം. സുപ്രസിദ്ധരായ നിരവധി കലാകാരന്മാർ അന്ന് ആകാശവാണിയിലുണ്ടായിരുന്നു. അതിൽ സിനിമാനടന്മാരും, തിരക്കഥാകൃത്തുക്കളും, സംവിധായകരുമൊക്കെ ഉണ്ടായിരുന്നു. റേഡിയോ നാടകത്തിലൂടെ വളരെ പ്രസിദ്ധനായിരുന്ന ടി.എൻ. ഗോപിനാഥൻ നായർ, നാഗവള്ളി ആർ.എസ്. കുറുപ്പ്, കൈമാപ്പറമ്പൻ, കെ. പത്മനാഭൻ നായർ, ജഗതി എൻ.കെ. ആചാരി, എം.കെ. ശിവശങ്കരൻ, എസ്. സരസ്വതിയമ്മ, ശ്യാമളാലയം കൃഷ്ണൻ നായർ, രാധാ വാര്യർ, വി.ജി. മാത്യു എന്നിവർ കൂടാതെ പി.ഗംഗാധരൻ നായർ, എസ്. രാമൻകുട്ടി നായർ, സി.എസ്. രാധാദേവി, കെ.ജി. ദേവകി അമ്മ, കെ.ജി. സേതുനാഥ്, ചേർത്തല ഗോപാലൻ നായർ, എം.ജി. രാധാകൃഷ്ണൻ, കെ.പി. ഉദയഭാനു, രവീന്ദ്രനാഥ മേനോൻ, ഗോപിനാഥ് പനങ്ങാട്, രാജകുമാരി, പത്മരാജൻ, പൊന്നപ്പൻ പിള്ള, എസ്. വേണു, വേണു നാഗവള്ളി, ജോൺ സാമുവൽ, രാജേശ്വരി മോഹൻ, പി.തങ്കച്ചൻ, കെ.ജി. മേനോൻ, അലക്സ് വള്ളക്കാലിൽ, തുടങ്ങിയവരെല്ലാം ഞാൻ ചെല്ലുമ്പോൾ അവിടത്തെ കലാകാരന്മാരായിരുന്നു. നാടകരചയിതാവായ സെബാസ്റ്റ്യൻ, രാമനുണ്ണി തുടങ്ങിയവരും ഉണ്ട്. അന്ന് വാർത്താ വിഭാഗത്തിലെ പ്രതാപ വർമ്മ, രാമചന്ദ്രൻ, ഗോവിന്ദൻകുട്ടി, സി.എസ്. പിള്ള, രാജേന്ദ്രൻ, തുളസീഭായി, സതീഷ്ചന്ദ്രൻ, പത്മരാജൻ, ബി.വി. ഉണ്ണിത്താൻ തുടങ്ങിയവരെയെല്ലാം ഞാനവിടെ സ്ഥിര ഉദ്യോഗസ്ഥനായശേഷമാണ് പരിചയപ്പെടുന്നത്. താൽക്കാലികമായ കാഷ്വൽ എൻഗേജ്മെന്റ് ആകാശവാണിയിൽ കിട്ടിയെന്നുള്ളതു തന്നെ കാലം തെളിഞ്ഞു എന്നതിന്റെ തെളിവായിരുന്നു. കാരണം പ്രൊഡ്യൂസർമാർക്കെല്ലാം പെട്ടെന്ന് ആവശ്യം വരുന്ന ഒരു ട്രിക്ക് എന്റെ കൈയ്യിലുണ്ടായിരുന്നു.. പെട്ടെന്ന് രചന നിർവ്വഹിക്കുക എന്നത്; പ്രത്യേകിച്ച് അന്ന് ശാസ്ത്രം പരിചയിച്ചവർ ആരും അവിടെയില്ല. ശാസ്ത്രപരിപാടികൾ ആരംഭിക്കാനും തീരുമാനിച്ച കാലം. പിന്നെ ഒരു ട്രി

ക്ക് കൈവശമുണ്ടായിരുന്നത് പെട്ടെന്നുള്ള പരിഭാഷ സിദ്ധിയായിരുന്നു. ഡൽഹിയിൽ നിന്നു വരുന്ന ദേശീയ പരിപാടികൾക്കും മറ്റും ഇംഗ്ലീഷി ലുള്ള മുഖവുര ചിലപ്പോൾ പെട്ടെന്നുതന്നെ മലയാളത്തിൽ തയ്യാറാക്കി സ്റ്റുഡിയോയിലേക്ക് എത്തിക്കേണ്ടിവരും. അക്കാര്യവും ഞാൻ സമർത്ഥമായി ചെയ്തുകൊണ്ടിരുന്നു.

25

ജീവിതം മാറ്റിമറിച്ച പ്രക്ഷേപണ വിഹായസ്

1976-ൽ തിരുവനന്തപുരം നിലയത്തിൽ ഞാൻ വിദ്യാഭ്യാസ പരിപാടിയുടെ അസി. എഡിറ്ററായി ചേരുന്നതുതന്നെ വലിയൊരു യാദൃശ്ചികതയാണ്. ഞാൻ തിരുവനന്തപുരത്തായിരിക്കുമ്പോൾ എന്റെ അച്ഛൻ പയ്യന്നൂരിൽ മരണപ്പെടുന്നു 1976-ൽ. 1975 ഡിസംബറിലാണ് എന്റെ വിവാഹവും നടന്നത്. 1976-ൽ അമ്മയുടെ സഹോദരൻ അത്തായി കുഞ്ഞിക്കണ്ണപ്പൊതുവാൾ അകാലത്തിൽ മരിക്കുന്നു. ഇതെല്ലാം നടക്കുമ്പോഴും സ്ഥിരമായ ഒരു ജോലിയിൽ പ്രവേശിക്കാതെ ഞാൻ തിരുവനന്തപുരത്ത് കഴിയുകയാണ്. അച്ഛന്റെ മരണത്തെത്തുടർന്ന് നാട്ടിലെത്തി കുറേ ദിവസം അവിടെ ചിലവഴിക്കുമ്പോഴാണ് ഭാഷാ ഇൻസ്റ്റിറ്റ്യൂട്ടിലെ റിസർച്ച് ഓഫീസറായിരുന്ന എന്റെ ആത്മ സുഹൃത്ത് ടി.കെ. കൊച്ചു നാരായണൻ ഒരു പോസ്റ്റ് കാർഡിൽ ആകാശവാണിയിൽ എനിക്കു പറ്റിയ ഒരു തസ്തിക ഒഴിവുള്ള കാര്യം പ്രസിദ്ധീകൃതമായത് അറിയിക്കുന്നത്. അതാണ് എന്റെ എക്കാലത്തേയും ജീവിതത്തിലെ ഏറ്റവും വലിയ വഴിത്തിരിവ്. ജോലിക്ക് അപേക്ഷിച്ച ഉടനെ പരീക്ഷ, അഭിമുഖം എല്ലാ കടമ്പകളും കടന്ന് ആ ജോലി കിട്ടി എന്ന അത്ഭുതം സംഭവിച്ചു. സാധാരണഗതിയിൽ സംഭവിക്കാത്ത അത്ഭുതം. അന്ന് തിരുവനന്തപുരം നിലയത്തിൽ വടക്കൻ കേരളത്തിലെ ഒരു പൗരന് ജോലി കിട്ടുക അത്ര എളുപ്പമല്ല. എന്റെ അറിവിൽ ഏറ്റവും വടക്കൻ എറണാകുളം സ്വദേശി എന്റെ സുഹൃത്ത് ഗോപിനാഥ് പനങ്ങാടാണ്. ഞാൻ ചേരുന്നതിന് കുറച്ചു വർഷം മുമ്പ് തന്നെ ഗോപി പ്രശസ്തനായ പ്രക്ഷേപകനായി തിരുവനന്തപുരത്ത് കഴിയുന്നുണ്ട്.

കൊച്ചു നാരായണൻ

എന്റെ കൂടെ തന്നെ 1976-ൽ ജോലിക്ക് ചേർന്ന സഹപ്രവർത്തകനായിരുന്നു അന്തരിച്ച സതീഷ് ചന്ദ്രൻ. പി. തങ്കച്ചൻ, ഡോളി തോമസ്, ജി. ജയലാൽ, കെ.എസ്. റാണാപ്രതാപൻ തുടങ്ങി അന്നത്തെ ചെറുപ്പക്കാർ. അവരെല്ലാം എന്റെ സമകാലികരായ പ്രക്ഷേപകന്മാരായിരുന്നു. അകാശവാണിയിൽ യുവജനങ്ങളെ കൂടുതൽ നിയോഗിക്കാൻ കളമൊരുക്കിയത് അന്നത്തെ ഡയറക്ടർ ഇ.എം.ജെ. വെണ്ണിയൂരായിരുന്നു. പ്രക്ഷേപണത്തിന്റെ ഗുണനിലവാരം തന്നെ ഉയർന്ന കാലയളവായിരുന്നു അത്. മാധ്യമരംഗത്ത് നിരവധി പരീക്ഷണങ്ങൾ ഞങ്ങൾ ചെയ്തവെയായിരുന്നു, തിരുവനന്തപുരത്തെ ചിത്രരേഖ ഫിലിം സൊസൈറ്റിയിലെ കുളത്തൂർ ഭാസ്കരൻ നായരും, അടൂർ ഗോപാലകൃഷ്ണനുമായി ബന്ധപ്പെട്ട ദൃശ്യമാധ്യമരംഗത്ത് ചില പ്രവർത്തനങ്ങൾക്ക് പ്രചോദനമുണ്ടായത്. ആയിടയ്ക്കു ചിത്രലേഖയ്ക്ക് ചില ഡോക്യുമെന്ററി രചന നടത്തി. നവീനതരംഗം സൃഷ്ടിച്ച് ഒട്ടുമിക്ക ദേശീയ അന്തർദേശീയ സിനിമകൾ കാണലും ചർച്ചയിൽ പങ്കാളിയാകലും ഒരു ഹരമായിരുന്നു അക്കാലത്ത്. വൈകുന്നേരങ്ങളിൽ ടാഗോർ തിയറ്ററിലെത്തും. ഒരു വലിയ സുഹൃദ്സംഘവുമുണ്ടായി. മൗനമുദ്രയ്ക്കിടയിലും വാചാലനായ ജി. അരവിന്ദൻ തിരുവനന്തപുരത്തെത്തിയതോടെ 1987കളിൽ, കോഴിക്കോട്ടു പഠിക്കുമ്പോൾ പരിചയപ്പെട്ട അദ്ദേഹവും ആയി കൂടുതൽ അടുത്തു. അദ്ദേഹത്തിന്റെശിഷ്യനായ സംവിധായകൻ പത്മകുമാറുമായി സമ്മോഹനമായ ഒരു അടുപ്പം ഉണ്ടായി. 'അർപണ' എന്ന പ്രതാപ് പോത്തൻ ഫിലിമുമായി സഹകരിച്ചു. ആ ചിത്രത്തിൽ ഒരു നായികയായി പ്രൊ. എ. വി. ശങ്കരന്റെ മകൾ കനകലതയെ വിട്ടു കിട്ടിയത് തന്നെ യാഥാസ്ഥിതികനായ ശങ്കരൻമാഷും ഞാനുമായുള്ള അടുപ്പം കൊണ്ടാണ്.

ജി. അരവിന്ദൻ

പത്മകുമാർ

എന്നെ സംബന്ധിച്ചിടത്തോളം ആകാശവാണിയിൽ പ്രക്ഷേപക ജീവിതം എന്റെ ജീവിതം തന്നെയായിരുന്നു. 1976 മുതൽ

2006വരെ ഏകദേശം അയ്യായിരം പ്രക്ഷേപണങ്ങൾക്ക് സ്ക്രിപ്റ്റ് തയ്യാറാക്കുകയും, സംവിധാനം ചെയ്യുകയും ചെയ്തു. ആ കാലയളവിൽ നിരവധി ആകാശവാണി വാർഷിക പുരസ്കാരങ്ങൾക്ക് അർഹത നേടി. ഏറ്റവും വലിയ അംഗീകാരമായ ഏഷ്യൻ പെസഫിക് ബ്രോഡ്കാസ്റ്റ് യൂണിയൻ പുരസ്കാരവും (ABU) നേടി. സമ്മാനാർഹമായ ആ ഡോക്യുമെന്ററി ശിൽപ്പത്തിന്റെ നിർമ്മിതിയിൽ എന്നെ സഹായിച്ച സഹപ്രവർത്തകനായ റാണാപ്രതാപനോ ഞാനോ വിദേശത്ത് നടന്ന ആ അവാർഡ് ദാനത്തിൽ പങ്കെടുത്തില്ല. ആകാശവാണിയിലെ ഒരു ഉന്നത ഉദ്യോഗസ്ഥൻ അങ്കാറയിൽ പോയി പുരസ്കാരം ഏറ്റുവാങ്ങി എന്നാണ് അറിഞ്ഞത്. വിദ്യാഭ്യാസ-ശാസ്ത്ര പരിപാടിയിൽ നൂതനമായ ധാരാളം പ്രക്ഷേപണങ്ങൾ ആസൂത്രണം ചെയ്യാൻ അവസരം കിട്ടിയത് കൂടെക്കൂടെയുള്ള സ്ഥലംമാറ്റം എന്നെ ബാധിക്കാത്തതുമൂലമായിരുന്നു. യുണസ്കോ പോലും അഭിനന്ദിച്ച അധ്യാപക കറസ്പോണ്ടൻസ് കോഴ്സ് പ്രക്ഷേപണത്തിലൂടെ നിർവ്വഹിക്കാൻ 1970കളുടെ അവസാനം സാധ്യമായി. പുതുമ ഉൾക്കൊള്ളുന്ന ധാരാളം പരിപാടികൾ (Innovative broadcast) ആസൂത്രണം ചെയ്തവതരിപ്പിക്കാൻ ആകാശവാണി ജീവിതം എനിക്ക് വഴിയൊരുക്കി. ഇ.എം.ജെ. വെണ്ണിയൂർ മുതൽ കെ.എ. മുരളീധരൻവരെയുള്ള 13 സ്റ്റേഷൻ ഡയറക്ടർമാരുടെ കീഴിൽ ജോലി ചെയ്ത എനിക്ക് ഒരുകാലത്ത് ആത്മാർത്ഥ സൗഹൃദമുണ്ടായിരുന്ന ചുരുക്കം ചില ഉന്നത ഉദ്യോഗസ്ഥർ ഞാനുമായി അകാരണമായി ആശയപ്പൊരുത്തമില്ലാതെ വന്നു എന്ന് ആദ്യം പറഞ്ഞല്ലോ. ആരോടും പിണക്കമില്ലാതെ പ്രക്ഷേപണം തികച്ചും പ്രൊഫഷണലായി നോക്കിക്കാണാനും ശീലിച്ച എന്റെമേൽ നന്മകൾ മാത്രമേ ആ മഹത്സ്ഥാപനം ചൊരിഞ്ഞുള്ളു. ഇന്ത്യൻ ബ്രോഡ്കാസ്റ്റ് ഫോറം വിഖ്യാതനും ഒരുകാലത്ത് തിരുവനന്തപുരം സ്റ്റേഷൻ മേധാവിയുമായിരുന്ന പ്രസിദ്ധ പ്രക്ഷേപകനായിരുന്ന എം.എസ്. ഗോപാലിന്റെ പേരിൽ സ്ഥാപിച്ച അവാർഡും ഒരു സന്ദർഭത്തിൽ എന്നെ തേടിയെത്തി. ഉറ്റ സുഹൃത്തായിരുന്ന ആർ.സി. ഗോപാൽ പ്രേരണയനുസരിച്ചാണ് ആ പുരസ്കാരത്തിന് ഞാനപേക്ഷിച്ചത്.

സാക്ഷരതാ പരിപാടിയിൽ പ്രാമുഖ്യം നൽകിയ നിരവധി വിദ്യാഭ്യാസ പരിപാടികൾ ആകാശവാണിയിൽ 1990 കളിൽ സംവിധാനം ചെയ്തു. ഒരു തിരികൊളുത്തൂ എന്ന ആറുമാസം നീണ്ടുനിൽക്കുന്ന വാരാന്ത്യ പരിപാടികൾ കേരളത്തിൽ പരക്കെ പ്രചുരപ്രചാരമാർജിച്ചിരുന്നു. തിരുവനന്തപുരത്തു നിർമ്മിച്ച ആ പരിപാടിയുടെ കോപ്പി കോഴിക്കോ

ട്ടേക്കും തൃശൂരേക്കും അയച്ചുകൊടുത്തതുകൊണ്ട് പ്രാദേശികമായ കവറേജ് കേരളത്തിൽ അങ്ങോളമിങ്ങോളം കിട്ടി. പരിപാടിയുടെ ശബ്ദലേഖനത്തിനായി എന്റെ സു

നല്ല റേഡിയോ പരിപാടി ശൂരനാടിന്റെ അനുമോദനം

ഹൃത്ത് ജിമ്മി ബാലരാമപുരം വലിയ സഹായങ്ങൾ ചെയ്തു. ആ പരിപാടികളിൽ നല്ലൊരു എപ്പിസോഡ് തെരഞ്ഞെടുത്ത് ഞാൻ ഏഷ്യൻ പെസഫിക് ബ്രോഡ്കാസ്റ്റ് യൂണിയൻ അവാർഡിനായി അയച്ചു 1986 -ൽ. അതിന് കിട്ടിയ അംഗീകാരം പൊതുവെ ശ്രദ്ധിക്കപ്പെട്ടതായിരുന്നു എന്ന് നേരത്തെ പറഞ്ഞല്ലൊ. പുരസ്കാരം വാങ്ങാൻ എന്നെ അയച്ചില്ലെങ്കിലും പരിപാടി നേടിയ അന്താരാഷ്ട്ര അംഗീകാരം വെളിപ്പെടുത്തുന്ന സർട്ടിഫിക്കറ്റ് എനിക്ക് അയച്ചുതന്നു എന്നത് വലിയ കാര്യം. ആകാശവാണിയുടെ ഉജ്ജ്വലമായ പ്രവർത്തന പന്ഥാവിൽ നിരവധി ക്രിയാത്മക പ്രവർത്തനങ്ങൾക്ക് നേതൃത്വം നൽകാൻ ഞാൻ കഴിവു നേടി. തുടർന്നുവന്ന പല പ്രക്ഷേപണ യത്നങ്ങളിലും വേറ്റിനാട് കുമാർ, ദുർഗ, അനിൽ നമ്പ്യാർ, രാജ്മോഹൻ കൂവളശ്ശേരി, സുമ, സുധർമ്മ, രാധിക തുടങ്ങിയവർ എന്നെ പിന്തുണച്ചു. മാധ്യമ പ്രവർത്തകരുമായുള്ള കൂട്ടായ്മ അർത്ഥവത്തായ ഒരു പ്രൊഫഷണൽ സംഘടന രൂപീകരിക്കാൻ സന്ദർഭമുണ്ടാക്കി. 2004-ൽ പ്രസ്സ് ക്ലബ്ബിൽ വച്ച് ലോക പ്രശസ്തനായ ചലച്ചിത്ര പ്രതിഭ അടൂർ ഗോപാലകൃഷ്ണൻ തിരികൊളുത്തിയ 'മീഡിയ കൺട്രിവൈഡ്' എന്ന സംഘടന തലസ്ഥാന നഗരിൽ പ്രശസ്തമായി. അതിന്റെ ചെയർമാനായി നിരവധി മാധ്യമ സമസ്യകളെ സമീപിക്കാൻ പറ്റി എന്നുള്ളത് നേട്ടമാണ്. ഗാന്ധിയൻ ഡോ. രാധാകൃഷ്ണനടക്കം നിരവധി പേർക്കു പിടിബി മീഡിയകൺട്രി വൈഡ് പുരസ്കാരം നൽകാനായി. കഥാവശേഷനായ പി.ടി. ഭാസ്കരപ്പണിക്കരുടെ ഓർമ്മ

അടൂർ ഗോപാലകൃഷ്ണൻ

പ്രൊ. ശിവദാസൻപിള്ള

യ്ക്ക് ഒരു വാർഷിക പുരസ്കാരവും, സ്മാരക പ്രഭാഷണവും മുറതെറ്റാതെ നടത്തിവരുന്നു. അതുപോലെ വിദ്യാഭ്യാസ രംഗത്തെ അതികായനായിരുന്ന ഡോ. ശിവദാസൻപിള്ളയുടെ ഓർമ്മയ്ക്ക് ഒരു ഫൗണ്ടേഷൻ വിദ്യാഭ്യാസ വികസനത്തിനും ഗവേഷണത്തിനും സ്ഥാപിച്ചു. ഈ മണ്ഡലത്തിലെ സുഹൃത്തുക്കളായ ഡോ. ശശികുമാർ. ഡോ. ഗീത, ഡോ. സുന്ദരേശൻ, പ്രൊ. രഘു, പ്രൊ. ബനഡിക്റ്റ്, ഡോ. ബിന്ദു, ഡോ. മധുബാല, ശ്രീ. ഹരീഷ്കുമാർ, ഡോ. രാജേശ്വരി, ഡോ. വത്സല, തുടങ്ങിയവർ അതിന്റെ ചെയർമാനായി എന്നെ അവരോധിച്ചു. ഇത്തരം വിദ്യാഭ്യാസ-മാധ്യമ കലാവ്യാപന പ്രവർത്തനങ്ങൾ എന്റെ പ്രൊഫഷനിസത്തിന് വലിയ കരുത്തു പകരുന്നു. മീഡിയ കൺട്രി വൈഡിന് പയ്യന്നൂരിൽ ആരംഭിച്ച ചാപ്റ്ററിന്റെ കൺവീനർ കവിയായ രാമകൃഷ്ണൻ കണ്ണോം ആണ്. ഗ്രാമീണ ബാങ്കിൽ നിന്ന് വിരമിച്ച ഒരു സാഹിത്യകാരനാണ് രാമകൃഷ്ണൻ.

ഡോ. രാധാകൃഷ്ണപിള്ളയ്ക്ക് മീഡിയ കൺട്രി വൈഡ് അവാർഡ്

മോഹൻനായർ, ഡോ. അൽഫോൺസ്, കെ.എ. മുരളീധരൻ, ഡോ. എഴുമറ്റൂർ എന്നിവരോടൊപ്പം

രാമകൃഷ്ണൻ കണ്ണോം

26

ആകാശവാണി മുള്ളുകളും പൂക്കളും സമ്മാനിച്ച കാലം

കലാസാംസ്കാരിക സ്ഥാപനങ്ങളുടെ അഭിമാന മകുടമായി അറിയപ്പെടുന്ന പ്രക്ഷേപണ നിലയത്തിൽ കഴിഞ്ഞകാല ജീവിതപാതയിൽ ചില മുള്ളുകൾ വന്നുപതിച്ചത് ഇന്നും നൊമ്പരമായി മനസ്സിലുണ്ട്. 1978 കാലത്ത് സ്റ്റേഷൻ ഡയറക്ടറായി വന്ന കോന്നിയൂർ ആർ. നരേന്ദ്രനാഥുമായുള്ള എന്റെ ബന്ധം ഉലയാനും അദ്ദേഹത്തിന്റെ വൈരാഗ്യം വലിയ പകയായി എന്റെ നേർക്ക് തൊടുത്തുവിടാനും മാത്രമല്ല, എന്റെ സർവ്വീസിൽ ദോഷം വരത്തക്കവണ്ണം റിപ്പോർട്ട് എഴുതാൻ പോലും അദ്ദേഹം തുനിഞ്ഞു. കാരണമില്ലാതെ വലിയൊരു മനുഷ്യൻ ഇങ്ങിനെ ചെയ്യുന്നു എന്നാണ് ആദ്യമാദ്യം കരുതിയത്. പക്ഷെ കൂടുതൽ ആഴത്തിൽ കാര്യങ്ങൾ മനസ്സിലാക്കിയപ്പോൾ ഇതിന്റെ പിന്നിൽ അദ്ദേഹത്തിന് മുമ്പ് ഡയറക്ടറായിരുന്ന ഈ.എം.ജെ. വെണ്ണിയൂരിനോടുണ്ടായിരുന്ന വിരോധം ആണെന്നറിഞ്ഞു. കാരണം എനിക്ക് ഈ.എം.ജെ പ്രക്ഷേപണരംഗത്ത് ഒരു ഗോഡ്ഫാദറിനെ പ്പോലെയായിരുന്നു. അദ്ദേഹത്തിന്റെ പത്നി ശ്രീമതി ഇന്ദിരാ പൊതുവാൾ (ഈയിടെ അന്തരിച്ചു – 2020 ഡിസംബറിൽ) എന്റെ ബന്ധുവാണെന്ന തെറ്റിദ്ധാരണയിലാണ് കോന്നിയൂരിന്റെ വൈരാഗ്യം വളർന്നത് എന്ന് മനസ്സിലായി. ഏറ്റവും ആശ്ചര്യകരമായി തോന്നിയത് എഴുത്തുകാരനായ ഒരാളാണ് ഇങ്ങിനെ പെരുമാറുന്നത് എന്നതാണ്. (അതും ജീവശാസ്ത്ര വിഷയങ്ങൾ അദ്ദേഹം ആനുകാലികങ്ങളിൽ തുടരെ എഴുതുമായിരു

കോന്നിയൂർ നരേന്ദ്രനാഥ്

ന്നു). ഞാൻ വളരുന്ന അക്കാലത്ത് ഒരു ശാസ്ത്ര സാഹിത്യ രചയിതാവെന്ന നിലയിൽ പല പ്രസിദ്ധീകരങ്ങളിലും ലേഖനമെഴുതിയ കാലമായിരുന്നു. എന്റെ മേലുദ്യോഗസ്ഥനായ കോന്നിയൂരിന് അത് രുചിച്ചില്ല എന്ന് സംഭാഷണങ്ങളിൽ നിന്ന് ഞാൻ മനസ്സിലാക്കി. വൈരാഗ്യത്തിന് മറ്റൊരു കാരണം അതായിരുന്നിരിക്കണം. ഇടയ്ക്കിടെ അദ്ദേഹം കീഴുദ്യോഗസ്ഥനായ എന്നെ മുറിയിലേക്ക് വിളിച്ച് തന്റെ മേശവലിപ്പ് തുറക്കുന്നതായി അഭിനയിക്കും. തന്നെപ്പറ്റി പല കംപ്ലെയിന്റുകളും ഇതിലുണ്ട് എന്ന് ഭീഷണിപ്പെടുത്തുമായിരുന്നു. ഒരുദിവസം ഞാൻ പറഞ്ഞു 'എന്നാലതങ്ങ് പുറത്തെടുത്തുകൂടെ സാർ'. അന്നുമുതൽ അദ്ദേഹം എന്നോട് ശത്രുവായി പെരുമാറാൻ തുടങ്ങി.

ഡയറക്ടർ എം.കെ. ശിവശങ്കരനും സഹപ്രവർത്തകരും.

അന്യ സംസ്ഥാനക്കാരായ ഡയറക്ടർമാരായ എൻ.എസ്. കൃഷ്ണമൂർത്തി, തിരുവെങ്കിടം, കമലാനാഥൻ തുടങ്ങിയവരുമായി എനിക്ക് മാനസികമായി വളരെ അടുപ്പമുണ്ടായിരുന്നു. വി.എൻ. ഉണ്ണി, മാത്യു വല്യാറമ്പത്ത്, എം.കെ. ശിവശങ്കരൻ, കെ. നാരായണൻ നായർ, മുതലായവരും ഞാനുമായി അടുത്ത ഹൃദയബന്ധം സൂക്ഷിച്ച ഡയറക്ടർമാരായിരുന്നു. 1998-ൽ താൽക്കാലികമായി ആകാശവാണിയിൽ നിന്ന് മാറി സംസ്ഥാന സർക്കാരിന്റെ വിദ്യാഭ്യാസ വകുപ്പിൽ പുതുതായി ആരംഭിച്ച ഇൻസ്റ്റിറ്റ്യൂട്ട് ഓഫ് എഡ്യൂക്കേഷണൽ ടെക്നോളജിയിൽ (SIET) ഡെപ്യൂട്ടേഷനിൽ ആദ്യം നോഡൽ ഓഫീസർ ആയും തുടർന്ന് ഡയറക്ടറായും സേവനമനുഷ്ഠിച്ചത് ജീവിതത്തിലെ മറ്റൊരു വഴിത്തിരിവായിരുന്നു. ആ നിയമനത്തിന് ഹേതുവായത് അന്നത്തെ വിദ്യാഭ്യാസ മന്ത്രി പി.ജെ. ജോസഫ് ആയിരുന്നു. കലാഹൃദയമുള്ള ഒരു പൊതുപ്രവർത്തകൻ മാത്രമായിരുന്നില്ല ശ്രീ പി.ജെ. ജോസഫ്. അദ്ദേഹം പുതുമയാർന്ന എല്ലാ മേഖലകളേയും സ്വാഗതം ചെയ്ത മന്ത്രിയായിരുന്നു. എഡ്യൂക്കേഷൻ ടെക്നോളജി കേരളത്തിലെ വിദ്യാഭ്യാസ പശ്ചാത്തലത്തെ ആഴത്തിൽ സ്വാധീനിക്കാൻ പര്യാപ്തമാണെന്ന് 1997-ൽ തന്നെ

അദ്ദേഹം മനസ്സിലാക്കി. അന്ന് അദ്ദേഹം വിദ്യാഭ്യാസ മന്ത്രിയായിരുന്നു. ജർമ്മനിയിലെ പര്യടനസമയത്ത് അവിടങ്ങളിലെ വിദ്യാഭ്യാസ സ്ഥാപനങ്ങളിൽ ക്ലാസ്സ് മുറിയിലെ പഠനങ്ങൾ കൂടുതൽ ഫലപ്രദമാക്കാൻ മീഡിയ അസിസ്റ്റഡ് ടെക്നോളജി എത്രമാത്രം ഫലവത്തായിരുന്നു എന്ന് നേരിട്ട് മനസ്സിലാക്കിയതിന്റെ വെളിച്ചത്തിലാണ് കേരളത്തിൽ അങ്ങിനെ ഒന്ന് തുടങ്ങാൻ അദ്ദേഹം തയ്യാറെടുത്തത്.

എഡ്യൂക്കേഷണൽ ടെക്നോളജിക്ക് അങ്ങിനെ ഒരു സ്ഥാപനപരമായ തുടക്കം അന്നുണ്ടായി. അതിലെ ആദ്യത്തെ ഉദ്യോഗസ്ഥൻ ഞാനായി. എന്നെ ആകർഷകമായ ആ പദവിയിൽ കേരള സർക്കാർ നിയമിച്ചശേഷം എന്റെ ചില ചങ്ങാതിമാർ മന്ത്രിയെ കണ്ട് (ഇടതു സർക്കാർ) ഞാൻ കരുണാകരന്റെ ആളാണെന്ന് ഗോസിപ്പ് പറഞ്ഞു. പക്ഷെ തുമ്മിയാൽ തെറിക്കുന്ന മൂക്കാണെങ്കിൽ തെറിക്കട്ടെ എന്നാണ് സരസ്സനായ മന്ത്രി ജോസഫ് അവരെ ഉപദേശിച്ചുവിട്ടത്. അതുവരെ ആകാശവാണിയിലെ വിദ്യാഭ്യാസരംഗം പരിപാടിയുടെ സംവിധായകനായി അർപ്പണബോധത്തോടെ പ്രവർത്തിച്ചതിന്റെ ഒരു അനുഗ്രഹമായിട്ടാണ് എനിക്ക് ആ ജോലിയിലേക്ക് ഒരു ഡെപ്യൂട്ടേഷൻ കിട്ടിയത്. ആകാശവാണിയിൽ നിന്ന് കേരള സർക്കാരിന്റെ പൊതുവിദ്യാഭ്യാസ വകുപ്പിലേക്ക് ഒരു മാറ്റമാണത്. അങ്ങിനെ താൽക്കാലികമാണെങ്കിലും കേന്ദ്ര സർക്കാർ ഒരു ജോലിമാറ്റത്തിന് സമ്മതം മൂളാറില്ല. പക്ഷെ ശ്രീ.പി.ജെ. ജോസഫിന്റെ ആത്മാർത്ഥമായ സഹായവും വിദ്യാഭ്യാസത്തിന് മാധ്യമ പിന്തുണ നൽകുന്ന സ്ഥാപനം കേരളത്തിൽ വേണമെന്ന ഉൽക്കടമായ ആഗ്രഹവുമാണ് കേന്ദ്രത്തിൽ അദ്ദേഹം തന്നെ മുൻകൈ എടുത്ത് എന്നെ എസ്.ഐ.ഈ.ടിയുടെ (SIET) നേതൃസ്ഥാനത്തെത്തിച്ചത്. കേന്ദ്രമന്ത്രി ജയപാൽ റെഡ്ഡിയുമായി ശ്രീ.പി.ജെ. ജോസഫിനുണ്ടായിരുന്ന സൗഹൃദം വഴിയാണ് എല്ലാ ഔപചാരികതയും തൽക്കാലത്തേയ്ക്ക് മാറ്റിവച്ചുകൊണ്ട് എനിക്ക് അനുകൂലമായി ആകാശവാണി ഡയറക്ടറേറ്റ് ഓർഡർ ഇട്ടത്. കേരള വിദ്യാഭ്യാസ വകുപ്പിന്റെ സെക്രട്ടറി ശ്രീ.കെ. ജയകുമാറായിരുന്നു. എന്നെപ്പറ്റി വ്യക്തിപരമായി നല്ല ധാരണയുണ്ടായിരുന്ന അദ്ദേഹം കാര്യങ്ങൾക്ക് ഒട്ടും അമാന്തമില്ലാതെ മുന്നോട്ടു കൊണ്ടുപോയതുകൊണ്ടാണ് വി

കെ. ജയകുമാർ

ദ്യാഭ്യാസ മന്ത്രിയുടെ ആ സ്വപ്നം സാക്ഷാത്കരിച്ചത്. കൂട്ടുകക്ഷി ഭരണത്തിൽ അപ്രതീക്ഷിതമായ തിരിച്ചടി ഉണ്ടാകാമല്ലോ. അന്ന് ആകാശവാണിയിൽ ഇരുപത്തഞ്ച് വർഷത്തോളം സർവ്വീസ് പൂർത്തിയാക്കിയ ഞാൻ അവിടെ ജോലിക്ക് ചേർന്നതുമുതൽ വിദ്യാഭ്യാസ പരിപാടിയുടെ സംവിധായകനുമായിരുന്നു. അതൊരു സ്പെഷ്യലൈസ്ഡ് പോസ്റ്റ് ആയതുകൊണ്ട് മറ്റുള്ള സ്ഥലങ്ങളിലേക്ക് എന്നെ ട്രാൻസ്ഫർ ചെയ്തില്ല. പക്ഷെ ചില സഹപ്രവർത്തകർ പ്രത്യേകിച്ച് പ്രമോഷൻ വഴി അക്കാലത്ത് സ്റ്റേഷൻ മേധാവിയായി ചാർജ്ജെടുത്ത എന്റെ അടുത്ത സുഹൃത്തായിരുന്ന എൻ.എസ്.ഐസക് മറ്റു പല ബാഹ്യ പരിഗണനയാലും അൽപം ഈർഷ്യ കാണിച്ച അവസരമായിരുന്നു അത്. അദ്ദേഹം എന്നെ അൽപ്പം ശല്യപ്പെടുത്താനെന്ന മട്ടിൽ തൃശൂർ നിലയത്തിലേക്ക് ട്രാൻസ്ഫർ ചെയ്യാൻ വൃഥാശ്രമം നടത്തി. അദ്ദേഹം എനിക്ക് തികച്ചും അജ്ഞാതമായ കാരണങ്ങളാൽ, ഇക്കാര്യം സാധിച്ചെടുത്തത് എന്നെ പ്രയാസപ്പെടുത്തി. ഞാൻ അതൊക്കെ അതിജീവിക്കാൻ മനസ്സാ ഉറച്ചുവെങ്കിലും അക്ഷരാർത്ഥത്തിൽ ഇത് ചെയ്തത് മനസ്സാ അടുപ്പമുള്ള ഒരാളാണല്ലോ എന്നകാര്യം എന്നെ ഞെട്ടിച്ചു.

ആ ഉദ്ദേശ്യത്തിന് ഒരാഘാതമായത് ഓർക്കാപ്പുറത്ത് ഡൽഹിയിൽ നിന്ന് എന്റെ ട്രാൻസ്ഫർ റദ്ദ് ചെയ്താണ്. എന്റെ ഡൽഹി ബന്ധംവഴി സ്ഥലംമാറ്റം റദ്ദ് ചെയ്യാൻ എനിക്കു സാധിച്ചു. സ്റ്റേഷൻ മേധാവിയുടെ ആ വിദ്വേഷം എവിടെയോ അപ്രത്യക്ഷമാകുന്നത് ഞാൻ തൽക്കാലമായി ആകാശവാണി വിടുന്നതോടെയാണ്. അന്നുതന്നെ പി.ജെ. ജോസഫിന്റെ ക്ഷണപ്രകാരം എല്ലാ നടപടികളും പിന്നീട് (Pending all formalities) എന്ന് പറഞ്ഞ് എന്നെ കേരള സർക്കാരിലേക്ക് താൽക്കാലികമായി മാറ്റിയ ഓർഡറും വന്നു. എന്നെ എന്തിന്റേയോ പേരിൽ ദ്രോഹിച്ച കോന്നിയൂർ നരേന്ദ്രനാഥിന് 1982-ൽ തിരുവനന്തപുരം നിലയം മേധാവിയായിരിക്കെ വിധിവൈപരീത്യംപോലെ അദ്ദേഹത്തിന്റെ സർവ്വ സ്വാധീനവും പൊളിഞ്ഞ് തമിഴ്നാട്ടിലേക്ക് രായ്ക്ക്രാമാനം കെട്ടും കെട്ടി പോകേണ്ടിവന്നതും എന്റെ ഓർമ്മയിലുണ്ട്. സമാനമായ രീതിയിൽ പ്രോഗ്രാം കേഡറിലേയും ഭരണതലത്തിലേയും പലരേയും തെറ്റിദ്ധാരണയുടെ പേരിൽ അദ്ദേഹം ദ്രോഹിച്ചിട്ടുണ്ട്. ദൈവഹിതമായാണ് ഇതെല്ലാം ഞാൻ കണ്ടത്. മേലധികാരികൾ കീഴുദ്യോഗസ്ഥന്മാർക്ക് എതിരെ സമ്മർദ്ദമുണ്ടാക്കി ബുദ്ധിമുട്ടിക്കുന്ന ശൈലി ആകാശവാണിപോലെ ചിലപ്പോഴൊക്കെ കേന്ദ്ര സർവ്വീസിൽ ഉണ്ടായിട്ടുണ്ട്. ഒരർത്ഥത്തിൽ ശത്രുത പ്രഖ്യാപിച്ച് ഒതുക്കുന്ന തന്ത്രമാണത്. പക്ഷെ ഈ

അവസ്ഥയ്ക്ക് ശരവ്യമാകുന്നവർ പേടിച്ചരണ്ട് നിശബ്ദരായി കഴിയുകയാണ് പതിവ്. ഞാൻ പക്ഷെ അങ്ങിനെ മൂകനായില്ല എന്നതാണ് സത്യം. പൈതൃകമായി ലഭിച്ച ആത്മവീര്യം ഇത്തരം സന്ദർഭത്തിൽ പലപ്പോഴും എന്നെ പിന്തുണച്ചിട്ടുണ്ട്.

27

പരിഷത്തും പ്രക്ഷേപണദൗത്യവും

തിരുവനന്തപുരം നിലയത്തിൽ വിദ്യാഭ്യാസ പരിപാടിയുടെ സംവി ധായകനായിരിക്കുമ്പോൾ നിരവധി പുതുമയാർന്ന വിദ്യാഭ്യാസ പരിപാ ടികൾ ആരംഭിക്കാൻ എനിക്കായി എന്ന് മാത്രമല്ല കേരളത്തിലങ്ങോള മിങ്ങോളമുആള്ള വിദ്യാർത്ഥികളേയും അധ്യാപകരേയും റേഡിയോയി ലൂടെ നിത്യം അഭിസംബോധന ചെയ്ത് ആകാശത്തിലെ അധ്യാപക നായ ഭാഗ്യം എനിക്ക് കൈവന്ന നാളുകളായിരുന്നു അത്. ഒരു കോ ളേജ് അധ്യാപകനായി തുടരാൻ പറ്റാത്ത എനിക്ക് ആകാശത്തിലെ അ ധ്യാപകനായി കേരളം മുഴുവൻ (വിദ്യാർത്ഥികളെ) ശ്രോതാക്കളെ നേ ടാൻ കഴിഞ്ഞ ആ ഭാഗ്യവും ആത്മ സംതൃപ്തിയും ഇന്നും ഞാനോർ ക്കും. ആത്മസുഹൃത്തുക്കളായ പരശ്ശതം അധ്യാപകർ (ഭൂരിപക്ഷം പേരും കേരള ശാസ്ത്ര സാഹിത്യ പരിഷത്തിന്റെ മുൻനിര പ്രവർത്ത കർ) ലക്ഷോപലക്ഷം വിദ്യാർത്ഥികൾ. അവരെയെല്ലാം മുന്നിൽ കണ്ടു കൊണ്ടാണ് ഞാൻ തിരുവനന്തപുരത്തെ സ്റ്റുഡിയോയിലെ മൈക്കിനു മുന്നിലിരുന്നത്. അന്ന് വിദ്യാഭ്യാസ പാഠങ്ങൾ തയ്യാറാക്കി അവതരിപ്പി ക്കുന്നതിൽ എന്നെ സഹായിച്ച ശാസ്ത്രകുതുകികളും ഭാഷാപണ്ഡി തന്മാരും എന്നും ഓർക്കപ്പെടുന്നു. 'ആകാശത്തിലെ അധ്യാപകൻ' (Teacher on the air) എന്നർത്ഥത്തിൽ എല്ലാ ദിസവും വിദ്യാഭ്യാസ പ രിപാടിയിൽ എന്റെ ശബ്ദം കേട്ട് നിരവധി ശ്രോതാക്കളുടെ ഹൃദയതല ത്തിൽ എനിക്ക് വലിയ സ്ഥാനം കിട്ടി. ഈയിടെ വിരമിച്ച ഒരു ഐ.എ. എസ് ഉദ്യോഗസ്ഥൻ പറഞ്ഞു, ഞാൻ മോഡൽ സ്കൂളിൽ വിദ്യാർ ത്ഥിയായിരുന്നപ്പോൾ പാഠഭാഗങ്ങൾ കൂടുതലറിയാൻ അന്നത്തെ ഇത്ത രം പ്രക്ഷേപണങ്ങൾ ഏറെ സഹായിച്ചു എന്ന്. സി.ജി. രാമചന്ദ്രൻ നാ യർ, കല്ലേലി രാഘവൻ പിള്ള, കേശവൻ വെള്ളിക്കുളങ്ങര, പ്രൊഫ. ശിവശങ്കരൻ, പ്രൊ.വി.കെ. ദാമോദരൻ, സി.ജി. ശാന്തകുമാർ, ആർ.വി. ജി. മേനോൻ, രാമചന്ദ്ര മേനോൻ,ഡോ. ഗോപിമണി, കെ.ടി. രാധാകൃ

ഷ്ണൻ, ഡോ. സി.പി. അരവിന്ദാക്ഷൻ, കൊടക്കാട് ശ്രീധരൻ, ടി.പി. ശ്രീധരൻ, ഗോപാലകൃഷ്ണ കാരണവർ, ചുനക്കര ജനാർദ്ദനൻ നായർ, ചുനക്കര ഗോപാലകൃഷ്ണൻ, എൻ.എം.സി. വാര്യർ, വാസുദേവൻ നമ്പ്യാതിരി, ടി.കെ. കൊച്ചുനാരായണൻ, ആറ്റിങ്ങൽ രാമചന്ദ്രൻ, ഡോ.ഏ.ജി.ജി. മേനോൻ, ആർ. രാധാകൃഷ്ണൻ, ആറന്മുള ഹരിഹരപുത്രൻ, എം.ആർ. വിജയനാഥൻ, വിളക്കുടി രാജേന്ദ്രൻ, ഡോ. എം.ജി. ശശിഭൂഷൺ, പ്രൊ. ശ്രീദേവി, ഡോ. പുഷ്പിത ജോൺ, ഇടപ്പഴഞ്ഞി ശാന്തകുമാരി, രുഗ്മിണി രാമകൃഷ്ണൻ, കെ.കെ. കൃഷ്ണകുമാർ, പാലുവള്ളി ശശി, പനവൂർ യൂനുസ്കുഞ്ഞ് തുടങ്ങി അനേകം കൃതഹസ്തരായ അധ്യാപകർ എന്റെ പ്രക്ഷേപണരംഗത്തെ കരുത്തായിരുന്നു. (പൂർണ്ണമല്ല ലിസ്റ്റ്) പി.ടി. ഭാസ്കരപ്പണിക്കരെപ്പോലുള്ള മഹാഗുരു ഒന്നാന്തരം റേഡിയോ പ്രക്ഷേപകനും കൂടിയായിരുന്നല്ലോ. കേരളത്തിൽ അങ്ങോളമിങ്ങോളം പി.ടി.ബി എന്ന ആ മൂന്നക്ഷരത്തെ ആദരിച്ചു. വിജ്ഞാന ജിജ്ഞാസുക്കളുടെ അഭയസ്ഥാനമായിരുന്നു അദ്ദേഹം എന്നും. പ്രക്ഷേപണരംഗത്തും ശാസ്ത്ര സാഹിത്യ രചനാരംഗത്തും എനിക്ക് വഴികാട്ടിയായാണ് അദ്ദേഹത്തെ നോക്കിക്കണ്ടത്. ശാസ്ത്ര സാഹിത്യ പരിഷത്തിന്റെ തിരുവനന്തപുരം സിറ്റി യൂണിറ്റ് സെക്രട്ടറിയായി ഞാൻ ആ പ്രാവശ്യം (1977-ൽ) നിരവധി പരിപാടി ആസൂത്രണം ചെയ്തത് പി.ടി.ബി.യുടെ നിർദ്ദേശാനുസരണമായിരുന്നു. മാസത്തിൽ ഒരു ലക്ചർ സെഷൻ ശാസ്ത്ര വിജ്ഞാന സംബന്ധിയായി സ്റ്റെപ്സ് ബുക്സിൽ ചേരുക. ആദരണീയരായ വ്യക്തികൾ വിദേശത്തും മറ്റും പോയി വന്നാൽ അനുഭവങ്ങൾ പങ്കിടുക എന്ന ഒരു മാസികാ പരിപാടി അന്നാണ് ആരംഭിച്ചത്. വിശിഷ്ട പ്രഭാഷകരായ ഡോ.കെ.എൻ. പൈ, ഡോ. എൻ. ബാലകൃഷ്ണൻ നായർ, ഡോ. എ.എൻ. നമ്പൂതിരി, ഡോ. ഗോപാലകൃഷ്ണ കാരണവർ, ഡോ. ഏ.ജി.ജി. മേനോൻ, വി.കെ. ദാമോദരൻ, ബാലകൃഷ്ണ കരുണാകരൻ നായർ തുടങ്ങി പലരും ഇങ്ങിനെയുള്ള പരിപാടിയിൽ പങ്കെടുത്ത് അകമഴിഞ്ഞ് സഹായിച്ചപ്പോൾ അത് വളരെ പ്രയോജനകരമായ ഒരു പദ്ധതിയായി പേരെടുത്തു.

തിരുവനന്തപുരം നഗരത്തിന്റെ ഹൃദയഭാഗത്തു ഏജീസിന് എതിരെയുള്ള സ്റ്റെപ്സ് എന്ന പുസ്തകാലയത്തിലാണ് പരിഷത്തിന്റെ ഈ വ്യത്യസ്തമായ മാസിക പരിപാടി സംഘടിപ്പിച്ചത്. (പി.ടിബിയുടെ ഉത്സാഹത്തിൽ ആരംഭിച്ചതാണ് ഈ പുസ്തകാലയം) എല്ലാ പരിപാടിയിലും പി.ടി.ബി. സന്നിഹിതനാകുക മാത്രമല്ല പ്രഭാഷകന്മാരെ അനവധി ചോദ്യശരങ്ങൾ കൊണ്ട് പൊറുതി മുട്ടിച്ചിരുന്നു. എല്ലാ സായാഹ്ന

ങ്ങളിലും പി.ടി.ബി. വഞ്ചിയൂരുള്ള ഗൃഹത്തിൽ നിന്ന് വളഞ്ഞ കാലുള്ള വിശാലമായ കുടയും ചൂടി സ്റ്റാച്യുവരെ വന്ന് സ്റ്റെപ്സിൽ കുറേ സമയം ചിലവഴിക്കും. തിരിച്ച് വീട്ടിലേക്കും ഒരു യാത്രയുണ്ട്. ശുഭ്രവസ്ത്രധാരിയായ ഉന്നതമായ വ്യക്തിത്വവും ആകർഷണീയതയും കൈമുതലായുള്ള പി.ടി.ബി. മഹാത്മാഗാന്ധി റോഡിലെ നിത്യവും നടന്നുപോകുന്നത് ഒരു വേറിട്ട കാഴ്ചയായിരുന്നു. ഒരു വലിയ ജാഥ നയിക്കുന്ന നേതാവിന്റെ ഭാവത്തോടെയാണ് പി.ടി.ബി.യുടെ സായാഹ്ന സവാരി. പോകുന്ന വഴിയിൽ ഏതെങ്കിലും പരിഷത്ത് പ്രവർത്തകനെ കണ്ടാൽ പെട്ടെന്ന് നടത്തത്തിന് ഒരു ബ്രേക്കിടും. അയാളോട് ലോഹ്യം പറഞ്ഞേ പിടിബി പിന്നെയങ്ങോട്ട് നീങ്ങൂ. ഒരാളെ കണ്ടാൽ നിരവധി കാര്യങ്ങൾ ഏൽപ്പിക്കും. പരിഷത്തിന്റെ പ്രവർത്തനങ്ങൾക്കിടയിൽ വ്യക്തിപരമായിട്ടുള്ള പ്രതിഭ ഊതിക്കാച്ചിയെടുക്കാനുള്ള മാർഗ്ഗങ്ങളും പിടിബി ഉപദേശിക്കുന്നു. ആയിരമായിരം അധ്യാപകരും വിജ്ഞാന കുതുകികളും ആ അറിവിന്റെ കാരണവരെ ആരാധിച്ചു. പ്രൈമറി അധ്യാപകർ അദ്ദേഹത്തിന്റെ ഒരു ദൗർബല്യമായിരുന്നു. 'പ്രൈമറി അധ്യാപകൻ' എന്ന ഒരു മാസിക അദ്ദേഹം എഡിറ്റ് ചെയ്ത് ഇറക്കിയിരുന്നു അക്കാലത്ത്.

28

പി.ടി.ബി ഒരു അതുല്യ വ്യക്തിപ്രഭാവം

കാലങ്ങളായി ജനങ്ങളുടെ ഇടയിൽ പ്രവർത്തിച്ചു ശീലമുള്ള സകലകലാ വല്ലഭനായ ജനനേതാവായിരുന്നു പി.ടി. ഭാസ്കരപ്പണിക്കർ. ആദ്യകാല കമ്മ്യൂണിസ്റ്റ് നേതാവായ അദ്ദേഹം ഇ.എം.എസിന്റേയും മുണ്ടശ്ശേരിയുടേയും മറ്റും സമശീർഷനായിരുന്നു. 1957–ൽ വന്ന ആദ്യത്തെ കമ്മ്യൂണിസ്റ്റ് ഭരണത്തിൽ അന്ന് വിദ്യാഭ്യാസ മന്ത്രിയായിരുന്ന മുണ്ടശ്ശേരിയുടെ സെക്രട്ടറി പി.ടി.ബി.യായിരുന്നു. അധ്യാപക ലോകത്തിന്റെ അന്നത്തെ ദൈന്യാവസ്ഥ പരിഹരിക്കാൻ നിരവധി നടപടികൾ അന്ന് കൈക്കൊണ്ടു. പി.ടി.ബിയ്ക്ക് അന്നത്തെ എല്ലാ ജനകീയ നേതാക്കൾക്കുമപ്പുറം നിരവധി സിദ്ധികൾ ഉണ്ടായിരുന്നു. മദിരാശി പ്രസിഡൻസി കോളേജിൽ നിന്ന് ഡിഗ്രി എടുത്ത അദ്ദേഹം ബി.ടി. പാസ്സായി നാട്ടികയിലും, വടകരയിലും മറ്റും കിടയറ്റ അധ്യാപകനുമായിരുന്നു. രാഷ്ട്രീയ പ്രയത്നം നിരവധി യാതനകൾ ഏറ്റുവാങ്ങാൻ കാരണമായി (സൗമ്യം പ്രൗഢം ദീപ്തം - പി.ടി.ബിയുടെ ജീവചരിത്രം - ലേഖകന്റെ ഗ്രന്ഥം കേരളത്തിൽ ആദ്യത്തെ കമ്മ്യൂണിസ്റ്റ് ഭരണം വരുന്നതിന് മുമ്പുതന്നെ മലബാർ ഡിസ്ട്രിക്റ്റ് ബോർഡിന്റെ പ്രസിഡന്റായി തെരഞ്ഞെടുക്കപ്പെട്ട പി.ടി.ബി.യുടെ നാമധേയം ലോകപ്രസിദ്ധമായത് തിരഞ്ഞെടുപ്പിലൂടെ ആദ്യമായി അധികാരത്തിലെത്തിയ കമ്മ്യൂണിസ്റ്റ് എന്ന നിലയിലാണ്. മലബാർ ഡിസ്ട്രിക്ട് ബോർഡ് പ്രസിഡന്റ് എന്ന നിലയിൽ കിടയറ്റ സേവനമാണ് അദ്ദേഹം കാഴ്ചവച്ചത്. പിന്നീട് കേരള പബ്ലിക് സർവ്വീസ് കമ്മിഷൻ ഗ്രന്ഥശാലാ സംഘം എന്നിവയുടെ നേതൃസ്ഥാനത്തും അദ്ദേഹം എത്തി. നൂറോളം ഗ്രന്ഥ

പി.ടി.ബി.

ങ്ങളുടെ രചയിതാവായ പി.ടി.ബി കാൻഫെഡ് സംഘടിപ്പിക്കുന്നതിൽ പി.എൻ. പണിക്കരുടെ ശക്തി സ്രോതസ്സായിരുന്നു. ഇക്കാലത്തെല്ലാം അനവധി മാസികകളുടെയും, വിജ്ഞാനകോശങ്ങളുടെയും മറ്റും എഡിറ്ററായിരുന്നു പി.ടി.ബി. പി.എൻ. പണിക്കരുമായി കൂട്ടുചേർന്ന് ഉജ്ജ്വലമായ നിരവധി വിദ്യാഭ്യാസ-സാമൂഹിക പദ്ധതികൾ അന്ന് നടപ്പാക്കി. പി.ടി.ബി.യുടെ ബുദ്ധിയിലുദിക്കുന്ന നവീനമായ ആശയങ്ങൾ പി.എൻ. പണിക്കർ കാൻഫെഡിലൂടെ പ്രായോഗികമാക്കുന്ന ശൈലിയാണ് അവലംബിച്ചിരുന്നത്.

ഞാൻ 1970-ൽ പയ്യന്നൂർ കോളേജിൽ ഒരധ്യാപകനായി ചേർന്നകാലത്ത് പി.ടി.ബി.യുടെ പോസ്റ്റ് കാർഡ് നിരവധി പ്രാവശ്യം കൈപ്പറ്റിയിട്ടുണ്ട്. അദ്ദേഹം എൻ.ബി.എസ്സിനുവേണ്ടി തയ്യാറാക്കിക്കൊണ്ടിരിക്കുന്ന വിജ്ഞാനകോശത്തിലേക്ക് ലേഖനങ്ങൾ എഴുതിക്കാനാണ് ആ കാർഡ്. നിരന്തരമായ സ്നേഹപുരസ്സരമുള്ള നിർബന്ധംമൂലം മാംസാഹാരിയായ ചെടികളെ ക്കുറിച്ച് (കാർണിവോറസ് പ്ലാന്റ്സ്) ഒരു ലേഖനപരമ്പരതന്നെ ഞാനന്ന് എഴുതി. മലയാളത്തിൽ അന്ന് അധികം ശാസ്ത്ര എഴുത്തുകാരില്ല. പക്ഷെ പി.ടി.ബിയുടെ പോസ്റ്റ് കാർഡ് പ്രയോഗം ധാരാളം മലയാള ശാസ്ത്ര എഴുത്തുകാരെ സൃഷ്ടിച്ചു. ഇങ്ങനെ നിരന്തരമായ നിർബന്ധത്തിനു വഴങ്ങിയാണ് എന്റെ സഹപ്രർത്തകനായിരുന്ന ശ്രീ. കെ. കുഞ്ഞികൃഷ്ണനും ഡോ.സി.പി. അരവിന്ദാക്ഷനും വിശ്വ വിജ്ഞാനകോശത്തിലേക്ക് ലേഖനം നൽകിയത്. അങ്ങിനെ എത്രയോപേർ! തുടർന്ന് കേരള ഭാഷാ ഇൻസ്റ്റിറ്റ്യൂട്ടിൽ ആരംഭിച്ച സ്പെഷ്യൽ എംപ്ലോയ്മെന്റ് പരിപാടിയിൽ ചേർന്നപ്പോഴും പി.ടി.ബി.യുടെ കീഴിൽ ഞാൻ പ്രവർത്തിച്ചു. അങ്ങിനെ എന്റെ ജീവിതത്തിലെ സർഗ്ഗവൈഭവം കരുപ്പിടിപ്പിക്കുന്നതിൽ അദ്ദേഹം അജ്ഞാതമായ ഒരു ശക്തിയായി മരണംവരെ തുടർന്നു. ഞാൻ ആകാശവാണിയിൽ എത്തിയ കാലയളവിൽ വിദ്യാഭ്യാസ പ്രക്ഷേപണത്തിൽ എന്തെന്നില്ലാത്ത ആവേശമായിരുന്നു പി.ടി.ബി.യ്ക്ക്. എം.എം.ബാവ, കൊച്ചുനാരായണൻ, ചുനക്കര ഗോപാലകൃഷ്ണൻ തുടങ്ങിയ സ്ഥിരോത്സാഹികളായ എഴുത്തുകാരാണ് സ്റ്റെപ്സ് ഗ്രന്ഥാവലിയും പത്തു വോള്യമുള്ള വിജ്ഞാനകോശവും തയ്യാറാക്കാൻ പി.ടി.ബി.യെ സഹായിച്ചത്. ആകാശവാണി വിദ്യാഭ്യാസരംഗം പരിപാടിയുടെ ഉപദേഷ്ടാവാണദ്ദേഹം. ധാരാളം ശാസ്ത്രഗ്രന്ഥങ്ങൾ എഴുതി. അന്ത്യത്തിൽ രോഗഗ്രസ്തനായി മകൻ സുരേഷിന്റെ കൈയ്യും പിടിച്ച് എ.ഐ.ആർ സ്റ്റുഡിയോയിൽ ഒരു പ്രഭാഷണത്തിനു വന്നിരിക്കുന്ന രംഗം ഞാൻ മറക്കില്ല. അനർഗളമായ വാഗ്

ധോരണിയോടെ ഒരു കുറിപ്പുമാത്രം നോക്കി എത്രനേരം വേണമെങ്കിലും വള്ളുവനാടൻ ശൈലിയിൽ റേഡിയോയിൽ സംസാരിച്ചുകൊണ്ടിരിക്കുന്ന ആ ഗുരുഭൂതൻ വാക്കുകൾ കിട്ടാതെ തപ്പിത്തടയുന്നത് കണ്ടപ്പോൾ എന്റെ കണ്ണുകൾ ഈറനണിഞ്ഞത് ഞാൻ ഓർക്കുന്നു. അദ്ദേഹം ആകാശവാണി നിലയത്തിന്റെ ചുക്കാൻ പിടിക്കുന്ന ഓരോ ആളേയും കണ്ടെത്തി നിരന്തരമായ നിർദ്ദേശങ്ങൾ നൽകി ഒരുകാലത്ത്. അടുത്ത് പരിചയമില്ലെങ്കിലും ക്രിയാത്മക പദ്ധതികൾ കൈയ്യിലുള്ള വരുമായി ഒരു പൊട്ടിച്ചിരിയോടെയാണ് അദ്ദേഹം കുശലം പറയുന്നത് കാണുന്നതും അനുഭവിക്കുന്നതും വലിയ ഭാഗ്യം തന്നെ.

29

ആകാശവാണിയിലെ ജീവിതവും മഹാകവിയുടെ പോക്കറ്റിലെ മധുരവും

മൂന്നാമത്തെ ലാവണമായ ആകാശവാണിയിൽ ജോലിക്ക് ചേരുന്നതിന് മൂന്നു മാസം മുമ്പ് ഞാൻ വിവാഹിതനായി 1975 ഡിസംബർ 13ന്. സ്ഥിരമായ ഒരു ജോലി ലഭിക്കാത്ത അവസ്ഥ വിവാഹത്തിന് തടസ്സമല്ല എന്ന് എന്റെ അച്ഛനും, അമ്മയുടെ മാതുല സ്ഥാനത്തുള്ള അത്തായി നാരായണപ്പൊതുവാളും (എന്റെ പത്നി കാമ്പ്രത്ത് വിജയകുമാരിയുടെ പിതാവ്) തീരുമാനിച്ചു. അങ്ങിനെ പയ്യന്നൂരിലെ ജ്യോതിഷചക്രവർത്തി വി.പി.കെ. പൊതുവാൾ ഗണിച്ചതനുസരിച്ച് വിവാഹം നടന്നു. പയ്യന്നൂർ സുബ്രഹ്മണ്യ സ്വാമി ക്ഷേത്ര സന്നിധിയിലാണ് വിവാഹം. എന്റെ അനുജത്തി അത്തായി വിജയലക്ഷ്മിയെ എന്റെ വധു വിജയകുമാരിയുടെ മൂത്ത സഹോദരനും എയർഫോഴ്സ് ഉദ്യോഗസ്ഥനുമായ കാമ്പ്രത്ത് ശശിധരൻ ആ മുഹൂർത്തത്തിൽ വിവാഹം ചെയ്തു. നാൽപ്പത്താറ് വർഷം മുമ്പ് പയ്യന്നൂർ സുബ്രഹ്മണ്യ ക്ഷേത്ര നടയിൽ നടന്ന ഈ സംഭവങ്ങൾ ഞങ്ങൾ എന്നും ഓർക്കും.

1976ലാണ് ആകാശവാണിയിലെ ഉദ്യോഗത്തിൽ ഞാൻ ചേരുന്നത്. 1975 ഡിസംബറിലാണ് എന്റെ വിവാഹം നടക്കുന്നത് എന്ന് സൂചിപ്പിച്ചുവല്ലോ. ജീവിതം കരുപ്പിടിക്കാൻ വേണ്ടത്ര സാവകാശം കിട്ടാതെയാണ് ഞങ്ങൾ കുടുംബജീവിതം തുടങ്ങിയത്. ഇത് തുടർന്നുള്ള ദിനങ്ങളിൽ ചില്ലറ ക്ലേശങ്ങൾക്ക് ഇടയാക്കിയെങ്കിലും വളരെയധികം ശുഭാപ്തിവിശ്വാസത്തോടെ ജീവിതം സാർത്ഥകമായി മുന്നോട്ടു പോകാൻ തന്നെ ഞാനും എന്റെ പത്നിയും തീരുമാനിച്ചു. ആകാശവാണിയിൽ ചേർന്നപ്പോൾ പ്രക്ഷേപണ നിലയമെന്ന ആകർഷണ കേന്ദ്രത്തിന്റെ ബലത്തിൽ വൈവിധ്യമാർന്ന നിരവധി പ്രവർത്തനങ്ങൾക്ക് ചുക്കാൻ പിടിക്കാനും പ്രസാദാത്മകമായ അന്തരീക്ഷത്തിൽ ഒരു കുടുംബം കെട്ടിപ്പ

ടുക്കുവാനും സാധ്യമായി. തിരുവനന്തപുരത്തെ വഴുതക്കാട്ടെ വാടക വീട്ടിൽ നിന്ന് ആകാശവാണിയിലെത്താൻ അഞ്ച് മിനിട്ട് മതി. വഴുതക്കാട് ജംഗ്ഷന് സമീപമുള്ള രവി സ്റ്റുഡുയോ എന്ന സ്ഥാപനത്തിന് സമീപം ഒരു വീട്ടിലാണ് താമസം. വളരെ പോസിറ്റീവ് എനർജി പ്രസരിക്കുന്ന ഒരു സ്ഥലം എന്നാണ് അന്നും ഇന്നും എനിക്ക് തോന്നുന്നത്. രവി സ്റ്റുഡിയോ ആകാശവാണിയുടെ ഔദ്യോഗിക ഫോട്ടോഗ്രാഫേഴ്സ് ആയിരുന്നു അന്നും ഇന്നും. അവിടെ ഞാനെന്നും കണ്ടുമുട്ടുന്ന ഫോട്ടോഗ്രാഫർമാരാണ് ഇന്ന് സ്റ്റുഡിയോ നോക്കിനടത്തുന്ന സുകുമാരൻ നായരും, അടുത്തകാലത്ത് അന്തരിച്ച ശിവനും. എന്റെ അയൽക്കാരായ അഡ്വക്കേറ്റ് നാഗപ്പൻ നായരും. സെക്രട്ടറിയേറ്റിലെ അഡിഷണൽ സെക്രട്ടറിമാരായിരുന്ന ഗോപാലകൃഷ്ണൻ നായരും, നാരായണപിള്ളയും സമീപം തന്നെ താമസിച്ചിരുന്ന ബാലകൃഷ്ണൻ നായരും (ISRO) ഗോപിനാഥ് പനങ്ങാടും പത്നി കൃഷ്ണയും ഐ.എസ്.ആർ.ഒ.യിലെ പി. രാധാകൃഷ്ണനും പത്നി ഇന്ദ്രാണിയും മറ്റും ആദ്യകാലത്ത് അവിടെ കുടിയേറിപ്പാർത്ത എനിക്ക് സഹായഹസ്തം നീട്ടിയവരായിരുന്നു. ഞാൻ താമസിച്ചിരുന്ന കോമ്പൗണ്ടിൽ തന്നെ സഹതാമസക്കാരനായിരുന്നു അറിയപ്പെടുന്ന പ്രഭാഷകനും, എം.എൽ. എയുമായിരുന്ന കണിയാപുരം രാമചന്ദ്രൻ. ആകാശവാണിയുടെ സമീപം തന്നെ താമസിക്കുന്ന പുതിയ തലമുറയിൽപ്പെട്ട ഉദ്യോഗസ്ഥൻ എന്ന നിലയിലും സർവ്വോപരി വടക്കെ മലബാർ സ്വദേശി എന്ന നിലയിലും പ്രസിദ്ധരായ പലരും ചുരുങ്ങിയ സൗകര്യം മാത്രം ഉണ്ടായിരുന്ന എന്റെ താമസ സ്ഥലത്ത് നിത്യസന്ദർശകരായിരുന്നു. മഹാകവി കുഞ്ഞിരാമൻ നായർ തിരുവനന്തപുരം സന്ദർശിക്കാനെത്തിയാൽ ആകാശവാണി നിലയത്തിൽ ഉറപ്പായും ഒരു വരവുണ്ട്. കവികളോടും കലാകാരന്മാരോടും അത്യന്തം ആദരവുണ്ടായിരുന്ന വെണ്ണിയൂർ ആയിരുന്നു

ഗോപിനാഥ് പനങ്ങാടും ഭാര്യ കൃഷ്ണയും

സുകുമാരൻ നായർ (രവി സ്റ്റുഡിയോ)

ഡയറക്ടർ. കവിതാവിഭാഗം പ്രൊഡ്യൂസർ നാഗവള്ളിയും കവി എത്തുന്നു എന്നറിഞ്ഞാൽ തന്നെ ഒരു കവിതയുടെ പ്രതിഫലമായി ചെക്കെഴുതി വയ്ക്കാൻ ഓഫീസിൽ ഏർപ്പാട് ചെയ്യും.

രാവിലെ ഏതെങ്കിലും സമയത്ത് ആകാശവാണിയുടെ ഗേറ്റ് കടന്നുവരുന്ന കവി തന്റെ നീണ്ട ജുബ്ബയുടെ സൈഡ് പോക്കറ്റിൽ നിന്ന് കപ്പലണ്ടിയും മുന്തിരിയും മറ്റും ഒരു ഇന്ദ്രജാലക്കാരന്റെ കൈയ്യൊതുക്കത്തോടെ എടുത്ത് പാറാവുകാരൻ മുതൽ പ്യൂൺമാർക്കും എല്ലാം സമ്മാനിച്ചുകൊണ്ടാണ് വരവ്. വലിയ സൗഹൃദത്തോടെ പരിചയക്കാരുടെ കൈപിടിച്ച് സ്വന്തം മൂർധാവിൽ മുട്ടിക്കും. ഇതാണ് ഹൃദയസ്പൃക്കായ അഭിവാദന രീതി. പലപ്പോഴും വഴുതക്കാട്ടുള്ള എന്റെ വീട്ടിൽ വന്നിട്ടാകും ആകാശവാണിയിലേക്കുള്ള യാത്ര. തമ്പാനൂർ സത്രത്തിൽ നിന്ന് യാത്ര തിരിച്ച് വഴുതക്കാടെത്തിയാൽ ഒരു ഇടത്താവളം എന്ന നിലയിലാണ് വീട്ടിൽ കയറുന്നത്. ചിലപ്പോൾ സെക്രട്ടറിയേറ്റിലെ അഡിഷണൽ സെക്രട്ടറി കണ്ണൂർ സ്വദേശി കെ.കെ. ഭരതൻ കവിയുടെ കൂടെ കാണും സന്തതസഹചാരിയായി. പ്രക്ഷേപണത്തിനായി ഒരു കവിത തയ്യാറാക്കുന്നത് സ്റ്റുഡിയോയിൽ കൊണ്ടിരുത്തിയ ശേഷമാണ്. കവിത കടലാസ്സ് കൈയ്യിലില്ലാതെയും കവിത ചൊല്ലാൻ കവി തയ്യാറാണ്. പക്ഷെ ആകാശവാണിക്ക് ഒരു പഴയ നിർബന്ധമുണ്ട്. മുമ്പ് പ്രസിദ്ധീകൃതമായ കവിത പറ്റില്ല. ചൊല്ലുന്ന കവിതയുടെ ഒരു പകർപ്പ് വായന കഴിഞ്ഞാലുടൻ ഫയൽ ചെയ്യണം. പഴയ രീതിയിലുള്ള വലിയ ഡബ്ബ പോലുള്ള മൈക്കിൽ തൊഴുത് തലയിൽ വച്ചാണ് കവി കവിത ചൊല്ലാൻ തുടങ്ങുക. 'അന്നദാതാവാണ് ഇവൻ' മൈക്കിനെ ചൂണ്ടി കവി പറയും. ഡൽഹിയിലെ ആകാശവാണി ഭവനിൽ ആദ്യമായും അവസാനമായും പ്രഭാഷണം നടത്താൻ ഹാജരായ മഹത്മജി തന്റെ മുമ്പിലുള്ള മൈക്കിനെ അഭൗമമായ ശക്തിയുള്ള ദൈവിക ഉപകരണമായി വാഴ്ത്തി എന്ന് കേട്ടിട്ടുണ്ട്. രവീന്ദ്രനാഥ ടാഗോറും ആകാശവാണിയുടെ അശരീരി സമാനമായ ശബ്ദത്തെ തന്റെ കവിതയിലൂടെ ദൈവതുല്യം

പുകഴ്ത്തിയിട്ടുണ്ട്. പ്രക്ഷേപണത്തിന്റെ ശക്തിയെ വാനോളം വാഴ്ത്തിയ കവിയാണ് ടാഗോർ.

കവിതപാരായണം കഴിഞ്ഞ് നിർബന്ധമായും അവിടെ കൂടിനിൽക്കുന്നവരോട് കുശലം പറഞ്ഞ് കീശയിൽ ബാക്കിയുള്ള മുന്തിരിയും കപ്പലണ്ടിയും മറ്റും വിതരണം ചെയ്ത് കവിതാപാരായണത്തിന്റെ പ്രതിഫലമായ ചെക്കും വാങ്ങി ഇഷ്ടക്കാരായ ഒന്നുരണ്ട് പ്രൊഡ്യൂസർമാരെയും കൂട്ടി കവി ഗേറ്റ് കടന്ന് പോകുമ്പോൾ ഉച്ചയാകും. വഴുതക്കാട്ടു തന്നെ അന്ന് ആകാശവാണിയുടെ ചെക്ക് മാറുന്ന ഒരു ഏജന്റ് ഉണ്ടായിരുന്നു. ചെക്ക് മാത്രമേ ആകാശവാണിയിൽ നിന്ന് കലാകാരന്മാർക്ക് കൊടുത്തിരുന്നുള്ളു. അത് പലർക്കും ഉടനെത്തന്നെ പണമാക്കേണ്ടി വരും എന്നതാണ് ഈ ചെക്ക് ഏജന്റിന്റെ പ്രസക്തി. വഴുതക്കാട്ടു തന്നെയുള്ള വൻകിട ഹോട്ടലിൽ കൂടുതൽ പേർക്ക് വേണമെങ്കിലും ഉച്ചഭക്ഷണം കഴിക്കാവുന്നത്ര പണം ആ ഒരു കവിതയ്ക്ക് പ്രതിഫലമായി അന്നുണ്ടായിരുന്നു. കുഞ്ഞിരാമൻ നായരെപ്പോലെ ഏതു കലാകാരനും നാടിന്റെ ഏത് മുക്കിലും മൂലയിലും നിന്നുവന്ന് ആകാശവാണി തിരുവനന്തപുരം നിലയത്തിൽ മുൻകൂട്ടി ധാരണയില്ലാതെ തന്റെ കവിതയോ കഥയോ വായിച്ച് ശബ്ദലേഖനം ചെയ്ത് പണം വാങ്ങിപ്പോകാൻ അനുവാദമില്ല. എല്ലാവരാലും ആദരിക്കുന്ന നാട്ടിലുടനീളം കാൽപ്പാടുകൾ പകർത്തിയ അദ്വിതിയനായ കവിയായതുകൊണ്ടാണ് സ്റ്റേഷൻ അധികൃതർ പി.യോട് ഈ സൗമനസ്യം കാട്ടിയത്. അദ്ദേഹത്തിന്റെ ജീവിതത്തിന്റെ അന്ത്യംവരെ തലസ്ഥാന നഗരിയിൽ വന്നാൽ ഒരു കവിത ആകാശവാണിക്കുവേണ്ടി കരുതിവയ്ക്കുന്ന പതിവുണ്ട് എന്ന് അന്നത്തെ സന്തത സഹചാരിയും സെക്രട്ടറിയുമായ ഭരതൻ പറയാറുണ്ട്. സാധാരണ വന്നാൽ തമ്പാനൂരിലെ ഗവ. ഗസ്റ്റ് ഹൗസായ സത്രത്തിലാണ് മഹാകവി തങ്ങുന്നത്. ആ സത്രത്തിൽ വച്ചാണ് പി. ചരമമടഞ്ഞത്.

ഞാൻ ജോലിയിൽ ചേരുന്ന എഴുപതുകാലങ്ങളിൽ കേന്ദ്ര വാർത്താ വിതരണ പ്രക്ഷേപണ മന്ത്രാലയത്തിനു കീഴിലുള്ള ഉദ്യോഗസ്ഥർക്ക് വളരെ ആകർഷകമായ ശമ്പളം ഉണ്ടായിരുന്നില്ലെങ്കിലും ക്രമേണ ശമ്പളനിരക്ക് വർധിച്ചു. തത്തുല്യമായ സംസ്ഥാന തസ്തികകളിൽ ഉള്ളതിനെക്കാളും കൂടുതലായി ശമ്പളം അന്ന് കേന്ദ്ര സർവ്വീസിലുണ്ടായിരുന്നു. തിരുവനന്തപുരത്തെ വീട്ടുവാടകയും (അന്ന് തിരുവനന്തപുരത്ത് തുച്ഛമായ വാടകയ്ക്ക് വീട് കിട്ടുന്ന കാലമായിരുന്നു. പിന്നെ മലബാറുകാരനാണെന്നു വന്നാൽ സന്തോഷത്തോടുകൂടി വീടോ, വീടിന്റെ ഒരു ഭാഗമോ വാടകയ്ക്ക് കിട്ടുമായിരുന്ന കാലം) നൽകി പയ്യന്നൂരിലെ

ക്ക് കുറച്ചു പണം മാസാമാസം എത്തിച്ചുകൊടുക്കാനും അന്നു കഴിവുണ്ടായിരുന്നു. ഞാൻ കവടിയാറിൽ സ്വന്തമായി ഒരു പാർപ്പിടം ഒരുക്കിക്കഴിഞ്ഞപ്പോൾ തൊണ്ണൂറുകൾ മുതൽ വാടക ഇനത്തിൽ ചിലവില്ലെങ്കിലും ഇങ്ങിനെ പതിവായി സംഖ്യ മാസാമാസം അയയ്ക്കുക സുസാധ്യമല്ല എന്ന് പുതിയ കാലത്തിന്റെ പാഠമായി ഞാൻ പഠിച്ചു.

30

ആകാശവാണിയിൽ സാർത്ഥകമായ സേവനം

ആകാശവാണിയിൽ വളരെ പ്രസിദ്ധരായ പ്രക്ഷേപകർ ജോലി ചെയ്തിരുന്ന കാലയളവിൽ ജോലി ചെയ്തുകൊണ്ട് അവരുടെയെല്ലാം കൂടെ വൈവിധ്യമാർന്ന സാംസ്കാരിക സാഹിത്യ ശാസ്ത്ര വിദ്യാഭ്യാസ പരിപാടികൾക്ക് സ്ക്രിപ്റ്റ് തയ്യാറാക്കാനും പരിപാടികൾ നിർമ്മിക്കാനുമുള്ള ആർജ്ജവം അന്ന് കൈവന്നു എന്നത് വലിയ കാര്യമാണ്. നാഗവള്ളി ആർ.എസ്. കുറുപ്പ്, വി.എൻ. ഉണ്ണി തുടങ്ങിയ ശബ്ദ മാധ്യമ അഗ്രേസരന്മാരുടെ പ്രക്ഷേപണ വിഷയത്തിലെ പരിശീലനം എനിക്ക് വലിയ മുതൽ കൂട്ടായി. വിദ്യാഭ്യാസം, ശാസ്ത്രം എന്നീ മേഖലകളിൽ 1976 മുതൽ വിദ്യാഭ്യാസരംഗം പരിപാടികളുമായി മുഴുകിയ ഒരു ജീവിതം തന്നെ. ആ പരിപാടിയുടെ വൈവിധ്യമാർന്ന ഫോർമാറ്റുകൾ മാതൃകാപരമായിരുന്നു എന്നു മാത്രമല്ല ആകാശവാണിയിലെ എല്ലാ ശൈലിയിലുമുള്ള പരിപാടികൾ അതിലുണ്ട്. ഫീച്ചർ നാടകം, അഭിമുഖം, പ്രഭാഷണം, സംഗീതശിൽപ്പം എന്നുവേണ്ട പുരാണേതിഹാസങ്ങളിലെ സാക്ഷാത്കാരവും എല്ലാം ക്ലാസ്സ് മുറികളിൽ കുട്ടികളും, അധ്യാപകരും ആസ്വദിച്ച കാലമായിരുന്നു 1975-2000 കാലം. കേരളത്തിലെ മുൻനിരയിലുള്ള അധ്യാപക പ്രതിഭകളും വിദ്യാഭ്യാസ ചിന്തകരും മിടുമിടുക്കന്മാരായ വിദ്യാർത്ഥികളും നെഞ്ചോടു ചേർത്ത ആ പരിപാടികളുടെ സംവിധായകനാകാൻ പറ്റിയത് ജീവിതാനുഗ്രഹം തന്നെയാണ്. രചനാ സമയത്ത് എന്റെ മനസ്സിലേയ്ക്കു കിതച്ചുകൊണ്ടു വന്ന ഒരു പെൺകുട്ടിയുടെ കഥയുണ്ട്. കോട്ടൺഹിൽ സ്കൂളിൽ പഠിക്കുന്ന 'മോചിത' എന്ന മെലിഞ്ഞ ഒരു കുട്ടി. വിദ്യാഭ്യാസ പരിപാടിയിൽ പ്രക്ഷേപണം ചെയ്യുന്ന ചിത്രീകരണത്തിൽ ശബ്ദം നൽകാൻ മോചിത വരുമായിരുന്നു. സ്ഫുടമായ ശബ്ദവും ഉച്ചാരണമുള്ള കുട്ടി. കാലങ്ങളേറെക്കഴി

മോചിത-മാധ്യമ അവതാരക

ഞ്ഞു. ഇന്നവൾ ഒരു മാധ്യമ വിദഗ്ദ്ധയാണ്. പല ചാനലുകൾക്കുവേണ്ടിയും മികച്ച പരിപാടി അവതരിപ്പിക്കുന്നു. ഇതിനു സാക്ഷ്യം വഹിക്കുമ്പോഴും കാലങ്ങളിൽ വിദ്യാഭ്യാസ പരിപാടിയിൽ പങ്കെടുക്കാൻ ഓടിക്കിതച്ച് വരുന്ന ആ കുട്ടിയെ ഓർക്കും. പ്രക്ഷേപണ താൽപര്യം പരിപോഷിപ്പിക്കാൻ ഇവർ തന്ന പ്രചോദനമാണ് സഹായിച്ചത്. പ്രഭാഷണങ്ങൾ, അഭിമുഖങ്ങൾ, ചിത്രീകരണങ്ങൾ എന്നീ റേഡിയോ ഫോർമാറ്റുകളിലായി എണ്ണമറ്റ പരിപാടികൾ അസൂത്രണം ചെയ്ത് അവതരിപ്പിക്കാൻ അവസരം കിട്ടി എന്നത് വലിയ ഒരു നേട്ടമായി എനിക്ക് അനുഭവപ്പെട്ടു. വിദ്യാഭ്യാസ പരിപാടിയിൽ നിന്ന് മാത്രമല്ല പുതുമ കലർന്ന പല ഇന്നോവേറ്റീവ് പരിപാടികളും നിർമ്മിക്കാനും ദേശീയ തലത്തിൽ തന്നെ അഞ്ചാറു പ്രാവശ്യം പുരസ്കാരങ്ങൾ നേടാനും സാധിച്ചു. കേരളത്തിൽ നടന്ന സമ്പൂർണ്ണ സാക്ഷരതാ യജ്ഞത്തിന് ഏറ്റവും ഫലവത്തായ മാധ്യമ പിന്തുണ നൽകി എന്ന കാരണം കൊണ്ട് ആകാശവാണിയിലെ വിദ്യാഭ്യാസ രംഗം പരിപാടി ശ്രദ്ധിക്കപ്പെട്ടു. മുഖ്യമന്ത്രി നായനാർ ഈ ദൗത്യത്തിന്റെ അംഗീകാരമായി ആകാശവാണി സാക്ഷരതാ പ്രക്ഷേപണങ്ങൾക്ക് ഒരു ട്രോഫി നൽകുകയുണ്ടായി. കോഴിക്കോട് മാനാഞ്ചിറ മൈതാനത്ത് 1991 ഏപ്രിൽ മാസം 18ന് നടത്തിയ കേരള സമ്പൂർണ്ണ സാക്ഷരതാ പ്രഖ്യാപനത്തോടൊപ്പം ഈ പുരസ്കാരം സ്വീകരിക്കാൻ എനിക്ക് ഭാഗ്യമുണ്ടായി. മാനാഞ്ചിറയിലെ ആ പരിപാടിക്ക് ദൂരദർശനിൽ തത്സമയ കമന്ററി ഞാൻ അവതരിപ്പിച്ചു. ഒരു തിരി കൊളുത്തു എന്ന വിശേഷാൽ സാക്ഷരതാ പരിപാടിയ്ക്ക് അന്തർദ്ദേശീയ പുരസ്കാരമായ ഏഷ്യൻ ബ്രോഡ് കാസ്റ്റിംഗ് യൂണിയൻ അംഗീകാരം (ABU) നേടിയതും എന്റെ പ്രക്ഷേപണ ജീവിതത്തിലെ മറ്റൊരു ജ്വലിക്കുന്ന ഏടായിരുന്നു. നടാടെയാണ് ആ പുരസ്കാരം തിരുവനന്തപുരം നിലയത്തിൽ എ

കഥാസമാഹാരം എം.കെ. മുനീർ പ്രകാശിപ്പിക്കുന്നു.

ത്തിപ്പിടിക്കാൻ പറ്റിയത്. പ്രക്ഷേപണം സമൂഹമാറ്റത്തിന് ഏറ്റവും ശക്തമായ മാധ്യമമാണെന്ന് തിരിച്ചറിഞ്ഞ കാലഘട്ടത്തിൽ ആകാശവാണിയുടെ പ്രോഗ്രാം പ്രൊഡ്യൂസറായി വിജയം കൊയ്യാൻ സാധിച്ച പശ്ചാത്തലം എന്റെ പ്രൊഫഷണൽ ജീവിതത്തിൽ എന്നും അനുഭവപ്പെട്ട പച്ചപ്പ് തന്നെയാണ്. തുടർന്നുള്ള നിരവധി ഉത്തരവാദിത്തങ്ങൾ ഏറ്റെടുക്കാൻ എന്നെ സജ്ജമാക്കിയത് ഈ ആത്മവിശ്വാസം കൂടിയാണ്.

പൊറ്റക്കാടിന്റെ ഒരു ദേശത്തിന്റെ കഥ, റേഡിയോ നോവൽ റീഡിംഗ് എന്ന പദ്ധതിയിൽ ഉൾപ്പെടുത്തി ദീർഘമായ റേഡിയോ പരമ്പരയാക്കിയത് ഞാനോർക്കുന്നു. അനുഗൃഹീത നടനായ നെടുമുടി വേണുവായിരുന്നു പൊറ്റക്കാടിന്റെ ആ നോവൽ ഏറെ തന്മയത്വമായി വായിച്ച് ആ പരിപാടി വിഘ്നം വരാതെ മുന്നോട്ടു കൊണ്ടുപോയത്. ഏകദേശം ഒരു വർഷം ഈ നോവൽ വായന നടന്നു. എന്തു തിരക്കുണ്ടായാലും നെടുമുടി ഈ അത്യാകർഷകവും അർത്ഥപൂർണ്ണവുമായ പരിപാടി അവതരിപ്പിക്കാൻ എത്തുമായിരുന്നു. (ഈ രചന ഞാൻ എഡിറ്റു ചെയ്തുവരവെയാണ് വേണു ചരമം പ്രാപിക്കുന്നത്) വലിയ ചെലവില്ലാതെ ഉന്നതമായ മൂല്യമുള്ള ഒരു പരിപാടി റേഡിയോയിൽ അവതരിപ്പിച്ചത് എനിക്ക് വലിയ ആത്മസംതൃപ്തി നൽകി. ശ്രോതാക്കൾ അഹമഹമിഹയ സ്വാഗതം ചെയ്ത ലളിതമായ ഒരു റേഡിയോ പരിപാടിയാണ് നോവൽ വായന. ഞാൻ വിരമിച്ച ശേഷം മുകുന്ദന്റെ മയ്യഴിപ്പുഴയുടെ തീരങ്ങളിൽ എന്ന നോവലും ആകാശവാണിയിൽ ഇത്തരത്തിൽ അവതരിപ്പിച്ചിരുന്നു.

നെടുമുടി വേണു

ഈ കാലയളവിൽ തന്നെയാണ് ശ്രോതാക്കളുടെ ഹരമായി മാറിയ വിമർശനാത്മക പംക്തി പ്രഭാതഭേരി രംഗപ്രവേശം ചെയ്തത്. പ്രോഗ്രാം എക്സിക്യൂട്ടീവ് പറക്കോട് ഉണ്ണികൃഷ്ണനായിരുന്നു ആ ജനപ്രിയ പ്രക്ഷേപണത്തിന് കരുത്ത് നൽകിയത്.

സമൂഹത്തിലെ പ്രശസ്തരായ സ്ഥിരപ്രതിഷ്ഠ നേടിയ മഹത്തുക്കളുടെ ജീവിതം പറയുന്ന ഒരു അഭിമുഖ പരമ്പര ആർക്കൈവ്

പറക്കോട് ഉണ്ണികൃഷ്ണൻ

ബ്രോഡ്കാസ്റ്റ് എന്ന പരിഗണനയിൽപ്പെടുത്തി ദീർഘകാലം പ്രക്ഷേപണം ചെയ്യാൻ അവസരമുണ്ടായതും സന്തോഷത്തിനു വക നൽകി. രണ്ടോ മൂന്നോ മണിക്കൂർ ഒരു അഭിമുഖത്തിൽ ശബ്ദം നൽകാൻ ക്ഷണിക്കപ്പെടുന്നവർക്ക് നല്ല പ്രതിഫലം നൽകി. ആ ശബ്ദലേഖനം എന്നന്നേക്കുമായി ആർക്കൈവ് ചെയ്തു. ഡൽഹി ഡയറക്ടറേറ്റ് അംഗീകരിച്ച ആ പരിപാടി എന്നെക്കൊണ്ട് ചെയ്യിക്കണമെന്ന് അന്ന് പ്രോഗ്രാം കോർഡിനേറ്ററായിരുന്ന എൻ.ആർ.സി. നായരാണ് ശുപാർശ ചെയ്തത്. ഞരളത്തു രാമപ്പൊതുവാൾ (എടയ്ക്ക സോപാന സംഗീത മാന്ത്രികൻ) എം.പി. മന്മഥൻ, ഗ്രിഗോറിയസ് തിരുമേനി, കെ.എം. തരകൻ, പി. എൻ. പണിക്കർ, ജഗതി ആചാരി, ഓ. മാധവൻ, നടൻ മധു, കാനായി കുഞ്ഞിരാമൻ തുടങ്ങി നിരവധി പേരുടെ ജീവിതം അവർ തന്നെ പറഞ്ഞ നിമിഷങ്ങൾ അനവദ്യസുന്ദരമായിരുന്നു. സ്മൃതികൾ ശ്രുതികൾ

എന്നാണ് ഞാനതിന് കൊടുക്കുന്ന തലക്കെട്ട്. ആ അമൂല്യമായ പ്രക്ഷേപണത്തിന്റെ പുനഃപ്രക്ഷേപണം ചിലപ്പോഴൊക്കെ കേൾക്കാറുണ്ട്. ഞാൻ ഏറെ ഇഷ്ടപ്പെട്ട ലീഡർ കരുണാകരന്റെയും കേരള നവോത്ഥാനത്തിൽ പങ്കു വഹിച്ച പി.ടി.ബി.യുടേയും ദീർഘമായ അഭിമുഖം സൂക്ഷിക്കാൻ കഴിഞ്ഞില്ല എന്ന ദുഃഖം എനിക്കുണ്ട് ഇപ്പോഴും. പ്രക്ഷേപണ രംഗത്ത്കൃതഹസ്തരായ കൊല്ലം തുളസി, രവി വള്ളത്തോൾ, അഡ്വ. ഹരീന്ദ്രനാഥ്, ജി. മോഹനൻ നായർ, ആർട്ടിസ്റ്റ് പി.വി. കൃഷ്ണൻ, ഡോ. വിളക്കുടി രാജേന്ദ്രൻ , കൈനക്കരി ഷാജി, അരവിന്ദൻ എന്നിവരെയാണ് സ്യമിതികൾ ശ്രുതികൾ എന്ന പരിപാടിയിൽ അഭിമുഖസംഭാഷണം ചെയ്യാൻ ക്ഷണിച്ചത്.

ഗ്രിഗോറിയസ് തിരുമേനിയും ഞരളത്തു രാമപ്പൊതുവാളും

ഓർമ്മിക്കപ്പെടുന്ന നിരവധി പ്രക്ഷേപണ പരിപാടികളുടെ സംവിധാനം ആണ് നിർവ്വഹിച്ചിരുന്നെങ്കിലും റേഡിയോയുടെസുവർണ്ണകാലമായ 1970–2000 കാലങ്ങളിൽ ആണ് പിമ്പേ വന്ന ദൃശ്യ മാധ്യമ സംസ്കാരത്തിന് അടിത്തറ പാകിയത് ദൃശ്യചാതുരിയോടെ ശ്രവ്യത്തിലൂന്നിയ കരുത്തുള്ള റേഡിയോ പരിപാടികളാണ്. വ്യത്യസ്തമായ ഒരാസ്വാദന രീതിയാണ് ശബ്ദമാധ്യമമെന്ന റേഡിയോ ആവശ്യപ്പെടുന്നത് എന്ന് ശബ്ദ വ്യത്യാസങ്ങളിലൂടെ ദൃശ്യചിത്രങ്ങൾക്ക് ചായം പൂശുന്ന പ്രക്ഷേപണകല അടുത്തുനിന്ന് ആസ്വദിക്കുമ്പോൾ മനസ്സിലാകും. ചെവികൊണ്ട് കാണുകയാണല്ലോ റേഡിയോയിലൂടെ ചെയ്യുന്നത്.

ബിഷപ്പ് ഐറേണിയസ് പുസ്തകം പ്രകാശിപ്പിക്കുന്നു.

ഫീച്ചർ നാടകം, പ്രഭാഷണം, കമന്ററി, ക്വിസ് എന്നീ ഇഷ്ട ഫോർമാറ്റുകൾ ഉണ്ടെങ്കിലും റേഡിയോ അഭിമുഖത്തിന്റെ സരളതയും, ഗഹനതയും ഒന്നു വേറെ തന്നെയാണ്. ശ്രോതാവ്, ഇന്റർവ്യൂവർ, ഇന്റർവ്യൂയി എന്നീ മൂന്നു അസ്ഥിവാരങ്ങളുടെ മേൽ കെട്ടിപ്പടുത്ത ഒരു ത്രികോണസൗധം പോലെയാണ് നല്ലൊരു അഭിമുഖം. ആശയങ്ങളുടേയും ജീവിതാനുഭവങ്ങളുടെയും അത്യന്തം മനോഹരമായ ലോകം സൃഷ്ടി

കെ. കരുണാകരനുമായി അഭിമുഖം. തൊട്ടടുത്ത് മകൾ പത്മജ

ക്കുമ്പോൾ പ്രാഥമികമായ ചെവികൾ കൊണ്ട് കാണുന്നതുപോലെ നമുക്കനുഭവപ്പെടും. 1990കളിൽ ആകാശവാണി പ്രത്യേക വീക്ഷണത്തോടെ നടത്തിയ ആ വ്യത്യസ്തമായ ഇന്റർവ്യൂ പരമ്പരയുടെ ഉത്തരവാദിത്തം വഹിക്കാൻ ഞാൻ നിയുക്തനായപ്പോൾ നിരവധി മുഖങ്ങൾ എന്റെ മനസ്സിലുണ്ടായി. പക്ഷെ സംഗതി എളുപ്പമല്ല. പ്രശസ്തരും സാമൂഹികമായി ഉന്നതഷീർഷരുമായ വ്യക്തികളെ രണ്ടു മൂന്നു മണിക്കൂർ സ്റ്റുഡിയോയിൽ പിടിച്ചിരുത്തണം. അവർക്കെന്തും പറയാം. ആവശ്യമില്ലാത്ത അഭിപ്രായങ്ങൾ പ്രക്ഷേപണം ചെയ്യില്ല പക്ഷെ, ആകാശവാണി നിലയത്തിലും ഡൽഹിയിലെ ഡയറക്ടർ ജനറൽ ആഫീസിലും ശബ്ദലേഖനം സൂക്ഷിച്ചുവയ്ക്കും. ഇന്റർവ്യൂ ചെയ്യപ്പെടുന്ന വ്യക്തികൾക്ക് താരതമ്യേന വലിയ തുകയാണ് ഈ മാരത്തോൺ അഭിമുഖത്തിന് പ്രതിഫലമായി നൽകുന്നത്. ക്ഷണിക്കപ്പെടുന്ന പലർക്കും ഇത് വലിയ ആശ്വാസമാണ്. പക്ഷെ പലരും ദീർഘനേരം സ്റ്റുഡിയോയിൽ അടങ്ങിയിരിക്കില്ല. ഈ പരിപാടിയുടെ ആസൂത്രണവേളയിൽ അധികൃതർ ആരും തന്നെ എന്നെ സ്വാധീനിച്ചില്ല. നീതിപൂർവ്വം ഞാനിത് നിർവ്വഹിക്കുമെന്ന് ഉറച്ച വിശ്വാസമായിരുന്നു ഏവർക്കും. എൻ.ആർ.സി. നായരായിരുന്നു പ്രോഗ്രാം കോർഡിനേറ്റർ. എൻ.എസ്. കൃഷ്ണമൂർത്തി സ്റ്റേഷൻ ഡയറക്ടറും. ഞാൻ ആദ്യം തന്നെ ഈ പരിപാടിക്ക് സ്റ്റുഡിയോയിലേക്ക് ക്ഷണിച്ചത് അന്നത്തെ ആർച്ച് ബിഷപ്പ് ബനഡിക്റ്റ് മാർ ഗ്രിഗോ

എൻ.ആർ.സി. നായർ

സ്മൃതികൾ ശ്രുതികൾ
ആർച്ച് ബിഷപ്പ് മാർ ഗ്രിഗോറിയസിന്റെ കൂടെ

റിയസിനെയായിരുന്നു. ഒരു ചരിത്ര പുരുഷനായിരുന്നു തിരുമേനി. അദ്ദേഹം രാവിലെ മുതൽ വൈകുന്നേരംവരെ ആകാശവാണി സ്റ്റുഡിയോയിൽ ചെലവഴിച്ച് തന്റെ ചെറുപ്പം മുതലുള്ള അനുഭവങ്ങൾ ഓരോന്നോരോന്നായി വിശദീകരിച്ചു. തിരുമേനിയുമായി എനിക്ക് ആത്മ ബന്ധമുണ്ടായതുകൊണ്ട് എല്ലാം അദ്ദേഹം ഹൃദയം തുറന്ന് പറഞ്ഞു. സരസ സംഭാഷണം, ഒരു നൂറുവർഷത്തെ പഴമയിലേക്കുള്ള തീർത്ഥയാത്രയായാണ് അന്നെനിക്ക് തോന്നിയത്. സ്റ്റുഡിയോയിലിരുന്ന് മടുക്കുമ്പോൾ ആകാശവാണിയുടെ മുമ്പിലുള്ള ഉദ്യാനത്തിലേക്കിറങ്ങി ഓരോ ചെടിയും അദ്ദേഹം തൊട്ടുനോക്കി പേരു ചോദിക്കും. ഞാൻ സസ്യശാസ്ത്രം പഠിച്ചയാളായതുകൊണ്ട് പല ചെടികളുടെ ബൊട്ടാണിക്കൽ പേരുകൾ പറഞ്ഞു. അദ്ദേഹം പുറം രാജ്യങ്ങളിൽ നിന്ന് കൊണ്ടുവന്ന് പ്രചാരം നൽകിയ മാഞ്ചിയം പോലുള്ള ചെടികളും കാണിച്ചുതന്നു. ചെടികളേയും ജീവികളേയും കാർഷികരംഗത്തെയും കുറിച്ച് ആഴത്തിലുള്ള ബോധം ആർച്ചു ബിഷപ്പിനുണ്ടായിരുന്നു. ബനഡിക്റ്റ് മാർ ഗ്രിഗോറിയസ്സിന്റെ ആ ദീർഘമായ അഭിമുഖം ആകാശവാണി നിലയങ്ങളിൽ തുടർന്നും പ്രക്ഷേപണം ചെയ്തതായി കേട്ടു. മൈക്രോ ഫോണിനെ താണുവഴങ്ങുന്ന അനുപമ സർഗ്ഗസാധനാസമ്പന്നനായ ഞെരളത്തു രാമപ്പൊതുവാളെയും ഞാൻ രണ്ടാമതായി അഭിമുഖത്തിനു ക്ഷണിച്ചു. അർധനഗ്നനായ അദ്ദേഹത്തിന്റെ ഭാഷണവും സോപാന ഗാനവും എല്ലാം ചേർന്ന് ഒരു ഡോക്യു ഡ്രാമപോലെയുള്ള

റേഡിയോ അഭിമുഖം അടൂർ

ഒ.എൻ.വിയുമായി അഭിമുഖം

സുകുമാർ അഴീക്കോടുമായി അഭിമുഖം

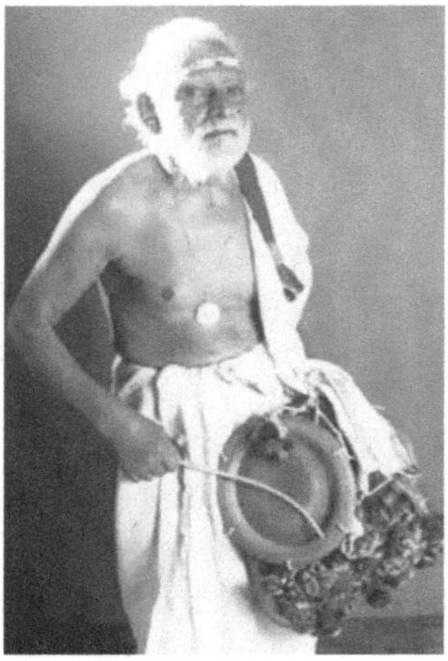

ഞെരളത്തു രാമപ്പൊതുവാൾ

ആ ദീർഘമായ അഭിമുഖം ആകാശവാണിക്ക് മുതൽക്കൂട്ടുതന്നെയായിരുന്നു. തുടർന്നും പല അഭിമുഖവും ശബ്ദലേഖനം ചെയ്തു. സ്മൃതികൾ ശ്രുതികൾ എന്ന തലക്കെട്ടിൽ ഈ മുഖാമുഖം പരമ്പര പ്രക്ഷേപണം ചെയ്തത് ചാരിതാർത്ഥ്യമായി അനുഭവപ്പെട്ടു. എന്റെ പ്രക്ഷേപണ ജീവിതത്തിന്റെ അർത്ഥസമ്പുഷ്ടമായ അധ്യായമായിരുന്നു ഈ ദൗത്യം. കഠിനാധ്വാനത്തിലൂടെയും നിതാന്തമായ ജാഗ്രതയിലൂടെയും ഈ നേട്ടങ്ങൾ കൈവന്നത് എന്റെ ജീവിതത്തിലെ പ്രധാന വഴിത്തിരിവായി ഞാൻ ഇന്നും പരിഗണിക്കുകയാണ്.

32

വിഷുവിന് വിഷൂചികയും ആചാരി പണിത കസാലയും

പ്രക്ഷേപണ നിലയത്തിലെ സംഘർഷം ഉളവാക്കുന്ന മുഹൂർത്തങ്ങൾ പലപ്പോഴും സഹൃദയത്വപുരസ്സരം നേരിടേണ്ടതുണ്ട്. അന്യോന്യം സ്നേഹിച്ചും വിശ്വസിച്ചും കഴിയുന്ന പ്രക്ഷേപകർ അനുനിമിഷം മത്സരത്തിലായിരിക്കും. സമയത്തോടാണ് ഈ സന്ധിയില്ലാത്ത മത്സരം. ഓരോ സംവിധായകനും ക്ലോക്കിന്റെ സൂചികാലിന്റെ ചലനത്തിനൊപ്പമാണ് പായുന്നത്. കൃത്യത വലിയ ഒരു മുദ്രാവാക്യമാണ്. ആകാശവാണിപോലുള്ള സ്ഥാപനത്തിന്റെ പ്രവർത്തനവേളയിൽ ഈ മത്സരിച്ചുള്ള ഓട്ടത്തിനിടയിൽ പരുഷമായ നോട്ടങ്ങൾ കൈമാറാം, വൈരാഗ്യം ഉടലെടുക്കാം, കയ്യാങ്കളിവരെ എത്താം. പക്ഷെ എല്ലാം നൈമിഷികമാണ്. സ്റ്റുഡിയോ കോറിഡോറിലൂടെ നടത്തം വിട്ട് ഓട്ടം തന്നെ പാസ്സാക്കുന്ന പ്രൊഡ്യൂസർമാരുണ്ട്. ആദ്യം ശബ്ദലേഖന സ്റ്റുഡിയോ കയ്യടക്കാനോ, ഡബ്ബിങ്ങ് സ്റ്റുഡിയോയിലെ മെഷീനുകളിൽ കൈയ്യിലുള്ള സ്പൂളുകൾ കയറ്റാനോ ആയിരിക്കും ധൃതി. പ്രക്ഷേപണം അന്ന് പലപ്പോഴും ഒരു ഏകാംഗ ക്രിയാപദ്ധതിയാണ്. ഒരു നാടകത്തിനോ ഫീച്ചറിനോ അതിന്റെ ശബ്ദലേഖനവേളയിൽ ഒരു ടീംവർക്ക് അനിവാര്യമാണെങ്കിലും വിവിധതരം ശബ്ദവിന്യാസങ്ങൾ ചേർത്ത് സംഭാഷണങ്ങൾ ചേരുംപടി ചേർത്ത് ഡബ് ചെയ്യുന്നത് ഒരു ധൃതിയിലെ കലയാണ് (Art in a haste). തിരക്കുപിടിച്ച സാഹിത്യ പ്രവർത്തനമാണ് മാധ്യമം എന്ന് മാത്യു ആർണോൾഡ് പറഞ്ഞിട്ടുണ്ട്. ആ പ്രൊഡക്ഷന്റെ സംവിധായകന്റെ മനസ്സും ഹൃദയവും ബുദ്ധിയും സമന്വയിച്ച് പരിശ്രമിക്കുമ്പോൾ മാത്രമാണ് നല്ലൊരു റേഡിയോ ശിൽപ്പം ഉടലെടുക്കുന്നത്.! ആ ഉൽപ്പന്നം ഹൃദയംഗമമാകുന്നത്.

1951 ഏപ്രിൽ 1 മുതൽ തിരുവനന്തപുരത്തെ വഴുതക്കാട്ടുള്ള ഭക്തി

വിലാസം ബംഗ്ലാവിൽ പ്രവർത്തിക്കുന്ന തിരുവനന്തപുരം ഏ.ഐ.ആർ നിലയം, അതീവശക്തിയുള്ള ആലപ്പുഴ പ്രസരണിയിലൂടെ പ്രക്ഷേപണ പരിപാടികൾ പ്രസരിപ്പിക്കുകവഴി കേരളത്തിലാകമാനം ഒരു മുൻനിര നിലയമായാണ് നാളിതുവരെ കണക്കാക്കിയിരിക്കുന്നത്. നിലയത്തിലെ കലാകാരന്മാരാണെങ്കിൽ അതിപ്രബലന്മാർ. ഓരോരുത്തരും ഓരോ പ്രസ്ഥാനം തന്നെ എന്നു പറയാം. ആദ്യകാലത്ത് ഈ നിലയത്തിൽ നിന്ന് പ്രക്ഷേപണം ചെയ്ത നാട്ടിൻപുറം എന്ന തത്സമയ ആക്ഷേപ /ഹാസ്യ പരമ്പര ഏറ്റവും അധികം ശ്രോതാക്കളെ ആകർഷിച്ച പരിപാടിയായിരുന്നു. ഒരു സാങ്കൽപ്പിക പ്ലോട്ട് ലക്ഷ്യമാക്കി സാധാരണ നാട്ടിൻപുറത്തു നടക്കുന്ന കാര്യങ്ങൾ തികച്ചും ഭാവനാത്മകമായി ആക്ഷേപഹാസ്യമായി അവതരിപ്പിക്കുന്ന ഒരു ടിപ്പിക്കൽ കാർട്ടൂൺ നാടകമായിരുന്നു നാട്ടിൻപുറം. വീരരാഘവൻ നായർ, ജഗതി, നാഗവള്ളി, ദേവകിയമ്മ, രാമൻകുട്ടി നായർ തുടങ്ങിയ അതുല്യ പ്രതിഭകൾ നിത്യേന അവതരിപ്പിച്ചുകൊണ്ടിരുന്ന നാട്ടിൻപുറത്തിന്റെ തുടർച്ചയായി കേരളത്തിലെ എല്ലാ നിലയങ്ങളും ഹാസ്യാത്മകവും സാമൂഹ്യ വിമർശന പരവുമായ ധാരാളം ലഘുനാടക പരിപാടികൾ റേഡിയോയിലൂടെ അവതരിപ്പിച്ചിരുന്നു. തിരുവനന്തപുരം നിലയത്തിന്റെ മുഖമുദ്രയായ കണ്ടതും കേട്ടതും തൃശൂർ നിലയത്തിലെ പലരും പലതും, കോഴിക്കോട്ടെ കിഞ്ചനവർത്തമാനം, കൊച്ചിയിലെ ചുറ്റുവട്ടം, ശനിദശ, പോപ്പുലർ സ്റ്റോക്ക് ക്യാരക്ടറെ വച്ച് സംവിധാനം ചെയ്ത പരിപാടിയായിരുന്നു. റേഡിയോ നിലയത്തിലെ ഈ ശബ്ദ കലാകാരന്മാരുടെ ആക്ഷേപഹാസ്യാത്മകമായ സംഭാഷണചാതുരിയുടേയും പ്രത്യുൽപ്പന്നമതിത്വത്തിന്റെയും (presence of mind) മകുടോദാഹരണമായിരുന്നു ഈ തമാശ പരമ്പരകൾ. റേഡിയോ നിലയം തിരുവനന്തപുരത്തായാലും കോഴിക്കോട്ടായാലും തൃശൂരായാലും നിലയ കലാകാരന്മാരുടെ മനോനില (mindset) അനുപമമായിരുന്നു. അവരുടെ സംഭാഷണത്തിലും ഓരോ നടപ്പിലും നിൽപ്പിലും ഹാസ്യാത്മകമായ ഒരു തികഞ്ഞ ഭാവുകത്വം തുളുമ്പുന്ന രംഗങ്ങൾ അനുഭവിച്ച് ദിനരാത്രങ്ങൾ കടന്നുപോയ നാളുകൾ എനിക്കോർമ്മയുണ്ട്.

സ്റ്റുഡിയോ അകത്തളത്തിൽ സദാ സമയവും പ്രക്ഷേപണ പരിപാടി നിർമ്മാണത്തിന്റെ വിവിധ തലത്തിലുള്ള പ്രവർത്തനങ്ങൾ വലിയ കൂട്ടായ്മയോടെയാണ് മുന്നേറുക. പ്രൊഡക്ഷൻ സംവിധായകരായ പ്രക്ഷേപക കലാകാരന്മാർ മാത്രമല്ല സ്റ്റുഡിയോ പ്രവർത്തനത്തിൽ രാപ്പകൽ ഏർപ്പെട്ടിരിക്കുന്ന എഞ്ചിനീയർമാരും എണ്ണയിട്ട യന്ത്രംപോലെ

പ്രവർത്തിക്കുന്ന ഇടമാണ് ആകാശവാണി സ്റ്റുഡിയോ. കേരളത്തിൽ ഇതര സ്ഥലങ്ങളെ അപേക്ഷിച്ച് ശബ്ദലേഖനം, പലതരം പരിപാടികളുടെ സവിശേഷ ശബ്ദ വിന്യാസ ഏകോപനം, സംഗീതം, ഡബ്ബിംഗ് എന്നിവയ്ക്കെല്ലാം വലിയ സംവിധാനവും സൗകര്യവുമുള്ള ഇടമാണ് ഭക്തിവിലാസത്തിലെ സ്റ്റുഡിയോ കോംപ്ലക്സ്. എഞ്ചിനീയർമാരായ എൻ.സി.പിള്ളയും രാമചന്ദ്രൻ ഉണ്ണിത്താനും ബാലകൃഷ്ണൻ നായരും, പി.ആർ.എസ്. നായരും തൊട്ട് ഞാൻ സർവ്വീസിൽ നിന്ന് വിരമിക്കുമ്പോൾ സ്റ്റേഷൻ എഞ്ചിനീയറായിരുന്ന പാലക്കാട്ടുകാരൻ കെ.വി. രാമചന്ദ്രനടക്കം നിരവധി അർപ്പിതചേതസുകളായ സാങ്കേതിക വിദഗ്ധർ ജോലി ചെയ്ത സ്ഥലമാണ് ഈ സ്റ്റുഡിയോ കോംപ്ലക്സ്. സുധാകരൻ നായരും (ഉറൂബിന്റെ ജാമാതാവ്) എം.പി.ജി. നായർ (സംഗീതജ്ഞ ഓമനക്കുട്ടിയുടെ ഭർത്താവ്), ജി.കെ. നായർ, ഭാസ്കരൻ നായർ, പ്രതാപൻ, രാജപ്പൻ നായർ, സുരേഷ്കുമാർ, തിമോത്തി സതീഷ് ബാബു, ശർമ്മ, കൃഷ്ണമ്മ, അരവിന്ദാക്ഷമേനോൻ, വിശ്വനാഥൻ, സുരേഷ് കുമാർ തുടങ്ങിയ ഉത്സാഹികളും സമർത്ഥരുമായ ആദ്യകാല എഞ്ചിനീയർമാരും സ്റ്റാഫും വലിയ മുതൽക്കൂട്ടായിരുന്നു തിരുവനന്തപുരം നിലയത്തിന്. ഇവരെല്ലാം പഴയ തലമുറയാണ്. എന്റെ സമകാലികരും പുതുക്കക്കാരുമായ നിരവധി സമർത്ഥരായ എഞ്ചിനീയർമാർ ഇന്നുണ്ട്. സ്റ്റുഡിയോ കോറിഡോറിലെ നിരനിരയായി ഡോറുകൾക്ക് മുകളിലായി ഫിറ്റ് ചെയ്തിരിക്കുന്ന ചുമപ്പ്, പച്ച വെളിച്ചവും സൈലൻസ്, എക്സിറ്റ് ബോർഡുകളും സർവ്വ സമയത്തും മായികമായ അന്തരീക്ഷമാണ് സ്റ്റുഡിയോയിൽ പ്രവേശിക്കുന്ന സമയത്ത് സമ്മാനിക്കുന്നത്.

ഒരിക്കൽ ഒരു തമാശയുണ്ടായത്രെ! 1970കൾക്ക് മുമ്പ് അവിടെ സ്റ്റേഷൻ ഡയറക്ടറായിരുന്ന നിരവധി പരിഷ്കാരങ്ങൾ കൊണ്ടുവന്ന ജി.പി. ശക്തിധരൻ നായർ (ജി.പി.എസ്. നായർ) സർവ്വീസിൽ നിന്ന് വിരമിച്ചശേഷം ഒരു പരിപാടിയ്ക്കായി സ്റ്റുഡിയോയിലേക്ക് ആനയിച്ചു കൊണ്ടുവന്നുവത്രെ! പ്രവർത്തിച്ചുകൊണ്ടിരിക്കുന്ന രണ്ടുമൂന്നു സ്റ്റുഡിയോ വാതിലുകൾക്ക് മേലെ ONAIR എന്ന ചുവപ്പ് വെളിച്ചത്തിലുള്ള നിയോൺ ബോർഡ് കണ്ടപ്പോൾ അദ്ദേഹം ആഹ്ലാദത്തോടെ പറഞ്ഞുവത്രെ, ഞാൻ വിരമിച്ചിട്ട് ഇത്രകാലമായിട്ടും ഈ ബോർഡുകൾ ഇവിടെ വച്ചിരിക്കുന്നു നല്ലത്. അദ്ദേഹത്തെ സ്വാഗതം ചെയ്യാൻ ഓ നായർ. എന്ന ബോർഡാണത് എന്നാണ് അദ്ദേഹം കരുതിയത് എന്നാണ് കേട്ടുകേൾവി. ഇത്തരം കെട്ടുകഥകളല്ലെങ്കിലും നിരവധി വേറെയും ഹാസ്യാത്മക സംഭവങ്ങൾ ആകാശവാണിയുടെ അകത്തളത്തിൽ അരങ്ങേറി

യിട്ടുണ്ട്. പൊതുവെ കഥകൾക്കും അതിശയോക്തിപരമായ പ്രകീർത്തനം ഒട്ടും കുറവില്ലാത്ത ഒരു ഓഫീസാണ് പ്രക്ഷേപണ കേന്ദ്രം. ജഗതി എൻ.കെ. ആചാരി ഇത്തരം ഹാസ്യ നാടകങ്ങളുടെ ഒടുങ്ങാത്ത സ്രോതസ്സാണ്. ചില തമാശ അനിവാര്യമാണെന്നു തോന്നിയാൽ സഹപ്രവർത്തകർ സ്വയം മെനഞ്ഞെടുത്ത് അദ്ദേഹത്തിന്റെ മേൽ കെട്ടിവയ്ക്കുന്ന പതിവും ഉണ്ട്. ഒരിക്കൽ ഉദ്യോഗസ്ഥന്മാരുടെ ആധിക്യം മൂലം ഇരിക്കാൻ സീറ്റുപോലും കമ്മിയായിരുന്നു. ഭക്തിവിലാസം ബംഗ്ലാവിന്റെ വിശാലമായ ഒന്നാം നിലയിൽ ഒരറ്റത്തെ ഓഡിറ്റോറിയംപോലും ഉദ്യോഗസ്ഥന്മാർക്ക് സൗകര്യപ്പെടുത്താൻ ചെറു കാബിനുകളാക്കിയ കാലമായിരുന്നു. നല്ല കസേരകൾ, മേശകൾ, ഷെൽഫ് എന്നിവ ചിലർ സ്വന്തം വക എന്നപോലെ എക്കാലവും പിടിച്ചുവയ്ക്കും, അടുത്തൂൺ പറ്റുന്നതുവരെ. അന്നത്തെ അറിയപ്പെടുന്ന പ്രക്ഷേപകനും അതീവസരസനുമായ കെ.ജി. സേതുനാഥിന്റെ ഒരു ചിത്രാംഗിതമായ വീട്ടിമരത്തിലുള്ള ഇരിപ്പിടം കുറച്ച് അകലെ പ്രോഗ്രാം ഓഫീസർമാർ ഇരിക്കുന്ന മുറിയിലേക്ക് ജഗതി മാറ്റി. ആ കസേര സ്വന്തം ഇരിപ്പിടത്തിനുപകരം കൊണ്ടുവയ്ക്കാൻ ഏർപ്പാട് ചെയ്തു. സേതുനാഥിന്റെ മുറിയിൽ നിന്ന് പൊക്കിയ കസേരയിൽ ജഗതി എൻ.കെ. ആചാരി എന്ന് എഴുതിക്കുകയും ചെയ്തു. സേതുനാഥ് ഊണ് കഴിച്ച് തിരികെ വന്നപ്പോൾ തന്റെ മനോഹരമായ കൈപ്പിടിയുള്ള ഈട്ടി കസേര കാണുന്നില്ല. അദ്ദേഹം ഉടനെ ചെന്നത് ജഗതിയുടെ മുറിയിലേക്കാണ്. അവിടെ കിടക്കുന്നു സ്വന്തം കസേര. ആ മുറിയിലെ അന്തേവാസികളെല്ലാം ഉച്ചഭക്ഷണത്തിനുപോയ സമയം സ്റ്റുഡിയോ പേയിന്ററെ വിളിച്ച് സേതുനാഥ്, ജഗതി എൻ.കെ. ആചാരി എന്ന വാക്യത്തിനുശേഷം പണിതത് എന്ന് എഴുതിവെപ്പിച്ചു. ആ മധുരമായ പ്രതിപ്രവർത്തനം ആകാശവാണിയിലെ ഉദ്യോഗസ്ഥരുടെ ഇടയിൽ വലിയ തമാശയായിരുന്നു ഒരു കാലത്ത്. രണ്ടുപേരും സരസ വർഗമാകയാൽ യുദ്ധമൊന്നും ഉണ്ടായില്ല; വർഗസമരവും.

ഇതുപോലെതന്നെ ജഗതി മുഖ്യ കഥാപാത്രമായി മറ്റൊരു തമാശ നടന്നു. സാധാരണ അക്കാലത്ത് ശബരിമല മകരവിളക്കിനു റേഡിയോ കമന്ററിക്ക് ഒരു വലിയ സംഘം എഞ്ചിനീയർമാരും, ദൃക്സാക്ഷി വിവരണക്കാരടക്കമുള്ള പ്രോഗ്രാം സ്റ്റാഫും രണ്ടും മൂന്നും ദിവസം മുമ്പുതന്നെ ശബരിമലയിലെത്തും. അവിടെ ദേവസ്വം ഗസ്റ്റായി താമസിക്കും. തിരിച്ചുവന്നാൽ ഓഫീസിലെ മറ്റുള്ളവർക്ക് ക്ഷേത്രത്തിൽ നിന്നു ലഭിക്കുന്ന അരവണ, അപ്പം പഞ്ചാമൃതം എന്നീ നിവേദ്യങ്ങൾ വിത

രണം ചെയ്യും. ജഗതി ഒരു വർഷം ശബരിമല ടീമിന്റെ ലീഡറായി പോയി. തിരിച്ചുവന്ന് അടുത്ത ദിവസം പ്രോഗ്രാം മീറ്റിംഗിന് മുമ്പായി എല്ലാവർക്കും അവരവരുടെ സീറ്റിൽ പ്രസാദത്തിന്റെ പങ്ക് എത്തിച്ചു. രാവിലെ പ്രോഗ്രാം മീറ്റിംഗിന് പത്തിരുപത് ഓഫീസർമാർ ഒത്തുകൂടും. പെട്ടെന്ന് ജഗതിയെ കണ്ടയുടനെ കുടുംബക്ഷേമ വകുപ്പിന്റെ ചുമതലയുള്ള പി.ജെ. ജോസഫ് എന്ന പ്രോഗ്രാം ഓഫീസർ അഹ്ലാദപുരസ്സരം പറഞ്ഞു: 'ജഗതി, പാഞ്ചജന്യം കിട്ടി, അസ്സലായിട്ടുണ്ട്'.

മീറ്റിംഗ് ഹാളിൽ ഒരു നിശബ്ദത പരക്കുകയായിരുന്നു. ജഗതി ആദ്യം കണ്ണു മിഴിച്ചിരുന്നു, പിന്നെ സ്വതസിദ്ധമായി ചിരിച്ചുകൊണ്ടു പറഞ്ഞു: 'പഞ്ചാമൃതമാണ് മി. ജോസഫ്.' അപ്പോഴാണ് വലിയൊരു പൊട്ടിച്ചിരി ഉയർന്നത്. മറ്റൊരവസരത്തിൽ പ്രോഗ്രാം മീറ്റിംഗ് തന്നെ വേദി. പുറം സ്റ്റേറ്റിൽ നിന്ന് വന്ന ഒരു സ്റ്റേഷൻ ഡയറക്ടർ മി. ശാസ്ത്രിയായിരുന്നു. വിഷുവിന്റെ സ്പെഷ്യൽ പരിപാടി ആസൂത്രണം ചെയ്യുകയാണ് പെക്കോ എന്ന പ്രോഗ്രാം കോർഡിനേറ്റർ. എല്ലാ സെക്ഷൻ ഹെഡിനോടും ഏതെങ്കിലും ഒന്നു രണ്ടു വിഷു പരിപാടിയുടെ ടൈറ്റിൽ കൊടുക്കാൻ പറഞ്ഞു. ജഗതി അന്ന് നാടകത്തിന്റെ പ്രൊഡ്യൂസറായിരുന്നു. പെട്ടെന്ന് ഒരു ടൈറ്റിൽ പറയാൻ അദ്ദേഹത്തിന് കിട്ടിയില്ല. അത് എഴുതിക്കോളാം ജഗതി പറഞ്ഞു. പ്രോഗ്രാം ക്യൂ ഷീറ്റിൽ പൂരിപ്പിച്ചുകൊള്ളാം എന്നാണ് അദ്ദേഹം പറഞ്ഞത്. ശാസ്ത്രിയുടെ ഇംഗിതമനുസരിച്ച് പെക്കോ ജഗതിയെ നിർബന്ധിച്ചു. പക്ഷെ ജഗതി വീണ്ടും ഒഴിഞ്ഞുമാറി. സ്റ്റേഷൻ ഡയറക്ടർ ശാസ്ത്രിയും ജഗതിയെ നിർബന്ധിച്ചു. please tell a title Mr. Achari. ജഗതി ഗൗരവം വിടാതെ പറഞ്ഞു 'വിഷൂചിക'. കോൺഫറൻസ് ഹാളിൽ ചിരിപരന്നു. മലയാളം വേണ്ടതുപോലെ പരിചയമില്ലാത്ത സ്റ്റേഷൻ ഡയറക്ടർ തൃപ്തനായി. അദ്ദേഹം നല്ലതുപോലെ സന്തോഷിച്ചു. വിഷുവിന് പ്രത്യേക പരിപാടി വിഷൂചിക കൊള്ളാം ഇങ്ങിനെ പറഞ്ഞുവരികയാണെങ്കിൽ നടന്നതും നടക്കാനിടയുള്ളതുമായ നിരവധി ഹാസ്യാത്മക സംഭവങ്ങൾ ചൂണ്ടിക്കാട്ടാനുണ്ട്. ഒരു രസം കൂടി പറയാം. അതും ജഗതിയാൽ വിരചിതം. അദ്ദേഹത്തിന്റെ റിട്ടയർമെന്റിനു മുമ്പ് ജഗതി രോഗഗ്രസ്തനായി

രുന്നു. എങ്കിലും ഓഫീസിൽ എത്തും. ഒരിക്കൽ ഡയബറ്റിക്സ് കൂടുതലായി ഹോസ്പിറ്റലൈസേഷൻ വേണ്ടിവന്നു. പൂർവ്വാധികം ഉന്മേഷവാനായി രോഗാതുരതയ്ക്ക് ശേഷം ഓഫീസിൽ വന്നു. ഓഫീസിലേക്കുള്ള ഗോവണി കയറി പോകവെ എതിരെ വന്ന സ്നേഹിതൻ ചോദിച്ചു സുഖമില്ലായിരുന്നു അല്ലേ? ജഗതി: 'ങാ .... കോമയായിരുന്നു; ഫുൾസ്റ്റോപ്പാകാത്തത് എന്റെ ഭാഗ്യം'. അനായാസമായി തമാശകൾ പൊട്ടി മുളച്ചുവന്ന നാളുകളായിരുന്നു അത്. ആ ഹാസ്യ സമ്പന്നതയുടെ പിൻഗാമിയായ ജഗതി ജൂനിയർ (ജഗതി ശ്രീകുമാർ) ജീവിതത്തിൽ നിശബ്ദനാകേണ്ടിവന്നതിന്റെ ദുഃഖഭാരം സഹൃദയകേരളം സഹിക്കുന്നതിന്റെ വേദന തിന്നുന്ന കാലമാണിത്.

33

പ്രക്ഷേപണത്തിന്റെ കരുത്ത്

പ്രക്ഷേപണത്തെപ്പറ്റി ആധികാരികമായ ഗ്രന്ഥങ്ങൾ വായിക്കാനും ചില പുസ്തകങ്ങൾ രചിക്കാനും പ്രക്ഷേപണത്തെപ്പറ്റിയുള്ള നിരന്തര നിരീക്ഷണം എന്നെ സജ്ജനാക്കി. പ്രക്ഷേപണകലയുടെ കുലപതിയായി ഞാൻ അംഗീകരിച്ചത് അന്ന് ആകാശവാണിയിലെ പ്രൊഡ്യൂസറായി കുറേക്കാലം സേവനമനുഷ്ഠിച്ച കെ. പത്മനാഭൻ നായരെയാണ്. പരിപാടികൾ രചന നിർവ്വഹിക്കാനും, അത്യന്തം സൂക്ഷ്മതയോടെ ഒരു പെർഫക്ഷനിസ്റ്റിനെപ്പോലെ പ്രൊഡക്ഷൻ നിർവ്വഹിക്കാനും എനിക്ക് പരിശീലനം കിട്ടിയത് പലപ്പോഴും അദ്ദേഹത്തിന്റെ പരിപാടി അവതരണവേളയിൽ സഹായിയായി പ്രവർത്തിച്ചതുകൊണ്ടാണ്. സാഹിത്യം, സിനിമ, പ്രക്ഷേപണം എന്നീ മേഖലകളിൽ അന്ന് അനിതരസാധാരണമായ പ്രതിഭ തെളിയിച്ച പത്മനാഭൻ നായർ പയ്യന്നൂർ സ്വദേശിയും ഞങ്ങളുടെ അത്തായി തറവാട്ടിലെ കാരണവരുടെ ഉറ്റസുഹൃത്തും ഗായകനും നടനും സ്വാതന്ത്ര്യം സമര പ്രവർത്തകനുമായിരുന്നു. അദ്ദേഹം തിരുവനന്തപുരം നിലയത്തിൽ പ്രവർത്തിക്കുമ്പോഴാണ് കുറവനും കുറത്തിയും എന്ന ഒരു സംഗീതശിൽപ്പം (ഇടുക്കി അണക്കെട്ടിനെപ്പറ്റി) അഖിലേന്ത്യാ പ്രക്ഷേപണ മത്സരത്തിൽ സമ്മാനം നേടിയത്. കാവാലം രചന നിർവ്വഹിച്ച് എം.ജി. രാധാകൃഷ്ണൻ സംഗീതം ചെയ്ത് എല്ലാവരാലും സ്വാഗതം ചെയ്യപ്പെട്ട സംഗീതികയായിരുന്നു കുറവനും കുറത്തിയും. ആകാശവാണിയിലെ അനൗൺസറും പിന്നീട് ചലച്ചിത്രകാരനുമായ പത്മരാജന്റെ ശബ്ദമാണ് ആഖ്യാനത്തിനുപയോഗിച്ചത്. ആകാശവാണി അവാർഡ് ആദ്യമായി തിരുവനന്തപുരത്തേക്ക് മാത്രമല്ല തെക്കെ ഇന്ത്യ

കാവാലം നാരായണപ്പണിക്കർ

യിലേക്ക് എത്തിയത് പത്മനാഭൻ നായരുടെ ആ പരിപാടിയിലൂടെയാണ്. കോഴിക്കോട്ടും തിരുവനന്തപുരത്തും ആൾ ഇന്ത്യാ റേഡിയോ നിലയങ്ങൾക്ക് യഥാർത്ഥത്തിൽ അസ്ഥിവാരമിട്ടത് പത്മനാഭൻ നായർ എന്ന പ്രതിഭയായിരുന്നു. മദിരാശി നിലയത്തിൽ 1945-ൽ സ്റ്റാഫ് ആർട്ടിസ്റ്റായി ചേർന്ന പത്മനാഭൻ നായരാണ് ഡൽഹിയിൽ നിന്ന് ആദ്യമായി മലയാള വാർത്ത വായിച്ചത്, പത്മനാഭൻ എന്ന പേരിൽ. പേരിന്റെ കൂടെ വാല് വെയ്ക്കാത്ത ശീലം ആകാശവാണി ഇന്നും തുടരുകയാണ്. പ്രത്യേകിച്ച് വാർത്തയിൽ. പത്മനാഭൻ എന്ന പേരിലായിരുന്നു വാർത്താവായന.

ഞാൻ ആകാശവാണി തിരുവനന്തപുരം നിലയത്തിലെ ഒരു ഉദ്യോഗസ്ഥനായി എത്തിയപ്പോഴോ ശേഷമോ അതിസമർത്ഥനായ നിരവധി പ്രക്ഷേപണ കൗശലമുള്ള പുതുതലമുറ ചെറുപ്പക്കാർ അവിടെ വന്നു ചേർന്നു. റേഡിയോ നാടകത്തിനും, പ്രക്ഷേപണ പുതുമയ്ക്കും വേണ്ടി നിലകൊണ്ട എം. രാജീവ്കുമാർ, ആർ. ശ്രീകണ്ഠൻ നായർ, ടി.ടി. പ്രഭാകരൻ, കാവാലം ശ്രീകുമാർ, മടവൂർഭാസി, ഉണ്ണികൃഷ്ണൻ ഉണ്ണിത്താൻ, മനോജ് തിരുനല്ലൂർ, സജു വെണ്ണിയൂർ, കെ.എം. നരേന്ദ്രൻ, പി.പി. ശ്രീധരനുണ്ണി, എൻ. വാസുദേവൻ, ബിജുമാത്യു, സുഷമ. ജി. ശ്രീറാം, ലീലാമ്മ ജോസഫ്, ഡോ.വിജയരാഘവൻ, ചന്ദ്രസേനൻ, ജോസ് എന്നിവരും പുലിയൂർ ശ്രീകണ്ഠൻ, ശശികുമാർ, ശ്രീകുമാർ, പ്രിൻസ്, ജി. വേണുഗോപാൽ, മുഖത്തല ശ്രീകുമാർ, പി. ശ്രീകുമാർ, തുളസിഭായ്, മീനാക്ഷി ഗണേശൻ, രാജേശ്വരി മോഹൻ, എസ്. ചന്ദ്രൻ, മുരളീധരൻ തഴക്കര, നാരായണൻ നമ്പൂതിരി, അരുവിക്കര വിജയകുമാർ, ചെന്നിലോട് രവീന്ദ്രൻ, ഉമാ ബാലൻ, സുമിത്രാവർമ്മ, ദേവരാജ് ശ്രീശൈലം, ശ്രീകൃഷ്ണൻ, എൻ. കെ. സെബാസ്റ്റ്യൻ, മുഹമ്മദ് റോഷൻ, മാധവി രവീന്ദ്രനാഥ്, രാധാഷണ്മുഖം, ശാന്താ.പി. നായർ, എൻ. എം.ബാബു, എസ്സ്. ഗോപാലകൃഷ്ണൻ, ഡോ. സജിത്, കെ.എസ്. ശ്രീകുമാർ, മേരിക്കുട്ടി ചാക്കോ, പ്രമീള, ജോയിസ്, ബേബൻ കൈമാപ്പറമ്പൻ, ഷീല, രാജശേഖരൻ നായർ, ചന്ദ്രികാ കുമാരി, ഡോളിതോമസ്, ജോസ്, ശാരദാമണി, വഹീദ, ജയ, എസ് രാധാകൃഷ്ണൻ, ലേഖ കുറുപ്പ്, സുമംഗല വർമ്മ, മീരാറാണി, മല്ലിക കുറുപ്പ്, മണികണ്ഠൻ നായർ, ഗണേശൻ, സജീവ്, ശശികുമാർ, സുഭാഷ് എന്നിവർക്കുപുറമെ പുഷ്പരാജൻ നായർ, എം.ജി.കെ.പിള്ള, ബേബിക്കുട്ടി, ശിവരാമകൃഷ്ണയ്യർ, ഹരിഹര അയ്യർ, ജി.കെ. പിള്ള, സുദർശനൻനായർ, സുന്ദരേശൻ നായർ, ബേബിക്കുട്ടി എന്നിവരും രംഗത്തുണ്ട്. 'ലത്തീഫ്, ചാക്കോ, കെ.ജി ശ്രീ

കുമാർ, തറയിൽ ആന്റണി, രാജു, ആശ, രാമയ്യ നാടാർ, രാജശ്രീ, രാധിക, പോറ്റി, എന്നിവരെയും മറന്നുകൂടാ' ഈ അവസരത്തിൽ തന്നെയാണ് പ്രിയദർശൻ, ഓമനക്കുട്ടൻ, മോഡി പത്തിയൂർ, എടപ്പഴഞ്ഞി രാധാകൃഷ്ണൻ, ജിമ്മി ബാലരാമപുരം, അനിൽ നമ്പ്യാർ, സുമ, സുമിത്ര, സുഷമ, സുധർമ്മ, വേറ്റിനാട് കുമാർ, സേട്ട് തുടങ്ങിയ പ്രക്ഷേപണത്തിന് കനത്ത സംഭാവന നൽകിയ അർപ്പണബോധമുള്ള കാഷ്വൽ പ്രൊഡ്യൂസർമാർ ആകാശവാണിയുടെ ഭാഗമായത്. പ്രിയദർശൻ പിന്നീട് പ്രശസ്ത ഫിലിം ഡയറക്ടറായിത്തീർന്നു. എന്റെകൂടെ ജോലി ചെയ്തില്ലെങ്കിലും പല നിലയങ്ങളിലായി സ്ഥിരോത്സാഹത്തോടെ ഭാവനാപൂർവ്വമായി പ്രക്ഷേപണദൗത്യം നിർവ്വഹിച്ച പലരുമുണ്ട്. ഈയിടെ വിരമിച്ച പ്രക്ഷേപണ ചരിത്രം തന്നെ കുറിച്ച ഡി. പ്രദീപ്കുമാർ അത്തരമൊരാളാണ്. ബാലകൃഷ്ണൻ കൊയ്യാൽ, മണികണ്ഠൻ നായർ, പ്രശാന്ത് കുമാർ, പ്രകാശ്, എം.ഡി. രാജേന്ദ്രൻ, ശരത്ചന്ദ്രൻ, മെഹറലി, അബ്ദുള്ള നന്മണ്ട, ഖാൻ കാവിൽ, ബാലചന്ദ്രൻ, നമ്പീശൻ, കെ.ആർ. ഇന്ദിര, കലാവതി, തങ്കമണി, രാജം കെ. നായർ ദൂരദർശനിൽ പ്രവർത്തിച്ച ഞാനുമായി അടുത്ത പ്രൊഫഷണൽ അടുപ്പം സൂക്ഷിച്ചവരാണ് കെ. കുഞ്ഞികൃഷ്ണൻ, കെ.എസ്. ഉണ്ണി, റാണി (രുഗ്മിണി), രാധാ വാര്യർ, വി.ജി. മാത്യു കുഞ്ഞുമ്മൻ തോമസ്, എസ്. വേണു അരുണാചലം, ലതാരാജു, ബൈജു ചന്ദ്രൻ, ടി.ടി ജോസഫ്, സാജൻ, പി.കെ. വേണുഗോപാൽ, ബീനാരാജഗോപാൽ, രാജേന്ദ്രൻപിള്ള, രാജഗോപാൽ, കണ്ണൻ, മധു കൈനകരി, സേതുമാധവൻ, ശ്രീകുമാർ കക്കാട്, ദിലീപ്, ഡോ. സി.കെ. തോമസ് തുടങ്ങിയ പ്രതിഭകൾ. ആകാശവാണിയിലെ ബാലകൃഷ്ണൻ കൊയ്യാൽ, ചന്ദ്രബാബു, പി.വി. പ്രശാന്ത്, അശോക് കുമാർ, കാഞ്ചിയോട് ജയൻ, ബാലചന്ദ്രൻ എന്നിവരെ ഞാൻ മറക്കുന്നില്ല. പ്രക്ഷേപണമല്ല പ്രധാന ജോലിയെങ്കിലും തിരുവനന്തപുരത്തെ പ്രക്ഷേപണ മേഖലയിലെങ്ങും നിറഞ്ഞുനിന്നവരാണ് വിരമിച്ച കാട്ടാക്കട പ്രേമകുമാറും, മറ്റൊരു കാട്ടാക്കട സ്വദേശിയായ ബാലചന്ദ്രൻ നായരും മറ്റും.

ബാലകൃഷ്ണൻ കൊയ്യാൽ

എന്റെ ആകാശവാണി ജീവിതത്തിന്റെ അവസാന പാദത്തിൽ ഭാഷിതവാങ്മയം (സ്പോക്കൺ വേർഡ്) പരിപാടിയുടെ മേധാ

വിയായി തികഞ്ഞ ആത്മാർത്ഥതയോടെ പ്രക്ഷേപണത്തിൽ മുഴുകി ജീവിക്കാൻ എനിക്ക് അവസരമുണ്ടായി. ചരിത്രത്തിന്റെ സുഖദമായ ഒരു പുനരാവർത്തനംപോലെയാണെനിക്കത്, അക്കാലം. ഞാൻ താൽക്കാലിക ഉദ്യോഗസ്ഥനായി 1975-ൽ ഭക്തിവിലാസത്തിൽ എത്തിയപ്പോൾ അന്നത്തെ സാഹിത്യപരിപാടി പ്രൊഡ്യൂസർ നാഗവള്ളി കുറുപ്പിന്റെ സഹായിയായാണ് പ്രവർത്തിച്ചത്. പിന്നീട് ദശകങ്ങൾക്കുശേഷം സാഹിത്യരംഗം പരിപാടികൾ സംവിധാനം ചെയ്യുകവഴി പ്രധാനപ്പെട്ട നിരവധി സാഹിത്യ സാംസ്കാരിക നായകന്മാരുമായി അടുത്ത ബന്ധം സ്ഥാപിക്കാൻ ഈ മേഖല വഴിയൊരുക്കി. ദേശീയ കവിതാ മേളയും, ദേശീയ ചിത്രീകരണവും, ദേശീയ നാടകവും മറ്റും സംഘടിപ്പിക്കുന്ന അവസരത്തിൽ വലിയ മാനസിക സമ്മർദ്ദങ്ങൾ ഉണ്ടായെങ്കിലും വലിയ നേട്ടങ്ങളാണ് അത്തരം അനുഭവങ്ങൾ ജീവിതത്തിൽ സമ്മാനിച്ചത് എന്ന് എനിക്ക് തോന്നുന്നു.

34

ദൃഢസൗഹൃദത്തോടെ സുമനസ്സുകൾ

തലസ്ഥാന നഗരിയിലെ ഏകദേശം അരനൂറ്റാണ്ടുകാലത്തെ ജീവിതകാലത്തിന്റെ മേന്മയായി എനിക്ക് സവിശേഷമായി അനുഭവപ്പെട്ടത് കലാ സാംസ്കാരിക, സാഹിത്യ, ശാസ്ത്രരംഗത്തെ പ്രശസ്തരുമായുള്ള ഹൃദയബന്ധമാണ്. ഇതിൽ ഉന്നത ഉദ്യോഗസ്ഥർ ധാരാളം. ഡി.ജി.പി. ആയിരുന്ന എം.കെ, ജോസഫ്, ടി.വി.മധുസൂദനൻ നായർ, രാജഗോപാലൻ നായർ, പി.ജെ. അലക്സാണ്ടർ, അൽഫോൺസ് ലൂയിസ് ഇറയിൽ, എസ്. ഗോപിനാഥ് പി.ടി നന്ദകുമാർ, തുടങ്ങിയ ഐ.പി.എസ്സുകാരും, ആർ. രാമചന്ദ്രൻ നായർ, കെ.ജയകുമാർ, ജിജി തോംസൺ, പി. എച്ച് കുര്യൻ, ലിഡ ജേക്കബ്, ലിസി ജേക്കബ്, സി.പി. നായർ, ടി. എൻ. ജയചന്ദ്രൻ, സി.വി. ആനന്ദബോസ്, പാലാട്ട് മോഹൻദാസ്, വി. പി. ജോയി, വിജയനുണ്ണി നമ്പ്യാർ, ബാലകൃഷ്ണൻ .ടി, വി.വേണു, ശ്രീനിവാസ് (ദൃശ്യവേദി) ഗോപാലകൃഷ്ണൻ നായർ, കെ.ജെ. മാത്യു (ചീഫ് സെക്രട്ടറിമാർ), ബാബുപോൾ, ടി.കെ.എ. നായർ, ടി.പി. ശ്രീനിവാസൻ, സാജൻ പീറ്റർ, വൽസലകുമാരി, എ. ഷാജഹാൻ, ബി. അശോക്, കെ.വി. മോഹൻകുമാർ, ഗുണവർദ്ധനൻ, എൻ.എസ്. മാധവൻ, അയ്യപ്പൻ നായർ കലക്ടർമാരായിരുന്ന കെ.എസ്. പ്രേമചന്ദ്രക്കുറുപ്പ്, നന്ദകുമാർ, അയ്യപ്പൻ (കോഴിക്കോട് യൂണിവേഴ്സിറ്റിയിൽ എന്റെ സഹപാഠി) തുടങ്ങിയ ഉന്നത ഐ.എ.എസ്സ് ഉദ്യോഗസ്ഥന്മാരും എം.എം. ഹസ്സൻ, എം.കെ. മുനീർ, എം.കെ. രാഘവൻ, രാജ്മോഹൻ ഉണ്ണിത്താൻ, ടി.ഐ. മധുസൂദനൻ, ജഗതി വേണുഗോപാൽ, തുടങ്ങിയ പൊതുപ്രവർത്തകരും പി.എസ്. ശ്രീകുമാർ, ഗംഗാധരൻ നമ്പ്യാർ, ഫിറോസ്, സലിൻമാങ്കുഴി, വിജയരാഘവൻ, അശോക്, ജലജകുമാർ, പ്രൊ.പി.കെ. രവീന്ദ്രൻ, ഡോ. ഷിബു ശ്രീധർ, മലയിൻകീഴ് ഗോപാലകൃഷ്ണൻ, രവി അങ്കത്തിൽ, സിനിമ സംവിധായകൻ ശിവൻ എന്നിവരുമായും പല കാര്യങ്ങൾക്കും ബന്ധപ്പെട്ട് അവരുമായി ഊഷ്മളമായ ബന്ധം നില

നിർത്താൻ കഴിഞ്ഞതിന്റെ കാണാച്ചരട് മാധ്യമസാന്നിദ്ധ്യം തന്നെയാണ്.

കലാസാംസ്കാരിക നായകന്മാരും സാഹിത്യകാരന്മാരും മറ്റു നിരവധി സീനിയർ ലീഡർമാരും ഹൃദയത്തോട് അടുപ്പിക്കാൻ ഇതേ മാധ്യമച്ചരട് തന്നെ കാരണമായി. എന്റെ എല്ലാ നീക്കങ്ങളിലും ശക്തമായി പിന്തുണച്ച മുൻ ചീഫ് സെക്രട്ടറിയും സാഹിത്യകാരനുമായ കെ. ജയകുമാർ, സാഹിത്യസപര്യയിലും, പ്രക്ഷേപണത്തിലും പിന്തുണമാത്രം നൽകിയ പ്രശസ്ത അധ്യാപകനും സാഹിത്യകാരനുമായ പ്രൊഫ. ജോർജ്ജ് ഓണക്കൂർ, പ്രധാനമന്ത്രിയുടെ സെക്രട്ടറിയായിരുന്ന ടി.കെ.എ. നായർ

പ്രൊഫ. ഓണക്കൂർ

പ്രഗത്ഭനായ പ്രൊ.വി.എൻ.ആർ.പിള്ള പ്രക്ഷേപണത്തിൽ ശക്തി പകർന്ന നടനും, സാഹിത്യകാരനുമായ പ്രൊഫ. നരേന്ദ്രപ്രസാദ്, ബൗദ്ധികതലത്തിൽ ഏറെ കൂട്ടായിരുന്ന പ്രൊ. അച്ചുത് ശങ്കർ, സംഗീതശാഖയിലെ സൗമ്യ സാന്നിദ്ധ്യമായിരുന്ന ജോയ് തോട്ടൻ, സഹപ്രവർത്തകനും വിശാലമനസ്കനുമായ ഡോ. വിളക്കുടി രാജേന്ദ്രൻ, കോട്ടുകാൽ കൃഷ്ണകുമാർ (കൃഷ്ണതീരം റിസോർട്ട് ഉടമ), സുഹൃത്തും ദൂരദർശൻ ഡയറക്ടറുമായ കുഞ്ഞികൃഷ്ണൻ എന്റെ അടുത്ത ബന്ധുവും തികഞ്ഞ കലാകാരനുമായ വി.പി. രാമചന്ദ്രൻ, ആകാശവാണിയിൽ എന്നും ആഹ്ലാദകരമായ നിമിഷങ്ങൾ പങ്കുവെച്ച റാണാപ്രതാപൻ, ഗോപിനാഥ് പനങ്ങാട്, എം.ജി. രാധാകൃഷ്ണൻ, കെ.പി. ഉദയഭാനു, അവതാരകനായ തങ്കച്ചൻ, സാഹിത്യ നിപുണനും, മാധ്യമ വിദഗ്ദ്ധനുമായ പ്രതാപവർമ്മ, ഗോപിനാഥ് പനങ്ങാട്, പ്രക്ഷേപണം ഒരു ഹരമായി കണ്ട നെടുമുടി വേണു, ഭരത്ഗോപി, സൗമ്യമായ സ്നേഹവായ്പ് മാത്രം പ്രകടിപ്പിച്ച വേണു നാഗവള്ളി, രവി വള്ളത്തോൾ, എന്നിവർക്കു പുറമേ നിരവധി ആത്മബന്ധുക്ക

കോട്ടുകാൽ കൃഷ്ണകുമാർ

വേണു നാഗവള്ളി

ളുമായുള്ള സൗഹൃദം ഓർമ്മയിലുണ്ട്.

ടി. ടി. പ്രഭാകരൻ

ജീവിതത്തിൽ അനുപമമായ ഒരുൾക്കാഴ്ച എന്നും സമ്മാനിച്ച പി.ടി. ഭാസ്ക്കരപ്പണിക്കരും, അദ്ദേഹത്തിന്റെ അടുത്ത ശിഷ്യന്മാരായ ഡോ. സി.പി അരവിന്ദാക്ഷനും, ചുനക്കര ഗോപാലകൃഷ്ണനും, കൃഷ്ണകുമാറും, കൊച്ചുനാരായണനും അന്യോന്യാദരവിന്റെ ഊഷ്മളത കാത്തു സൂക്ഷിക്കുന്ന ആകാശവാണി സുഹൃത്തായ ടി.ടി. പ്രഭാകരനും, എന്നുമെൻ ഹൃദയത്തോടടുപ്പിച്ചുവച്ച പരേതനായ സി.എച്ച്. ഭാസ്ക്കരനും വർഷങ്ങളായി തന്റെ വിറ്റ്നസിലൂടെ രാഷ്ട്രീയ ആക്ഷേപഹാസ്യ ഖഡ്ഗം ആഞ്ഞു വീശുന്ന ഡോ. മധു ഓമല്ലൂരും സൗഹൃദത്തിന്റെ സൗരഭ്യം വിതറുന്ന ഗോപിനാഥ് മുതുകാടും, ഡോ. ബി അശോക്, സൂര്യകൃഷ്ണമൂർത്തിയും, അടുത്ത സുഹൃത്ത് എം.ആർ. തമ്പാനും, വിജയൻ മേലാഡൂരും, കരിവെള്ളൂർ മുരളിയും, വക്കം ഷക്കീറും എന്നും ഹൃദയത്തോടടുത്തവരാണ്. മുൻ ഡി.ജി.പി. അൽഫോൺസ് ഏറായിൽ, ജി. മോഹനൻ നായർ, ജിമ്മി, സുകുമാരൻ നായർ, മാനേജ്മെന്റ് സ്ട്രാറ്റജിസ്റ്റ് സഞ്ജീവ്, ആനി എന്നീ ആത്മാർത്ഥ സുഹൃത്തുക്കളെ മറക്കുന്നില്ല. പരിചയത്തിലുള്ള ഓരോ ആളും ജീവിത പാതയിൽ എനിയ്ക്കു നന്മയുടെ പൂക്കൾ വിരിച്ച വലിയ ഹൃദയത്തിന്റെ ഉടമകളാണെന്ന് കാലം ഏറെ കടന്നു പോയപ്പോൾ തോന്നുകയാണ്. നിരവധി ആത്മ ബന്ധുക്കളുടെ പേര് ഇവിടെ പരാമർശിച്ചിട്ടുണ്ട്. പക്ഷെ പരാമർശിക്കപ്പെടാത്തവർ ഏറെയുണ്ട് എന്ന തോന്നൽ എനിക്കുണ്ട്. അതിനു ക്ഷമാപണം അർപ്പിക്കട്ടെ.

വിജയൻ മേലഡൂർ

പേരുകേട്ട സാഹിത്യകാരന്മാരായ ശൂരനാട് കുഞ്ഞൻപിള്ള, എൻ. കൃഷ്ണപിള്ള, എൻ.വി. കൃഷ്ണവാര്യർ, പ്രൊ. ഗുപ്തൻ നായർ, പ്രൊ. കൃഷ്ണൻ നായർ,

സഞ്ജീവും ഭാര്യ ആനിയും
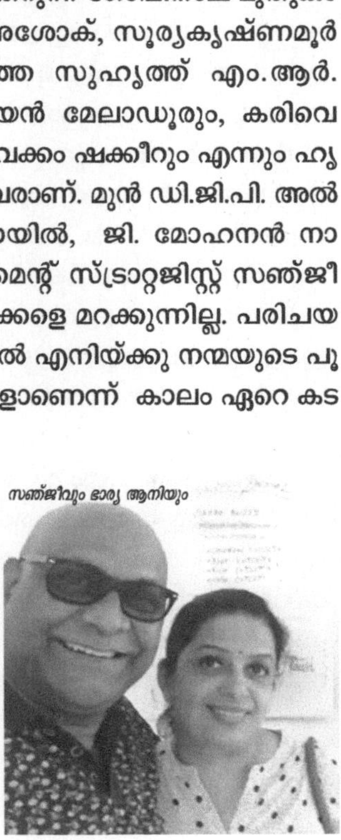

ഡോ.കെ.കെ. രാഹുലൻ, ഡോ.കെ. രാമചന്ദ്രൻ നായർ, ഡി. ബഞ്ചമിൻ, ഡോ. ഓണക്കൂർ, ഡോ. വേലായുധൻ പിള്ള, പെരുമ്പടം ശ്രീധരൻ, സേതുമാധവൻ, കഥാകാരൻ എൻ. മോഹനൻ, പ്രൊഫ. രാമവാര്യർ, കവടിയാർ രാമചന്ദ്രൻ, ടി.പി. രാജീവൻ, പ്രൊഫ. എം.ജി.എസ്. നാരായണൻ, എം.എൻ.കാരാശ്ശേരി, കവയിത്രി റോസ് മേരി, സഖറിയ, ഡോ. പുതുശ്ശേരി രാമചന്ദ്രൻ, തായാട്ട് ശങ്കരൻ, കെ.എം. തരകൻ, ഡി.സി. കിഴക്കേമുറി, സുകുമാർ അഴീക്കോട്, ഓ.എൻ.വി, കെ.എം. ജോർജ്ജ്, സുഗതകുമാരി, ഹൃദയകുമാരി, വിഷ്ണുനാരായണൻ നമ്പൂതിരി, എം.പി. അപ്പൻ, ഡോ. എഴുമറ്റൂർ രാജരാജവർമ്മ ഗായകൻ ഡോ. മണക്കാല ഗോപാലകൃഷ്ണൻ, കെ.കെ വാസു, ഡോ. വിളക്കുടി രാജേന്ദ്രൻ, പ്രൊ. നബീസാ ഉമ്മാൾ, ഡോ. എസ്. ശ്രീദേവി, ഡോ.എം. ലീലാവതി, ഡോ. എം. അച്യുതൻ, ചാത്തനാത്ത് അച്യുതനുണ്ണി, നടൻ റഷീദ്, ഹരീന്ദ്രനാഥ്, വേണുക്കുട്ടൻ നായർ, ഡി. വിനയചന്ദ്രൻ, പ്രൊ. നരേന്ദ്രപ്രസാദ്, ഡോ. എൻ.എ. കരീം, എം.ആർ. തമ്പാൻ, കാർത്തികേയൻ നായർ, പി. അപ്പുക്കുട്ടൻ, ഡോ. ഇ. ശ്രീധരൻ, അംബികാസുതൻ മാങ്ങാട്, പ്രിയൻ ഉമ്മൻ, തിരുമല ശിവൻ കുട്ടി, ഡോ. എൻ.വി.പി. ഉണിത്തിരി, എം. മുകുന്ദൻ, യു.കെ. കുമാരൻ, എം.എം. ബഷീർ, നിലമ്പേരൂർ മധുസൂദനൻ നായർ, വി. മധുസൂദനൻ നായർ, എസ്. രമേശൻ നായർ, എം.കെ. വേലായുധൻ നായർ, പൂവച്ചൽ ഖാദർ, സി.വി. ബാലകൃഷ്ണൻ, സേതു, ബിച്ചു തിരുമല, പെരുമ്പുഴ ഗോപാലകൃഷ്ണൻ, ആർ. ഗോപാലകൃഷ്ണൻ, തേക്കിൻകാട് ജോസഫ്, ചുനക്കര സുരേന്ദ്രൻ, ഡോ. സുകുമാരൻ, പത്രപ്രവർത്തകനായ ജയശങ്കർ, വി.കെ. സോമൻ, ഇ.എ.എം.ബാബു, വട്ടപ്പറമ്പിൽ ഗോപിനാഥപിള്ള, ദേവദാസ്, ദർശൻ രാമൻ, പി.സി. സോമൻ, ബാബു കുഴിമറ്റം, ഇ.പി. രാജഗോപാൽ, കെ.എസ്. ചിത്ര, ഡോ. അരുന്ധതി, ഡോ. ഭാവന, വി.പി. രാമചന്ദ്രൻ (നടൻ, സംവിധായകൻ), എം.ജി. ശ്രീകുമാർ, കല്ലറ ഗോപൻ, മഹേന്ദ്രൻ പൊതുവാൾ, ഉഷ ഉദയരാഗം, എം. രാധാകൃഷ്ണൻ, മണക്കാട് ഗോപൻ, മധു (ഗായകർ), ഗോപിദാസ്, വി.ആർ. ഗോപിനാഥ്, കെ.പി. മോഹൻ, സ്പോട്ട് സുരേഷ്, സുധീർ പരമേശ്വർ, ജോൺ സാമുവൽ, എച്ച് ആന്റ് സി വിക്ടർ, രാജീവ് ഉദയഭാനു, വി.കെ. മോഹൻ, വയലാ വാസുദേവൻ പിള്ള, രാജാവാര്യർ, ഡോ. അംബികാത്മജൻ നായർ, പ്രദീപ് പനങ്ങാട്, അനന്തപുരം രവി, കായംകുളം സന്തോഷ്, ലീലാപണിക്കർ, ജി.കെ. പിള്ള, ആറന്മുള പൊന്നമ്മ, ജഗനാഥൻ, ഭരത്ഗോപി, നെടുമുടി, സുരേഷ്ഗോപി, രവി വള്ളത്തോൾ, തിലകൻ, ആനന്ദവല്ലി, മധുപാൽ,

ബാലചന്ദ്രമേനോൻ, മോഹൻലാൽ, മമ്മൂട്ടി, കഴക്കൂട്ടം പ്രേംകുമാർ, കൊച്ചുപ്രേമൻ, കെ.കെ. ചന്ദ്രൻ, ടി.വി. ചന്ദ്രൻ, കലാധരൻ, കൊല്ലം തുളസി, യു. സുരേഷ്, വിഖ്യാത സൗണ്ട് എഞ്ചിനീയർ ദേവദാസ്, ഉണ്ണി, ഹരി, ജി. പ്രദീപ്കുമാർ (അശ്വമേധം) സന്തോഷ് ചിറ്റാർ, അഡ്വ. ശ്രീജിത്ത്, അഡ്വ. ശിവശങ്കരൻ നായർ, ജി. ഹരി, എ. ശശിധരൻ നായർ, ജി. ദിനചന്ദ്രൻ, വി.എം. രാജമോഹൻ, ഉണ്ണികൃഷ്ണൻ അടിയോടി, പ്രിയേഷ്, തരംഗിണി പ്രഭാകരൻ, രവിമാഷ്, കുഞ്ഞികൃഷ്ണൻ (SBI), പ്രഭാകരൻ കല്ലിടിൽ, വി.പി. കൃഷ്ണകുമാർ, ഗോപി (എൽ. ഐ.സി), പരമേശ്വരൻ കൃഷ്ണ, ഹരീഷ്, ജയപാൽ കാര്യാട്ട്, പാലോട് വാസുദേവൻനായർ, നിർമ്മലരാജഗോപാൽ, ലൽക്കർ ഉമ അഴകപ്പൻ, മെർലിൻ, ശ്രീകാന്ത് കൃഷ്ണൻ, പ്രൊ. അജയപുരം ജ്യോതിഷ്കുമാർ, പി. സുകുമാരൻ, ചന്ദ്രൻ പുറക്കാട്, തുടങ്ങിയ ഉത്സാഹശാലികളായ കലാകാരന്മാരും സിനിമാ പ്രവർത്തകരും പ്രക്ഷേപണ മേഖലയ്ക്കുതന്നെ വലിയ മുതൽക്കൂട്ടായിരുന്നുല്ലോ. അവരെയെല്ലാം ഏതെങ്കിലും ഒരവസരത്തിൽ ഞാൻ ബന്ധപ്പെട്ടിട്ടുണ്ട്. പ്രക്ഷേപണ നിലയം സംസ്കാര കേന്ദ്രമായതുകൊണ്ടാണ് ഇതെനിക്ക് സാധ്യമായത് എന്നാണ് വിശ്വാസം.

വൈസ് ചാൻസലർമാരായ ഡോ. ബാലമോഹൻ തമ്പി, ടി.എൻ. ജയചന്ദ്രൻ, ഡോ.വി.കെ. സുകുമാരൻ നായർ, ഡോ. എ. സുകുമാരൻ നായർ, പ്രൊ. മുഹമ്മദ് ഗനി, പ്രൊ.കെ. രാമചന്ദ്രൻ നായർ, ഡോ. കെ.ജി. അടിയോടി, ഡോ. മൈക്കൽ തരകൻ, ഡോ. രാജൻ ഗുരുക്കൾ, ഡോ. വി.എൻ.ആർ. പിള്ളെ, ഡോ. ജാൻസി ജയിംസ്, ഡോ. വല്യത്താൻ, പ്രൊ.ജെ.വി. വിളനിലം, ഡോ. ഇക്ബാൽ, പ്രൊ. അനന്തമൂർത്തി, എ. എൻ.പി. ഉമ്മർകുട്ടി, ഡോ. എൻ. എ.കരീം, ജി. ഗോപകുമാർ (സെൻട്രൽ യൂണിവേഴ്സിറ്റി) കെ.കെ. കുഞ്ഞികൃഷ്ണൻ എന്നിവരുമായുള്ള സാമീപ്യം ധീഷണാതലത്തിൽ തന്നെ നൂതന അനുഭവമായി മാറി. എന്തു വിഷയമായാലും ശബ്ദലേഖനത്തിനു വിളിക്കാനും വ്യക്തിപരമായി ഇവരോടൊക്കെ ബാന്ധവം പുലർത്താനും എനിക്ക് അവസരം കിട്ടിയത് ദീർഘകാലം വിദ്യാഭ്യാസ പ്രക്ഷേപണത്തിന്റെ നേതൃസ്ഥാനത്തിരുന്നതിലാണ്. യൂണിവേഴ്സിറ്റി അധ്യാപകനിരയെ ആകർഷിച്ച് പ്രക്ഷേപണത്തിന്റെ അക്കാദമീയ പരിവേഷം വർധിപ്പിക്കാൻ ഞാൻ ശ്രദ്ധിച്ചിരുന്നു. ഡോ.എൻ.പി. പിള്ള, (നടൻ ടി.പി. മാധവന്റെ പിതാവ്) ഡോ. പുഷ്പിത ജോൺ, ഡോ. ശിവദാസൻപിള്ള, പ്രൊ.ഒ. കെ. ശ്രീധരൻ, ഡോ. ആർ. വി. ജി. മേനോൻ, ഡോ.സി.പി. അരവിന്ദാക്ഷൻ, എം. എ. കരീം, പി.ഐ.എ. കരീം, സി.കെ. കരീം, ഡോ.സി.ജി. രാമചന്ദ്രൻ

നായർ, ഡോ. കൃഷ്ണദാസൻ നായർ, ഡോ. ശ്രീവരാഹം ബാലകൃഷ്ണൻ (തുടർന്ന് കേരള ഗവർണ്ണറുടെ പി.ആർ.ഒ) പ്രൊ.ജി.എൻ. പണിക്കർ (ഗവർണ്ണറുടെ പി.ആർ.ഒ ആയി), ഡോ. ത്രിവിക്രംജി, ഗോപാൽ, ഡോ. ശബരീഷ്, ആർട്ടിസ്റ്റ് കാട്ടൂർ നാരായണപ്പിള്ള, ജെ. ആർ. പ്രസാദ്, രബീന്ദ്രനാഥകുറുപ്പ്, പ്രൊ.എം.ആർ. ചന്ദ്രശേഖരൻ, പ്രൊ. സുമതിക്കുട്ടിയമ്മ, സി. എസ്. പ്രസാദ്, വയലാ വാസുദേവൻപിള്ള, ഗാന്ധിയൻ ഗോപിനാഥൻ നായർ, ബാലശങ്കർ മന്നത്ത്, ഹരി എസ്. കർത്താ, കെ.എ പിള്ള, എൻ. എൻ പണിക്കർ, എം.പി. ചന്ദ്രശേഖരൻ, എം. പി. മുരളി തുടങ്ങിയ ബൗദ്ധികതലത്തിലെ വ്യക്തിപ്രഭാവങ്ങൾ പ്രക്ഷേപണത്തിന്റെ മുതൽക്കൂട്ടായി ഭവിച്ചു എന്നത് എനിക്ക് വലിയ ചാരിതാർത്ഥ്യം തോന്നുന്നു.

പല പല പ്രസ്ഥാനങ്ങളുടെ തലപ്പത്ത് വിരാജിക്കുന്ന ഒപ്പീനിയൻ ലിഡേഴ്സ് എന്നും പ്രക്ഷേപണത്തിന്റെ അഭ്യുദയകാംക്ഷികളായി വേണം. കാരണം ഒറ്റപ്പെട്ട ഒരു പ്രസ്ഥാനമല്ല പ്രക്ഷേപണം. അതിന്റെ മൂല്യം ഉയർന്ന തലത്തിലുള്ളവരും സമ്മതിച്ചാൽ നന്ന്. ഗാന്ധി സ്മാരക നിധിയുടെ മേധാവിയായിരുന്ന കെ. ഗോപിനാഥൻ നായർ, ഡോ. എൻ. രാധാകൃഷ്ണൻ, കെ. ജനാർദ്ദനൻ പിള്ള, കുട്ടനാട് ശിവരാമൻ നായർ കാൻഫെഡിന്റെയും കേരള ഗ്രന്ഥശാലാ സംഘത്തിന്റെയും സൂത്രധാരന്മാരായ പി.എൻ. പണിക്കർ, ഡോ. ശിവദാസൻപിള്ള, പി.ടി. ഭാസ്കരപ്പണിക്കർ (ശാസ്ത്ര സാഹിത്യ പരിഷത്തിനും ബീജാപവം ചെയ്തത് പി.ടി.ബി. തന്നെ). സി.ഡി.എസ്, സി.ഡിറ്റ് മുതലായ സ്ഥാപനങ്ങുടെയും ഫിലിം ഡവലപ്മെന്റ് കോർപ്പറേഷന്റെയും തലപ്പത്തുണ്ടായിരുന്ന പരിണിതപ്രജ്ഞരായ പി. ഗോവിന്ദപ്പിള്ള, ഡോ.കെ.എൻ.രാജ്, പി. ആർ.എസ്. പിള്ള, ടാന്റം ഗോപാലകൃഷ്ണൻ, ബി.എസ്. ബാലചന്ദ്രൻ, എൻ. ബാലഗോപാൽ തുടങ്ങിയ ആദ്യകാല വ്യക്തിപ്രഭാവങ്ങൾ ആകാശവാണിയെ പല പ്രഭാഷണങ്ങൾ നൽകി പിന്തുണച്ചവർ തന്നെയാണ്. ഇക്കാലത്ത് തന്നെ പരിണിത പ്രജ്ഞനായ കിടങ്ങൂർ ഗോപാലകൃഷ്ണപിള്ള, പി.കെ. നാരായണപ്പണിക്കർ, ജി. സുകുമാരൻ നായർ, ഡോ. കുഞ്ഞികൃഷ്ണൻ, ഡോ. ഹരീന്ദ്രനാഥകുറുപ്പ്, കോട്ടുകാൽ കൃഷ്ണകുമാർ, ഉപേന്ദ്രനാഥകുറുപ്പ്, ശാസ്തമംഗലം മോഹൻ, വി.എൻ. സുരേഷ് തുടങ്ങിയ എൻ.എസ്.എസ്. നേതാക്കന്മാരുമായി അടുത്ത ബന്ധത്തിലേർപ്പെട്ടു. ശാസ്ത്ര സാഹിത്യ പരിഷത്തിന്റെയും സാക്ഷരതാപ്രസ്ഥാനത്തിന്റെയും എല്ലാ തലത്തിലുമുള്ള പ്രവർത്തകർക്കും എന്നും റേഡിയോ പിന്തുണ ആവശ്യമായിരുന്നു. ആ പ്രസ്ഥാനത്തിന്റെ തലപ്പത്തു

ണ്ടായിരുന്ന എം.പി. പരമേശ്വരൻ, കെ.കെ. കൃഷ്ണകുമാർ, ടി.കെ. കൊച്ചു നാരായണൻ, എം.എം. ബാവ, ആർ. രാധാകൃഷ്ണൻ, ശാസ്ത്രപ്രവർത്തകരായ ഡോ. കമലാക്ഷൻ കൊക്കൽ, ഡോ. അരുണൻ, ഡോ. ശാരിക, ഡോ. സി. അനിൽകുമാർ, ഡോ. ബി. ജി ശ്രീദേവി, പ്രൊ. പ്രസാദ്, എം. ആർ. സി. നായർ, വി. കെ. ശശിധരൻ, ജഗ്ജീവൻ, സിജി ശാന്തകുമാർ, ആർ. ഗോപാലകൃഷ്ണൻ നായർ, കെ. ഭാസ്കരൻ (കൊല്ലം), കെ.ടി. രാധാകൃഷ്ണൻ (കണ്ണൂർ), കെ. ശ്രീധരൻ (കോഴിക്കോട്), എന്നിവരും സാക്ഷരതാപ്രസ്ഥാനത്തിന്റെ നെടുംതൂണുപോലെയുള്ള പ്രവർത്തകരായ കെ.ആർ. രാജൻ, അൽഫോൺസാ കണ്ണന്താനം, വി.കെ. ശശിധരൻ, വി.ആർ.വി. ഏഴോം എം.ആർ. സി. നായർ, ഡോ. സുന്ദരേശൻ, ഡോ. മധു ഓമല്ലൂർ, പ്രൊ. എൻ.ബി. സുരേഷ്, ഡോ. സ്വരാജ്, ഡോ. ജയശ്രീ, ഡോ. ബിജി, ഡോ. ബനഡിക്റ്റ്, ചീഫ് എഞ്ചിനീയറായിരുന്ന ഹരിഹര അയ്യർ, ഡോ. സി.പി. ശ്രീകണ്ഠൻ നായർ, പ്രൊ. കോന്നിയൂർ ഗോപകുമാർ, അയ്യപ്പൻ നായർ, ഡോ. സുന്ദരേശൻ, ആറ്റിങ്ങൽ രാമചന്ദ്രൻ, ഡോ. ജയശ്രീ, ഹരീഷ്കുമാർ, പാലുവള്ളി ശശി, പനവൂർ യൂനുസ്കുഞ്ഞ് തുടങ്ങിയവർക്കും പ്രവർത്തന വിജയത്തിന് റേഡിയോ പ്രയോജനപ്പെട്ടു. നാട്ടിലുടനീളമുള്ള പ്രവർത്തകരെ റേഡിയോ പ്രക്ഷേപണത്തിനു നേരിട്ടു സംവദിക്കാനായി. 1992ലെ കേരള സമ്പൂർണ്ണ സാക്ഷരതയുടെ ഏറ്റവും വലിയ സ്കൂൾ റേഡിയോ പരിപാടിയായിരുന്നു എന്നത് എന്റെ അനുഭവമാണ്.

സംഗീതത്തിന്റേയും കവിതയുടെയും വർണ്ണപ്രപഞ്ചത്തിൽ കഴിഞ്ഞിരുന്ന കാവാലം, ഡോ.ഓമനക്കുട്ടി, എം.ജി. രാധാകൃഷ്ണൻ, കെ.പി. ഉദയഭാനു, പെരുമ്പാവൂർ രവീന്ദ്രനാഥ്, ബിച്ചു തിരുമല, പി.സുശീലാദേവി, ഭരണിക്കാവ് ശിവകുമാർ, ജോയി തോട്ടാൻ, എസ്.എ. അസീം, ദർശൻ രാമൻ, രമേഷ് നാരായണൻ, കനകാംബരൻ (കെ.രാഘവന്റെ മകൻ) ഫിലിം മേക്കർ കനകരാഘവൻ, മഹേന്ദ്രൻ പൊതുവാൾ, ഉഷ ഉദയരാഗം, വി.ടി. മുരളി, ഭാവനാ രാധാകൃഷ്ണൻ, ഡോ. അരുന്ധതി, ഫ്ളൂട്ട് ഗോപാലകൃഷ്ണൻ, മാവേലിക്കര കൃഷ്ണൻകുട്ടി നായർ, മാവേലിക്കര രാജു, രവീന്ദ്രൻ മുട്ടത്തറ, ബാബു നാരായണൻ, വയലിൻ ശശികുമാർ, വീണ വെങ്കിട്ടരാമൻ, ബാലഭാസ്കർ, ഗിത്താർ സ്വാമി, കോഴിക്കോട് ശിവരാമകൃഷ്ണൻ തുടങ്ങിയവരും കൈതപ്രം ദാമോദരൻ നമ്പൂതിരി, ഡോ. മണക്കാല ഗോപാലകൃഷ്ണൻ, കുരീപ്പുഴ ശ്രീകുമാർ, കല്ലിടിൽ പ്രഭാകരൻ, തരംഗിണി പ്രഭാകരൻ, നിലമ്പേരൂർ മധുസൂദനൻ നായർ, വി. മധുസൂദനൻ നായർ, എസ്. രമേശൻ നായർ, പി. പി. ശ്രീധരനുണ്ണി

(എന്റെ സഹപാഠി) എം.ഡി. രാജേന്ദ്രൻ, ഏഴച്ചേരി രാമചന്ദ്രൻ, രാമകൃഷ്ണൻ കണ്ണോം, ഡോ. യു. രാമചന്ദ്രൻ, രാജേഷ് പൊതുവാൾ (കണ്ണൂർ) കണ്ണോത്ത് കൃഷ്ണൻ നടൻ മധുപാൽ സാംസ്കാരിക മേഖലയിലെ സുധീർ പരമേശ്വരൻ, ബാബുസേനൻ (സാഹിത്യകാരൻ) ടി.പി. ഭാസ്കരപ്പൊതുവാൾ (മലയാള പാഠശാല), വി. കെ. മോഹൻ (ഉദയഭാനു ഫൗണ്ടേഷൻ സെക്രട്ടറി), രവി മേനോൻ (മാതൃഭൂമി) പി.കെ. സുരേഷ്കുമാർ (എതിർദിശപത്രം), വി.പി. മാധവപ്പൊതുവാൾ, ഏ.വി. മാധവപ്പൊതുവാൾ (ജ്യോത്സർ), സദനം നാരായണൻ (ജ്യോതിസദനം) അഡ്വ. സി.വി. രാമകൃഷ്ണൻ, രാജു, മോഹൻ (ISRO), അജി (രവിസ്റ്റുഡിയോ) പി.ആർ. മാധവപ്പണിക്കർ, കെ.കെ. കൃഷ്ണകുമാർ, ഡോ. ആർ.സി. കരിപ്പത്ത്, എ.വി. രാഘവപ്പൊതുവാൾ ഡോ. ഇ. ശ്രീധരൻ, ഇ. കെ. കൃഷണൻ (എസ്.ബി.ടി.) ശേഖരൻ മാസ്റ്റർ, സി.കെ. രാജൻ, കെ. എ. ബാലകൃഷ്ണൻ, കലാധരൻ യതീന്ദ്രൻ, മനോമോഹൻ, ഇ. കെ. പൊതുവാൾ, പി. കമ്മാരപ്പൊതുവാൾ (സഞ്ജയൻ കലാകേന്ദ്രം), അച്യുതൻ, കെ.പി. ശ്രീധരൻ (പയ്യന്നൂർ ഡയറീസ്), കുപ്ലേരി രാമചന്ദ്രൻ, കെ.യു. ഗോവിന്ദൻ (നാഗാ സ്റ്റോർ). ടി. എ രാധാകൃഷ്ണൻ, കെ. കെ. ഭരതൻ (മട്ടന്നൂർ), വി.എം. ദാമോദരൻ, പി. സുകുമാരൻ, ടി.സി.വി. സതീഷ്, പ്രൊ. മുഹമ്മദ് അഹമ്മദ്, കേശവ പട്ടേരി, ബാലസുബ്രഹ്മണ്യൻ, വി.പി. ചന്ദ്രൻ, ടി.എസ്. ജയറാം അയ്യർ, അഡ്വ. സുരേഷ്, ജനാർദ്ദനൻ, ജയരാജ് (ഓൾഡ് സ്റ്റുഡന്റ്‌സ് അസ്സോസിയേഷൻ) കെ.ഇ. രാമകൃഷ്ണൻ, സി.പി. ഗോവിന്ദൻകുട്ടി, ടി.എ. രാഘവൻ, കണ്ടമ്പത്ത് നാരായണൻ, അനന്തൻ, അഡ്വ. കെ.കെ. ശ്രീധരൻ, പി.കെ. ബാലപ്പൊതുവാൾ, കെ.പി. പത്മനാഭൻ, കുഞ്ഞിമംഗലം വിജയൻ, യു. കലാധരൻ, സി.കെ. ദിവാകരൻ, പി.യു. അനിൽ, സി.പി. കൃഷ്ണകുമാർ, എടവലത്ത് ബാബുരാജ്, ആർ. രാധാകൃഷ്ണൻ, ആറ്റിങ്ങൽ രാമചന്ദ്രൻ (ശാസ്ത്രപരിഷത്ത്), ആറന്മുള ഹരിഹരപുത്രൻ, വക്കം ഷക്കീർ, കായംകുളം യൂനുസ്, വയലാർ മാധവൻകുട്ടി, പ്രസന്നകുമാർ, അഡ്വ. ജയരാജ് (ഫോക്ക്‌ലാന്റ്) കൂക്കാനം റഹ്മാൻ, പയ്യന്നൂർ കുഞ്ഞിരാമൻ, ഡോ. ബിജു രമേശ്, ഹരികുമാർ.ജി, വേണുഗോപാൽ (മഞ്ചേരി), കെ.ജി ബാബു, ജയദേവൻ, മോഹൻ നായർ (വാരണാസി), വട്ടപ്പാറ രവി, കെ. രാജഗോപാൽ, കടാങ്കോട്ട് പ്രഭാകരൻ, ഇ. പ്രേമകുമാർ, വിവേകാനന്ദൻ, സതീഷ് ബാബു പയ്യന്നൂർ, മേഘനാദൻ, മനോജ്, സി.വി. ദയാനന്ദൻ, കുഞ്ഞിരാമൻ (ദേവി), കാമ്പ്രത്ത് പ്രേമൻ, മന്നൂർക്കോണം മോഹൻ രാജ്, രാജ്മോഹൻ കൂവളശ്ശേരി, വേണു വടക്കേടം, മോഹൻ (എം.

കെ. ബുക്സ്), നീലേശ്വരം സദാശിവൻ, ഡോ. ശക്തിധരൻ, ഡോ. വനജ, കെ.കെ. ദിനേശൻ, പി.യു. അരുണൻ, എടയ്ക്ക വിദഗ്ദൻ ശങ്കരമാരാർ, കാമ്പ്രത്ത് മുരളി, പത്മരാജൻ, കെ.യു. രാധാകൃഷ്ണൻ, അജിത് (ഫോട്ടോഗ്രാഫർ) പയ്യന്നൂർ കുഞ്ഞിരാമൻ, എസ്.ആർ. ലാൽ, ഡോ. കെ.വി. കുഞ്ഞികൃഷ്ണൻ, കാമ്പ്രത്ത് മനോഹരൻ, സുരേന്ദ്രൻ ചുനക്കര. സുഹൃദ്‌വലയം നിറഞ്ഞു കവിഞ്ഞപ്പോൾ വീണ്ടും വീണ്ടും തികട്ടിവന്ന പേരുകൾ വന്നുകയറുന്ന രംഗമാണിത്.

പത്രമാധ്യമങ്ങളിലെ ഉന്നത സ്ഥാനീയരായ കെ.എം. മാത്യു (അദ്ദേഹത്തിന്റെ ജീവചരിത്രം കൂടെ താമസിച്ച് ദീർഘമായി ഞാൻ ശബ്ദലേഖനം ചെയ്തിരുന്നു), എം.പി. വീരേന്ദ്രകുമാർ, എസ്. ജയചന്ദ്രൻ നായർ, കെ.എൽ. ശ്രീകൃഷ്ണദാസ്, എൻ.ആർ.എസ്. ബാബു, ശശികുമാർ (ഏഷ്യാനെറ്റ്) എൻ. അശോകൻ (ഡൽഹി), ഡി. വി. ജയമോഹൻ (ഡൽഹി), പി രാജൻ, ജോൺ മുണ്ടക്കയം, അഡ്വ. പ്രതാപചന്ദ്രൻ നായർ, ശശിമോഹൻ, ഓംചേരി എൻ. എൻ. പിള്ള, സുഭാഷ് ചന്ദ്രൻ (മാതൃഭൂമി), രമേഷ്കുമാർ (ന്യൂസ് എഡിറ്റർ), കെ.പി. മോഹൻ (ജയ്ഹിന്ദ്), കെ. ബാലകൃഷ്ണൻ (മാതൃഭൂമി, കണ്ണൂർ) ജെ.ആർ. പ്രസാദ് (കലാപൂർണ), ഡോ.പി.കെ. സുകുമാരൻ (കലാപൂർണ്ണ മാനേജിംഗ് എഡിറ്റർ), പി.വി. കൃഷ്ണൻ, എ.എസ്. നായർ (കാർട്ടൂണിസ്റ്റ്), കുര്യൻ ശബരിഗിരി, ദത്തൻ, ആർ.എസ്. ബാബു (മീഡിയ അക്കാഡമി), പ്രഭാവർമ്മ (മാധ്യമ സെക്രട്ടറി, മുഖ്യമന്ത്രി) ഇ.വി. ശ്രീധരൻ, ഗോവിന്ദനുണ്ണി, എം.ജി. രാധാകൃഷ്ണൻ (ഏഷ്യാനെറ്റ്), ശ്യാംപ്രസാദ് (അമൃത), കെ. പ്രഭാകരൻ (നവയുഗം), ഏ. ചന്ദ്രശേഖരൻ, അനിൽകുമാർ വടവാതൂർ, സുഭാഷ്ചന്ദ്രൻ (മാതൃഭൂമി ആഴ്ചപ്പതിപ്പ്) കൈനകരി ഷാജി, ഡോ. രവിശങ്കർ, ഡോ. ധർമരാജൻ, എൻ.പി.രാജേന്ദ്രൻ, ആർ. അജിത്, സി.പി. ശ്രീഹർഷൻ, പി. മാധവൻ, ജെ. അജിത്, എൻ. വി. അജിത്, പി.പി. ജോസ്, ദേവാനന്ദ്, കെ.എ. ഫ്രാൻസിസ്, അരവിന്ദൻ, ഹരി കർത്താ, ജോൺ മുണ്ടക്കയം, ഓംചേരി, തേക്കിൻകാട് ജോസഫ്, രവി (UNI) കെ. കുഞ്ഞിക്കണ്ണൻ (ജന്മഭൂമി), രാജേന്ദ്രൻ (AIR) ബി.വി. ഉണ്ണിത്താൻ (മുൻ ന്യൂസ് ഡയറക്ടർ, ദൂരദർശൻ), കെ. ഗോവിന്ദൻകുട്ടി, വി.വി. പ്രഭാകരൻ, ഗോപിദാസ് (ആർട്ടിസ് വിദ്യാരംഗം), ജി. ശേഖരൻ നായർ, അജിത് വെണ്ണിയൂർ, ജെ.അജിത്, പ്രൊ. സജീവ് സെറിൽ, ബി. മുരളി, ശാന്തി പ്രസാദ്, യു.എൻ. ഐ. രവി, രവീന്ദ്രൻ നായർ എസ്.ബി.ഐ, അനിത, നീലൻ തുടങ്ങിയ പത്രപ്രവർത്തകരും സുതാര്യമായ ഹൃദയബന്ധം വഴി നിരവധി ആശയസംവാദം നടക്കുകയുണ്ടായി. കാനായി

കുഞ്ഞിരാമൻ, നേമം പുഷ്പരാജ്, ബി.ഡി. ദത്തൻ, കാരയ്ക്കാമണ്ഡപം വിജയകുമാർ, സതീഷ്ചന്ദ്രൻ, വിൻസന്റ് പീറ്റർ, ശെൽവരാജ്, പി. വി. കൃഷ്ണൻ, തുടങ്ങിയ കലാകാരന്മാരും കേരളത്തിലെ സിനിമാ ഐക്കണുകളായ അടൂർ, അരവിന്ദൻ, ഭരത്ഗോപി, നെടുമുടി വേണു, കഴക്കൂട്ടം പ്രേംകുമാർ, ജഗദീഷ്, ഭാഗ്യലക്ഷ്മി, ശ്യാമപ്രസാദ്, അലൻഷിയർ, സുരേഷ്ഗോപി, മോഹൻലാൽ, മമ്മൂട്ടി, കൊല്ലം തുളസി, വി.പി. രാമചന്ദ്രൻ (നടനും സംവിധായകനും) നടൻ രാഘവൻ, കലാധരൻ, സി.പി പത്മകുമാർ, ശാസ്ത്ര സാങ്കേതികരംഗത്തെ അനിഷേധ്യ സാന്നിദ്ധ്യമായിരുന്ന വലിയൊരു വിഭാഗം ധീഷണാശാലികൾ ആകാശവാണിക്ക് പലസമയത്തായി നൽകിയ സേവനം കണ്ടില്ല എന്ന് നടിക്കരുത്. ഡോ.ജി. മാധവൻ നായർ, കെ.പി.പി. നമ്പ്യാർ, ജി. രാജമോഹൻ, ജി. വിജയരാഘവൻ, ഡോ. കൃഷ്ണദാസൻ നായർ, ഡോ. ഹരിഹരൻ, ഡോ. സി.ആർ. സോമൻ, ഡോ. രാമൻകുട്ടി (അച്ചുതമേനോന്റെ പുത്രൻ) ഡോ. ബാബു അമ്പാട്ട്, ഡോ. അശോക് കുമാർ, ഡോ.ഏ.എൻ. നമ്പൂതിരി, ഡോ. സി.ജി. രാമചന്ദ്രൻ നായർ, ഡോ.ജി.എം. നായർ, ഡോ. കെ.ജി. നാരായണപിള്ള, ഡോ. അജിത് പ്രഭു, ടി.പി സേതുമാധവൻ (ഹെൽത്ത് യൂണിവേഴ്സിറ്റി ബാഗ്ലൂർ) ഡോ. അനിൽകുമാർ, ഡോ. പി. കെ. രാധാകൃഷ്ണപിള്ള, ടി.ജി. ജയകുമാർ, അഡ്വ. ശ്രീജിത്ത്, അഡ്വ. വഞ്ചിയൂർ ശിവരാമൻ നായർ, വി.പി. രഘൂത്തമൻ, ആന്ധ്ര ബാലകൃഷ്ണൻ, മണി സുബ്രഹ്മണ്യൻ, കാമ്പ്രത്ത് അപ്പുക്കുട്ടൻ, വി.പി. രാജേന്ദ്രൻ, പങ്കജ് ചന്ദ്രസേനൻ, ചേർത്തല ശശി, ഡോ. ആലപ്പുഴ രാജശേഖരൻ നായർ, കെ. സുദർശനൻ നായർ, പാലോട് രവി, മാനേജ്മെന്റ് വിദഗ്ദ്ധനായ സഞ്ജീവ് തോമസ് ഡോ. സാബു തങ്കപ്പൻ, ഡോ. പ്രകാശ് കുമാർ, ഗോപകുമാര വാരിയർ, ഡോ. എൻ. ബാലകൃഷ്ണൻ നായർ, ഡോ.വി.കെ. ദാമോദരൻ, ഡോ. വല്യത്താൻ, ടി. ദാമു, ഡോ. ബാലചന്ദ്രക്കുറുപ്പ്, കെ. ബാലചന്ദ്രൻ നായർ (എം.ഡി. ഗ്ലോബൽ റേഡിയോ), ഡി.സി.രവി (എം.ഡി.ഡി.സി. റേഡിയോ), ഡോ. അച്യുത്ശങ്കർ, ഡോ. പത്മനാഭൻ (എം.ജി. യൂണിവേഴ്സിറ്റി), ഡോ.കെ.കെ. പത്മനാഭപ്പൊതുവാൾ, പ്രഫുൽ അക്കാദമിയിലെ ചെയർമാൻ വി.പി.മനോഹരൻ, എ. വി.കെ പൊതുവാൾ, എസ്. കൃഷ്ണകുമാർ, പി. കുഞ്ഞികൃഷ്ണൻ (ISRO, ബാംഗ്ലൂർ,) എ.ജി.ജി. മേനോൻ, ശ്രീ.കെ.വി. രവീന്ദ്രൻ, വി.പി. ബാലഗംഗാധരൻ (സയന്റിസ്റ്റ്, VSSC), പി. രാധാകൃഷ്ണൻ (ഡെപ്യൂട്ടി ഡയറക്ടർ, VSSC), പ്രദീപ്കുമാർ (സയന്റിസ്റ്റ്), ഡോ. വിനോദ്, ഡോ. കൃഷ്ണൻ, ഗീത, പി.വി. രവീന്ദ്രൻ, സുധ രവീന്ദ്രൻ, ഡോ. കെ.എൻ.

രാജശേഖൻ, ടി.പി സേതുമാധവൻ, ഡോ. സുധാകര കൈമൾ, ഡോ. ബാല, ഡോ. മേനോൻ, മുൻ ചീഫ് എഞ്ചിനീയർ ഗിരീഷ് കുമാർ, റോഷൻ ശശികുമാർ (CSIR) പ്രശസ്തരായ ഭിഷഗ്വരന്മാർ എന്നും ആകാശവാണിയുടെ സുഹൃത്നിരയിൽ ഒന്നാമതാണ്. ഡോ.കെ.എൻ. പൈ, ഡോ. മാത്യുറോയി, ഡോ. പനമ്പള്ളി കൊച്ചുനാരായണൻ, ഡോ.എം. വി. പിള്ള (യു.എസ്.എ), ഡോ.കെ.പി.ഹരിദാസ്, (ചെയർമാൻ, ലോർഡ് ഹോസ്പിറ്റൽ), ഡോ. വിജയരാഘവൻ, ഡോ. വിജയൻ (മുൻ സൂപ്രണ്ട്), ഡോ. തോമസ് മാത്യു (മുൻ പ്രിൻസിപ്പൽ, തിരുവനന്തപുരം മെഡിക്കൽ കോളേജ്), ഡോ. സുരേഷ് കുമാർ (എസ്.പി. ഹോസ്പിറ്റൽ), ഡോ. പ്രമോദ് (PRS) ഡോ. ഹരിദാസ്, വി.സി. രവീന്ദ്രൻ, ഡോ. കെ. പി. ബാലകൃഷ്ണപ്പൊതുവാൾ, ഡോ. ബേബി പോൾ, ഡോ. സദാനന്ദൻ, ഡോ. ഹരിഹരൻ, ഡോ. ആർ. കെ. പിള്ള, ഡോ. ജോബ്, ഡോ. കെ.വി.ബി. നമ്പ്യാർ, ഡോ. ദാമോദരൻ, ഡോ. ഹരിദാസ്, ഡോ. കമലാക്ഷൻ. ഡോ. വിമലൻ തുടങ്ങിയവരും വി. എം. രാജ്മോഹൻ, കണ്ണോത്ത് കൃഷ്ണൻ, അഡ്വ. സി.വി. രാമകൃഷ്ണൻ തുടങ്ങി വലിയ ഒരു സൗഹൃദനിര തന്നെയുണ്ട്. എന്റെ ആകാശവാണി സേവനകാലത്ത് വ്യക്തിബന്ധങ്ങളെല്ലാം വലിയ മുതൽക്കൂട്ടുകളാണ് എന്ന് ബോധ്യമാകുന്നതാണ് ജീവിതം.

രാഷ്ട്രീയരംഗത്തെ സൗഹൃദങ്ങൾ ഏറെ മൂല്യമുള്ളതാണ്. ഒന്നാന്തരം ഒപ്പീനിയൻ ലീഡർമാരാണവർ. അസംതൃപ്തി എന്നൊന്നിന് ആ സൗഹൃദവഴിയിൽ സ്ഥാനമില്ല. പ്രശസ്തരായ കെ. കരുണാകരനും ഇ.കെ. നായനാരും ഏ.കെ. ആന്റണിയും മാധ്യമത്തെ വേണ്ടതുപോലെ പരിഗണിക്കാറുള്ള നേതാക്കളാണ്. ഇന്നത്തെ മുഖ്യമന്ത്രി പിണറായിയും ഉമ്മൻചാണ്ടിയും ഒട്ടും പിറകിലല്ല. എൻ.കെ. പ്രേമചന്ദ്രൻ, പന്ന്യൻ രവീന്ദ്രൻ, എം.കെ. രാഘവൻ, ഇ.പി. ജയരാജൻ, പി.ജെ. കുര്യൻ, കെ. സി. വേണുഗോപാൽ, രാജ്മോഹൻ ഉണ്ണിത്താൻ, ജഗതി വേണുഗോപാൽ, ടി.ഐ. മധുസൂദനൻ, എം.എം. ഹസ്സൻ, ചെറിയാൻ ഫിലിപ്പ്, ഹരീന്ദ്രനാഥ്, സി.പി. ജോൺ, ഇ.ടി. മുഹമ്മദ് ബഷീർ, മുല്ലപ്പള്ളി രാമചന്ദ്രൻ, കെ. സുധാകരൻ, രമേഷ് ചെന്നിത്തല, കടന്നപ്പള്ളി രാമചന്ദ്രൻ, ശശി തരൂർ, എ.കെ. ശശിന്ദ്രൻ. കെ.പി. കുഞ്ഞിക്കണ്ണൻ, എം. നാരായണൻ കുട്ടി, പി.ടി.തോമസ്, എം. വിജയരാഘവൻ, കെ. മുരളീധരൻ, സി.കെ. പത്മനാഭൻ, കെ.ഇ. ഇസ്മയിൽ, എം. വിജയകുമാർ, പി. അശോക് കുമാർ, പി.ജെ, ജോസഫ്, ഇ.പി ജയരാജൻ, പ്രതാപചന്ദ്രൻ, ജോസഫ് വാഴക്കൻ, ജി. കാർത്തികേയൻ, പന്തളം സുധാകരൻ,

അഡ്വ. ഹരീന്ദ്രനാഥ, കാരയിൽ സുകുമാരൻ, ശബരിനാഥ്, വിഷ്ണു നാഥ്, തലേക്കുന്നിൽ ബഷീർ, സതീശൻ പാച്ചേനി, കെ. ബി. ശശികുമാർ, എബി കുര്യാക്കോസ്, ബി. മാസ്റ്റർ, ആർ. എസ്. ശശികുമാർ, എം. കെ.രാജൻ, പി.കെ.ശ്രീമതി തുടങ്ങിയവരെ ഓർക്കട്ടെ. തൊഴിൽപരമായ ഏത് സന്ദിഗ്ധാവസ്ഥയിലും വ്യക്തിപരമായ പിന്തുണ നൽകിയ പൊതുപ്രവർത്തകരാണെന്ന് പറയാൻ മടിയില്ല. നിഷ്പക്ഷമായ മാധ്യമവീക്ഷണത്തിനു പ്രേരിപ്പിക്കുന്ന ഇടപെടലാണ് ഇവരിൽ നിന്നുണ്ടാവുക.

പൊതുരംഗത്തും, രാഷ്ട്രീയക്കളരിയിലും, ശാസ്ത്ര സാഹിത്യ മണ്ഡലത്തിലും ശാസ്ത്രമേഖലയിലും സാഹിത്യ നഭോമണ്ഡലത്തിലും, ഭരണസിരാകേന്ദ്രത്തിലും എന്നും വിരാചിക്കുന്നവരും, കാലയവനികക്കുള്ളിൽ പിൻവാങ്ങിയവരുമായ ചിലരെയാണ് ഞാൻ ഇവിടെ അനുസ്മരിച്ചത്. ഓർമ്മയുടെ പിന്നണിയിൽ മുന്നോട്ടു വരാതെ നിർക്കുന്ന നൂറുകണക്കിന് സ്നേഹിതരെ ഹൃദയപൂർവ്വം ഓർക്കേണ്ടതുണ്ട്. വരും പേജുകൾ തയ്യാറാക്കുമ്പോൾ ആ മഹത്തുക്കൾ തിരശീല നീക്കി എന്നെ മനസ്സിലെത്തുമെന്നു കരുതുകയാണ്. ഈ പറയുന്ന പേരുകൾക്ക് ഒരു നിയോഗം വേണമെന്നുള്ളതുകൊണ്ട് ഞാൻ ഏറ്റവും അടുത്തവരോടുപോലും ചർച്ച ചെയ്യാതെയാണ് പേനത്തുമ്പിൽ നിന്ന് ഈ പേരുകൾ ഊർന്ന് വന്നത്. ഒരർത്ഥത്തിൽ ഒഴുക്കുമുറിയാതെ സ്മരണകൾ ഓടിയെത്തുകയാണ്. ആ ബന്ധത്തിലും അല്ലാതെയും ഉള്ള നിരവധി ബന്ധുജനങ്ങളുടേയും അടുത്ത സഹപ്രവർത്തകരുടേയും പേരുകൾ ഞാൻ വിടുകയാണ്. 'നമ്മുടെ അത്തായി' എന്ന തലക്കെട്ടിൽ ഞാൻ ഈയിടെ പ്രസിദ്ധീകരിച്ച ഗ്രന്ഥത്തിൽ പിറകോട്ടു ഏഴു തലമുറകളുടെ വിവരണങ്ങൾ നൽകിയത് ഇവിടെ സംഗതമാണ്. ബന്ധുക്കളെയും ഉറ്റ സുഹൃത്തുക്കളെയും ഇനിയും പ്രതിപാദിക്കുന്നില്ല. ആവർത്തനവിരസത ഒഴിവാക്കാമല്ലോ.

35

വിദ്യാഭ്യാസത്തിലെ ടെക്നോളജി

ആകാശവാണിയിലെ പ്രവർത്തന വിജയത്തെ ആദരിച്ച് കേരള സർക്കാരിൽ അന്ന് ആരംഭിച്ച ഇൻസ്റ്റിറ്റ്യൂട്ട് ഓഫ് എഡ്യൂക്കേഷണൽ ടെക്നോളജിയിൽ എന്നെ നിയമിച്ചത് 1998ലെ ഇടതു സർക്കാരായിരുന്നന്നു. ആ ജോലി ഞാൻ സന്തോഷപുരസ്സരം സ്വീകരിച്ചു. വിദ്യാഭ്യാസ സെക്രട്ടറിയായിരുന്ന കെ. ജയകുമാറും, മന്ത്രി പി.ജെ. ജോസഫും ദൂരദർശന്റെ അന്നത്തെ ഡയറക്ടർ ശ്രീമതി രാധാ വാര്യരും ഈ സുപ്രധാനമായ തീരുമാനത്തിൽ പങ്കാളികളായിരുന്നു. അന്നത്തെ ഡി.പി.ഐ. (ഇന്ന് ചീഫ് സെക്രട്ടറി)യും ഈ യത്നത്തിൽ എന്നെ സഹായിച്ചിരുന്നു. ശ്രീമതി രാധാ വാര്യരെ ആകാശവാണിയിൽ സംഗീത വിഭാഗത്തിന്റെ പ്രോഗ്രാം ഓഫീസർ എന്ന നിലയിൽ എനിക്ക് മുൻപരിചയവും അടുപ്പവും ഉണ്ടായിരുന്നതുകൊണ്ട് നടപടികൾ പ്രയാസരഹിതമായി എന്നു പറയാം. അങ്ങിനെ മാധ്യമം വഴിയുള്ള വിദ്യാഭ്യാസത്തിന് നല്ല അടിത്തറ ആദ്യമായി നൽകിയത് കേരള SIET ആയിരുന്നു. കേരളം കൂടാതെ കേന്ദ്രത്തിന്റെ ഗ്രാന്റോടുകൂടി പ്രവർത്തിക്കുന്ന ഏഴു SIETകൾ തമിഴ്നാട്, ആന്ധ്ര, ഗുജറാത്ത് തുടങ്ങിയ സംസ്ഥാനങ്ങളിലുണ്ടായിരുന്നു അന്ന്. ഇന്ന് SIETയ്ക്ക് കേന്ദ്ര ഗ്രാന്റ് ഇല്ലെങ്കിലും മാധ്യമ വിദ്യാഭ്യാസത്തിന്റെ ദീപശിഖയേന്തുന്ന സംസ്ഥാന ഗവൺമെന്റ് നിരവധി പുതുമ കലർന്ന വിദ്യാഭ്യാസ രീതികൾ ഇലക്ട്രോണിക് ഡിജിറ്റൽ മാധ്യമങ്ങൾ വഴി നടത്തുന്നുണ്ട്. മഹാമാരിക്കാലത്ത് സ്കൂളുകളും കോളേജുകളും തുറന്നു പ്രവർത്തിക്കാൻ അസാധ്യമായ ദിനങ്ങളിൽ ഓൺലൈൻ വഴിയും ദൃശ്യമാധ്യമങ്ങളിലൂടെയുമായി വിദ്യാഭ്യാസം പൂർണ്ണമായും മാറിയത് ഓർക്കുമല്ലൊ. 1998 മുതൽ സെൻട്രൽ ഇൻസ്റ്റിറ്റ്യൂട്ട് ഓഫ് എഡ്യൂക്കേഷണൽ ടെക്നോളജി വഴിയാണ് ഇന്ത്യാ ഗവൺമെന്റ് സംസ്ഥാന ഇൻസ്റ്റിറ്റ്യൂട്ടുകളെ പിന്തുണച്ചത്. CIET ഡയറക്ടർ ഡോ. ഭട്ടാചാര്യ അന്ന് കേരള SIETയ്ക്ക് പ്രത്യേകമായി പരിഗണന നൽകിയത് ന

മ്മുടെ സംസ്ഥാനത്തിന് ഗ്രാന്റ് ലഭ്യമാകുന്നതിലും പരമാവധി പ്രവർത്തന സ്വതന്ത്ര്യം നൽകുന്നതിലും കലാശിച്ചു. കേരളത്തിന് വലിയ കൊട്ടും കുരവയുമില്ലാതെ ഇത്തരത്തിൽ ഒരു

SIET സെമിനാറിൽ മന്ത്രി ജോസഫ്, കെ.പി.പി. നമ്പ്യാർ, മുഖ്യമന്ത്രി നായനാർ എന്നിവരുടെ കൂടെ

പുതുമയാർന്ന ഉദ്യമം 1998-ൽ ആരംഭിക്കുമ്പോൾ പൂജപ്പുരയിലെ SCERTലാണ് SIET യ്ക്ക് ഒരു താൽക്കാലിക ഓഫീസ് നൽകിയത്; പരിമിതമായ സ്റ്റാഫും. പക്ഷെ വീഡിയോ പ്രൊഡക്ഷൻ സംബന്ധിച്ച സംവിധാനങ്ങൾ പലതും സാക്ഷാത്കരിക്കുന്നതിനുള്ള ഏകോപനം, ഭരണനിർവ്വഹണം എന്നിവ സുഗമാക്കുന്നതിന് സ്റ്റേറ്റ് ഇൻസ്റ്റിറ്റ്യൂട്ട് ഓഫ് എഡ്യൂക്കേഷണൽ ടെക്നോളജിക്ക് ഒരു പ്രത്യേക ഓഫീസിന് വെള്ളയമ്പലത്ത് ഒരു വാടക കെട്ടിടമെടുത്തു. SIET ഡയറക്ടർ പദവിയിലെ ഡെപ്യൂട്ടേഷൻ അവസാനിപ്പിച്ച് അഞ്ചു വർഷത്തിനുശേഷം (2003-ൽ) ഞാൻ ആകാശവാണിയിലെ സർവ്വീസിലേക്ക് തിരികെ പോകുന്നതുവരെ വെള്ളയമ്പലത്ത് ആൽത്തറ ക്ഷേത്രത്തിനടുത്തായിരുന്നു SIET വാടക കെട്ടിടത്തിൽ പ്രവർത്തിച്ചത്. അഞ്ചു വർഷംകൊണ്ട് കേരള ഗവൺമെന്റിന്റെ അവഗണിക്കാൻ പറ്റാത്ത ഒരു സ്വയംഭരണ വിദ്യാഭ്യാസ സ്ഥാപനമായി തീർന്നു അത്. എനിക്ക് ഇന്ത്യയുടെ ഇതരഭാഗങ്ങളിൽ പര്യടനം നടത്താനും എഡ്യൂക്കേഷണൽ ടെക്നോളജിയുടെ മറ്റിടങ്ങളിലെ അവസ്ഥയും പുരോഗതിയും മനസ്സിലാക്കാനും സാധിച്ചത് ഈ ഡെപ്യൂട്ടേഷൻ കാലത്താണ്. ഡൽഹിയിലെ കേന്ദ്ര ഓഫീസായ CIET ൽ മാസംതോറും റിവ്യൂ മീറ്റിംഗിൽ പങ്കെടുക്കുവാൻ അവസരം കിട്ടിയപ്പോൾ മാനവ വികസനശേഷി മന്ത്രാലയത്തിലെ ഉന്നതന്മാരുമായും ഇന്ത്യയിലെ മറ്റു വിദ്യാഭ്യാസ വിചക്ഷണന്മാരുമായി ഇടപഴകാൻ പറ്റി എന്നത് പ്രൊഫഷണൽ ജീവിതത്തിലെ വലിയ മുതൽക്കൂട്ടായി. രണ്ടോ മൂന്നോ പ്രാവശ്യം SIET തയ്യാറാക്കിയ വിദ്യാഭ്യാസ വീഡിയോയ്ക്ക് അഖിലേന്ത്യാ പുരസ്കാരം കിട്ടിയിരുന്നു. അന്ന് ദൽഹിയിലെ

CIET ഡയറക്ടർ പരിണിതപ്രജ്ഞനായ ഭട്ടാചാര്യയായിരുന്നു.

കേരളത്തിൽ തെരഞ്ഞെടുപ്പ് വരികയും വിദ്യാഭ്യാസത്തിന് പുതിയ മന്ത്രി നിയുക്തനാവുകയും ചെയ്യുന്നത് ഈ കാലയളവിലാണ്. പി.ജെ. ജോസഫിന് പകരം നാലകത്ത് സൂപ്പി മന്ത്രിയാകുന്നു. പി.ജെ. ജോസഫിനെപ്പോലെ ഉൾക്കാഴ്ച അദ്ദേഹത്തിന് ഇത്തരം മേഖലകളിൽ ഉണ്ടായിരുന്നില്ലെങ്കിലും SIETയെ പുരോഗതിയിലേക്ക് നയിക്കാൻ എനിക്ക് ശക്തമായ പിന്തുണ തുടക്കത്തിൽ അദ്ദേഹം നൽകി. ആയിടയ്ക്കാണ് കമ്പ്യൂട്ടർ എഡ്യൂക്കേഷൻ പ്രചാരത്തിലാക്കാൻ സംസ്ഥാനത്ത് ഒരു പ്രൊജക്ട് മോഡിൽ IT@School എന്ന ഒരു പദ്ധതി തുടങ്ങിയത്. പി. ജെ. ജോസഫും കെ. ജയകുമാറും പുതിയ സങ്കൽപ്പമനുസരിച്ച് ആസൂത്രണം ചെയ്ത പദ്ധതിയായിരുന്നു അത്. ബഹുകേമന്മാരായ കമ്പ്യൂട്ടർ വിദഗ്ധന്മാരെ രാജ്യത്തിന്റെ ഇതരഭാഗങ്ങളിൽ നിന്ന് വരുത്തി വിശദ ചർച്ചകൾക്കുശേഷം -IT@ സ്കൂൾ കേരളത്തിൽ ലോഞ്ച് ചെയ്തു. CSIR റീജിയണൽ ലബോറട്ടറിയിലെ ശാസ്ത്രജ്ഞയും കമ്പ്യൂട്ടർ വിദഗ്ധയുമായ ഡോ. റോഷൻ ശശികുമാറിനെ ടീം ലീഡറാക്കി. SIET യുടെ ഭാഗമായാണ് ഈ സംവിധാനം തുടങ്ങിയത്. മലപ്പുറം ജില്ലയിലെ അധ്യാപകൻ കമ്പ്യൂട്ടർ മേഖലയിൽ നൈപുണ്യം നേടിയ ശ്രീ. വി.കെ. ശശിധരൻ ഡോ. റോഷനെ സഹായിച്ചു. പിന്നീട് അദ്ദേഹം അച്യുതാനന്ദൻ മുഖ്യമന്ത്രിയായപ്പോൾ കമ്പ്യൂട്ടർ സെന്ററിന്റെ നേതൃത്വത്തിലെത്തി. ഭരണമാറ്റം വന്നതോടെ ആത്മാർത്ഥതയും കഠിനാധ്വാനവും ദീക്ഷിച്ച് സേവനം ചെയ്ത ഡോ. റോഷനെ ഒരു ദിവസം മന്ത്രിയുടെ ഇംഗിതമനുസരിച്ച് CSIR ലേക്ക് തിരിച്ചയച്ചു. ആ സ്ഥാനത്ത് ശ്രീ ബിജു പ്രഭാകർ എന്ന യുവ കമ്പ്യൂട്ടർ വിദഗ്ധനെ നിയമിച്ചു. അദ്ദേഹം പഴയ സംസ്ഥാന മന്ത്രി തച്ചടി പ്രഭാകരന്റെ മകനായിരുന്നു. വളരെ ഉൽപ്പതിഷ്ണുവും പ്രയത്നശാലിയും കമ്പ്യൂട്ടർ രംഗത്ത് ആഴത്തിലുള്ള അറിവുമുള്ള ബിജു പ്രഭാകർ ആ സ്ഥാപനത്തെ ഒന്നാന്തരം സാങ്കേതിക കേന്ദ്രമാക്കി മാറ്റുകയും തുടർന്ന് പൊതു വിദ്യാഭ്യാസ ഡയറക്ടറുടെ നേതൃത്വത്തിലുള്ള വിദ്യാഭ്യാസ സ്ഥാപനമാവുകയും ചെയ്തത് ചരിത്രം. ബിജു പ്രഭാകറിന് പിന്നീട് IAS ലഭിക്കുകയും അദ്ദേഹം സർവ്വെ ഡയറക്ടർ, ഡി.പി.ഐ, തിരുവനന്തപുരം കളക്ടർ, കെ.എസ്. ആർ.റ്റി.സി. എം.ഡി എന്നീ പദവികളിൽ എത്തുകയും ചെയ്തു.

കേരളത്തിൽ IT @ സ്കൂൾ വിദ്യാഭ്യാസ വകുപ്പിന് വലിയ ഖ്യാതിയാണ് നേടിക്കൊടുത്തത്. തുടക്കത്തിൽ SIET യുടെ കീഴിൽ പ്രവർത്തിച്ച ചെറിയൊരു പ്രോജക്ട് ഇന്ത്യയ്ക്ക് മാതൃകയായി ക്ലാസ്സ്മുറിയി

ലെ ഇൻഫർമേഷൻ ടെക്നോളജി സമസ്യകൾക്ക് ഓരോന്നായി മറുപടി നൽകാൻ പര്യാപ്തമായി എന്നാണ് എന്റെ കാഴ്ചപ്പാട്. കേന്ദ്ര സർക്കാരിന്റെ ധനസഹായത്തോടെ കേരളത്തിലെ സ്കൂൾ ക്ലാസ്സുകളിൽ പ്രത്യേകിച്ച് പത്താം ക്ലാസ്സിൽ കമ്പ്യൂട്ടർ വിതരണം ചെയ്യുകയും അതിന് ഉപോൽബലകമായി സോഫ്റ്റ്‌വെയറുകൾ സൃഷ്ടിക്കുകയും ചെയ്ത ഒരു മുന്നേറ്റം സ്മാർട്ട് ക്ലാസ്സ്റൂം എന്ന ലക്ഷ്യത്തിലേക്കാണ് എത്തിച്ചേർന്നത്. IT @ School കമ്പ്യൂട്ടർ പഠനം മാത്രമല്ല കമ്പ്യൂട്ടർ സോഫ്റ്റ്‌വെയർ ഉപയോഗിച്ചുള്ള കോഴ്സ് വേർ (Course ware) തയ്യാറാക്കി അധ്യാപനവും പഠനവും പ്രയാസമില്ലാതെ നിർവ്വഹിക്കുന്നതിന് ലക്ഷ്യം വച്ചുള്ളതാണ്. കേരളത്തിൽ ഇരുപതു വർഷം മുമ്പുതന്നെ ഇങ്ങിനെ വിദ്യാഭ്യാസരംഗത്ത് ഒരു ഇൻഫർമേഷൻ കമ്മ്യൂണിക്കേഷൻ ടെക്നോളജിക്ക് വിത്തു പാകിയതും ക്രമികമായി ഒരു ഐ.റ്റി വിപ്ലവം പ്രാവർത്തികമാക്കിയതും SIETയുടെ ഇടപെടൽ മുഖേനയാണെന്നിരിക്കെ ആസ്ഥാപനത്തിന്റെ തുടക്കക്കാരനും മേലധികാരിയുമായി അഞ്ചു വർഷം സേവനമനുഷ്ഠിച്ച വ്യക്തി എന്ന നിലയിൽ ഞാൻ കൃതാർത്ഥനാണ്. വിദ്യാഭ്യാസ മുന്നണിയിലെ ഈ ചരിത്ര നേട്ടത്തിന് വ്യക്തിപരമായി ഭാഗഭാക്കാവാൻ ഭാഗ്യം കിട്ടിയതിനു പിന്നിൽ ഞാൻ പ്രക്ഷേപണ നിലയത്തിൽ വിദ്യാർത്ഥികൾക്കും നാട്ടിലുടനീളമുള്ള അധ്യാപകർക്കുമായി ദീർഘവീക്ഷണത്തോടെ പ്രക്ഷേപണ പരിപാടി ആസൂത്രണം ചെയ്തു നടപ്പാക്കിയതിന്റെ ആവേശവും ആഹ്ലാദവുമാണെന്ന് ഹൃദയപൂർവ്വം വിശ്വസിക്കുവാനാണ് എനിക്ക് ഇഷ്ടം.

ശബ്ദപ്രധാനമായി ഇലക്ട്രോണിക് മാധ്യമത്തിലൂടെ വിദ്യാഭ്യാസ പ്രചാരണം നടത്തി ഏറെ പരിചയം സിദ്ധിച്ചുവെങ്കിലും ദൃശ്യബിംബങ്ങളെ ഉപയോഗപ്പെടുത്തി വിദ്യാഭ്യാസപരമായ പ്രചാരണം നിർവ്വഹിക്കാൻ എന്നെ സംബന്ധിച്ചിടത്തോളം പരിശീലനം കിട്ടിയത് ദൂരദർശനുമായി ബന്ധപ്പെട്ടതുകൊണ്ടു തന്നെയാണ്. അതിനുമുമ്പ് C-Dit,

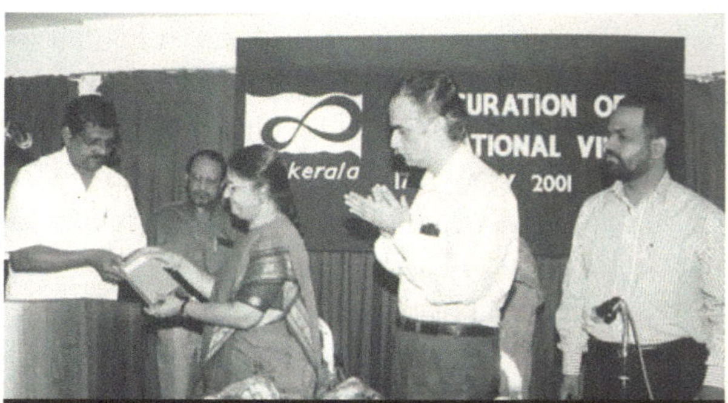

എസ്.ഐ.ഇ.റ്റിയുടെ വീഡിയോ പരിപാടി മന്ത്രി പി.ജെ. ജോസഫ് പുറത്തിറക്കുന്നു.

ഏഷ്യാനെറ്റ്, സൂര്യ ടി.വി. എന്നിവയിലും നിരവധി ശാസ്ത്രാധിഷ്ഠിതമായ ദൃശ്യപരിപാടികൾ അവതരിപ്പിച്ച പരിചയം എനിക്ക് വലിയ ആത്മധൈര്യം പകർന്നു. സതീഷ് ബാബു പയ്യന്നൂരിന്റെ നേതൃത്വത്തിലാരംഭിച്ച പനോരമ ടി.വി.യിൽ മുടങ്ങാതെ ഒരു വർഷം ശാസ്ത്രത്തിൽ ദൃശ്യപരിപാടികൾ ഞാൻ അവതരിപ്പിച്ചിരുന്നു. SIET-ൽ സർക്കാർ അനുമതിയോടെ ഇരുപതോളം പ്രോഗ്രാം പ്രൊഡ്യൂസർമാരെ എംപാനൽ ചെയ്യാൻ ആദ്യം തീരുമാനിച്ചു. അവരെല്ലാം ഡോക്യുമെന്ററി ഫോർമാറ്റിൽ വിജ്ഞാനപ്രദമായ ധാരാളം പരിപാടികൾ നിർമ്മിച്ച് കൃതഹസ്തരായ പ്രൊഡ്യൂസർമാരായിരുന്നു. അവർ സമർപ്പിക്കുന്ന തിരക്കഥകൾ ഒരു അംഗീകൃത കമ്മിറ്റിയെക്കൊണ്ട് പരിശോധിക്കാനും, അവർ നിർമ്മിക്കുന്ന ദൃശ്യ പരിപാടി മറ്റൊരു വിദഗ്ദ്ധ കമ്മിറ്റിയെക്കൊണ്ട് പരിശോധിച്ച് അംഗീകരിക്കാനും പദ്ധതിയിട്ടു. എല്ലാ കമ്മിറ്റികളുടേയും ചെയർമാനായിരുന്നത് വിദ്യാഭ്യാസ സെക്രട്ടറിയുടെ പ്രതിനിധിയായ ഞാനായിരുന്നു. അങ്ങിനെ SIET-ൽ 300ലേറെ ഡോക്യുമെന്ററികൾ ഭാഷാ-മാനവിക-ശാസ്ത്ര വിഷയങ്ങളിൽ നിർമ്മിക്കപ്പെട്ടു. തെരഞ്ഞെടുത്ത പരിപാടികൾ ദൂരദർശനിൽ സമർപ്പിച്ച് സ്ക്രീൻ ചെയ്തുപോന്നു. സ്കൂളുകളിലും മറ്റു വിദ്യാഭ്യാസ സ്ഥാപനങ്ങളിലും ന്യൂസ് ലെറ്റർ വഴി ഈ പരിപാടിയുടെ ഷെഡ്യൂൾ എത്തിച്ചു. താൽപര്യമെടുത്താണ് അധ്യാപകരും വിദ്യാർത്ഥികളും ഈ സംരംഭത്തിൽ പങ്കാളികളായത്. ഈ ദൃശ്യ പരിപാടികളുടെ സി.ഡി. മോഡ് നിർമ്മിച്ച് എല്ലാ വിദ്യാലയങ്ങളിലും സൗജന്യ നിരക്കിൽ വിതരണം ചെയ്തു എന്നത് വലിയൊരു കാൽവയ്പ്പായിരുന്നു.

സംസ്ഥാന സർക്കാരിന്റെ കീഴ്‌വഴക്കമനുസരിച്ച് മന്ത്രിയുടെ താൽപര്യങ്ങൾക്ക് അനുസൃതമല്ലെങ്കിൽ സ്വയംഭരണ സ്ഥാപനങ്ങളുടെ പ്രവർത്തനത്തെ അത് ബാധിക്കും എന്നത് സുവിദിതമായിരുന്നു. അത്തരം മേലധികാരികളുടെ താൽപര്യ സംരക്ഷണത്തിൽ എനിക്ക് ചിലപ്പോൾ വേണ്ടത്ര ശ്രദ്ധിക്കാൻ പറ്റാത്ത അവസ്ഥയും ഉണ്ടായിരുന്നു എന്നു തോന്നുന്നു. ഇത്തരം സമീപനം കേന്ദ്ര സർവ്വീസിൽ ഞാൻ പരിചയിച്ചിട്ടില്ല എന്നത് ഒരു കുറവായിരുന്നു. അതൊരു ഇന്ത്യാ ഗവൺമെന്റ് സർവ്വീസ് ഹാംഗ് ഓവർ ആയിരുന്നു. അഞ്ചു വർഷത്തെ ഡെപ്യൂട്ടേഷൻ അവസാനിച്ച നിമിഷം തന്നെ പുതിയൊരു SIET ഡയറക്ടർ എന്റെ ഓഫീസ് മുറിയിൽ പ്രത്യക്ഷനായി. അദ്ദേഹത്തിന് ഉടനടി ചാർജ്ജെടുക്കുവാനാണ് മോഹം. അതിനു ന്യായീകരണമായി ജ്യോതിഷപ്രകാരം അങ്ങിനെ ചെയ്യേണ്ടിയിരിക്കുന്നു എന്നതായിരുന്നു അദ്ദേഹത്തിന്റെ പി

ടിവാശി. രാഷ്ട്രീയ രാശി ചക്രത്തിൽ എന്തെങ്കിലും വിഘാതം സംഭവിക്കാതിരിക്കാനാണു അങ്ങിനെ പറയുന്നത് എന്ന് ഞാൻ ശങ്കിച്ചു. അനന്തരം ഞാൻ സുരക്ഷിതനായി തിരുവനന്തപുരം ആകാശവാണി നിലയത്തിലേക്ക് മാറാൻ അവസരം കാത്തുനിൽക്കുകയായിരുന്നു. വിദ്യാഭ്യാസ മന്ത്രി എന്റെ ഉദ്യോഗ തുടർച്ചയ്ക്ക് കാര്യമായ ഒരു വിട്ടുവീഴ്ചയും ചെയ്തില്ല എന്നതുകൊണ്ട് ആകാശവാണി നിലയത്തിൽ ഒഴിവില്ലാത്ത അവസരത്തിലും കേരള സർക്കാരിന്റെ ഡെപ്യൂട്ടേഷൻ അവസാനിച്ചപ്പോൾ തിരികെ ആകാശവാണിയിലേക്ക് വരികയാണുണ്ടായത്. ഒരു പുതിയ സങ്കേതത്തിലധിഷ്ഠിതമായ സ്ഥാപനം സ്ഥാപിച്ച് വളർത്തിയതിന് കേരള സർക്കാർ സംവിധാനം ഇത്തരത്തിലാണ് നന്ദി പറഞ്ഞത് എന്നത് എന്നെ ആശ്ചര്യപ്പെടുത്തി. അന്നത്തെ വിദ്യാഭ്യാസ സെക്രട്ടറി ഒരു വിട്ടുവീഴ്ചയ്ക്കും തയ്യാറായില്ല എന്നെനിക്കുതോന്നി. ആ ഊഹം സത്യവുമായിരുന്നു. സ്വാഭാവികമായും അദ്ദേഹം ചരടിന്റെ അറ്റം പിടിച്ചു. എന്റെ അഞ്ചുകൊല്ലത്തെ വിജയപ്രദമായ ദൗത്യം അങ്ങനെ അവസാനിച്ചു. എല്ലാം പുതിയ അനുഭവങ്ങൾ.

36

വീണ്ടും പ്രക്ഷേപണത്തിൽ

മംഗലാപുരം ആകാശവാണിയിലേക്ക് പ്രോഗ്രാം എക്സിക്യൂട്ടീവായി ഡെപ്യൂട്ടേഷൻ കഴിഞ്ഞ മുറയ്ക്ക് ആകാശവാണി ഡയറക്ടറേറ്റ് എന്നെ നിയമിച്ചു. അതൊരുവിധത്തിൽ വലിയ സഹായമായി. എന്റെ സ്വന്തം നാടായ പയ്യന്നൂരിൽ നിന്ന് ഒന്നര മണിക്കൂർ കൊണ്ട് എത്തിച്ചേരാവുന്ന ഒരു AIR സ്റ്റേഷനിലേക്ക് മാറ്റപ്പെട്ടു എങ്കിലും എന്റെ കുടുംബസമേതമുള്ള താമസം തിരുവനന്തപുരത്താണെന്നുള്ളതും ഇളയ മകൾ അമൃത ആ കാലയളവിൽ മാർ ബസേലിയസ് കോളേജിൽ എഞ്ചിനീയറിംഗിന് പഠിക്കുന്നതുകൊണ്ടും പയ്യന്നൂരിൽ പോയി മംഗലാപുരത്തെ ജോലിക്ക് ഹാജരാകാൻ പ്രയാസപ്പെട്ടു. മംഗലാപുരം നിലയത്തിൽ ചേരുകയും ചുരുങ്ങിയ ദിവസങ്ങൾ അവിടെ ജോലി ചെയ്യുകയും ദീർഘമായ ലീവിൽ തിരുവനന്തപുരത്തേക്ക് തന്നെ മടങ്ങുകയും ചെയ്തു. പിന്നീട് തിരുവനന്തപുരത്തെ AIR-ൽ ഒഴിവു വരാൻ കാത്തിരുന്നു. രണ്ടുമൂന്നു മാസം കഴിഞ്ഞ് ഡൽഹി പ്രസാർഭാരതി സർക്കിളിലുണ്ടായിരുന്ന ചില സ്വാധീനങ്ങൾ ഉപയോഗിച്ച് തിരുവനന്തപുരം നിലയത്തിൽ നിലവിലുണ്ടായിരുന്ന ഒരു അസിസ്റ്റന്റ് ഡയറക്ടറുടെ പോസ്റ്റിന് പകരമായി എന്നെ ഒരു പ്രത്യേകാനുകൂല്യം തന്ന് ഡയറക്ടർ ജനറൽ നിയമിച്ചു. ADP തസ്തികയിൽ എത്തിച്ചേരാനുള്ള പ്രോഗ്രാം ഓഫീസർ സീനിയോരിറ്റി അന്നെനിക്ക് കൈവന്നിരുന്നു. ഏറ്റവും വലിയ ഔദ്യോഗിക അനുകൂലാവസ്ഥ ഉണ്ടായത് അന്ന് തിരുവനന്തപുരം ഡയറക്ടറായിരുന്ന കമലാനാഥന്റെ നിലപാടായിരുന്നു. അദ്ദേഹം ഇരുചെവി അറിയുന്നതിനു മുമ്പ് കേന്ദ്രത്തിൽ നിന്ന് വന്ന ഓർഡർ പ്രാവർത്തികമാക്കി. ഞാനും അന്ന് മംഗലാപുരം AIR ഡയറക്ടറായിരുന്ന ശ്രീ. മുരളീധരനും ഏകദേശം ഒരേ കാലത്താണ് ആകാശവാണിയിൽ പ്രോഗ്രാം ഓഫീസറായി ജോലി ചെയ്തത് എന്നുമാത്രമല്ല മംഗലാപുരത്തു നിന്ന് എന്നെ തിരുവനന്തപുരത്തെത്തിക്കുന്നതിൽ അദ്ദേഹം വലി

കെ. എ. മുരളീധരൻ

യ പങ്കു വഹിച്ചു. തിരുവനന്തപുരം നിലയത്തിന്റെ ഡയറക്ടർ ആ സമയത്ത് ശ്രീ കലമാനാഥനായി എന്നതും വലിയ ഭാഗ്യമായി. ചുരുക്കത്തിൽ രണ്ട് ഡയറക്ടർമാരും എന്റെ അഭ്യുദയകാംക്ഷികളായിരുന്നു. 2003-ൽ ഞാൻ തിരുവനന്തപുരം നിലയത്തിൽ സീനിയർ പ്രോഗ്രാം ഓഫീസറായി തിരിച്ചെത്തിയത് വലിയൊരു അനുഗ്രഹമായി. 30 വർഷമായി തലസ്ഥാന നഗരിയിലെ സാംസ്കാരിക കലാ കേന്ദ്രമായ ആകാശവാണിയിൽ പൊതുജന ശ്രദ്ധ ആകർഷിക്കുന്ന നിരവധി പ്രക്ഷേപണ ദൗത്യങ്ങൾ നിർവ്വഹിച്ച എന്നോട് പ്രസാർ ഭാരതി കാണിച്ചത് വലിയൊരു നന്ദിപ്രകടനം തന്നെയായിരുന്നു. സർക്കാർ തീരുമാനങ്ങൾ ഉദ്യോഗസ്ഥരുടെ താൽപര്യത്തെ സംരക്ഷിക്കുന്ന അവസ്ഥ വളരെ ചുരുക്കം മാത്രം അനുഭവത്തിലുള്ളു, അതിലൊന്നായിരുന്നു ഈ സംഭവം. ആകാശവാണിയിൽ നിന്ന് വിടപറയുംവരെ എനിക്ക് ആത്മാർത്ഥമായി സ്വതന്ത്രമായി പ്രവർത്തിക്കാൻ പറ്റി. അഞ്ചു വർഷത്തെ സ്റ്റേറ്റ് സർവ്വീസ് കഴിഞ്ഞ് തിരിച്ചെത്തിയ ഉദ്യോഗസ്ഥൻ എന്ന നിലയിൽ പല തടസ്സങ്ങളും സഹപ്രവർത്തകരും മേലധികാരികളും ഉന്നയിക്കേണ്ടതായിരുന്നു. അതാണ് ഡെപ്യൂട്ടേഷൻ കഴിഞ്ഞു വരുന്നവർക്ക് സംഭവിക്കുക. പക്ഷെ ഭരണ നിർവ്വഹണ രംഗത്തും, പ്രോഗ്രാം അഡ്മിനിസ്ട്രേഷനിലും എഞ്ചിനീയറിംഗ് പക്ഷത്തും എന്നെ അടുത്തറിയുന്ന സ്നേഹിതരായിരുന്നു അന്നുണ്ടായിരുന്നത്. സ്റ്റേഷൻ ഡയറക്ടർ കമലാനാഥൻ, സ്റ്റേഷൻ എഞ്ചിനീയർ പാലക്കാട്ടുകാരൻ രാമചന്ദ്രൻ എന്നിവർ കൂടാതെ എന്റെ സഹപ്രവർത്തകരായി മീരാറാണി, മല്ലിക, എസ്. രാധാകൃഷ്ണൻ, ബിജു, സുരേഷ്, എഞ്ചിനീയറിംഗ് വിഭാഗത്തിലെ സുരേഷ് സുകുമാരൻ, മല്ലിക, ഭരണ വിഭാഗത്തിലെ എം. ജി.കെ. പിള്ള, ബേബിക്കുട്ടി, രമാദേവി, പോറ്റി, രാജു തുടങ്ങിയവരും, റാണാ പ്രതാപൻ, എസ്. ചന്ദ്രൻ, തങ്കച്ചൻ, രാമയ്യൻ, അലക്സാണ്ടർ മാത്യു, ലീലാമ്മ ജോസഫ്, രാജേശ്വരി മോഹൻ, പറക്കോട് ഉണ്ണികൃഷ്ണൻ പിന്നെ എന്റെ ജൂനിയറായി ജോലിയിൽ ചേർന്ന അരുവിക്കര വിജയകുമാർ, ചെന്നിലോട് രവീന്ദ്രൻ, എൻ. വാസുദേവ്, ശശികുമാർ, അസിസ്റ്റന്റ് ഡയറക്ടർ വിമലസേനൻ നായർ, ആർ.സി. ഗോപാൽ, മല്ലി

കാ കുറുപ്പ്, ശ്രീറാം, ലേഖാ ഗോപാൽ എന്നീ പ്രോഗ്രാം ഓഫീസർമാരും, നിരവധി കലാകാരന്മാരും കലാകാരികളും എന്റെ രണ്ടാം വരവിൽ തിരുവനന്തപുരം നിലയത്തിൽ തന്നെ ഉണ്ടായിരുന്നു. രണ്ടാം വരവിൽ എന്റെ ജോലി കുറേക്കൂടി ജനകേന്ദ്രീകൃതമായിരുന്നു. അതുപോലെ ജനഹിതവും. കഴിയാവുന്നിടത്തോളം കവികളേയും സാഹിത്യകാരന്മാരേയും പിന്തുണയ്ക്കാൻ പറ്റിയ സാഹിത്യരംഗം പരിപാടികൾ കൈകാര്യം ചെയ്തതുകൊണ്ട് ഞാൻ അവതരിപ്പിക്കുന്ന പരിപാടികൾക്ക് കൂടുതൽ ശ്രോതൃ ശ്രദ്ധ ലഭിച്ചു. സർവ്വീസിൽ നിന്ന് വിരമിച്ച് തിരുവനന്തപുരം നിലയത്തിനോട് വിട പറയുമ്പോൾ പിന്നിട്ട സംഭവബഹുലമായ പ്രക്ഷേപണ ജീവിതം എന്റെ മനസ്സിൽ ഓരോ ഫ്രെയിമായി മിന്നിമറഞ്ഞുകൊണ്ടിരുന്നു. എന്റെ പ്രക്ഷേപണ ജീവിതകാലത്ത് 13 സ്റ്റേഷൻ ഡയറക്ടർമാർ തിരുവനന്തപുരം നിലയത്തിൽ തലവൻമാരായിരുന്നിട്ടുണ്ട്. അവരിൽ പലരും എന്റെ ആത്മബന്ധുക്കളായിരുന്നു. ഈ.എം. ജോസഫ് വെണ്ണിയൂർ മുതൽ എന്റെ സഹപ്രവർത്തകനായി പ്രോഗ്രാം എക്സിക്യൂട്ടാവായി ഉജ്ചലമായ ഭരണ നൈപുണിയും പ്രക്ഷേപണ സിദ്ധിയും കൈമുതലായുണ്ടായിരുന്ന ആർ.സി. ഗോപാൽവരെയുള്ളവരെ ഞാൻ ഓർക്കുന്നു. എന്റെ മറ്റൊരു സഹപ്രവർത്തകനും, ശാസ്ത്ര പരിപാടികളുടെ ഓഫീസറായി 1977-ൽ ആകാശവാണിയിൽ പ്രവേശിച്ച ഏ.ഐ.ആർ. അഡിഷണൽ ഡയറക്ടറായി വിരമിച്ചജി. ജയലാൽ, സ്റ്റേഷൻ മേധാവിയായിരുന്ന ഹ്രസ്വകാലം ഞാൻ സംസ്ഥാന സർക്കാരിലേക്ക് ഡെപ്യൂട്ടേഷനിലായിരുന്നു. വിരലിലെണ്ണാവുന്ന ചിലർ മാത്രം വ്യക്തിപരമായ ചില അസഹിഷ്ണുത എന്നോട് പ്രകടമാക്കാൻ സന്ദർഭമുണ്ടായി എന്ന് ഞാൻ സൂചിപ്പിച്ചിരുന്നു. അത്തരം ചെറിയ ചെറിയ കല്ലുകടിയെല്ലാം ഒഴിച്ചു നിർത്തിയാൽ എന്റെ ആകാശവാണി ജീവിതം സാർത്ഥകവും സഫലവുമായിരുന്നു എന്നാണ് എന്റെ പക്ഷം. ബഹുജനത്തിന് ഹിതകരവും സുഖകരവുമായി എന്റെ ഔദ്യോഗിക ജീവിതം എന്ന് ദൃഢമായി വിശ്വസിക്കുന്നു.

തകഴിയുടെ പത്നിയിൽ നിന്നും പുരസ്കാരം. ആലപ്പുഴ രാജശേഖരൻ നായർ, പുറക്കാട്ട് ചന്ദ്രൻ എന്നിവരേയും കാണാം

മുള്ളുകളെക്കാളേ

റെ പൂക്കളാണ് ആകാശവാണിയിൽ എന്നെ കാലങ്ങളായി പൊതിഞ്ഞു നിന്നത്. തുടക്കം മുതലെ പ്രക്ഷേപണ പരിപാടിയുടെ നിർമ്മാണവുമായി ബന്ധപ്പെട്ടു കഴിഞ്ഞതുകൊണ്ട് പ്രക്ഷേപണത്തിന്റെ ഗുണാത്മകതയും, ആശയ വിനിമയത്തിന്റെ പുതുമയും ശ്രദ്ധിക്കാൻ ഇടയായി. പ്രക്ഷേപണ പരിപാടികൾക്കെല്ലാം അടിസ്ഥാനമായി സാഹിത്യപരമായ അടിത്തറയുണ്ടാകുന്നത് ഏറ്റവും പ്രധാനമാണെന്ന തികഞ്ഞ ബോധ്യം എനിക്കുണ്ടായി. പ്രക്ഷേപണത്തെ സംബന്ധിച്ച് ആകാശവാണിയും തിരക്കിനിടയിൽ തന്നെ ഞാൻ രചിച്ച ഗ്രാമത്തിൽ റേഡിയോ ദൃശ്യശ്രാവ്യ മാധ്യമങ്ങൾഎന്ന കേരള ഭാഷാ ഇൻസ്റ്റിറ്റ്യൂട്ടിന്റെ ഗ്രന്ഥത്തിൽ ശ്രവ്യ മാധ്യമത്തെപ്പറ്റിയുള്ള അധ്യായം, ലോകം അരികെ അരികെ, മാധ്യമങ്ങളെ ചൂഴ്ന്നുള്ള ജീവിതം എന്നീ ഗ്രന്ഥങ്ങൾ രചിക്കാൻ അവസരമുണ്ടായി. പ്രധാനപ്പെട്ട പത്രങ്ങളിലും പീരിയോഡിക്കൽസിലും റേഡിയോയുടെ പ്രസക്തിയെപ്പറ്റിയുള്ള ഫീച്ചറുകളും ലേഖനങ്ങളും നിരന്തരം എഴുതിക്കൊണ്ടിരുന്നു. സാധാരണഗതിയിൽ ഒരു തിരക്കു പിടിച്ച പ്രക്ഷേപകന് പ്രക്ഷേപണ രചനകൾ നിർവ്വഹിക്കുന്നതിനിടയിൽ മറ്റു രചനകളിൽ ശ്രദ്ധിക്കാനോ പ്രഭാഷണ മേഖലയിൽ അഭിരമിക്കാനോ സാധിക്കാറില്ല. ആകാശവാണി സേവനകാലത്ത് ഭൂരിഭാഗവും വിദ്യാഭ്യാസ ശാസ്ത്ര മേഖലകളിലാണ് ഞാൻ പ്രവർത്തിച്ചത് എന്നതുകൊണ്ട് നിരവധി മാധ്യമ ബുദ്ധിജീവികളുമായി നിരന്തരം ഇടപെടാൻ അവസരമുണ്ടായി. ആകാശവാണി നിലയത്തിൽ ഒരു ബ്രോഡ്കാസ്റ്റ് ഫോറം എന്ന പേരിലുള്ള പ്രൊഫഷണൽ ക്ലബ്ബ് തുടങ്ങാനുള്ള എന്റെ ആശയത്തെ അന്നത്തെ ഡയറക്ടർ എം.കെ. ശിവശങ്കരൻ അനുകൂലിക്കുകയുണ്ടായി. മാസത്തിൽ ഒരുദിവസം വൈവിധ്യമാർന്ന മേഖലകളിലുമുള്ള ജീവനക്കാരെ കോർത്തിണക്കിക്കൊണ്ട് ഒരു കോൺഫറൻസ് ഒരുക്കി. പുറമെ നിന്ന് അറിയപ്പെടുന്ന കമ്മ്യൂണിക്കേറ്ററേയോ, സാഹിത്യാചാര്യനേയോ ക്ഷണിച്ച് ഒരു ആമുഖപ്രസംഗം നടത്തുക, നിലയത്തിൽ എന്തെങ്കിലും അംഗീകാരങ്ങൾ നേടിയ വ്യക്തിയെ ആദരിക്കുക എന്നീ പരിപാടികൾ എല്ലാവർക്കും ഹൃദ്യമായി തോന്നി. പ്രക്ഷേപണ വിഷയത്തിൽ ഗൗരവപൂർവ്വമുള്ള ഒരു ചലനമായാണ് എല്ലാവരും ഈ ഒത്തുകൂടലിനെ കണ്ടത്. പി. ഭാസ്കരൻ, പ്രൊഫ. ഗുപ്തൻ നായർ, റോസ്ക്കോട്ട് കൃഷ്ണപിള്ള, ബാലകൃഷ്ണ കരുണാകരൻ നായർ, തോട്ടം രാജശേഖരൻ, പ്രൊഫ.സി.ജി. രാമചന്ദ്രൻ നായർ തുടങ്ങിയവരെയെല്ലാം ഈ വേദിയിലേക്ക് ഞങ്ങൾ ക്ഷണിക്കുകയുണ്ടായി. ഈ ആശയം ഒരു നല്ല കാൽവെയ്പ്പായാണ് പ്രക്ഷേപണമെന്ന കലയെ ഗൗരവ

ബുദ്ധ്യാ കാണുന്നവർ കണക്കാക്കിയത്. തികഞ്ഞ മാധ്യമ പണ്ഡിതനും, കിടയറ്റ വാർത്താവതാരകനുമായ പ്രതാപവർമ്മ ഈ ഉദ്യമത്തിൽ എന്നെ പൂർണ്ണമായും പിന്തുണച്ചു.

ആകാശവാണിയുടെ കുടക്കീഴിൽ മലയാള പ്രക്ഷേപണത്തിന്റെ സുവർണ്ണ ജൂബിലി എന്ന ഒരു വിപുലമായ ആഘോഷം 1994-ൽ സംഘടിപ്പിക്കുമ്പോൾ ആ ചടങ്ങിന്റെ ഉത്തരവാദിത്വം എന്നെ ഏൽപ്പിച്ചത് അന്നത്തെ ഡയറക്ടർ എം.കെ. ശിവശങ്കരനായിരുന്നു. 'പ്രഭാഷണ ചക്രവർത്തിമാർ' എന്നറിയപ്പെടുന്ന ഗുപ്തൻ നായർ, കെ.എം. ജോർജ്ജ്, എം. കെ. സാനു, എം. ലീലാവതി തുടങ്ങിയവരെ ക്ഷണിച്ചുവരുത്തി തിരുവനന്തപുരം വിജെ.ടി. ഹാളിൽ ആകാശവാണി സുവർണ്ണ ജൂബിലി പ്രഭാഷണം എന്ന പേരിൽ നിത്യേന സംഘടിപ്പിച്ച ഒരു പ്രഭാഷണ പരമ്പര ശരിക്കും ഒരു ചരിത്ര സംഭവമായി. ഓരോ ദിവസവും വന്നുചേർന്ന വമ്പിച്ച ശ്രോതാക്കൾ ടൗൺ ഹാളിന്റെ ചരിത്രം മാറ്റി എഴുതി എന്നാണ് അനുഭവസ്ഥർ പറയുന്നത്. ടൗൺ ഹാളിന്റെ ചരിത്രത്തിൽ പ്രസംഗം കേൾക്കാൻ ഇത്രയും അധികം പേർ സന്നിഹിതരായിരുന്നില്ല ഒരിക്കലും. മറ്റു പല സുവർണ്ണ ജൂബിലി പരിപാടികൾ കൂടാതെയാണ് ഈ പ്രസംഗ പരിപാടി നടന്നത്. പ്രസംഗങ്ങളെല്ലാം ശബ്ദലേഖനം ചെയ്ത് മലയാള പ്രക്ഷേപണ സുവർണ്ണ ജൂബിലി സ്മാരക ഗ്രന്ഥം എന്ന പേരിൽ ഒരു പ്രസിദ്ധീകരണം ഇറക്കുക കൂടി ചെയ്തു. ആശയവും കൂട്ടിന് സ്വത: സിദ്ധമായ ആവേശവും ഉണ്ടെങ്കിൽ പ്രക്ഷേപണരംഗത്ത് സങ്കൽപ്പാതീതമായ നേട്ടങ്ങൾ കൊയ്യാമെന്ന് എന്നെ ബോദ്ധ്യപ്പെടുത്തിയ ഒരു സംഭവമായിരുന്നു. മലയാള പ്രക്ഷേപണത്തിന്റെ നാൽപ്പതാം പിറന്നാൾ ആകാശവാണി നിലയം ഗംഭീരമായി ആഘോഷിച്ചിരുന്നു. നിലയത്തിൽ സേവനമനുഷ്ഠിച്ച ജീവിച്ചിരിക്കുന്ന എല്ലാ കലാകാരന്മാരേയും ക്ഷണിച്ചുവരുത്തി ആദരിക്കുന്ന പരിപാടിയും പുറമെ നിരവധി കലാപരിപാടികളും അന്ന് നിലയത്തിന്റെ മുറ്റത്ത് നടന്നു. സമർത്ഥനായ പ്രക്ഷേപകനും, സംഗീത കുതുകിയുമായ എൻ.എസ്. കൃഷ്ണമൂർത്തിയായിരുന്നു അന്നത്തെ ഡയറക്ടർ. ശ്രീമതി സരസ്വതിയമ്മയുടെ നേതൃത്വത്തിൽ തിരുവനന്തപുരം നിലയത്തിലെ ജീവനക്കാർ മുഴുവൻ ആ ആഘോഷത്തിൽ സജീവമായ ഓർമ്മയുണ്ട് എനിക്ക്. ആ പ്രക്ഷേപണോത്സവത്തിന്റെ ഒരു പ്രധാന ചുമതലക്കാരനായി എന്നെ നിയോഗിച്ചു എന്നത് എനിക്ക് അഭിമാനം പകർന്നു. ഈടുറ്റ ഒരു സ്മരണികയും അന്ന് പ്രസിദ്ധീകൃതമായി എന്നാണ് എന്റെ ഓർമ്മ.

ഗ്യാൻവാണിയും ചില എതിർ സ്വരങ്ങളും

കോഴിക്കോട് സർവ്വകലാശാലയിൽ നിന്ന് പോസ്റ്റ് ഗ്രാഡ്യൂവേഷൻ ഡിഗ്രി കഴിഞ്ഞപ്പോൾ വിധിയുടെ ഇടപെടലിൽ പയ്യന്നൂർ കോളേജിൽ വീണ്ടും സസ്യശാസ്ത്രാധ്യാപകനായി ഉടനെ ചേരാൻ ഇടവന്നിരുന്നു വെങ്കിൽ വിശാലമായ ഈ ലോകത്തിലേക്ക് തുറന്നു കിട്ടിയ ആയിരം വാതായനങ്ങൾ എനിക്ക് ലഭ്യമാകില്ലായിരുന്നു. കോളേജ് അധ്യാപക നെന്ന നിലയിൽ സ്വദേശമായ പയ്യന്നൂരിലെ പരിമിതമായ ജീവിത സാഹചര്യങ്ങൾക്കുപരി മാധ്യമ ലോകത്തിന്റെ പിന്തുണയോടെ കുറേയധികം അമൂല്യമായ ജീവിതാനുഭവങ്ങൾ സ്വായത്തമാക്കാൻ സാധ്യമായി എന്ന വസ്തുത മറക്കാൻ കഴിയുകയില്ല. പ്രക്ഷേപണ രംഗത്തെത്തിയപ്പോൾ അസുലഭമായ ഏറെ അവസരങ്ങൾ എനിക്ക് തുറന്നുകിട്ടിയിട്ടുമുണ്ട്. പരമാവധി തൊഴിൽ സ്വാതന്ത്ര്യം ഞാനനുഭവിച്ചപ്പോഴാണ് അന്തർലീനമായ സർഗ്ഗസിദ്ധികൾ ആവിഷ്കൃതമായത്.

ആകാശവാണിയിലെ പ്രവർത്തന സ്വാതന്ത്ര്യവും ക്രിയാത്മകതയും മറ്റു സ്ഥാപനങ്ങളിൽ ലഭ്യമല്ല എന്ന് ഉറപ്പായത് വിരമിച്ച ഉടനെ C-DIT ൽ ചേർന്ന് ചീഫ് കോർഡിനേറ്റർ ആയി പ്രവർത്തിച്ചപ്പോഴാണ്. എന്റെ പൂർവ്വകാല സുഹൃത്തായ ബാലഭാസ്കരന്റെ (പഴയ പയ്യന്നൂർ എം.എൽ. എയും പ്രസിദ്ധ കമ്മ്യൂണിസ്റ്റു നേതാവുമായ ഏ.വി. കുഞ്ഞമ്പുവിന്റെ ചെറുമകളുടെ ഭർത്താവ്) കാലത്താണ് ആ തസ്തിക എനിക്ക് തൽക്കാലത്തേക്ക് കിട്ടിയത്. അദ്ദേഹം CDIT ലെ രജിസ്ട്രാറായിരുന്നു ആ സന്ദർഭത്തിൽ. ഏകദേശം ഒരു വർഷം ഞാനവിടെ കമ്മ്യൂണിക്കേഷൻ ആന്റ് ട്രെയിനിംഗ് വിഭാഗത്തിൽ ചീഫ് കോർഡിനേറ്ററായി പ്രവർത്തിച്ചു. മാധ്യമ പ്രവർത്തകനും ഫുൾബ്രൈറ്റ് ഫെലോയുമായ കെ. രാജഗോപാൽ അന്നുവേണ്ടത്ര പിന്തുണ നൽകി. അഡ്വക്കേറ്റ് മഹേഷ് പഞ്ചു

എന്നെപ്പോലെ കോർഡിനേറ്ററായി പ്രവർത്തിച്ച ആളാണ്. ആ വേളയിലാണ് ഇന്ദിരാഗാന്ധി നാഷണൽ ഓപ്പൺ യൂണിവേഴ്സിറ്റിയുടെ വൈസ് ചാൻസലറായിരുന്ന എന്റെ പൂർവ്വകാല സുഹൃത്തായ ഡോ. വി. എൻ. രാജശേഖരൻ പിള്ളയുടെ ഭാവനാപൂർണ്ണമായ പ്രോജക്ടായി ഒരു വിദ്യാഭ്യാസ പ്രക്ഷേപണ ശൃംഖലയായ ഇഗ്നോ ഗ്യാൻവാണി എഫ്.എം റേഡിയോ രാജ്യത്തുടനീളം ആരംഭിച്ചപ്പോൾ നിലയങ്ങളിൽ ഒന്ന് തിരുവനന്തപുരത്തും വന്നത്. എന്റെ പ്രക്ഷേപണ പരിചയം വിശേഷിച്ച് വിദ്യാഭ്യാസ പ്രക്ഷേപണവും ഡോ. പിള്ളയുടെ എന്നോടുള്ള കലവറയില്ലാത്ത സൗഹൃദവും ഗ്യാൻവാണി തിരുവനന്തപുരം നിലയത്തിന്റെ ഡയറക്ടറായി എന്നെ നിയോഗിക്കുന്നതിലേക്ക് നയിച്ചു. വളരെ പെട്ടെന്നു തന്നെ ഒരു പ്രക്ഷേപണ നിലയം ആരംഭിക്കാൻ പ്രയാസമാണെന്ന സത്യം നിലനിൽക്കെ യുദ്ധകാലാടിസ്ഥാനത്തിൽ ഇഗ്നോയുടെ തിരുവനന്തപുരത്തെ പ്രാദേശിക കേന്ദ്രത്തോടനുബന്ധിച്ച് ഗ്യാൻവാണി റേഡിയോ സ്റ്റേഷൻ ഉദ്ഘാടനം ചെയ്തു. അതിനായുള്ള പ്രസരിണി പ്രസാർഭാരതിയുമായി ബന്ധപ്പെട്ട് കുടപ്പനക്കുന്നിലെ ദൂരദർശൻ കേന്ദ്രത്തിലാണ് അന്ന് സ്ഥാപിച്ചിരുന്നത്. ഗ്യാൻവാണിയുടെ പ്രക്ഷേപണ സ്റ്റുഡിയോ വഴുതക്കാട്ടെ ആകാശവാണി നിലയത്തിലെ സ്റ്റുഡിയോ കോംപ്ലക്സിലായിരുന്നു ഒരുക്കിയത്. പരിപാടിക്ക് വേണ്ടുന്ന സോഫ്റ്റ്വെയർ പല വിധത്തിലും സമാഹരിക്കാനുള്ള എന്റെ പരിശ്രമം വിജയിച്ചു. വിദ്യാഭ്യാസ പ്രക്ഷേപണങ്ങളും മറ്റും ജർമ്മൻ, നെതർലാന്റ് റേഡിയോയിൽ നിന്ന് ഇഗ്നോ തന്നെ സംഘടിപ്പിച്ച് ഇന്ത്യയിലെ എല്ലാ ഗ്യാൻവാണി നിലയങ്ങൾക്കും നൽകി. തദ്ദേശീയമായ സോഫ്റ്റ്വെയറുകളിൽ വിദ്യാഭ്യാസ സാംസ്കാരിക ശാസ്ത്ര പ്രസക്തിയുള്ളവ ഗ്യാൻവാണിയിലൂടെ രാവിലേയും വൈകുന്നേരവും പ്രക്ഷേപണം ചെയ്യപ്പെട്ടു. രണ്ടു പ്രക്ഷേപണങ്ങളാണ് ദിവസംപ്രതി നടത്തിക്കൊണ്ടിരുന്നത്; രാവിലെയും വൈകുന്നേരവും. വിദ്യാഭ്യാസ പ്രചാരണത്തിനു വേണ്ടിയുള്ള ഈ നിലയത്തിന് നിർല്ലോപമായ സഹകരണം ആകാശവാണിയിൽ നിന്ന് ലഭിക്കുമെന്നാണ് കരുതിയത്. പക്ഷെ അന്നത്തെ സ്റ്റേഷൻ ഡയറക്ടർ കെ.എ. മുരളീധരൻ മനസ്സു വച്ചിട്ടുപോലും പ്രോഗ്രാം പക്ഷത്തു നിന്ന് താൽക്കാലിക അവതാരകരെപ്പോലും ഗ്യാൻവാണിയുമായി ബന്ധപ്പെടാൻ വിടില്ല എന്ന ചില പ്രോഗ്രാം ഓഫീസർമാർ ശാഠ്യം പിടിച്ചു. ഒരു വീട്ടിലെന്തിനാണ് രണ്ടു അടുക്കള എന്നാണ് ഗ്യാൻവാണിയുടെ വിദ്യാഭ്യാസ പ്രക്ഷേപണ ഉദ്യമത്തെ ചിലർ വിലയിരുത്തിയത്. ഞാൻ ആകാശവാണിയിലിരിക്കെ മിത്രങ്ങളായി അഭിനയിച്ച ചില

പ്രക്ഷേപണ പണ്ഡിറ്റുകളുടെ നേതൃത്വത്തിലാണ് ഈ ഭിന്നാഭിപ്രായം വന്നത്. എന്റെ ആത്മമിത്രമായ സീനിയർ അനൗൺസർ പി. തങ്കച്ചനും മറ്റൊരു സുഹൃത്ത് കാട്ടാക്കട പ്രേംകുമാറിന്റെ മകൾ അപർണയും (കാഷ്വൽ അനൗൺസർ) വിലക്കുകളൊന്നും വകവച്ചില്ല. എന്തുകൊണ്ടോ ദൈവാധീനം കൊണ്ടുണ്ടായ ആത്മധൈര്യം വഴി ഈ രംഗത്തെ അനുഭവങ്ങളെ സാക്ഷി നിർത്തി ഗ്യാൻവാണി സ്റ്റേഷൻ ഡയറക്ടർ എന്ന നിലയിൽ ഞാൻ മുന്നോട്ടു വച്ച കാൽ പിന്നോട്ടെടുത്തില്ല. 30 വർഷത്തെ പ്രക്ഷേപണ പരിചയം എന്നെ കരുത്തനാക്കി. പ്രോഗ്രാം പ്ലാനിംഗ്, സ്ക്രിപ്റ്റ്, അഭിമുഖം, അവതരണം എന്നീ മേഖലകളിലെല്ലാം വേണ്ടത്ര പരിചയം നേടിയ എനിക്ക് ഒട്ടും പേടിയുണ്ടായിരുന്നില്ല. ഇന്ത്യയിലെ ഗ്യാൻവാണി നിലയങ്ങളിലെ എല്ലാ ഡയറക്ടർമാർക്കും നിശ്ചിത ബഡ്ജറ്റിന്റെ പരിധിയിൽ നിന്നുകൊണ്ട് പരമാവധി പ്രവർത്തന സ്വാതന്ത്ര്യം നൽകാൻ തയ്യാറായിരുന്നു വൈസ് ചൈൻസലറായിരുന്നു ഡോ. പിള്ള. അദ്ദേഹം അതിനായി പ്രത്യേക നിയമംവരെ ഉണ്ടാക്കി. ഇഗ്നോ റീജിയണൽ ഓഫീസുകളിലാണ് പല സ്ഥലത്തും ഗ്യാൻവാണി പ്രവർത്തനം തുടങ്ങിയതെങ്കിലും ഇഗ്നോയുടെ വ്യവസ്ഥാപിത സ്വഭാവത്തിൽ അഭിരമിച്ചു ശീലിച്ച പ്രാദേശിക ഡയറക്ടർമാർക്ക് ഗ്യാൻവാണിയുടെ കാര്യത്തിൽ ഒരു പങ്കാളിത്തവും നൽകിയില്ല. തിരുവനന്തപുരത്ത് അന്നുണ്ടായിരുന്ന ഇഗ്നോ പ്രാദേശിക കേന്ദ്രം ഡയറക്ടർ എഫ്.എം. റേഡിയോ നിലയത്തിന്റെ അധികാരം കയ്യാളാൻ ശ്രമിച്ചെങ്കിലും അതിനവസരം കൊടുത്തില്ല. മാധ്യമ മാനേജ്മെന്റിനെപ്പറ്റി അദ്ദേഹത്തിനുള്ള അജ്ഞതയും ഞാൻ മൂന്നു ദശകമായി അത് പ്രൊഫഷണലായി അഭ്യസിച്ചതും മനസ്സിലാക്കി അധികാര മോഹത്തിൽ നിന്ന് അദ്ദേഹം പിൻമാറി. ചെറിയ ചുറ്റളവിൽ മാത്രം ലഭ്യമാകുന്ന കമ്മ്യൂണിറ്റി റേഡിയോ ആണെങ്കിലും ഒരു സമാന്തര ചാനൽ എന്ന നിലയിൽ ബുദ്ധിജീവികളടക്കം പല സമൂഹവും ആ പ്രക്ഷേപണ നിലയത്തെ അംഗീകരിച്ചു. സ്ഥാപനം തികച്ചും അനൗപചാരികമായി വർത്തിച്ചു. 2008-ൽ ആരംഭിച്ച ഗ്യാൻവാണി തിരുവനന്തപുരം നിലയം ഉദ്ഘാടനം ചെയ്തത് പാർലമെന്റ് അംഗമായ ശശി തരൂരായിരുന്നു. കൊട്ടും കുരവയുമില്ലാത്ത ഒരു ഉദ്ഘാടനം. നല്ല നിലയിൽ പുരോഗമിച്ച ഈ പ്രക്ഷേപണ പദ്ധതി പ്രൊഫ. വി.എൻ. രാജശേഖരൻപിള്ള ഇഗ്നോ വി.സി.യായിരുന്ന കാലത്തോളം നന്നായിത്തന്നെ പുരോഗമിച്ചു. അദ്ദേഹം വി.സി. സ്ഥാനത്തുനിന്ന് വിരമിച്ചപ്പോൾ സ്റ്റേഷൻ മാനേജർ എന്ന നിലയിൽ എന്റെ കാലാവധി തീരുകയും ഞാൻ ഗ്യാൻവാണി വി

ടുകയും ചെയ്തു.

ഗ്യാൻവാണി എഫ്.എം. സ്റ്റേഷനിൽ എനിക്കുണ്ടായ അനുഭവം അനിതര സാധാരണമായ മീഡിയ മൂല്യമുള്ളതാണെന്ന് തിരിഞ്ഞുനോക്കുമ്പോൾ തോന്നുകയാണ്. 2008 ജൂൺ ഒന്നിന് പ്രക്ഷേപണം തുടങ്ങണമെന്ന് ആ വർഷം ആദ്യമാണ് നിശ്ചയിക്കുന്നത്. ഇക്കാര്യത്തിൽ വൈസ് ചാൻസലർക്ക് വലിയ നിർബന്ധം ഉണ്ടായിരുന്നു. എന്ത് വിഘാതമുണ്ടായാലും പ്രക്ഷേപണം ആ തീയതിക്ക് ആരംഭിക്കണമെന്നാണ് പറഞ്ഞിരിക്കുന്നത്. ദൃഢനിശ്ചയത്തിന്റെ പര്യായമാണദ്ദേഹം. ഒരു നിലയം തുടങ്ങാൻ മണിക്കൂറുകളോളം പ്രക്ഷേപണം ചെയ്യേണ്ടുന്ന വൈവിധ്യമാർന്ന പരിപാടികൾ മുൻകൂട്ടി നിർമ്മിക്കണം. മാത്രമല്ല പരിശീലനം സിദ്ധിച്ച പ്രക്ഷേപകർ വേണം. പ്രക്ഷേപണത്തിന് ആവശ്യമായ സോഫ്റ്റ്‌വെയർ നിർമ്മിക്കണം. ചിത്രാഞ്ജലി സ്റ്റുഡിയോയുടെ ഒരു ശാഖ അന്ന് വഴുതക്കാട് പ്രവർത്തിക്കുന്നുണ്ടായിരുന്നു. വിദഗ്ദ്ധരായ കലാകാരന്മാർ, വിദ്യാഭ്യാസ പ്രവർത്തകർ എന്നിവരെ അഭിമുഖത്തിന് ക്ഷണിച്ച് ദീർഘമായ പല പരിപാടികളും നിർമ്മിച്ചു. കൂടാതെ ഹ്രസ്വമായ ഡോക്യുമെന്ററികളും, സംഗീത ശിൽപ്പവും പരിണിത പ്രജ്ഞരായ എഴുത്തുകാർ യുദ്ധകാലാടിസ്ഥാനത്തിൽ എഴുതി തന്ന രചനയെ മുൻനിർത്തി നിർമ്മിച്ചു. ഒരു വൺമാൻഷോ കൊണ്ടൊന്നും രാവിലെ നാലു മണിക്കൂർ നീണ്ടു നിൽക്കുന്ന പ്രക്ഷേപണ സമയം 'ഫിൽ' ചെയ്യാൻ പറ്റില്ല എന്ന് ഉടനെത്തന്നെ എനിക്ക് മനസ്സിലായി. ടൂറിസം, വിദ്യാഭ്യാസം, ആരോഗ്യം, സാംസ്കാരികം എന്നീ സംസ്ഥാന വകുപ്പുകൾ ചിരകാലമായി നിർമ്മിച്ച് അധികമൊന്നും പ്രചാരത്തിലാവാത്ത നിരവധി കാസറ്റുകൾ എനിക്ക് ഒരു നിധിപോലെ ഭവിച്ചു. അതെല്ലാം ഈ ആവശ്യത്തിനുപയോഗിക്കാൻ സമ്മതം കിട്ടി. വളരെ പ്രായോഗികമായ ഒരു പ്രോഗ്രാം ഷെഡ്യൂൾ ഉണ്ടാക്കി. അസിസ്റ്റന്റ് ഡയറക്ടറായി എന്നെ സഹായിച്ച രാജകീർത്തി നായർ വലിയ സഹായി ആയിരുന്നു അക്കാലത്ത്. (അന്തരിച്ച എന്റെ സുഹൃത്ത് സി.പി. രാജശേഖരന്റെ പുത്രി). പരിപാടികൾ അനൗൺസ് ചെയ്യാനും ഷിഫ്റ്റ് ഡ്യൂട്ടി എടുക്കാനും ഒരു ദിവസം രണ്ടുപേർ എന്ന നിലയിൽ പതിനഞ്ച് കലാകാരന്മാരെങ്കിലും വേണം. പത്രത്തിൽ

രാജകീർത്തി നായർ

ഡോ. ശശിതരൂർ

പരസ്യം കൊടുത്ത് മൂന്നു ദിവസം ഫിലിം ഡെവലപ്മെന്റ് കോർപ്പറേഷന്റെ ചിത്രാഞ്ജലി സ്റ്റുഡിയോയിൽ വച്ചുതന്നെ ഓഡിഷൻ ടെസ്റ്റ് നടത്തി. വലിയ പ്രതിഫലം ഒന്നും വാഗ്ദാനം ചെയ്യാൻ ഗ്യാൻവാണിക്ക് കെൽപ്പില്ലെങ്കിലും വളരെ സമർത്ഥരായ സ്ത്രീ പുരുഷ അവതാരകരെ ഷോർട്ട് ലിസ്റ്റ് ചെയ്ത് മൂന്നു ദിവസം തീവ്ര പരിശീലനം നൽകി ജൂൺ ഒന്നിന് ഓരോ ആളെയായി സ്റ്റുഡിയോ വർക്ക് ഏൽപ്പിച്ചു. മനുഷ്യ വിഭവശേഷി വികസനത്തിന്റെ പ്രായോഗികത പൂർണ്ണമായും ഞങ്ങൾ ചൂഷണം ചെയ്യുകയായിരുന്നു. പ്രാരംഭ പരിപാടിയായി ശശിതരൂർ ഇൻഫർമേഷൻ യുഗത്തെപ്പറ്റി സവിസ്തരം പറയുന്ന ഒരു പ്രഭാഷണം തന്നെ ചെയ്തു.

38

ഗ്യാൻവാണിയും ആകാശവാണിയും

തികച്ചും പ്രൊഫഷണൽ രീതിയിൽ വിജ്ഞാനാധിഷ്ഠിതമായ ഒരു കമ്മ്യൂണിറ്റി റേഡിയോ എഫ്.എം ചാനൽ നഗരത്തിൽ വലിയ വർത്തമാനമായി. ജർമ്മൻ റേഡിയോയുടെയും ഫ്രാൻസിലെ പ്രക്ഷേപണ നിലയങ്ങളിലെയും ഒന്നാന്തരം ഇംഗ്ലീഷ് പരിപാടികൾ, ഓ.എൻ.വി, കാവാലം തുടങ്ങിയ അതിപ്രഗത്ഭരായ വ്യക്തികളുടെ സ്വന്തം ശബ്ദത്തിലുള്ള കവിതകൾ ആകർഷകവും അനൗപചാരികവുമായ ലിങ്കിങ്ങ് അനൗൺസിമെന്റ് എല്ലാം കൂടി പുതിയ സംരംഭം വളരെ പ്രകീർത്തിക്കപ്പെട്ടു. പ്രക്ഷേപണത്തിന് വിദ്യാഭ്യാസപരമായ ഒരു ഊന്നൽ ബോധപൂർവ്വമായി നൽകിയിരുന്നു. അനൗപചാരിക സ്വഭാവമായിരുന്നു അവതരണത്തിന്. അവതാരകർ മസിലുപിടുത്തക്കാരല്ല. ചെറിയ മനസ്സിന്റെ ഉടമകളായ ചില ആകാശവാണി സ്റ്റാഫംഗങ്ങൾ അതിനെതിരായി നിലകൊണ്ടെങ്കിലും സ്റ്റേഷൻ ഡയറക്ടർക്കും സ്റ്റേഷൻ എഞ്ചിനീയർക്കും ഡൽഹി ഡയറക്ടറേറ്റിൽ നിന്ന് വ്യക്തമായ നിർദ്ദേശങ്ങൾ കിട്ടിയതുകൊണ്ട് ആരുടേയും തടസ്സ വാദങ്ങളോ ആരോപണങ്ങളോ വിലപ്പോയില്ല. അതിരാവിലെ ഗ്യാൻവാണി പ്രക്ഷേപണ ഡ്യൂട്ടിക്ക് വരുന്ന അനൗൺസർമാരെ (കൂടുതലും പെൺകുട്ടികൾ) അതത് ദിവസത്തെ സെക്യൂരിറ്റി സ്റ്റാഫിനെ കൊണ്ട് പരോക്ഷമായ ചില കാരണങ്ങൾ കെട്ടിച്ചമച്ച് കൃത്യസമയത്ത് കടത്തിവിടാതിരിക്കാനും ശ്രമമുണ്ടായി. ഇത്തരം നികൃഷ്ടമായ സംഭവങ്ങൾ തിരുവനന്തപുരം ഗ്യാൻവാണിക്ക് മാത്രമേ അനുഭവിക്കേണ്ടി വന്നിട്ടുള്ളൂ. ചിലർക്കുള്ള വ്യക്തി വൈരാഗ്യവും, അസൂയയും ഈ സംഭവത്തിന് പിന്നിലുണ്ടായിരുന്നു എന്ന് എനിക്ക് പിന്നീടാണ് മനസ്സിലായത്. ഗ്യാൻവാണി നൂതന പ്രക്ഷേപണം ആകാശവാണിയുമായി കൈകോർത്ത് പ്രക്ഷേപണം ചെയ്യുന്നു എന്നത് ഇന്ത്യയിലെ മറ്റിടങ്ങളിൽ പല ആനുകൂല്യം ഉണ്ടായിരുന്നെങ്കിലും തിരുവനന്തപുരത്തെ ആകാശവാണിയിലെ ചിലർക്ക് അത് ചതുർത്ഥി പോലെയായിരുന്നു ഒരു ദിവസം ഞാൻ എന്റെ താമസ സ്ഥലമായ കവടിയാറിൽ നിന്ന് പ്രഭാത സവാരിയുടെ ഭാഗമായി വഴുതക്കാട്ടെ ആകാ

ശവാണി റോഡുവഴി പോകുമ്പോൾ ആറു മണിക്ക് ഡ്യൂട്ടിക്ക് എത്തേണ്ടുന്ന അവതാരകയായ പെൺകുട്ടിയെ ഗേറ്റിൽ തടഞ്ഞുനിർത്തിയിരിക്കുന്നു. മുപ്പതു വർഷത്തിലേറെ സ്തുത്യർഹമായ രീതിയിൽ പ്രക്ഷേപണത്തെ നെഞ്ചോടു ചേർത്ത് പ്രവർത്തിച്ചയാളായിരുന്ന ഞാൻ ഇടപെട്ടിട്ടും പരിചിതനായ സെക്യൂരിറ്റി ഗാർഡ് അപ്പോഴത്തെ ഒരു ഡ്യൂട്ടി ഓഫീസറുടെ നിർദ്ദേശം നടപ്പിലാക്കുകയായിരുന്നുവത്രെ. തിരിച്ചറിയൽ കാർഡില്ലാതെ സ്റ്റുഡിയോ കോംപ്ലക്സിൽ കയറുന്നതാണ് തടയുന്നത്. ഞാൻ അപ്പോൾതന്നെ ഡയറക്ടർ ശ്രീ. മുരളീധരനെ ഫോണിലൂടെ കാര്യങ്ങൾ ധരിപ്പിച്ചു. അദ്ദേഹം നേരിട്ട് അന്നത്തെ ഡ്യൂട്ടി ഓഫീസറെ വിളിച്ച് ആ പ്രാവശ്യം മാപ്പാക്കണമെന്ന് അപേക്ഷിച്ചു. അടുത്ത ദിവസം തന്നെ ഞാൻ എല്ലാവർക്കും ഐഡന്റിറ്റി കാർഡ് നൽകി. എല്ലാ കാർഡുകളും സ്റ്റേഷൻ ഡയറക്ടർ മുരളി എൻഡോഴ്സ് ചെയ്തു. വാസ്തവത്തിൽ കെ. എ. മുരളീധരനും ഞാനും തമ്മിലുള്ള ആത്മബന്ധത്തിന്റെ ബലത്തിലാണ് അതുണ്ടായത്. ഞാൻ നാണംകെടാതെ രക്ഷപ്പെട്ടു. അക്കാര്യത്തെപ്പറ്റി തികച്ചും ദ്രോഹപരമായ നടപടി സ്വീകരിച്ച ട്രാൻസ്മിഷൻ എക്സിക്യൂട്ടീവിന് അറിയില്ലായിരുന്നു; പ്രക്ഷേപണത്തിന്റെ ഉദാത്തമായ ദൗത്യവും എന്റെ ശൈലിയും. ഈ രീതിയിൽ വലിയ എതിർപ്പ് ആകാശവാണിയുടെ അകത്തളത്തു നിന്നു ഏൽക്കേണ്ടിവന്നു. എങ്കിലും ഞാനുമായി വളരെ അടുത്ത സൗഹൃദം പുലർത്തിയ സ്റ്റേഷൻ എഞ്ചിനീയർ പാലക്കാട്ടുകാരൻ കെ.വി.രാമചന്ദ്രനുപുറമെ ഏതാനും എഞ്ചിനീയർമാർ (ലാൽജി, സുരേഷ് കുമാർ, സുരേഷ്, സുകുമാരൻ, മല്ലിക, സെൽവരാജ് തുടങ്ങിയവർ) അകമഴിഞ്ഞ് സഹായിച്ചപ്പോൾ ഞാൻ ഗ്യാൻവാണിക്ക് നേതൃത്വം നൽകിയ നാലു വർഷം തുടർച്ചയായി ആകാശവാണി സ്റ്റുഡിയോയിൽ നിന്നുതന്നെ ഗ്യാൻവാണി പ്രക്ഷേപണം ചെയ്തു എന്നത് വലിയ അഭിമാനകരമായ ഒരു മാധ്യമ ദൗത്യമായി എനിക്ക് തോന്നി. ഈ പ്രക്ഷേപണം ശ്രോതാക്കൾ ഒന്നടങ്കം ഏറെ സന്തോഷത്തോടെ സ്വീകരിച്ചു. ഇത് ശ്രോതൃലോകത്ത് വലിയ വാർത്തയായി എന്നത് വലിയ സന്തോഷം. കാർ റേഡിയോ പ്രചാരത്തിലായതോടെ ഏവരും ഗ്യാൻവാണി കേട്ടുതുടങ്ങി.

ഗ്യാൻവാണിയിലെ എന്റെ കാലാവധി കഴിഞ്ഞ ശേഷവും ഇഗ്നോ ഏതാനും വർഷം ഈ പ്രക്ഷേപണം തുടർന്നു. പിന്നീട് കേട്ടത് ഡൽഹിയിൽ ഇഗ്നോയിൽ തുടർന്നുവന്ന വളരെ സ്വാർത്ഥമതിയായ അധികാരികൾ നാട്ടിലുടനീളം വേരുകൾ പടർത്തി വിജയത്തിൽ നിന്ന് വിജയത്തിലേക്ക് കുതിച്ച ഇഗ്നോ പ്രക്ഷേപണ പ്രസരണികളെ നിശബ്ദമാക്കി എന്നതാണ്. ഈ ദേശദ്രോഹപരമായ പ്രവൃത്തി അധികമാരും ചോദ്യം ചെയ്തില്ല. ആകാശവാണിയിലെ ഏതാനുംപേർ രാജ്യത്തുടനീളം ഈ പ്രവൃത്തിയെ പിന്തുണച്ചു. ഭാരതീയ ജനതാപാർട്ടി ഭരിക്കുന്ന നാ

ട്ടിൽ ആദ്യമായി റേഡിയോ കിടയറ്റ കമ്മ്യൂണിക്കേഷൻ മാധ്യമമാണെന്ന് മൻകി ബാത്ത് എന്ന പ്രതിമാസ പരിപാടിയിലൂടെ തെളിയിച്ച പ്രധാനമന്ത്രിയുടെ നാട്ടിൽ ഇതെങ്ങിനെ സംഭവിച്ചു എന്നത് വലിയ സമസ്യയായിരുന്നു. കേരളത്തിൽ പക്ഷെ, ഇതിനെതിരായി മുറവിളിയുയർന്നു. ഞാൻ തന്നെ സ്ഥാപക സ്റ്റേഷൻ മേധാവിയെന്ന നിലയിൽ പ്രധാന മന്ത്രിക്കും മാനവ വിഭവ മന്ത്രിക്കും കത്തുകളയച്ചു. മാതൃഭൂമി പോലുള്ള പത്രങ്ങളിൽ ലേഖനങ്ങളെഴുതി. വീണ്ടും ഗ്യാൻവാണി ആരംഭിക്കുമെന്ന വാഗ്ദാനങ്ങൾ ഉണ്ടായെങ്കിലും അത് വീൺവാക്കായി. പ്രക്ഷേപണം ഏറ്റവും ശക്തമായ പൊതുജന സമ്പർക്ക മാധ്യമമാണെന്നു വാദിച്ചവരുടെ വാക്കുകൾ വനരോദനമായി. കുടപ്പനക്കുന്നിലെ ഡി.ഡി സെന്ററിന്റെ ക്യാമ്പസിൽ ഗ്യാൻവാണിയുടെ ഒരു കോടി രൂപ വിലവരുന്ന ട്രാൻസ്മിറ്റർ തുരുമ്പു പിടിച്ചുകൊണ്ടിരിക്കുന്നു എന്നാണ് അറിവ്. സമകാലിക ലോകത്ത് സമൂഹത്തിന്റെ ആവശ്യങ്ങൾക്ക് പുല്ലുവില പോലും കൽപ്പിക്കാത്ത ജനനായകരുടെയും ഉദ്യോഗസ്ഥവൃന്ദത്തിന്റേയും ജനസേവനത്തിന്റെ ഒരുദാഹരണം മാത്രമാണിത്. പ്രക്ഷേപണ മാധ്യമം കേമമാണ് എന്നൊക്കെ വാതോരാതെ വിളിച്ചുപറഞ്ഞ് അധര വ്യായാമം നടത്തുന്ന ചില മാധ്യമ പണ്ഡിതരെങ്കിലും സസുഖം വാഴുന്ന ഒരു നാട്ടിലാണ് ഇത്ര മര്യാദകേട് നടമാടുന്നത്. പല അഭിനവ മാധ്യമ വിദഗ്ദ്ധരും ഇതറിഞ്ഞിട്ടുപോലുമില്ല എന്നതാണ് സത്യം.

എന്റെ ഏറ്റവും വലിയ ഒരു സ്വകാര്യ ദുഃഖം ഇന്നും എന്നെ വേട്ടയാടുന്നുണ്ട്. ആറുമാസം കൊണ്ട് ഒരു പുരുഷായുസിന്റെ യത്നങ്ങൾ വഴി ഞാൻ യുദ്ധകാലാടിസ്ഥാനത്തിൽ സംഘടിപ്പിച്ച സോഫ്റ്റ്‌വെയറിന് (പലതും എന്റെ സ്വകാര്യനിധി) എന്തു സംഭവിച്ചു? അവ ആകാശവാണിക്ക് ഗ്യാൻവാണി സ്റ്റുഡിയോ തിരിച്ചേൽപ്പിച്ചപ്പോൾ കമ്പ്യൂട്ടറിലും ലാപ്ടോപിലും പെൻഡ്രൈവിലുമായി ഇടംപിടിച്ച മനോഹരവും അമൂല്യവും വിരളവുമായ ശബ്ദ വിരുന്നുകളായിരുന്നു. അതിന്റെ മൂല്യം ഓരോ ശബ്ദതരംഗങ്ങളും ഹൃദയംകൊണ്ട് തൊട്ടറിഞ്ഞ എനിക്കും സഹപ്രവർത്തകർക്കും സർവ്വോപരി ശ്രോതാക്കൾക്കും അറിയാമായിരുന്നു.റേഡിയോ പ്രക്ഷേപണത്തിന്റെ സുവർണകാലത്തുപോലും പരശതം ശ്രോതാക്കളെ സംഘടിപ്പിക്കാനോ, ഒരു കുടക്കീഴിൽ കൊണ്ടുവരാനോ സാധ്യമായിട്ടില്ല. അടുത്തകാലത്തായി സമർത്ഥനായ ഒരു അനൗൺസറായ കാഞ്ചിയോട് ജയന്റെ ശ്രമം വിജയിച്ചു. ഒരു ചരടിൽ കോർത്തതുപോലെ കേരളത്തിലെ തെക്കു മുതൽ വടക്കുവരെ റേഡിയോ ശ്രോതാക്കളെ സംഘടിപ്പിച്ചു. അവർ ജനങ്ങളിലേക്കിറങ്ങി. 'കാഞ്ചീരവം' എന്ന മുഖപത്രം തുടങ്ങി. ഈ പ്രവർത്തനം മാധ്യമരംഗത്തെ ത്രസിപ്പിച്ചു. ആരേയും അത്ഭുതപ്പെടുത്തുന്ന പ്രവർത്തനമാണിതെന്ന് എന്റെ നാട്ടുകാരനും ഈ പ്രസ്ഥാനത്തിന്റെ പങ്കാളിയുമായ ദയാനന്ദൻ പറഞ്ഞു.

ആകാശവാണിയുടെ കേന്ദ്ര ഡയറക്ട്രേറ്റ് വർഷങ്ങളായി പ്രസിദ്ധീകരിച്ച 'ആകാശവാണി' എന്ന മാഗസിൻ അടച്ചുപൂട്ടിയിട്ടു കാലമേറെയായി.

എന്റെ ഉദ്യോഗപർവ്വത്തിലെ അഞ്ചാമത്തെ ലാവണമാണല്ലോ ഇഗ്നോയുടെ ഗ്യാൻവാണി റേഡിയോ. ഒരർത്ഥത്തിൽ ഞാൻ ജീവിതത്തിന്റെ ഒരു ഭാഗമായി കൊണ്ടുനടന്ന അധ്യാപനത്തിന്റെ പ്രത്യേകിച്ച് ശാസ്ത്ര പ്രചാരണാധിഷ്ഠിതമായ അധ്യാപനത്തിന്റെ സാക്ഷാത്കാരത്തിന് ആകാശവാണിയിലേതുപോലെ തന്നെ മാനസിക സംതൃപ്തി ലഭിച്ച ഒരിടമായിരുന്നു ഗ്യാൻവാണി. എഫ്.എം. റേഡിയോയുടെ മറ്റൊരു പ്രത്യേകത പ്രവർത്തന സ്വാതന്ത്ര്യമാണ്. ബൃഹത് സ്ഥാപനമായ പ്രസാർ ഭാരതിയുടെ ഭാഗമായ ആകാശവാണി കേന്ദ്രസർക്കാരിന്റേതായ ചിട്ടകളും മാമൂലുകളും ബഡ്ജറ്റ് പരിമിതിയും ഉള്ള ഒരു മേഖലയായിരുന്നു. ഗ്യാൻവാണി പ്രാദേശിക നിലയം ഒരുക്കൂട്ടുന്നതു മുതൽ എല്ലാ ഭരണ പ്രക്ഷേപണാസൂത്രണ നടപടികളും സ്വതന്ത്രമായി നിർവ്വഹിക്കാൻ പറ്റി എന്ന നിലയിൽ എനിക്ക് ഏറെ സംതൃപ്തി നൽകി. ശ്രോതൃലോകം നേരിട്ടും അല്ലാതെയും അത് അംഗീകരിക്കുകയും ആസ്വദിക്കുകയും ചെയ്തുകൊണ്ടേയിരുന്നു. ആകാശവാണിയിൽ ഏറെക്കാലം മറ്റു ഉത്തരവാദിത്തങ്ങളോടൊപ്പം അഭിമാനകരമായ ഒരു ദൗത്യം ഞാൻ ആഴ്ചതോറും നിർവ്വഹിച്ചിരുന്നു. പ്രക്ഷേപണ പരിപാടികളെപ്പറ്റി ശ്രോതാക്കളുടെ കത്തുകൾ നൂറുകണക്കിനു വരുമ്പോൾ അവയിൽ അർഹമായവയ്ക്ക് മറുപടി തയ്യാറാക്കി എഴുത്തുപെട്ടി ചേട്ടനായും ഏറ്റവും സ്വാഭാവികമായി അവതരിപ്പിക്കുന്ന ഒരു സ്ത്രീ ശബ്ദത്തിൽ ചേച്ചിയായും അവതരിപ്പിക്കുന്ന പരിപാടി ആഴ്ചതോറും ഉണ്ട്. പതിനഞ്ചു മിനുട്ടായിരുന്നു ആ ജനപ്രീതി നേടിയ എഴുത്തുപെട്ടിയുടെ ദൈർഘ്യം. കുറേക്കാലം പ്രസിദ്ധ ശബ്ദകലാകാരികളായ ടി.പി. രാധാമണി, രാജേശ്വരി മോഹൻ, തുളസിബായി, ഷീലാ രാജ്, ചന്ദ്രിക, ഇന്ദിരാ ജോസഫ്, സി.എസ്. രാധാദേവി, സുഷമ മോഹൻ എന്നിവർ എന്റെ കൂടെ എഴുത്തുപെട്ടി ചേച്ചിയായി അഭിനയിച്ചു. ആകാശവാണിയുടെ ആ വിജയപ്രദമായ പരിപാടിയുടെ ചുവടുപിടിച്ച് ഒരു പരിപാടി ഗ്യാൻവാണിയിലും എനിക്ക് ഉൾപ്പെടുത്താൻ പറ്റി. പലപ്പോഴും രാജകീർത്തി എഴുത്തുപെട്ടി ചേച്ചിയായി. അനേകം ശ്രോതാക്കൾ പ്രക്ഷേപണത്തോട് എങ്ങിനെ പ്രതികരിക്കുന്നുവെന്നും എന്തെല്ലാം അഭിപ്രായങ്ങളും നിർദ്ദേശങ്ങളും അവർക്കുണ്ടെന്നും മനസ്സിലാക്കാനുള്ള ഭാവനാപൂർണ്ണമായ ഒരു വേദിയായിരുന്നു അത് എന്നുതന്നെ പറയാം. ആകാശവാണിയിൽ അനുവർത്തിച്ചതുപോലെത്തന്നെ ശ്രോതാക്കളുമായി സൗഹൃദവും സമ്പർക്കവും പുലർത്താനുള്ള വേദി തന്നെ.

39

ഏഴാമത്തെ ലാവണം
കേരള ശാസ്ത്ര കൗൺസിൽ

ഗ്യാൻവാണി റേഡിയോയിലെ കാലാവധി അവസാനിച്ചശേഷം എന്റെ ആറാമത്തെ അനുഭവ പരമ്പര ആരംഭിച്ചത് തികച്ചും വ്യത്യസ്തമായ ഒരു സ്ഥാപനത്തിലാണ്; ശാസ്ത്ര സാങ്കേതിക പരിസ്ഥിതി കൗൺസിലിൽ (KSCSTE). കേരള സർക്കാരിന്റെ ശാസ്ത്ര നയങ്ങൾക്കനുസൃതമായി പ്രവർത്തിക്കുന്ന മർമ്മപ്രധാനമായ ആ സ്ഥാപനം മുഖ്യമന്ത്രി നേരിട്ടു ഭരിക്കുന്ന ഒരു പ്രസ്ഥാനം കൂടിയാണ്. അതിന്റെ സുവർണ്ണ കാലം തുടങ്ങുന്നത് 2012 മുതലാണ്. ഉമ്മൻ ചാണ്ടി മുഖ്യമന്ത്രിയായിരിക്കുമ്പോൾ അതൊരു അഭിമാന സ്ഥാപനമായി വളർന്നു വന്നു. മൂന്നു സർവ്വകലാശാലകളിൽ വൈസ് ചാൻസലറായി സേവനം അനുഷ്ഠിച്ച ലോകമറിയുന്ന രസതന്ത്രജ്ഞൻ ഡോ. വി.എൻ. രാജശേഖരൻ പിള്ളയെ ആ സ്ഥാപനത്തിന്റെ എക്സിക്യൂട്ടീവ് വൈസ് പ്രസിഡന്റായി (EVP) ഉമ്മൻ ചാണ്ടി നിർദ്ദേശിച്ചു. അദ്ദേഹം ഇഗ്നോ വി.സി. സ്ഥാനത്തുനിന്ന് വിടവാങ്ങിയശേഷമായിരുന്നു ആ ക്ഷണം. ഡോ. പിള്ള ആ സ്ഥാനം സന്തോഷപൂർവ്വം ഏറ്റെടുത്തു. നമ്മുടെ ശാസ്ത്ര കൗൺസിൽ ഇന്ത്യയിലെ എല്ലാ കൗൺസിലിനെക്കാളും നല്ല പ്രകടനം കാഴ്ചവച്ചു കൊണ്ടിരുന്നു. ഗ്യാൻവാണിയിൽ എന്റെ സേവനം മതിയാക്കിയപ്പോൾ ശാസ്ത്ര കൗൺസിലിൽ ഏറ്റെടുക്കാൻ ഭാവനാപൂർണ്ണമായ ഒരു പ്രോജക്ട് അദ്ദേഹം എന്റെ മുന്നിൽ വച്ചു. വിവിധ ശാഖകളിലായി ഏതാനും ശാസ്ത്രജ്ഞന്മാർ മേലധികാരികളായി സമൂഹത്തിലെ ശാസ്ത്ര വികസനം ലക്ഷ്യമിട്ടു പ്രവർത്തിക്കുന്ന ശാസ്ത്ര കൗൺസിലിന്റെ വാർഷിക ബഡ്ജറ്റ് തന്നെ 200 കോടിയോളം വരും. പീച്ചിയിലെ ഫോറസ്റ്റ് റിസർച്ച് സ്റ്റേഷൻ, കോഴിക്കോട്ടെ വാട്ടർ റിസർച്ച് കേന്ദ്രം തുടങ്ങി ഏതാനും ഗവേഷണ വികസന സ്ഥാപനങ്ങൾ KSCSTEയുടെ

കൊടിക്കീഴിലുണ്ട്. തിരുവനന്തപുരത്തെ പട്ടത്തെ ഹെഡ് ക്വാർട്ടേഴ്സിൽ ശാസ്ത്ര പ്രചാരണത്തിലും വികസനത്തിലും മാധ്യമങ്ങളുടെ പങ്കാളിത്തം ഉറപ്പാക്കാൻ ഒരു 'മീഡിയ ലൈസൺ മാനേജ്മെന്റ് ഡിവിഷൻ' തുടങ്ങിയതാണ്, (MLM Division) രാജശേഖരൻ പിള്ള ചെയ്ത ക്രിയാത്മകമായ ഒരു നീക്കം. നിരവധി ശാസ്ത്ര ഗ്രന്ഥങ്ങൾ രചിക്കുകയും ശാസ്ത്ര പ്രചാരണത്തിലും പ്രക്ഷേപണത്തിലും മൂന്നു ദശകമായി സജീവ സാന്നിദ്ധ്യം തെളിയിക്കുകയും ചെയ്ത പശ്ചാത്തലത്തിലാണ് എന്റെ നിയമനം. പ്രക്ഷേപണ സർവ്വീസിൽ നിന്ന് വിരമിച്ച എന്നെ അദ്ദേഹം ആ സ്ഥാപനത്തിൽ തന്ത്രപ്രധാനമായ ഒരു മേഖലയിൽ ആണ് സേവനം ചെയ്യാൻ ക്ഷണിച്ചത്. ഞാൻ ഏറെ ഇഷ്ടപ്പെട്ട മണ്ഡലം എന്നതിലുപരി അതുവരെ ചെയ്ത മാധ്യമ സേവനത്തിൽ നിന്ന് വ്യത്യസ്തമായിരുന്നു അത്. 2012–2016 കാലങ്ങളിൽ ഞാൻ പുതിയ പ്രവർത്തനരംഗത്ത് ഭാവനാപൂർണ്ണവും ക്രിയാത്മകവുമായ ധാരാളം പദ്ധതികൾ ആവിഷ്കരിച്ചു. അദ്ദേഹത്തിന്റെ മനസ്സിലുദിച്ച പല പദ്ധതികൾക്കും സാക്ഷാത്കാരം നൽകുക മാത്രമായിരുന്നു ഞാൻ ചെയ്തത്. ഏതൊരു സഹപ്രവർത്തകനും ആത്മാർത്ഥവും സത്യസന്ധവുമയി തന്റെ പങ്ക് നിർവ്വഹിക്കുമ്പോൾ നൂറു ശതമാനം പിന്തുണയ്ക്കുകയും പരസ്യമായി അഭിനന്ദനങ്ങൾ ചൊരിയുകയും ചെയ്യുന്ന പ്രകൃതക്കാരനായിരുന്നു വിശാല മനസ്സിനുടമയായ ഡോ. പിള്ള. അദ്ദേഹത്തിന്റെ അനുഭവത്തിൽ നേടിയ അറിവുമായി തട്ടിച്ച് പുതിയ നിരവധി പദ്ധതികൾ അദ്ദേഹം ചെല്ലുന്നിടത്തെല്ലാം പ്രാവർത്തികമാക്കി. കേരള സർക്കാരിന്റെ ശരിയായ ശാസ്ത്രജിഹ്വയായി ശാസ്ത്ര കൗൺസിൽ പ്രവർത്തിച്ച കാലമാ

പ്രൊഫ. (ഡോ). രാജശേഖരൻ പിള്ള

ശാസ്ത്ര കൗൺസിലിന്റെ മുഖപത്രം 'ശാസ്ത്ര' ഉമ്മൻചാണ്ടിയ്ക്കു നൽകുന്നു.

കെ. കെ. കൃഷ്ണകുമാർ

യിരുന്നു അത്. സമൂഹത്തിൽ നല്ല പ്രതികരണം ഉണ്ടാക്കിയ ശാസ്ത്ര കോൺഗ്രസ് പ്രതിഭാ സ്കോളർഷിപ്പ്, ശാസ്ത്ര പോഷിണി പദ്ധതി എന്നിവ ശക്തപ്പെടുത്തുന്നതോടൊപ്പം നൂതനമായ നിരവധി ജനോപകാര പദ്ധതികൾക്ക് ഡോ. രാജശേഖരൻപിള്ള സമർത്ഥമായി നേതൃത്വം നൽകി. കൗൺസിലിന്റെ സുവർണജൂബിലി വർഷത്തിൽ ഡോ. പിള്ളയുടെ ഉജ്ജ്വലമായ നേതൃത്വവും സംഭാവനകളും സ്മരിക്കേണ്ടതാണ്.

മാധ്യമവും ശാസ്ത്രവും എങ്ങിനെ കണ്ണിചേർക്കാൻ പറ്റും, മുൻഗണനാ ക്രമമനുസരിച്ച് ഏത് പ്രയത്നവുമായാണ് മുന്നോട്ടു പോകേണ്ടത് എന്നായിരുന്നു എന്റെ ചിന്ത. എന്റെ മേൽനോട്ടത്തിലുള്ള MLMൽ പ്രധാനമായും ശാസ്ത്ര സാഹിത്യം കൂടുതൽ പ്രചരിപ്പിക്കുന്നതിനുള്ള മാർഗ്ഗങ്ങളാണ് ശ്രദ്ധിച്ചത്. ഒരു 'ശാസ്ത്ര രചനാ ഫെലോഷിപ്പ്' പദ്ധതി തുടങ്ങാൻ KSCSTE നിർവ്വാഹക സമിതിക്ക് ശുപാർശ ചെയ്തു. ഫേലോഷിപ്പുകൾ തെരഞ്ഞെടുക്കാൻ പ്രശസ്തനായ സി.ജി.ആർ. നായരേയും പ്രശസ്ത ശാസ്ത്ര പ്രചാരണ വിദഗ്ദ്ധനായ കെ.കെ. കൃഷ്ണകുമാറിനേയും ഉൾപ്പെടുത്തി ഒരു കമ്മറ്റി ഉണ്ടാക്കി. സാമൂഹ്യ-ശാസ്ത്ര നവോത്ഥാന നായകനായ പി.ടി. ഭാസ്കരപ്പണിക്കരുടെ സ്മരണ നിലനിർത്താൻ മാസത്തിൽ 25000 രൂപ മൂല്യമുള്ള ഒരു ഫെലോഷിപ്പും നാലു സീനിയർ ഫെലോഷിപ്പും നാല് ജൂനിയർ ഫെലോഷിപ്പും ഭരണസമിതി അംഗീകരിച്ചു. രണ്ടു വർഷത്തേയ്ക്കുള്ള ഓരോ ഫെലോഷിപ്പും രണ്ടു ശാസ്ത്ര ഗ്രന്ഥങ്ങൾ രചിക്കാനാവശ്യമായ പഠനമാണ് ഉപാധിയായി വച്ചത്. പ്രശസ്ത സാഹിത്യകാരനായ പ്രൊഫ. എസ്. ശിവദാസിനായിരുന്നു പ്രഥമ പി.ടി.ബി. ഫെലോഷിപ്പ്. കെങ്കേമമായി നടന്ന വലിയൊരു സദസ്സിൽ വച്ച് രാഷ്ട്രപതി അബ്ദുൾ കലാമാണ് പ്രൊഫ. ശിവദാസിന് ഫെലോഷിപ്പ് ഔപചാരികമായി സമർപ്പിച്ചത്. അദ്ദേഹം ഫെലോഷിപ്പ്

സി.ജി.ആർ. നായർ

മുഖേന നടത്തിയ ഗവേഷണ പഠനത്തിന്റെ ഭാഗമായി രണ്ടു വർഷം നാലു മലയാള ശാസ്ത്ര രചനകൾ നടത്തി. ഡോ. സംഗീത ഉണ്ണിത്താൻ, ഡോ. മെർലിൻ, എൻ.എസ്.അരുൺകുമാർ തുടങ്ങിയവർക്കു ജൂനിയർ ഫെല്ലോഷിപ്പും രണ്ടു സീനിയർ ഫെല്ലോഷിപ്പും നൽകി. ഫെലോഷിപ്പ് നേടിയ മറ്റു എഴുത്തുകാരും അവർക്ക് നിർദ്ദേശിച്ച ഗ്രന്ഥങ്ങൾ തയ്യാറാക്കി. ഇത് ഇന്ത്യൻ ശാസ്ത്ര വിജ്ഞാന വ്യാപന രംഗത്തു തന്നെ പുതുമയുള്ള ഒരു പ്രായോഗിക നീക്കമായി ചരിത്രം സൃഷ്ടിച്ചു. ഭാവനാപൂർണ്ണമായ ഒരു 'മാധ്യമ ശാസ്ത്ര' കൂട്ടുകെട്ട് എന്നുപറയാം. ശാസ്ത്ര കാര്യങ്ങൾ മലയാളത്തിൽ പ്രതിപാദിക്കുന്ന ഒരു ഈടുറ്റ മാസികയുടെ അഭാവം കണ്ടറിഞ്ഞതിന്റെ ഫലമായി ഒരു പ്രസിദ്ധീകരണത്തിന് ശാസ്ത്ര കൗൺസിൽ മുന്നോട്ടു വന്നതും മറ്റൊരു ജനോപകാരമായ ദൗത്യമാണ്. അതിന് കാരണക്കാരനാകാനും എനിക്ക് ഭാഗ്യമുണ്ടായി. 'ശാസ്ത്ര' എന്ന ഒരു ത്രൈമാസികയാണ് തുടക്കത്തിൽ ലക്ഷ്യമിട്ടത്. അതിന്റെ ചീഫ് എഡിറ്റർ പ്രൊഫ. രാജശേഖരൻ പിള്ളയും എഡിറ്റർ ഞാനുമായി 2016വരെ മുടക്കമില്ലാതെ ആ ഈടുറ്റ പ്രസിദ്ധീകരണവും വൈവിധ്യമായ ശാസ്ത്ര വിഭവങ്ങളുമായി പ്രസിദ്ധീകരിക്കപ്പെട്ടു. ചെറുപ്പക്കാരായ അരുൺ, ജയകൃഷ്ണൻ, അമിത, ബോബി മുതലായവർ അന്ന് ആത്മാർത്ഥമായി സഹകരിച്ചു. എല്ലാ ലക്കത്തിലും ശാസ്ത്ര സാങ്കേതിക പരിസ്ഥിതി കൗൺസിലിന്റെ പ്രസിഡന്റ് എന്ന നിലയിൽ മുഖ്യമന്ത്രിയുടെ ഒരു ആമുഖം വളരെ ആകർഷകമായി ചേർത്തിരുന്നു. നടാടെയാണ് കൗൺസിലിൽ ഇങ്ങിനെ ഒരു ഇമേജ് വർദ്ധനവ് ഉണ്ടായത്. കേരളത്തിന് ശാസ്ത്ര നയം രൂപീകരിക്കാനുള്ള ഡ്രാഫ്റ്റ് തയ്യാറാക്കി സർക്കാരിന് സമർപ്പിച്ചതായിരുന്നു, മീഡിയ ലൈസൺ മാനേജ്മെന്റ് ഡിവിഷന്റെ മേധാവി എന്ന നിലയിൽ ഞാൻ കൈവരിച്ച മറ്റൊരു നേട്ടം.

കൗൺസിലിന്റെ പുരോഗമനപരമായ നീക്കങ്ങളെ എതിർക്കുന്ന ചിലരെങ്കിലും ആ പ്രസ്ഥാനത്തെ പിന്നോട്ടു വലിക്കാനും ഡോ. രാജശേഖരൻ പിള്ളയുടെ ഭാവനാപരമായ വികസന പ്രവർത്തനങ്ങൾക്ക് ഇടങ്കോലിടാനും നുണപ്രചരണം പ്രോത്സാഹിപ്പിക്കാനും ശ്രമിച്ചു എന്നത് വലിയൊരു നിരുത്സാഹപ്പെടുത്തലായിരുന്നു. ശത്രുപാളയത്ത് നിലയുറപ്പിച്ച ചില ശാസ്ത്രജ്ഞന്മാരും ഭരണനിർവ്വഹണ കേന്ദ്രത്തിന്റെ ചുക്കാൻ പിടിക്കുന്ന ചിലരും തകൃതിയായി ശ്രമം നടത്തി ഏറെക്കുറെ വിജയിച്ചുകൊണ്ടിരുന്നപ്പോഴാണ് ഡോ. പിള്ളയുടെ എക്സിക്യൂട്ടീവ് വൈസ് പ്രസിഡന്റ് എന്ന നിലയിലുള്ള കാലാവധി പൂർത്തിയാക്കുന്നതും

അദ്ദേഹം കൗൺസിൽ വിടുന്നതും. പക്ഷെ ഇത്തരം വിലകുറഞ്ഞ നീക്ക ങ്ങൾക്കൊന്നും അദ്ദേഹം ചെവികൊടുക്കാറില്ല. ഡോ. പിള്ളയ്ക്ക് മുമ്പ് 1989 മുതൽ ഡോ. എൻ. ബാലകൃഷ്ണൻ നായർ, പ്രൊഫ. സി.ജി. രാമ ചന്ദ്രൻ നായർ, ഡോ.പി.കെ. അയ്യങ്കാർ, ഡോ. ഏ.ഡി. ദാമോദരൻ, ഡോ. ഏ.എൻ. നമ്പൂതിരി, ഡോ.എം.ആർ.ദാസ്, ഡോ. എം.എസ്. വലിയത്താൻ എന്നീ ശാസ്ത്രരംഗത്തെ മഹാരഥന്മാരായിരുന്നു കൗൺസിലിന്റെ മേധാ വിമാരായി പ്രവർത്തിച്ചിരുന്നത്. എല്ലാ വർഷവും നടത്തപ്പെടുന്ന ശാസ്ത്ര കോൺഗ്രസ്സും മെമ്മോറിയൽ ലക്ചറും മറ്റും അഖില ലോക ശ്രദ്ധ പിടിച്ചുപറ്റിയത് പക്ഷെ ഡോ. പിള്ളയുടെ ഭരണകാലത്തായിരുന്നു എന്നെനിക്കു ഉറപ്പിച്ചു പറയാം. അനിതര സാധാരണമായ നേതൃബോ ധവും സൈ്ഥര്യവും ഡോ. പിള്ളയുടെ കൂടെപ്പിറപ്പായിരുന്നു. കഴിവുള്ള വരെ കണ്ടെത്തി അവർക്ക് വലിയ ഉത്തരവാദിത്തങ്ങൾ വീതിച്ചുകൊടു ക്കുന്ന പി.ടി.ബി യുടെ നയമാണ് ഡോ. രാജശേഖരൻ പിള്ളയ്ക്ക്. മുഖ്യ മന്ത്രിയുടെ പ്രത്യേക താൽപര്യപ്രകാരം നോബൽ സമ്മാനം കിട്ടിയ പല ശാസ്ത്രജ്ഞന്മാരും കൗൺസിലിന്റെ അതിഥികളായി വന്നുകൊ ണ്ടിരുന്നു. മലയാളി ശാസ്ത്ര ലോകത്തിനുള്ള വലിയൊരളവിലുള്ള അംഗീകാരമായ കേരള ശാസ്ത്ര പുരസ്കാരം സ്ഥാപിച്ചതും ഡോ. പിള്ള യുടെ കാലത്തായിരുന്നു. ഡോ. ഇ.സി.ജി. സുദർശൻ, ബാംഗ്ലൂരിലെ ഇന്ത്യൻ ഇൻസ്റ്റിറ്റ്യൂട്ട് ഓഫ് സയൻസിലെ ശാസ്ത്രജ്ഞരായ ഡോ. വിജയൻ, ഡോ. ഗോപിനാഥൻ തുടങ്ങിയവരും ഡോ. വലിയത്താനും ഈ പുരസ്കാരങ്ങൾ നൽകുകയുണ്ടായി. കഴിഞ്ഞ വർഷം ഡോ.എം. എസ്. സ്വാമിനാഥനും ഡോ. താണുപത്മനാഭനും ഈ പുരസ്കാരം സമർപ്പിച്ചു. ഏറ്റവും മൂല്യമുള്ള ഈ സമ്മാനത്തിന്റെ സ്മരണിക വിഖ്യാത ശിൽപ്പിയായ കാനായി കുഞ്ഞിരാമനാണ് വെങ്കലത്തിൽ നിർമ്മിച്ചത്. ശാസ്ത്ര ലോകം മുക്തകണ്ഠം പ്രശംസിച്ചു ആ നീക്ക ത്തെ. വൈസ് പ്രസി ഡന്റ് ഡോ. പിള്ളയുടെ ആഗ്രഹപ്രകാരം സ്മര ണിക നിർമ്മിക്കാൻ വിഖ്യാതനായ കാനാ യിയെ സമീപിച്ച് സമ്മതി പ്പിച്ചത് ഞാനായിരുന്നു.

ഡോ. ഉമ്മൻ, ഡോ. അച്യുത് ശങ്കർ, ത്രിവിക്രംജി, ഡോ. സി. പി. അരവിന്ദാക്ഷൻ, കാനായി കുഞ്ഞിരാമൻ

ഇന്ന് ആ ശിൽപ്പത്തിന്റെ അവസ്ഥയെന്തെന്ന് എനിക്കറിയില്ല. ശാസ്ത്രത്തിന്റെ അത്യത്ഭുതകരമായ സാധ്യതകളേയും ഭാവിയേയും പ്രതീകാത്മകമായി സൂചിപ്പിക്കുന്നതായിരുന്നു കാനായിയുടെ വെങ്കലശിൽപ്പം. രണ്ടു ലക്ഷം രൂപയായിരുന്നു പുരസ്കാര സംഖ്യ. പ്രഥമശാസ്ത്രപുരസ്കാരം മലയാളികൾക്കെന്നും അഭിമാനിക്കാവുന്ന ഇ.സി.ജി. സുദർശനായിരുന്നു സമർപ്പിച്ചത്. കേരള ശാസ്ത്ര സാഹിത്യ അവാർഡ് എന്ന നിലയിൽ ഉയർന്ന തലത്തിലുള്ള ഒരു ശാസ്ത്ര രചനാ മത്സരം മുറതെറ്റാതെ നടത്തി ആ രംഗത്ത് പ്രവർത്തിക്കുന്ന ശാസ്ത്ര എഴുത്തുകാർക്ക് ഒട്ടേറെ പ്രോത്സാഹനം നൽകുന്നതും കൗൺസിലിന്റെ ലക്ഷ്യമായിരുന്നു. ചുരുക്കിപ്പറഞ്ഞാൽ കൗൺസിലിനെ സംബന്ധിച്ച് ശാസ്ത്രത്തിന്റെയും സാങ്കേതിക വിദ്യയുടേയും പുത്തനുണർവ്വ് പ്രകടമായ ഒരു കാലയളവാണ് 2012-16 വർഷങ്ങൾ. ശാസ്ത്രം ജനങ്ങളിലേക്ക് നടന്നടുക്കുകയായിരുന്നു ആ കാലയളവിൽ. ഇന്ന് ശാസ്ത്ര സംബന്ധിയായ പുരോഗമന പ്രവർത്തനങ്ങളും പ്രചാരണ പദ്ധതികളും മന്ദഗതി പ്രാപിച്ചുകൊണ്ടിരിക്കുന്ന കാലത്ത് ശാസ്ത്ര സാങ്കേതിക പരിസ്ഥിതി സമിതിയാണ് സംസ്ഥാനത്തിന്റെ ശാസ്ത്രനയം രൂപീകരിക്കേണ്ടതും അത് ജനോപകാരപ്രദമായ മേഖലകൾക്കായി സമർപ്പിക്കേണ്ടതും. ശാസ്ത്രത്തിന്റെ പുതിയ വെളിച്ചത്തിലാണ് നാട് മുന്നോട്ടു പ്രയാണം ചെയ്യേണ്ടത് എന്നതിനാൽ സർക്കാരും ജനങ്ങളും വലിയ ആശയ സമ്പർക്കം തന്നെ ഇക്കാര്യത്തിൽ എന്നും ദീക്ഷിക്കേണ്ടതുണ്ട്.

40

ശാസ്ത്ര കൗൺസിൽ പൂമുഖത്തിൽ ഒരു ഛായാചിത്ര വിവാദം

ശാസ്ത്ര സാങ്കേതിക പരിസ്ഥിതി കൗൺസിലിന്റെ സ്വയംഭരണാധിഷ്ഠിതമായ പ്രവർത്തനം മികച്ച തലത്തിലേക്ക് പോകുമ്പോഴാണ് ശത്രുക്കൾ തലപൊക്കിയത് എന്ന് സൂചിപ്പിച്ചുവല്ലോ. ശാസ്ത്രരംഗവുമായി സ്വാർത്ഥതാപരമായ ബന്ധങ്ങൾ മാത്രമുള്ള ചില ശാസ്ത്രജ്ഞന്മാരാണ് ഈ പ്രസ്ഥാനത്തെ പലപ്പോഴും അധോഗതിയിലേക്ക് നയിച്ചുകൊണ്ടിരുന്നത്. താഴ്ന്ന രീതിയിലാണ് മിക്ക അവസരങ്ങളിലും അവരുടെ നീക്കങ്ങൾ. കെടുകാര്യസ്ഥതയുടെ കൂത്തരങ്ങായി മാറിയ ചില പ്രസ്ഥാനങ്ങൾക്ക് ഒരുദാഹരണമാണ് പലപ്പോഴും ശാസ്ത്ര രംഗം. 2015 ഒക്ടോബറിൽ കൗൺസിലിന്റെ ആഭിമുഖ്യത്തിലിറക്കിയ മുഖപത്രമായ "ശാസ്ത്ര"യിൽ വായനക്കാരെ ഒന്നടങ്കം ത്രസിപ്പിക്കുന്ന ഒരു മുഖചിത്രം ചേർക്കാൻ കഴിഞ്ഞു എന്നത് എന്റെ സ്വകാര്യ അഭിമാനമായി ഞാൻ കരുതുന്നു. അതിനു നിരവധി കാരണങ്ങളുണ്ട്. ആ മുഖചിത്രം ബ്രിട്ടീഷ് ശാസ്ത്രകാരനായ കാൾഡികട്ടിന്റെ (John Caldecotte)പൂർണ്ണകായ ചിത്രമാണ്. സ്വാതി തിരുനാളുമുണ്ട് കൂടെ. തിരുവനന്തപു

കാൾഡികട്ടും സ്വാതിയും കൗൺസിലിന്റെ പൂമുഖത്തെ പെയിന്റിംഗ്
(ആർ.എസ്. മധു വരച്ചത്)

രത്ത് സ്വാതി തിരുനാളിന്റെ കാലത്ത് പടുത്തുയർത്തിയ വാന നിരീക്ഷണ ശാലയായ നക്ഷത്ര ബംഗ്ലാവിലെ (Observatory) ദൂരദർശിനിയും മറ്റും സ്ഥാപിച്ച് ചരിത്രം സൃഷ്ടിച്ച ഭരണാധികാരി കൂടിയായിരുന്നു. സ്വാതിയുടെ സുഹൃത്തു കൂടിയായിരുന്നു കാൾഡിക്കാട്ട്. സ്വാതിയും കാൾഡിക്കാട്ടും കൂടി നിൽക്കുന്ന പൂർണ്ണകായ ചിത്രം വരച്ചത് പ്രശസ്ത ചിത്രകാരനായ ആർഎസ്. മധുവായിരുന്നു. പട്ടത്ത് സ്ഥിതി ചെയ്യുന്ന ശാസ്ത്ര സാങ്കേതിക പരിസ്ഥിതി കൗൺസിലിന്റെ പൂമുഖത്ത് ആ പെയിന്റിംഗ് അനാച്ഛാദനം ചെയ്തിട്ടുണ്ട്. ആ വിലപ്പെട്ട ഛായാചിത്രമാണ് ഞാൻ സൂചിപ്പിച്ച ശാസ്ത്രയുടെ മുഖചിത്രം.

ഈ ചിത്രത്തിന്റെ രചനയും അനാച്ഛാദനവും സംബന്ധിച്ച് വലിയ സംഭവങ്ങൾ നടന്നതാണ് എന്റെ ഓർമ്മയിൽ വരുന്നത്. ശാസ്ത്ര കൗൺസിലിന്റെ ആഭിമുഖ്യത്തിൽ നക്ഷത്ര ബംഗ്ലാവിലെ ഓഡിറ്റോറിയത്തിൽ നടന്ന ഒരു ചടങ്ങിൽ കൗൺസിൽ വൈസ് ചെയർമാൻ പ്രൊഫ. രാജശേഖരൻപിള്ള അന്ന് യൂണിവേഴ്സിറ്റിയിലെ അദ്ധ്യാപകനായിരുന്ന അച്യുത് ശങ്കർ എസ് നായരിൽ നിന്ന് ഈ ശാസ്ത്രജ്ഞനും സ്വാതിയും തമ്മിലുള്ള ആത്മബന്ധം മനസ്സിലാക്കിയപ്പോൾ അവിടെ സന്നിഹിതനായ പ്രോ വൈസ് ചാൻസലറോട് രാജശേഖരൻ പിള്ള ഇങ്ങിനെ ഒരു ശാസ്ത്ര മുഹൂർത്തം അനർഘമായിരിക്കുമെന്നും അത് ഒരു അനശ്വരമായ ചിത്രണത്തിലൂടെ സാക്ഷാത്കരിക്കണമെന്നും കേരള യൂണിവേഴ്സിറ്റിയിൽ അത് പ്രദർശിപ്പിക്കണമെന്നും (ഒബ്സർവേറ്ററി കേരള യൂണിവേഴ്സിറ്റി ഫിസിക്സ് വകുപ്പിന്റെ മേൽനോട്ടത്തിലായിരുന്നു നടത്തിക്കൊണ്ടു പോയത്) അതിനുള്ള ചെലവ് കൗൺസിൽ വഹിക്കുമെന്നും വാക്കു കൊടുത്തു. അത്യുത്സാഹിയായ ശാസ്ത്രകാരൻ അച്യുത് ശങ്കർ ഒട്ടും സമയം കളയാതെ ആർ.എസ്. മധു (കേരള യൂണിവേഴ്സിറ്റി സെനറ്റ് ഹാളിൽ നിരവധി വിദ്യാഭ്യാസ ചിന്തകരുടെ ജീവസ്സുറ്റ പടങ്ങൾ വരച്ചു നൽകിയ കലാകാരൻ)വിനെ ഏൽപ്പിച്ചു. ആർ.എസ്. മധു സമയബന്ധിതമായി സ്വാതിതിരുനാൾ മഹാരാജാവും വാനനിരീക്ഷകനായ കാൾഡിക്കട്ടും നിൽക്കുന്ന ഛായാചിത്രം അതിമനോഹരമായി ആലേഖനം ചെയ്തു.

ഇനിയാണ് മനുഷ്യരുടെ മനസ്സ്, എത്രമാത്രം അന്തസാരശൂന്യമെന്നറിയുന്നത്. സമൂഹത്തിൽ എത്രതന്നെ ഔന്നത്യത്തിൽ കഴിയുന്നവരായാലും, ഏതെല്ലാം ദുരൂഹമായ മാർഗ്ഗങ്ങളിലൂടെയാണ് മനസ്സ് സഞ്ചരിക്കുന്നത് എന്നത് വ്യക്തമാകുകയില്ലല്ലോ. ആന്റി ക്ലൈമാക്സ് കേട്ടാലും, യൂണിവേഴ്സിറ്റി അധികൃതർ ചിത്രം സ്വീകരിക്കാൻ തയ്യാറ

ല്ല. കാരണം അങ്ങിനെ ഒന്ന് സൃഷ്ടിക്കാൻ അവർ 'കോൺട്രാക്ട്' കൊടുത്തിട്ടില്ലത്രെ! നിരവധി സർവ്വകലാശാലകളുടെ വി.സിയായിരുന്ന ഡോ. പിള്ളയും, കേരള പി.വി.സി. ഡോ. പ്രഭാഷും പ്രശസ്തനായ വകുപ്പദ്ധ്യക്ഷൻ അച്യുത് ശങ്കറും യൂണിവേഴ്സിറ്റിയിലെ ചില ഉദ്യോഗസ്ഥരുടെ മുമ്പിൽ നിഷ്പ്രഭരായിപ്പോയി!

ചിത്രകാരൻ ആകെ കഷ്ടപ്പെടുന്ന സ്ഥിതിയായി. ആര് ഈ സൃഷ്ടി ഏറ്റുവാങ്ങും? അതിന്റെ ചെലവ് ആര് വഹിക്കും? വളരെ നിർണ്ണായകമായ അവസ്ഥയിൽ കലാകാരന് കൗൺസിൽ ചിത്രത്തിന്റെ പ്രതിഫലമായി ഒരു ലക്ഷത്തിൽപ്പരം രൂപ നേരിട്ടു നൽകാൻ നിശ്ചയിച്ചു. ഇതിനായി കൗൺസിൽ യൂണിവേഴ്സിറ്റിക്ക് അനുവദിച്ച ചെക്ക് തിരികെ വാങ്ങി. എക്സിക്യൂട്ടീവ് വൈസ് പ്രസിഡന്റിന്റെ നിർദ്ദേശമനുസരിച്ച് കലാകാരന് നേരിട്ട് ചെക്ക് നൽകുകയും പ്രശ്നം പരിഹരിക്കുകയും ചെയ്തു. എന്റെ ആത്മാർത്ഥ സുഹൃത്തായ ആ നല്ല മനുഷ്യനെ സഹായിക്കാൻ ഞാൻ മുന്നിട്ടിറങ്ങി. അന്നത്തെ മുഖ്യമന്ത്രി ഉമ്മൻചാണ്ടി തന്നെ അത് കൗൺസിൽ കെട്ടിടത്തിൽ അനാവരണം ചെയ്യാൻ കൗൺസിലിൽ എത്തിച്ചേരണമെന്ന് കൗൺസിൽ അഭ്യർത്ഥിച്ചു. മുഖ്യമന്ത്രി സസന്തോഷം സമ്മതിച്ചെങ്കിലും വിവാദപരമായ ഒരു സംഭവമാണിതെന്നും മുഖ്യമന്ത്രി ഈ കർമ്മം നിർവ്വഹിച്ചാൽ വിവാദച്ചുഴിയിൽ വീഴുമെന്നും കൗൺസിലിൽ നിരന്തരം പ്രൊഫ. രാജശേഖരൻ പിള്ളയെ തേജോവധം ചെയ്തുകൊണ്ടിരിക്കുന്ന ഉപജാപകക്കാരായ ചില ശാസ്ത്രജ്ഞന്മാരും ഭരണകർത്താക്കളും മുഖ്യമന്ത്രിയെ അറിയിച്ചിരിക്കാമെന്ന സന്ദേശമാണ് അന്തരീക്ഷത്തിൽ പറന്നു നടന്നത്. തെറ്റായ രാഷ്ട്രീയ ആയുധം ഉപയോഗപ്പെടുത്തി, ഈ നുണപ്രചരണമെല്ലാം നടത്തുന്നത് കക്ഷി രാഷ്ട്രീയ താവളത്തിലുള്ളവരാണെന്നുകൊണ്ട് ഉമ്മൻചാണ്ടി ആ സത് കർമ്മത്തിൽ പങ്കെടുത്തില്ല.

അനശ്വരമായ ആ പെയിന്റിംഗ് ചുവരിൽ ഫിക്സ് ചെയ്യാൻ കൗൺസിൽ ഭരണം കൈയ്യാളുന്നവർ തയ്യാറായില്ല. എറണാകുളത്ത് ടൂറിൽ പോയ ഡോ. രാജശേഖരൻ പിള്ള അതിവേഗത്തിൽ എറണാകുളത്തു നിന്ന് തിരിക്കാൻ ഞാൻ അഭ്യർത്ഥിച്ചു. എക്സിക്യൂട്ടീവ് വൈസ് പ്രസിഡന്റ് എന്ന നിലയിൽ മുഖ്യമന്ത്രിയുടെ പ്രതിനിധിയായി അദ്ദേഹം തന്നെ ആ 'വിവാദപരമായ കലാസൃഷ്ടി' അനാവരണം ചെയ്തു. ചിത്രം ചുവരിൽ തറയ്ക്കാൻ സ്വന്തം കൈയ്യിൽ നിന്ന് ചെലവായ സംഖ്യ അതിനായി മുന്നിട്ടിറങ്ങിയ എനിക്കും ഡോ. സി. അനിൽകുമാറിനും ഇന്നും കിട്ടിയിട്ടില്ല. ഈ സംഭവത്തിൽ നിന്ന് ഞാൻ കുറേ പാഠം പഠിച്ചു. ഏതു

നന്മയും അന്തിമമായി വിജയം വരിക്കും. തിന്മ തനിയെ മണ്ണടിയും. ഇന്നും കൗൺസിലിലെത്തുന്ന ഓരോ സന്ദർശകന്റെയും ശാസ്ത്ര കുതുകിയുടേയും ശ്രദ്ധയാകർഷിച്ച് കൗൺസിലിന്റെ സ്വീകരണ മുറിയിൽ ആ മഹത്തായ കലാസൃഷ്ടി വിരാജിക്കുന്നു. മറ്റൊരിടത്തും ഇങ്ങിനെ ഒരു ഛായാചിത്രമില്ല. ഈ നല്ല കാര്യത്തെ കണ്ണുംപൂട്ടി എതിർത്ത ഭരണകർത്താവിനെ പ്രസിഡന്റായ മുഖ്യമന്ത്രി തന്നെ പിന്നീട് സ്ഥാനഭ്രംശത്തിന് ശുപാർശ ചെയ്തു. കൗൺസിലിൽ ചന്ദ്രഹാസമിളക്കിവാണ ശാസ്ത്രവിശാരദന്മാരായ ഒരു കൂട്ടർ ആരുടേയും മുഖത്ത് നോക്കാൻ പറ്റാതെ കൗൺസിൽ വിട്ടു എന്നതും വിധിവൈപരീത്യം.

41

നന്മയ്ക്ക് തുരങ്കം വെയ്ക്കാൻ കൂട്ടായ്മ

പലപ്പോഴും കുപ്രസിദ്ധമായ സർക്കാർ നിലയം നിരവധി കുതികാൽ വെട്ടുകൾക്കും പോരാട്ടത്തിനും സാക്ഷ്യം വഹിക്കാറുണ്ട്. ഇതിനെല്ലാം നടുവിൽ ആ സ്ഥാപനത്തിൽ നാലു വർഷത്തോളം വലിയ പരുക്കില്ലാതെ ഞാനും സാർത്ഥകമായി സേവനം ചെയ്തു എന്ന കാര്യം ചാരിതാർത്ഥ്യജനകം. എന്റെ ഔദ്യോഗിക ജീവിതസരണയിലെ അവിസ്മരണീയ മുഹൂർത്തമായാണ് ഇത് എന്ന് തിരിഞ്ഞുനോക്കുമ്പോൾ ഞാനറിയുന്നു. പക്ഷെ സർവ്വസമയവും ദത്തശ്രദ്ധനായി സ്വന്തം സുരക്ഷ മാത്രം പ്രധാനമായി കണ്ട് ജീവിക്കുന്നതിൽ പലപ്പോഴും അമാന്തങ്ങൾ വരുത്തുന്ന ഒരു ചുഴിക്കുറ്റം എന്റെ നിഴലായി എന്നുമുണ്ടായിരുന്നു എന്ന് എനിക്ക് തോന്നിയിട്ടുണ്ട്. 2016 വരെ നിർവ്വഹിച്ച അനുമോദനാർഹമായ കാര്യങ്ങളിൽ സുപ്രധാനം ശാസ്ത്ര എഴുത്തുകാർക്ക് പ്രഖ്യാപിച്ച രണ്ടു കൊല്ലത്തെ ശാസ്ത്ര സാഹിത്യരചനാ ഫെലോഷിപ്പും കൗൺസിലെന്ന സർക്കാർ സ്ഥാപനത്തിന് തിലകക്കുറിപ്പോലെ അനുഭവവേദ്യമായ ശാസ്ത്ര ത്രൈമാസികയുടെ പ്രസിദ്ധീകരണവും മാത്രമല്ല ഇന്ത്യയിലെ ഏറ്റവും അഭിമാനകരമായ ദൃശ്യമാധ്യമമായ ദൂരദർശൻ കേന്ദ്രവുമായി സഹകരിച്ച് ഒരു പുതിയ സംപ്രേഷണ പരിപാടി ആരംഭിക്കാനും മുന്നോട്ടു വന്നതൊക്കെയാണ്. അതുപോലെ ശാസ്ത്ര കൗൺസിലിന്റെ ആഭിമുഖ്യത്തിൽ ഒരു കമ്മ്യൂണിറ്റി റേഡിയോ തുടങ്ങാനും ലക്ഷ്യമിട്ടു. കൗൺസിലിലെ നിർവ്വാഹകസമിതിയുടെ അനുവാദത്തോടെ ഈ രണ്ട് ആകർഷകമായ നടപടി ക്രമങ്ങൾ പൂർത്തിയാക്കാൻ മീഡിയ ലൈസൺ മാനേജ്മെന്റ് ഡിവിഷന്റെ ചുമതലക്കാരൻ എന്ന നിലയ്ക്ക് ഞാൻ മുന്നോട്ട് വന്നു. കൗൺസിലിന്റെ വൈവിധ്യമാർന്ന വൻ പദ്ധതിച്ചെലവുകൾ കണക്കിലെടുക്കുമ്പോൾ ഏതാനും ലക്ഷം രൂപ മാത്രമാണ് ഈ രണ്ട് പദ്ധതിയ്ക്കും കൂടി ചെലവു കണക്കാക്കിയത്.

ഈ രണ്ടു പരിപാടികളും ദുഷ്ട ലാക്കോടെ തട്ടിത്തെറിപ്പിക്കാൻ ശത്രുനിര രംഗത്തു വന്നത് എന്നെ ഏറ്റവും അത്ഭുതപ്പെടുത്തി. ഇതെന്ത് ശാസ്ത്രബോധം? അതിൽ സമകാലിക പ്രാധാന്യമുള്ള ഇരുപതോളം ശാസ്ത്ര ദൃശ്യ പരിപാടികൾ ആസൂത്രണം ചെയ്ത് സംപ്രേഷണം ചെയ്യാൻ അന്നത്തെ ദൂരദർശൻ പ്രോഗ്രാം ഹെഡ് ബൈജു ചന്ദ്രനും അസി. ഡയറക്ടർ പി.കെ. വേണുവും സമ്മതം മൂളിയതനുസരിച്ച് കേരളത്തിലെ തലമുതിർന്ന പത്തോളം ശാസ്ത്രകാരന്മാരും എഴുത്തുകാരും ഒന്നുരണ്ടു തവണ ഒത്തുകൂടി സ്ക്രിപ്റ്റിന്റെ രൂപരേഖ തയ്യാറാക്കി. ദൃശ്യമാധ്യമങ്ങളിലൂടെ ശാസ്ത്രം പ്രചരിപ്പിക്കുന്ന ഒന്നാന്തരം പരമ്പരയായിട്ടായിരുന്നു ഈ പദ്ധതിയെ കണ്ടത്. അതിനായി ദൂരദർശന് അഡ്വാൻസായി പത്തു ലക്ഷം രൂപ നൽകാൻ തീരുമാനമെടുക്കുകയും ഔദ്യോഗിക രേഖകളാക്കുകയും ചെയ്തു. തീരുമാനമനുസരിച്ച് കൗൺസിൽ പേയ്മെന്റെന്നുപോലും ഓർഡർ ഇറക്കിയിരുന്നു. ഇത്രയും കഴിഞ്ഞ ശേഷമാണ് ഡോ. രാജശേഖരൻ പിള്ള കൗൺസിലിനോടു വിടപറയുന്നത്. നേരത്തെ പറഞ്ഞ ശാസ്ത്ര ശത്രുനിര ആ ഓർഡർ മാനിക്കരുത് എന്ന് അന്ന് താൽക്കാലികമായി എക്സിക്യൂട്ടീവ് വൈസ് പ്രസിഡന്റിന്റെ പദവി അലങ്കരിച്ച ഗവൺമെന്റ് സെക്രട്ടറിയെ പ്രേരിപ്പിച്ചു. പിടിച്ചുനിൽക്കാൻ ആ പരിപാടിയുടെ ചുക്കാൻ പിടിച്ച എനിക്ക് ആ അവസരത്തിൽ സാധിച്ചില്ല. കാരണം ശത്രുപക്ഷം ഏതു വളഞ്ഞ വഴിയും തേടുന്നവരായിരുന്നു. ഒരു ഭരണമാറ്റത്തിന്റെ വക്കിൽ ഇത്തരം അരുതായ്മകൾ ധാരാളം ഉണ്ടാകാമല്ലൊ. ഇതേ ഗതിയാണ് ശാസ്ത്രത്തിനായി അർപ്പിതമായ കമ്മ്യൂണിറ്റി റേഡിയോ എന്ന ആശയത്തിനും പിണഞ്ഞത്. എന്റെ ഏറ്റവും വലിയ ദൗർബല്യമായ ബഹുജന പൊതു പ്രക്ഷേപണത്തിൽ ശാസ്ത്രം മാത്രമായി പ്രസരിപ്പിക്കുന്ന ഒരു നിലയം. ആ സ്വപ്നത്തിന്റെ ചിറകും നേരത്തെ പറഞ്ഞ ശക്തികൾ തന്നെ അറുത്തു. വിദ്യാഭ്യാസ പ്രക്ഷേപണത്തിനായി നീക്കിവച്ച ഗ്യാൻവാണിയെപ്പോലെ ശാസ്ത്ര പ്രചാരണത്തിനായി ഒരു FM നല്ലൊരു ഉപാധിയായിരുന്നു.

ഡോ. പിള്ളയ്ക്ക് ശേഷം താൽക്കാലിക ചാർജിൽ വന്ന ഗവൺമെന്റ് സെക്രട്ടറി കൗൺസിലിലെ എക്സിക്യൂട്ടീവ് പ്രസിഡന്റിന്റെ മനോഹരമായ മുറിയിൽ ഒഴിവുകാല വസതിയെന്ന ധാരണയിൽ വന്നു ചിലവഴിക്കുന്നതായി പലരും തിരിച്ചറിഞ്ഞു. ഈ അന്തരാള ഘട്ടത്തിൽ ഇക്കാര്യവും മുന്നോട്ടു പോകേണ്ടതില്ല എന്ന് പഴയ ഉപജാപകവൃന്ദം അദ്ദേഹത്തെക്കൊണ്ട് പറയിച്ചു. മാത്രമല്ല ഫയലിൽ എഴുതിച്ചു. ഡോ. പി

ള്ളയുടെ എല്ലാ ലക്ഷ്യങ്ങളും തകരുന്നതിന്റെ ഭാഗമായാണ് കൗൺസിലിലെ ദ്രോഹശക്തികൾ ഈ ഹീനകൃത്യം ചെയ്യാൻ ഫയൽ തയ്യാറാക്കിയത്. വസ്തുതയുടെ നിജസ്ഥിതി പഠിച്ച് തീരുമാനമെടുക്കാൻ ആരും തയ്യാറായില്ല. ഞാൻ സൂചിപ്പിച്ചതുപോലെ പ്രസാർഭാരതിയിൽ നിന്ന് കമ്മ്യൂണിറ്റി റേഡിയോ തുടങ്ങാനുള്ള ലൈസൻസിന്റെ ആദ്യ ഫീസിനുള്ള ഡിമാന്റ് ഡ്രാഫ്റ്റ് തയ്യാറാക്കിയതിൽ പിന്നെയാണ് ഈ തകിടം മറി തികച്ചും സ്വഭാവികമായ ഒരു ഭരണ നടപടി എന്ന നിലയിൽ വന്നത്. കേരള ശാസ്ത്ര സാങ്കേതിക പരിസ്ഥിതി കൗൺസിലിന്റെ ആദ്യകാല നേതാക്കളായ പി.ടി. ഭാസ്കരപ്പണിക്കർ, എൻ. ബാലകൃഷ്ണൻ നായർ, സി.ജി രാമചന്ദ്രൻ നായർ, ഡോ.ഏ.എൻ. നമ്പൂതിരി, വി.കെ. ദാമോദരൻ, എം.എസ്. വല്യത്താൻ എന്നിവരുടെ ശാസ്ത്ര പ്രചാരണ സ്വപ്നങ്ങളെയെല്ലാം ഞൊടിയിടകൊണ്ട് തരിപ്പണമാക്കുന്ന തന്ത്രമെന്നാരോപിക്കാവുന്ന നയം പലപ്പോഴും കുറേ വർഷം ആ സ്ഥാപനത്തിൽ കൊടികുത്തി വാണിരുന്നു എന്ന് മാത്രം ഒരു ദൃക്സാക്ഷി എന്ന നിലയിൽ സൂചിപ്പിച്ചുകൊണ്ട് കൗൺസിൽപർവ്വം അവസാനിപ്പിക്കട്ടെ.

42

പരിസ്ഥിതിക്കായി ഉഴിഞ്ഞുവച്ച വികസന കേന്ദ്രം

എന്റെ ഔദ്യോഗിക ജീവിതത്തിന്റെ അടുത്ത അധ്യായം ആരംഭിക്കുന്നത് തികച്ചും വ്യത്യസ്തമായ ഒരു സ്വതന്ത്ര ഭൂമികയിലാണ്. പുതിയ ലാവണ പ്രവേശം യാദൃശ്ചികം തന്നെയാണ്. ശാസ്ത്ര സാങ്കേതിക പരിസ്ഥിതി കൗൺസിലിൽ നിന്ന് 2016 ജൂൺ 26ന് വിടുതൽ നേടിയ ശേഷം ഒന്നോ രണ്ടോ ദിവസത്തിന്റെ ഇടവേളയിൽ എനിക്ക് തികച്ചും വ്യത്യസ്തമാണെങ്കിലും വിശാലമായ അർത്ഥത്തിൽ എന്റെ മനസ്സുമായി ഏറെ പൊരുത്തപ്പെടുന്ന ഒരു സ്ഥാപനവുമായി ബന്ധപ്പെടുവാനും ജോലി സ്വീകരിക്കാനും സാധിച്ചു എന്നത് എന്റെ മറ്റൊരു ഭാഗ്യമായി ഞാൻ കരുതുന്നു. തിരുവനന്തപുരത്ത് 1993 മുതൽ പ്രവർത്തിച്ചു വരുന്ന 'സെന്റർ ഫോർ എൻവയോൺമെന്റ് ആന്റ് ഡവലപ്മെന്റ്' (CED) എന്ന സ്ഥാപനത്തിന്റെ ജീവാത്മാവും പരമാത്മാവുമായ ഡോ. ബാബു അമ്പാട്ട് എന്നെ അവിടത്തെ ഇൻഫർമേഷൻ എഡ്യൂക്കേഷൻ കമ്മ്യൂണിക്കേഷൻ വകുപ്പിലേക്കാണ് ക്ഷണിച്ചത്. അത് വലിയ ഒരു യാദൃശ്ചികതയായി എനിക്ക് തോന്നി. ഞാൻ പയ്യന്നൂർ കോളേജിലും ആകാശവാണിയിലും സി.ഡിറ്റിലും ഗ്യാൻവാണിയിലും, ശാസ്ത്ര സാങ്കേതിക കൗൺസിലിലും എല്ലാ വിദ്യാഭ്യാസത്തിലൂന്നിയുള്ള ബോധവൽക്കരണം എന്ന

രജതജൂബിലിയിൽ ഡോ. ബാബു അമ്പാടിന് അംബാസിഡർ ടി.പി. ശ്രീനിവാസൻ മീഡിയ കൺട്രി വൈഡ് അവാർഡ് നൽകുന്നു. സമീപം പ്രൊ. വി.കെ. ദാമോദരൻ

ഡോ. സാബു, ഡോ. അമ്പാട്ട്, ബൈജു എന്നിവരോടൊപ്പം

കേന്ദ്ര ബിന്ദുവിനെ ചുറ്റിയാണ് പ്രവർത്തനം നടത്തിയത്. ആ അനുഭവങ്ങൾ പ്രാവർത്തികമാക്കാൻ പറ്റിയ ഒരിടമാണ് സി.ഇ.ഡി (CED) എന്നെനിക്കു തോന്നി. ഒന്നാന്തരം ഒരു NGO ആയിരുന്നു CED. നമ്മുടെ ചുറ്റുപാടിലും ദർശിക്കാനാകാത്ത പ്രൊഫഷണലിസമാണ് ആ സ്ഥാപനത്തിന്റെ സവിശേഷത. ആ വികാരത്തോട് നൂറു ശതമാനം നീതി പുലർത്താൻ എനിക്കായി.

ഇവിടെ പ്രകടമായ ഒരു വ്യത്യസ്ത മാധ്യമ പ്രവർത്തനത്തിന്റെ മറ്റൊരു വകഭേദമായ വിദ്യാഭ്യാസ ബോധവൽക്കരണ 'ടൂളുകൾ' നിർമ്മിക്കാൻ വഴിയൊരുക്കിയെന്നതാണ്. കേരള സർക്കാർ നടത്തിവന്ന ഗ്രാമീണ ജലവിതരണ പ്രോജക്ടിനെക്കുറിച്ച് സാമാന്യ ജനങ്ങൾക്ക് വിജ്ഞാനം പകരാൻ എന്റെ മേൽനോട്ടത്തിൽ അനവധി ഉപാധികൾ (ടൂളുകൾ) സംവിധാനം ചെയ്യാൻ അവസരം കിട്ടി. ജനോപകാരപ്രദമായ പ്രോജക്ടുകൾ ആസൂത്രണം ചെയ്ത് നടപ്പിലാക്കാനും ഉത്തരവാദിത്തം ഏറ്റെടുത്ത വിജയപ്രദമായ പ്രൊഫഷണൽ വിജയം കൈവരിച്ച എണ്ണം പറഞ്ഞ വ്യത്യസ്തമായ സ്ഥാപനമായിരുന്നു സി.ഇ.ഡി എന്ന ചുരുക്കപ്പേരിൽ അറിയപ്പെടുന്ന സെന്റർ ഫോർ എൻവയോൺമെന്റ് ആന്റ് ഡവലപ്മെന്റ്. ഈ സ്ഥാപനത്തിന്റെ കേന്ദ്ര ഓഫീസ് തിരുവനന്തപുരത്താണെങ്കിലും ഇന്ത്യയിൽ പലയിടത്തും നിരവധി പ്രാദേശിക കേന്ദ്രങ്ങളുണ്ട്. ആകെക്കൂടി നാനൂറിൽപ്പരം വിദഗ്ദ്ധർ ഒത്തൊരുമയോടെ കഠിന യത്നം ചെയ്ത് ഇന്ത്യ എന്ന മഹാരാജ്യത്തിന്റെ ഗ്രാമീണ നഗര കേന്ദ്രങ്ങളിൽ ജലവിതരണത്തിന്റേയും ശുചിത്വ പരിപാടിയുടേയും പ്രകൃതിസംരക്ഷണത്തിന്റെയും വൈവിധ്യമാർന്ന നിർമ്മാണ പ്രവർത്തനങ്ങളുടെയും ചുക്കാൻ പിടിക്കുന്നുണ്ട് സി.ഇ.ഡിയിൽ. ഒഡീഷ, തെലുങ്കാന, ആന്ധ്ര, രാജസ്ഥാൻ, ഗുജറാത്ത് എന്നീ സംസ്ഥാനങ്ങളിലെ ഗ്രാമ നഗര നിർമ്മാണ പ്രവർത്തനവുമായി ബന്ധപ്പെട്ടാണ് വലിയൊരു വിഭാഗം പ്രവർത്തിക്കുന്നത്. കഴിഞ്ഞ കാൽ നൂറ്റാണ്ട് കാലത്ത് വലിയ നേട്ടങ്ങളാണ് CED കൊയ്തത്. കേരളത്തിൽ

അടുത്തുതന്നെ തുടങ്ങാൻ നിശ്ചയിച്ചിട്ടുള്ള സെമി സ്പീഡ് റെയിൽവേയുടെ നിർമ്മാണത്തിന്റെ ആദ്യഘട്ടവുമായി ബന്ധപ്പെട്ടുള്ള സാമൂഹിക പരിസ്ഥിതിപരമായ പഠനം കേരള സർക്കാർ സി.ഇ.ഡി.യെയാണ് ഏൽപ്പിച്ചിട്ടുള്ളത്. ജപ്പാൻ ജലവിതരണ പദ്ധതിയുമായി തുടക്കത്തിൽ തന്നെ ബന്ധപ്പെട്ട സാങ്കേതിക പിന്തുണ നൽകിയ സി.ഇ.ഡി, തിരുവനന്തപുരത്തെ വിളപ്പിൽശാല മാലിന്യ നിർമ്മാർജ്ജന പദ്ധതിയും എറണാകുളത്തെ മാലിന്യ നിർമ്മാർജ്ജന പദ്ധതിയായ ബ്രഹ്മപുരം പദ്ധതിയുമായും സഹകരിച്ച് പ്രവർത്തിക്കുകയുണ്ടായി. ഇന്ത്യയുടെ ഗ്രാമീണ നഗരമേഖലകളിൽ പുതിയ പ്രകാശം ചൊരിയുന്ന 'അമൃത് നഗര ദാരിദ്ര്യ നിർമ്മാർജ്ജന പരിപാടിയുമായി' ബന്ധപ്പെട്ട വിഭവശേഷി പരിശീലനം CEDയെയാണ് ഏൽപ്പിച്ചിട്ടുള്ളത്. സ്മാർട്ട് സിറ്റി തുടങ്ങിയ കേന്ദ്ര സർക്കാർ വികസന പരിപാടി നടപ്പിലാക്കാൻ അനുയോജ്യമായ രീതിയിൽ ഇന്ത്യയിലെ വലിയൊരു വിഭാഗം ഉദ്യോഗസ്ഥവൃന്ദത്തേയും സന്നദ്ധ പ്രവർത്തകരേയും നിരന്തരമായി പരിശീലിപ്പിക്കുന്ന ഒരു കേന്ദ്രവുമായും സി.ഇ.ഡിയെ ഇന്ത്യാ ഗവൺമെന്റ് അംഗീകരിച്ചിട്ടുണ്ട്. ഒരു 'ദേശീയ റിസോഴ്സ് കേന്ദ്രം' (National Resource Centre) എന്ന നിലയിൽ നിരവധി അംഗീകാരങ്ങൾ സി.ഇ.ഡിയെ തേടിയെത്തിയിട്ടുണ്ട്.

ഔദ്യോഗിക ലാവണങ്ങൾ ഏഴെണ്ണം ഞാൻ പിന്നിട്ടിരിക്കുന്നു. ഇത് എട്ടാമത്തേത്. സി.ഇ.ഡിയുടെ ഊർജ്ജസ്വലവും നവംനവങ്ങളുമായ പ്രവർത്തനശൈലിയും എന്നെ വല്ലാതെ ആകർഷിച്ചു. ഞാൻ മാധ്യമങ്ങളിലൂടെയും ഇതരപ്രവർത്തനങ്ങളിലൂടെയും തക്കതായ പ്രചരണം നൽകി. തികച്ചും ആധുനികമായ ശൈലിയിലുള്ള ഭരണവും പ്രവർത്തനവും പ്രഖ്യാപിക്കുന്ന ഭരണകേന്ദ്രമായ സി.ഇ.ഡിക്ക് ഇന്ത്യയിൽ ഇതര സംസ്ഥാനങ്ങളിലായി നാനൂറോളം വിദഗ്ധർ ജോലി ചെയ്യുന്ന പ്രാദേശിക കേന്ദ്രങ്ങളുണ്ട് എന്നു പറഞ്ഞല്ലോ. സാലറി പാക്കറ്റിന്റെ ഭാരം മാനദണ്ഡമാക്കാതെ തികച്ചും അർപ്പിത മനസ്സോടെ ആ പ്രവർത്തനങ്ങളിൽ ഇഴുകി ചേർന്നു ഞാൻ. വലിയ രാഷ്ട്ര പുനർനിർമ്മാണ ലക്ഷ്യങ്ങളും സുതാര്യമായ മാർഗ്ഗങ്ങളും കൈമുതലായുള്ള സി.ഇ.ഡിയെപ്പോലെ ഒരു സ്ഥാപനം കേരളത്തിൽ മറ്റൊന്നില്ല എന്ന് നാലു വർഷം ആ വികസന സംസ്കാരത്തിന്റെ ഭാഗമായി നിലകൊണ്ടപ്പോൾ എനിക്കു ബോധ്യമായി. ഗവേഷണവും ഫീൽഡ് പ്രവർത്തനവും ദീക്ഷയായി കരുതിയ ഡോ. ത്രിവിക്രംജി, ഡോ. സാബു എന്നിവരെ കൂടാതെ ഒരു പറ്റം യുവശാസ്ത്രജ്ഞരും സ്ഥാപനത്തിന്റെ മുതൽക്കൂട്ടുതന്നെ. അടുത്തിടെ

മറ്റൊരു നൂതന കാൽപെയ്പ്പെന്നപോലെ പൊതുജനാരോഗ്യ പരിപാലനത്തിനായി 'ഡയഗ്നോസ്റ്റിക് സെന്ററും', 'പീപ്പിൾസ് ക്ലിനിക്കും' ആ സ്ഥാപനം ആരംഭിച്ചുകഴിഞ്ഞു. അങ്ങിനെ വ്യത്യസ്തവും ക്രിയാത്മകതയുടെ പ്രതീകവുമായ ഏഴു സ്ഥാപനങ്ങളിലും പണിയെടുത്ത് പുറത്തേക്കിറങ്ങിയപ്പോൾ അനന്യമായ ആഹ്ലാദവായ്പോടുകൂടി ഹൃദയത്തിന്റെ ഒരു കോണിൽ ദൈവത്തോടുള്ള പ്രാർത്ഥനയിൽ നന്ദി എന്ന ഒരു വാക്ക് ഞാൻ എഴുതിച്ചേർക്കുകയായിരുന്നു; നാൽപ്പത് സംവത്സരങ്ങൾ എന്റെ ഇഷ്ട തട്ടകങ്ങളിൽ എന്നെ വിഹരിക്കാൻ വിട്ട അജ്ഞാതശക്തിയുടെ അനുഗ്രഹത്തിന്.

43

തിരിഞ്ഞുനോട്ടം

ചരിത്രപ്രധാനമായ പയ്യന്നൂരിൽ പ്രശസ്തമായ ഒരു കുടുംബത്തിൽ ജനിച്ച് വളർന്ന് ആദ്യകാല വിദ്യാഭ്യാസം സ്വദേശത്തു നിന്ന് തന്നെ നേടിയശേഷം കോഴിക്കോട് ദേവഗിരി സെന്റ് ജോസഫ് കോളേജിൽ നിന്ന് ബിരുദം 1967–ൽ പുതിയ ഒരു ലോകം എന്റെ മുമ്പിൽ തുറന്നുകിട്ടി. അക്കാലത്ത് പയ്യന്നൂരിൽ പയ്യന്നൂർ എഡ്യൂക്കേഷണൽ സൊസൈറ്റി ആരംഭിച്ച പയ്യന്നൂർ കോളേജിൽ ഒരു ജൂനിയർ അധ്യാപകനായി നിയമനം കിട്ടിയെന്നുള്ളത് ജീവിതത്തിന്റെ വിഴിത്തിരിവു തന്നെയായി.. രണ്ടു വർഷത്തിലേറെയുള്ള അധ്യാപക ജീവിതം എന്തുകൊണ്ടും അത്യന്തം വർണ്ണശബളിമയും ആഗ്രഹ സാക്ഷാത്കാരവും അവകാശപ്പെടാവുന്നതാണ്. വടക്കെ മലബാറിൽ ഉന്നത വിദ്യാഭ്യാസ സ്ഥാപനങ്ങൾ തുലോം കുറവായ ആ കാലത്ത് ഒരു സ്വകാര്യ കോളേജ് ചില ജനനേതാക്കളുടെ ആത്മാർത്ഥമായ ത്യാഗബുദ്ധിയുടെ ഫലമായാണ് സ്ഥാപിതമായത്. പയ്യന്നൂരിലെ പ്രശസ്ത അഭിഭാഷകനായ കെ.എസ്. ഉമാമഹേശ്വരയ്യർ ചെയർമാനും, പയ്യന്നൂരിലെ പ്രശസ്തരായ പൊതുകാര്യ പ്രസക്തരായ ഡോ.ഏ.വി. കരുണാകരൻ, മുകുന്ദമല്ലർ, വി.പി. നാരായണപൊതുവാൾ, കെ.ഗോവിന്ദൻ, കണ്ണോത്ത് കുഞ്ഞിരാമൻ നായർ, ബി.കെ. തിരുമുമ്പ് തുടങ്ങിയവരായിരുന്നു ആദ്യത്തെ നിർവ്വാഹക സമിതി അംഗങ്ങൾ. ജൂനിയർ കോളേജ് ആണെങ്കിലും വൈകാതെ ചില വിഷയങ്ങളിൽ ബിരുദ കോഴ്സുകൾ തുടങ്ങാൻ കഴിഞ്ഞു. അക്കാലത്ത് തന്നെയാണ് തളിപ്പറമ്പിലെ സർ സെയ്ദ് കോളേജും കാഞ്ഞങ്ങാട്ടെ നെഹ്റു കോളേജും ആരംഭിച്ചത്. അങ്ങിനെ വടക്കൻ കേരളം പുതിയ വിദ്യാഭ്യാസ ദീപശിഖയുയർത്തിയ നാളുകളായിരുന്നു അത്. പയ്യന്നൂരിലെ സാംസ്കാരിക പശ്ചാത്തലത്തിൽ കോഴിക്കോട് യൂണിവേഴ്സിറ്റിയുടെ കീഴിൽ തുടങ്ങിയ ഈ ഉന്നത വിദ്യാഭ്യാസ സ്ഥാപനം വലിയ സംഭാവനകളാണ് 1965 മുതൽ മലബാറിൽ വരുത്തിക്കൊണ്ടിരിക്കുന്നത്; കലാ

സാംസ്കാരിക ഭൂമികയിലും വിദ്യാഭ്യാസ വ്യാപനത്തിലും ഇത് വലിയ മാറ്റങ്ങളാണ് നാട്ടിൽ വരുത്തിയത്.

1969 മുതൽ മൂന്ന് വർഷത്തോളം പയ്യന്നൂർ കോളേജ് ടീച്ചിംഗ് സ്റ്റാഫിലെ ഒരംഗമായി പ്രവർത്തിക്കാൻ കിട്ടിയ അവസരം വ്യക്തിപരമായി വലിയ നേട്ടങ്ങൾ കൊയ്യാൻ എനിക്കും അവസരം തന്നു. ഈ അധ്യാപക പരിചയം കൂടി പരിഗണിച്ച് കോഴിക്കോട് സർവ്വകലാശാലയിൽ പോസ്റ്റ് ഗ്രാഡ്യൂവേഷന് സീറ്റ് കിട്ടിയെന്നത് വലിയ അനുഗ്രഹമായി. കോഴിക്കോട് സർവ്വകലാശാലാ ആസ്ഥാനമായ തേഞ്ഞിപ്പാലത്തെ ബോട്ടണി വകുപ്പിലാണ് എം.എസ്.സി. പഠനത്തിന് അവസരം കിട്ടിയത് എന്നതും ജീവിതത്തിൽ വലിയ നേട്ടമായി. സർവ്വകലാശാല സിരാകേന്ദ്രത്തിലെ ജീവിതം വ്യത്യസ്തമായ ബന്ധങ്ങളും ജീവിത സാഹചര്യങ്ങളും സംസ്കാരവും സമ്മാനിച്ചു. ഈ ഉന്നതപഠനത്തിന് വഴിയൊരുക്കിയത് അന്നത്തെ വി.സി. മുഹമ്മദ് ഗനിയും, വകുപ്പ് മേധാവി ഡോ. ബി.കെ. നായരുമാണ് എന്ന സത്യം മറച്ചുവയ്ക്കുന്നില്ല.

പോസ്റ്റ് ഗ്രാഡ്യൂവേഷന് ശേഷം തിരുവനന്തപുരത്ത് കേരള ഭാഷാ ഇൻസ്റ്റിറ്റ്യൂട്ടിൽ അന്ന് കേന്ദ്ര സർക്കാരിന്റെ നേതൃത്വത്തിൽ സംഘടിപ്പിച്ച പ്രത്യേക പദ്ധതിയുടെ ഭാഗമായുള്ള പരിശീലനം ലഭിക്കുകയും, തുടർന്ന് ശാസ്ത്ര ഗ്രന്ഥങ്ങളുടെ എഡിറ്ററായി ചേരുകയും അതിനായുള്ള തൃശൂർ പ്രാദേശിക കേന്ദ്രത്തിൽ നിയമനം കിട്ടുകയും ചെയ്തു. ശാസ്ത്ര പുസ്തക എഡിറ്റിംഗ്, പരിഭാഷ, പുസ്തക രചന എന്നീ മേഖലകളിൽ നേടിയ അവഗാഹം വലിയ ജീവിതവിജയത്തിനു നിദാനമായി ഞാൻ കണക്കാക്കി. പിന്നീട് മുപ്പതിലേറെ ഗ്രന്ഥങ്ങൾ രചിക്കാനും ഭാഷാ ഇൻസ്റ്റിറ്റ്യൂട്ടിന് വേണ്ടി ധാരാളം ഗ്രന്ഥങ്ങൾ എഡിറ്റു ചെയ്യാനും അവസരം കിട്ടിയത് ഈ പരിശീലനം വഴിയാണ്. പരിശീലനകാലത്തു തന്നെ ട്രാൻസിലേഷൻ എഡിറ്റിംഗിന് ഒന്നാം ക്ലാസ്സ് ഡിപ്ലോമയും നേടി. വിഖ്യാത സാംസ്കാരിക വിദ്യാഭ്യാസ നായകനായിരുന്ന പി.ടി. ഭാസ്കരപ്പണിക്കരുടെ കീഴിലായിരുന്നു ഈ പദ്ധതി. ഏകദേശം നൂറു ബിരുദാനന്തര ബിരുദധാരികളായ യുവാക്കളെയാണ് ഈ പദ്ധതിയുടെ കീഴിൽ അന്ന് നിയമിച്ചത്. കർശനമായ ചട്ടങ്ങൾ പാലിച്ചായിരുന്നു അന്ന് പി.ടി.ബി.യുടെ ഈ ദൗത്യം. 5000 ബിരുദാനന്തര ബിരുദദാരികളിൽ നിന്ന് നൂറ് അപേക്ഷകരെയാണ് തെരഞ്ഞെടുത്തത്. കേരള ഭാഷാ ഇൻസ്റ്റിറ്റ്യൂട്ടിലെ ശാസ്ത്ര രചനാ പരിശീലനം, ശാസ്ത്ര സാഹിത്യ പരിഷത്തിന്റെ നേതൃത്വത്തിലുള്ള ശാസ്ത്ര വിദ്യാഭ്യാസ പ്രചാരണം, പയ്യന്നൂർ കോളേജിലെ അധ്യാപന പരിചയം തുടങ്ങിയ വൈദഗ്ധ്യം പശ്ചാ

ത്തലമാക്കി ആകാശവാണിയുടെ വിദ്യാഭ്യാസ പരിപാടിക്ക് പ്രത്യേകമായി ഒരു അസി. എഡിറ്ററെ നിയമിക്കാനുള്ള നീക്കം എനിക്ക് അനുകൂലമായത് മുന്നോട്ടുള്ള ജീവിതത്തിനു വലിയ മുതൽക്കൂട്ടായിരുന്നു. ആകാശവാണിപോലെ പ്രസിദ്ധമായ വാർത്താ പ്രചാരണമാധ്യമത്തിൽ വിദ്യാഭ്യാസ-ശാസ്ത്ര പരിപാടികളിലൂടെ ജനബോധവൽക്കരണത്തിന് ഹേതുവായിത്തീരുക എന്ന ഉദാത്തമായ ഒരു ലക്ഷ്യം സാക്ഷാത്കരിക്കാൻ കഴിഞ്ഞു എന്നത് എന്നെ സംബന്ധിച്ചിടത്തോളം മുപ്പത് വർഷത്തെ തൊഴിൽ സംസ്കാരത്തെ സാർത്ഥകമാക്കി.

ആകാശവാണിയിലിരിക്കെയാണ് 1998-2003 കാലങ്ങളിൽ കേരള സംസ്ഥാന വിദ്യാഭ്യാസ വകുപ്പുമായി ബന്ധപ്പെട്ട് സ്റ്റേറ്റ് ഇൻസ്റ്റിറ്റ്യൂട്ട് ഓഫ് എഡ്യുക്കേഷണൽ ടെക്നോളജി (SIET) ഡയറക്ടറായി നിയമനം കിട്ടിയത്. അന്ന് വിദ്യാഭ്യാസ മന്ത്രിയായിരുന്ന സഹൃദയനും ദീർഘദർശിയുമായ പി.ജെ. ജോസഫ് മുൻകൈ എടുത്താണ് എന്നെ SIET യുടെ മേധാവിയാക്കിയത്. അന്ന് വിദ്യാഭ്യാസ സെക്രട്ടറിയും എന്റെ അഭ്യുദയകാംക്ഷിയുമായിരുന്ന കലാ സാഹിത്യ മണ്ഡലത്തിൽ പ്രശസ്തനായ കെ. ജയകുമാറായിരുന്നു അതിനായി എല്ലാ ഒത്താശയും ചെയ്തത്.

SIETയുടെ പ്രധാന ഉദ്ദേശ്യം വിദ്യാഭ്യാസത്തിൽ പുതിയ സങ്കേതമായ ഇൻഫർമേഷൻ ടെക്നോളജി ഉൾക്കൊള്ളിച്ച് പുതിയ വിദ്യാഭ്യാസ സംവേദനം സൃഷ്ടിക്കലായിരുന്നു. പുസ്തകങ്ങൾക്കുപരി ഓഡിയോ-വീഡിയോ സങ്കേതങ്ങളും സൈബർ സംവിധാനവും വിദ്യാഭ്യാസത്തിന് പിന്തുണ ഏകുംവിധം സംവിധാനം ചെയ്യുന്ന അത്തരത്തിലുള്ള സ്ഥാപനങ്ങൾ കേരളത്തിലും മറ്റു ആറു സംസ്ഥാനങ്ങളിലും ആരംഭിക്കാൻ കേന്ദ്ര സർക്കാർ ധനസഹായം ചെയ്തിരുന്നതിന്റെ വെളിച്ചത്തിലാണ് തിരുവനന്തപുരത്ത് അത്തരം ഒരു സ്ഥാപനം വന്നത്. പി. ജെ. ജോസഫിന്റെ ആകാശവാണി ബന്ധവും പുതിയ സങ്കേതങ്ങളോടുള്ള ആത്മബന്ധവും പെട്ടെന്നുതന്നെ SIET ആരംഭിക്കാൻ വഴിയൊരുക്കി. സാധാരണഗതിയിൽ കേന്ദ്ര സ്ഥാപനമായ ആകാശവാണിയിൽ നിന്ന് ഒരു ഡെപ്യൂട്ടേഷൻ സംസ്ഥാന സർക്കാരിൽ കിട്ടാൻ പ്രയാസമാണെന്നിരിക്കെ എന്റെ ഡെപ്യൂട്ടേഷന് മന്ത്രി ജോസഫ് തന്നെ മുൻകൈയെടുത്ത് കേന്ദ്രമന്ത്രിയെക്കൊണ്ട് അത് സഫലമാക്കി.

SIETയുടെ മേധാവിയായിരിക്കെ ധാരാളം ദൃശ്യപാഠങ്ങൾ (വീഡിയോ ഡോക്യുമെന്ററി) ചുരുങ്ങിയ സമയംകൊണ്ട് തയ്യാറാക്കാൻ സാധിച്ചു. അത് കേരളത്തിലെ മീഡിയ വിദ്യാഭ്യാസത്തിൽ പുതിയ ഉത്തേജനം

നൽകി. മിക്കവാറും വീഡിയോകൾ സ്കൂൾ ക്ലാസ്സുകളിലെ സിലബസ് പ്രകാരം തയ്യാറാക്കിയവയായിരുന്നു. ഈ അടുത്ത കാലത്ത് മഹാമാരി മൂലം മാധ്യമത്തിലൂടെ മാത്രം പാഠങ്ങൾ പഠിക്കേണ്ടിവന്ന സാഹചര്യം കുട്ടികൾക്ക് അനായാസമായി കൈകാര്യം ചെയ്യാൻ അന്ന് തുടങ്ങിയ മാധ്യമ വിദ്യാഭ്യാസ വിപ്ലവം സഹായിച്ചു എന്നുപറയട്ടെ. അന്ന് വിദ്യാഭ്യാസ സെക്രട്ടറിയായിരുന്ന കെ. ജയകുമാർ ചെയർമാനായ കമ്മറ്റിയായിരുന്നു വീഡിയോ സംവിധായകന്മാരെ തെരഞ്ഞെടുത്ത് എംപാനൽ ചെയ്തത്. ഈ സംരംഭത്തിനു കിട്ടിയ വലിയൊരു പിന്തുണ അവയെല്ലാം തിരുവനന്തപുരം ദൂരദർശനിലൂടെ നിത്യേന സംപ്രേഷണം ചെയ്തു എന്നതാണ്. സംപ്രേഷണത്തിന് വഴിയൊരുക്കിയ അന്നത്തെ ദൂരദർശൻ ഡയറക്ടർ ശ്രീമതി രാധാ വാരിയർ കലവറയില്ലാതെ സഹകരിച്ചു എന്നുകൂടി പറയട്ടെ. ചുരുക്കത്തിൽ വിദ്യാഭ്യാസ മണ്ഡലത്തിൽ വലിയൊരു വഴിത്തിരിവായിരുന്നു ഈ സംരംഭം. പിൽക്കാലത്ത് മാധ്യമ വിദ്യാഭ്യാസം എന്ന ആശയത്തിന് കരുത്തേകാൻ ഈ തുടക്കത്തിന് സാധിച്ചു. ടെലികാസ്റ്റ് ഫീ നൽകാതെ ഇങ്ങിനെ നിത്യവും അരമണിക്കൂർ വീതം ദൂരദർശൻ അനുവദിച്ചത് വലിയൊരനുഗ്രഹമായിരുന്നു. കേരളത്തിലെ മാധ്യമ പിന്തുണയോടെയുള്ള വിദ്യാഭ്യാസത്തിന്റെ മുന്നോടിയായി ഇത്.

ഇന്ന് നിത്യസംഭവമായിരിക്കുന്ന വിദ്യാഭ്യാസത്തിനായുള്ള ദൃശ്യശ്രാവ്യ മാധ്യമങ്ങളിലൂടെ പ്രക്ഷേപണം ചെയ്യുന്ന സംസ്ഥാന ഗവൺമെന്റിന്റെ അഭിമാനകരമായ പദ്ധതിയുടെ മുന്നോടി 1990 കാലങ്ങളിൽ SIET-DD പിന്തുണയോടെ നടത്തിയ വിദ്യാഭ്യാസ സംപ്രേക്ഷണ പരമ്പരതന്നെയാണ് വിത്തുപാകിയത് എന്നതിൽ SIETയുടെ സ്ഥാപക ഡയറക്ടർ എന്ന നിലയിൽ എനിക്ക് അഭിമാനം തോന്നുന്നുണ്ട്. അന്നത്തെ വിദ്യാഭ്യാസ മന്ത്രി പി.ജെ, ജോസഫ്, വിദ്യാഭ്യാസ സെക്രട്ടറി ജയകുമാർ, ഡിപി.ഐ, ഡോ. വി.പി. ജോയി (ഇന്നത്തെ ചീഫ് സെക്രട്ടറി) ദൂരദർശൻ ഡയറക്ടർ ആയിരുന്ന ശ്രീമതി രാധാ വാര്യർ എന്നിവർ ഈ പ്രായോഗിക വിദ്യാഭ്യാസ പരിപാടിക്ക് തക്കതായ പിന്തുണ നൽകിയവരാണ് എന്നു സൂചിപ്പിക്കാൻ എനിക്ക് അതിയായ സന്തോഷമുണ്ട്. 2003-ൽ SIET ഡയറക്ടർ പദവിയിൽ നിന്ന് ഞാൻ വിരമിച്ചുവെങ്കിലും പിന്നീട് ആ സ്ഥാപനം വിദ്യാഭ്യാസ വകുപ്പിന്റെ ഭാഗമായി തുടരുന്നുണ്ട്. അടുത്തകാലത്ത് കേന്ദ്ര സർക്കാർ സാമ്പത്തിക പിന്തുണ പിൻവലിച്ചെങ്കിലും അന്ന് തയ്യാറാക്കിയ ദൃശ്യ പരിപാടികൾ കോമ്പാക്ട് ഡിസ്കിൽ (CD) പകർത്തി സർക്കാർ തല

ത്തിൽ തന്നെ വലിയ സൗജന്യത്തിൽ വിദ്യാർത്ഥികൾക്ക് ഗുണം ചെയ്യ ത്തക്ക വിധത്തിൽ വിദ്യാഭ്യാസ സ്ഥാപനങ്ങൾക്ക് അവർ വിതരണം ചെയ്യുന്നുണ്ട് എന്നറിയുന്നു. വിദ്യാഭ്യാസ വകുപ്പിന്റെ അക്കാഡമിക് ചാന ലായ വിക്ടേഴ്സിലൂടെയും ഈ ദൃശ്യപരിപാടി പ്രയോജനപ്പെടുത്താ വുന്നതാണ്. മാധ്യമരംഗത്തെ ആക്റ്റിവിസ്റ്റുകളുടെ ഒരു കോർഡിനേ ഷൻ തന്നെ ഉണ്ടാകേണ്ടിയിരിക്കുന്നു ഇത്തരം പദ്ധതികൾ ഫലവത്താ കാൻ. ഒരു തുറന്ന ഏകോപിത സമീപനം ഈ രംഗത്ത് ഇനിയും ഉണ്ടാ യിട്ടില്ല എന്ന ഖേദവും ഉണ്ട്.

സ്റ്റേറ്റ് ഇൻസ്റ്റിറ്റ്യൂട്ട് ഓഫ് എഡ്യൂക്കേഷണൽ ടെക്നോളജിയിലെ പടി യിറക്കത്തിനുശേഷം വീണ്ടും ആകാശവാണിയിലെ സീനിയർ പ്രോഗ്രാം എക്സിക്യൂട്ടീവായി ചേർന്ന അവസരത്തിൽ നിരവധി ക്രിയാത്മകമായ പ്രക്ഷേപണ പരിപാടികൾക്ക് ചുക്കാൻ പിടിക്കാൻ എനിക്ക് അവസരമു ണ്ടായി. സർവ്വീസിൽ നിന്ന് വിരമിക്കുന്നതിനുമുമ്പ് വളരെ സന്തോഷ കരമായ ഒരു ഔദ്യോഗിക ജീവിതം സമ്മാനിച്ചതിന് അന്ന് ഡയറക്ടർമാ രായിരുന്ന ശ്രീ. കമലാനാഥൻ, കെ.എ. മുരളീധരൻ, ആർ.സി. ഗോപാൽ എന്നിവർ മാത്രമല്ല എന്റെ ആദ്യകാല സഹപ്രവർത്തകരായ പ്രോഗ്രാം സ്റ്റാഫും, എഞ്ചിനീയർമാരും, മറ്റു ആകാശവാണി ഉദ്യോഗസ്ഥന്മാരും കലവറയില്ലാത്ത സഹകരണമാണ് എനിക്ക് നൽകിയത്. എന്റെ പ്രക്ഷേപണ ജീവിതത്തിന്റെ തികച്ചും പ്രൊഫഷണൽ വശത്തെ പ്രോത്സാഹിപ്പിക്കുന്നതായിരുന്നു 2003-2006 കാലയളവിൽ ആകാശ വാണി അകത്തളത്തിൽ സ്വാഭിമാനം നടന്നുനീങ്ങിയപ്പോൾ എനിക്ക് അനുഭവപ്പെട്ടത്. 30 വർഷത്തെ മാധ്യമ പ്രൊഫഷണൽ ജീവിതത്തിന് വലിയ സാഫല്യം കൈവരുന്ന മുഹൂർത്തമായിരുന്നു എന്റെ ആകാശ വാണി ജീവിതത്തിന്റെ അവസാന പാദം എന്ന് എനിക്ക് ഉത്തമവിശ്വാ സമുണ്ട്.

ആകാശവാണിയിൽ സേവനം ചെയ്തുവരവെയാണ് സ്റ്റേറ്റ് ഇൻസ്റ്റി റ്റ്യൂട്ട് ഓഫ് എഡ്യൂക്കേഷണൽ ടെക്നോളജിയുടെ മേധാവിയായി ഞാൻ ഡെപ്യൂട്ടേഷനിൽ പോയതെങ്കിലും ഇന്ദിരാഗാന്ധിയുടെ നാമധേയത്തി ലുള്ള തുറന്ന സർവകലാശാലയായ ഇഗ്നോയുടെ ജിഹ്വയായ ഗ്യാൻവാണി എഫ്.എം റേഡിയോയുടെ ഡയറക്ടറായി ചേർന്നത് ആൾ ഇന്ത്യ റേഡിയോ സർവ്വീസിൽ നിന്ന് വിരമിച്ചശേഷമായിരുന്നു. ഗ്യാൻവാണി എഫ്.എം റേഡിയോ പരിപാടി ഇന്ത്യയിൽ വ്യത്യസ്ത മായ വലിയൊരു പ്രക്ഷേപണ സംസ്കാരമാണ് പ്രചരിപ്പിച്ചത്. ഇഗ്നോ വൈസ് ചാൻസിലർ ഡോ. രാജശേഖരൻപിള്ളയുടെ നേതൃത്വത്തിൽ

എണ്ണമറ്റ പരിഷ്കാരങ്ങൾ വരുത്തി ലോകോത്തരമായ പ്രശസ്തി ഏറ്റു വാങ്ങികൊണ്ടിരിക്കുമ്പോഴാണ് നാൽപ്പത് എഫ്.എം. റേഡിയോ അടങ്ങുന്ന ഒരു പ്രക്ഷേപണ ശൃംഖല ഇഗ്നോ തുടങ്ങിയത്. ഇതിന്റെ രണ്ട് ഗ്യാൻവാണി നിലയങ്ങൾ കേരളത്തിലാണ് തുറന്നത്. ഒന്ന് കൊച്ചി യിൽ, മറ്റൊന്ന് തിരുവനന്തപുരത്ത്. തലസ്ഥാന നിലയത്തിന്റെ മേധാ വിയായി എന്നെ തെരഞ്ഞെടുത്തു. കൊച്ചിയിലെ മേധാവിയായി കൃത ഹസ്തനായ പ്രക്ഷേപകനും ദൂരദർശൻ ഡയറക്ടറുമായിരുന്ന സി.പി. രാജശേഖരൻ നിയമിതനായി. ആകാശവാണിയിലെ വിദ്യാഭ്യാസ പരി പാടി - കുട്ടികളുടെ പരിപാടി - സാഹിത്യരംഗം എന്നീ വകുപ്പുകളുടെ പ്രക്ഷേപണ ഉത്തരവാദിത്തം ഏറ്റെടുത്ത ഒരു പ്രക്ഷേപകൻ എന്ന നില യിൽ മാത്രമല്ല അന്താരാഷ്ട്ര അംഗീകാരമടക്കം നിരവധി പുരസ്കാര ങ്ങൾ നേടിയ ഞാൻ ചെറുകഥാസമാഹാരങ്ങളും മുപ്പതിലധികം ശാസ്ത്ര ഗ്രന്ഥങ്ങളും പ്രസിദ്ധീകരിച്ചിട്ടുണ്ട് എന്നതുകൂടി പരിഗണിച്ചാണ് എനിക്ക് ആ അസുലഭമായ സ്ഥാനം ഇഗ്നോ നൽകിയത്. ആകാശവാണിയിൽ അഭിമാനാർഹമായ വസ്തുനിഷ്ഠമായ നിരവധി പ്രക്ഷേപണ പദ്ധതി കൾ ആസൂത്രണം ചെയ്ത് ദീർഘകാലം ഞാൻ അവതരിപ്പിച്ചുകൊ ണ്ടിരുന്നു എന്ന നേട്ടംകൂടി എനിക്ക് ഇത്തരം മേഖലയിലേക്ക് നിർബാധം കടക്കാൻ സഹായകമായി എന്നുകൂടി പറയാൻ സന്തോഷമുണ്ട്.

ഗ്യാൻവാണി റേഡിയോ നിലയം വഴി കേരളത്തിൽ വലിയ നില യിൽ ഒരു ശബ്ദമാധ്യമ സ്വീകാര്യതാ വ്യതിയാനം തന്നെ നടന്നു. ആകാ ശവാണിയും വേറെ മൂന്നു നാലു സ്വകാര്യ എഫ്.എം. റേഡിയോയും പ്രവർത്തിക്കുന്ന തലസ്ഥാന നഗരിയിൽ തികച്ചും വ്യത്യസ്തമായ ഒരു പ്രവർത്തനശൈലിയായിരുന്നു ഇഗ്നോയുടെ ഗ്യാൻവാണി പിന്തുടർന്ന ത്. വിജ്ഞാന മേഖലയിൽ ഒരു പ്രക്ഷേപണ നിലയത്തിന് ഫലപ്രദ മായി പ്രവർത്തിക്കാൻ സാധിക്കുമെന്നതിന്റെ തെളിവായി ഗ്യാൻവാണി നാലഞ്ചു വർഷം വിജയപ്രദമായി പ്രവർത്തിച്ചു. തികച്ചും അനൗപചാ രികത കലർന്ന് അവതരണശൈലിയും, അർപ്പണ മനോഭാവവും ആണ് പരിപാടിയുടെ അവതാരകർ പ്രകടിപ്പിച്ചത്. ചുരുങ്ങിയ കാലംകൊണ്ട് അവർ നല്ല അവതാരകരുടെ അന്യാദൃശമായ സിദ്ധി കൈവരിച്ചു.

ഇഗ്നോതന്നെ ഏതാനും വർഷങ്ങൾക്കുശേഷം ഈ ചാനൽ നിർത്താൻ തീരുമാനിച്ചു എന്നത് എന്നെ അത്ഭുതപരതന്ത്രനാക്കി. അതിന്റെ പിന്നിലെ സമ്മർദ്ദങ്ങൾ ഒരു പിടികിട്ടാക്കഥയായിട്ടാണ് എനിക്ക് തോന്നിയത്. ഞാൻ ഏറെ ദുഃഖിതനായി. റേഡിയോ സാധാരണക്കാ രന്റെ ഇഷ്ട മാധ്യമമാണെന്ന് പൂർണ്ണ വിശ്വാസത്തിൽ മാസത്തിൽ ഒരു

സുഹൃത് സംഗമം ജിമ്മി, തങ്കച്ചൻ, ഗോപാലകൃഷ്ണൻ തുടങ്ങിയവരോടൊപ്പം

ദിവസം പ്രധാനമന്ത്രി പ്രക്ഷേപണം ചെയ്യുന്ന 'മൻകിബാത്ത്' എന്ന പ്രസിദ്ധ പരിപാടി നില നിൽക്കുന്നതിനിടയി ലാണ് ഈ അടച്ചിടൽ നടന്നത് എന്നതാണ് ഏറെ ജിജ്ഞാസയു ണ്ടാക്കിയത്. ഗ്യാൻവാ ണിക്കുശേഷം എനിക്ക് കൈവന്ന മറ്റൊരു പ്രവർത്തന മേഖലയാണല്ലോ C-DIT ലെ ചീഫ് പ്രോഗ്രാം കോർഡി നേറ്റർ പദവി. C-DIT പുതുതായി തുടങ്ങിയ കവടിയാർ കേന്ദ്രത്തിൽ ആരംഭിച്ച ഇൻഫർമേഷൻ ടെക്നോളജി കോഴ്സുകൾക്ക് പരിശീലനം നൽകുകയായിരുന്നു. എന്റെ കൂടെയുള്ള കോർഡിനേറ്റർമാരായിരുന്നു ഏറെക്കാലം മാതൃഭൂമിയിലും കൈരളിയിലും വാർത്താ വിഭാഗത്തിൽ പ്രവർത്തിച്ച ശ്രീ. കെ. രാജഗോപാലും, ചലച്ചിത്ര അക്കാഡമി സെക്രട്ട റിയായിരുന്ന മഹേഷ് പഞ്ചു എന്നിവർ. സിഡിറ്റിൽ പ്രവർത്തിച്ച കാലം എന്നെ സംബന്ധിച്ചിടത്തോളം ഒരു സുവർണ്ണകാലമായിരുന്നു. എന്റെ സുഹൃത്തായ ശ്രീ ബാലഭാസ്കറായിരുന്നു (ഇപ്പോൾ പിന്നാക്ക കോർപ്പ റേഷൻ എം.ഡി) അന്ന് സി-ഡിറ്റ് രജിസ്ട്രാർ സി-ഡിറ്റിനു ആ കോഴ്സു കൾ വഴി (പ്രധാനമായും ഓൺലൈൻ എഡിറ്റിംഗ്, വീഡിയോഗ്രാഫി, ഫോട്ടോഗ്രാഫി, സ്ക്രീൻപ്ലേ റൈറ്റിംഗ് എന്നീ മേഖലകളിലെ പരിശീ ലനം പ്രത്യേകിച്ച്) ധാരാളം സാമ്പത്തിക വരുമാനം ലഭ്യമായ കാലമാ യിരുന്നു അത്. ഇന്ന് പല മീഡിയ ഹൗസുക ളിലും സിഡിറ്റിൽ നിന്ന് പരിശീലനം ലഭിച്ചവ രാണ് പ്രവർത്തിക്കുന്ന ത്.

'ഗ്രേറ്റ് പീപ്പിൾ' എന്ന പരിപാടിയിൽ ജി. മാധവൻ നായരും ജോർജ്ജ് ഓണക്കൂറും മാധവ്, മാലിനി എന്നിവർക്കൊപ്പം

സി-ഡിറ്റ് വിടേണ്ടിവ ന്നപ്പോൾ മറ്റൊരു സുപ്ര ധാനവും, ക്രിയാത്മക വുമായ വഴിത്തിരി

വിലെത്താനാണ് നിയോഗമുണ്ടായത്. 2012 ജൂൺ മാസം ഞാൻ 'കേരള സ്റ്റേറ്റ് കൗൺസിൽ ഫോർ സയൻസ് ടെക്നോളജി ആന്റ് എൻവ യോൺമെന്റ്'' എന്ന സംസ്ഥാന സർക്കാർ സ്ഥാപനത്തിൽ 'മീഡിയ കൺസൾട്ടന്റായി' ചേർന്നു.

ശാസ്ത്രവികസനത്തിനും പ്രചാരണത്തിനും ഉഴിഞ്ഞുവച്ച ആ സ്ഥാപനത്തിൽ മാധ്യമത്തിന് ഫലവത്തായി ചില പ്രവർത്തനങ്ങൾ ആസൂത്രണം ചെയ്ത് നടപ്പാക്കാനുണ്ട് എന്ന് അതിന്റെ വൈസ് ചെയർമാനായി നിയമിതനായ പ്രശസ്ത ശാസ്ത്രകാരനും വിദ്യാഭ്യാസ ചിന്തകനുമായ പ്രൊഫ. രാജശേഖരൻ പിള്ള അനുമാനിച്ചത് എന്നെ സംബന്ധിച്ചിടത്തോളം ആകാശവാണിയിലും, തുടർന്നുണ്ടായ പല സ്ഥാപനങ്ങളിലും ലഭിച്ച പരിചയവും സാധാരണ മനുഷ്യർക്കും വിക സന മണ്ഡലത്തിനും പ്രയോജനപ്പെടുമെന്ന് വലിയ പ്രതീക്ഷ നൽകി. എന്റെ പ്രൊഫഷണൽ പശ്ചാത്തലവും ശാസ്ത്ര പ്രചാരണം, മാധ്യമം എന്നിവയെക്കുറിച്ചും പ്രൊഫ. രാജശേഖരൻപിള്ളയ്ക്ക് ആഴത്തിലറി യാമായിരുന്നതുകൊണ്ട് തന്ത്രപ്രധാനമായ 'മീഡിയ ലൈസൺ മാനേ ജ്മെന്റ്'' ഡിവിഷൻ മേധാവിയായി (MLM) നിയമിച്ചത്. ശാസ്ത്ര കൗൺസിലിന് 'ശാസ്ത്ര' എന്ന ത്രൈമാസിക പ്രസിദ്ധീകരണം ഇറ ക്കാനും, ശാസ്ത്ര വിഷയങ്ങളിൽ ഗവേഷണം നടത്തി പുസ്തകങ്ങൾ പ്രസിദ്ധീകരിക്കാൻ എട്ട് ഫെലോഷിപ്പ് നടപ്പാക്കാനും മീഡിയ ലൈസൺ മാനേജ്മെന്റ് ഡിവിഷന്റെ പുതുമയാർന്ന പ്രവർത്തനമായിരുന്നു. കൗൺസിലിന്റെ എക്സിക്യൂട്ടീവ് കമ്മറ്റിയും, ചെയർമാനായ കേരള മുഖ്യമന്ത്രിയും ഇത്തരം പുരോഗമനപരവും, ക്രിയാത്മകവുമായ പ്രവർത്തനങ്ങളിൽ വലിയ സംതൃപ്തിയാണ് പ്രകടമാക്കിയത്. 2016 ജൂണിൽ കൗൺസിൽ വിടുന്നതുവരെ ഇത്തരം പ്രവർത്തനങ്ങൾ തുടർന്നു. നാലു വർഷം കൊണ്ട് ഞാൻ കഠിനാധ്വാനത്തിലൂടെ കെട്ടി പ്പടുത്ത 'ശാസ്ത്രത്തിന് ഒരു മീഡിയ പിന്തുണ' എന്ന അടിസ്ഥാനപര മായ ആശയം തന്നെ പിൽക്കാലത്ത് പൊളിച്ചത് കാണാനിടയായപ്പോൾ ഞാൻ അനൽപ്പമായി ഖേദിച്ചു എന്നുമാത്രം പറയട്ടെ. ഇതില് വലിയ ഇച്ഛാഭംഗമാണ് ബഹുമുഖമായ വികസനത്തിനെല്ലാം കാരണഭൂതനായ ഡോ. രാജശേഖരൻ പിള്ളയ്ക്ക് അനുഭവപ്പെട്ടത് എന്നാണ് എന്റെ അനു മാനം.

AIRലെ ഔദ്യോഗിക റിട്ടയർമെന്റിന് ഏകദേശം പത്തു വർഷത്തി നുശേഷം സെന്റർ ഫോർ എൻവയോൺമെന്റ് ആന്റ് ഡവലപ്മെന്റ് എന്ന ഒരു സന്നദ്ധ സംഘടനയിൽ വീണ്ടും മീഡിയ കൺസൾട്ടന്റ് ആ

ഡോ. സി.പി. അരവിന്ദാക്ഷന് മീഡിയാ കൺട്രി അവാർഡ് നൽകുന്നത് മുൻ സ്പീക്കർ എം. വിജയകുമാർ

യി ചേർന്നു. CEDയുടെ എക്സിക്യൂട്ടീവ് ഡയറക്ടർ ഡോ. ബാബു അമ്പാട്ട് പ്രത്യേക താൽപര്യമെടുത്തപ്പോഴാണ് ഇങ്ങനെ ഞാൻ മനസ്സു കൊണ്ട് സ്വാഗതം ചെയ്ത ഒരു ലാവണം ലഭ്യമായത്. സി.ഇ.ഡി. (CED) എന്ന ചുരുക്കപ്പേരിലറിയപ്പെടുന്ന ഈ സ്ഥാപനം 25 വർഷങ്ങൾക്കു മുമ്പ് തിരുവനന്തപുരത്ത് ആരംഭിക്കുമ്പോൾ സമാനമായ സ്ഥാപനങ്ങളിൽ തികച്ചും വ്യത്യസ്തമായ ഒരു പ്രവർത്തന പന്ഥാവ് പിന്തുടർന്ന സ്ഥാപനമായിരുന്നു. ഒരു ഗവേഷണ വികസന കേന്ദ്രമായിട്ടായിരുന്നു തുടക്കം മുതലെ അതിന്റെ ചുക്കാൻ പിടിച്ച ഡോ. ബാബു അമ്പാട്ട് വിഭാവനം ചെയ്തത്. എന്നെ ചിരകാലമായി അടുത്തറിയുന്ന കോഴിക്കോട് സർവ്വകലാശാലയിൽ ഞാൻ പഠിച്ച ബോട്ടണി വകുപ്പിൽത്തന്നെ ഗവേഷണം ചെയ്ത ഡോ. ബാബു അമ്പാട്ട് തന്റെ സ്ഥാപനത്തിന് പുതിയ ഒരു മുഖഛായ നൽകാൻ പറ്റിയ നിരവധി പ്രോജക്ടുകൾ പല വിദഗ്ദ്ധരുടേയും സഹകരണത്തോടെ നടപ്പാക്കിവരികയായിരുന്നു.

രാഷ്ട്രപതി അബ്ദുൾകലാം പുസ്തകം പ്രകാശിപ്പിക്കുന്നു.

ഇൻഫർമേഷൻ എഡ്യൂക്കേഷൻ കമ്മ്യൂണിക്കേഷൻ രംഗത്ത് സേവനം ചെയ്യാൻ എന്നെ ക്ഷണിച്ചത് ആകാശവാണിയിലെ 30 വർഷത്തെ അഭംഗുരമായ മാധ്യമ പ്രവർത്തനവും, അതിനുശേഷം സമാനമായ അഞ്ച് സ്ഥാപനങ്ങളിലും ആകാശവാണിയിലെ ഉദ്യോഗത്തിനു മുമ്പ് കേരള ഭാഷാ ഇൻസ്റ്റിറ്റ്യൂട്ട്, പയ്യന്നൂർ കോളേജ് എന്നിവിടങ്ങളിലെ സേവനവും വലിയ മീഡിയ അക്കാദമീയ പശ്ചാത്തലം സൃഷ്ടിച്ചതുകാരണമാണ്. ഞാനൊരു തിരിഞ്ഞു നോട്ടത്തിന്നു മുതിരുന്നി

രിക്കയാണല്ലോ; ഈ ഏടുകളിൽ മീഡിയ കൺട്രിവൈഡിന്റെയും, പ്രൊ. ശിവദാസൻ പിള്ള ഫൗണ്ടേഷന്റേയും ചെയർമാനായിരിക്കെ ആകാശവാണി ഉദ്യോഗസ്ഥൻ എന്നതിലുപരി വലിയൊരു എക്സ്പോഷർ ആണ് കിട്ടിയത്. വിദ്യാഭ്യാസ വകുപ്പിന്റെ മുഖപത്രമായ വിദ്യാരംഗത്തിന്റെ ഭരണ സമിതിയിലും, ബാലസാഹിത്യസമിതിയുടെ ഭരണസമിതിയിലും വലിയ വിദ്യാഭ്യാസ പ്രവർത്തനങ്ങൾ ചെയ്യാൻ കഴിഞ്ഞു. അടുത്തകാലത്തായി പി.ആർ. ഡി.യുടെ ഓൺലൈൻ റേഡിയോയിലും എസ്.ആർ.സി.യുടെ കമ്മ്യൂണിറ്റി കോളേജിലും സാങ്കേതിക സമിതിയിലും പ്രവർത്തിച്ചു. സെൻസർ ബോർഡ് ഉപദേശക സമിതിയിലും വർഷങ്ങളോളം പ്രവർത്തിച്ചു. കേരളത്തിലെ ഔപചാരിക, അനൗപചാരിക വിദ്യാഭ്യാസമണ്ഡലത്തിൽ നേതൃത്വപരമായ പ്രവർത്തനങ്ങൾക്കുള്ള അവസരമാണ് കഴിഞ്ഞ കാലങ്ങളിൽ തുറന്നു കിട്ടിയത് എന്നത് ചാരിതാർത്ഥ്യജനകമാണ്. മീഡിയാ കൺട്രിസൈഡിന്റെ ആഭിമുഖ്യ ത്തിൽ തന്നെ ആരംഭിച്ച 'സംഘമൈത്രി' എന്ന സംഘടന ഒരു വ്യത്യസ്ത ഡിബേറ്റിനു തുടക്കം കുറിച്ചിട്ടുണ്ട്. സ്വന്തം നിലപാടിൽ ഉറച്ചു നിന്നുകൊണ്ടു ഈ പ്രവർത്തനങ്ങൾ ഇനിയും തുടരണം. ആയുഷ്ക്കാല സംഭാവനകൾക്കുള്ള ഇന്ത്യൻ ബ്രോഡ്കാസ്റ്റ് അവാർഡും കൗൺസിൽ ഫോർ ടീച്ചർ എഡ്യുക്കേഷൻ ഫോറത്തിന്റെ സെലിബ്രിറ്റി റൈറ്റർ അവാർഡും സംഗീതനാടക അക്കാഡമി പുരസ്കാരവും കേന്ദ്രസർക്കാറിന്റെ സീനിയർ ഫെലോഷിപ്പും മറ്റും പ്രൊഫഷണൽ ഉത്തരവാദത്തവും വർദ്ധിപ്പിക്കുകയാണ്.

കണ്ണൂർനിലയത്തിനു വേണ്ടി പ്രശാന്തിന്റെ മുഖാമുഖം

1970–2020 കാലയളവിൽ എട്ടു സ്ഥാപനങ്ങളിൽ ആത്മാർത്ഥമായ സേവനം ചെയ്യാൻ അവസരമുണ്ടായത് ജീവിതത്തിലെ ഏറ്റവും വലിയ മുതൽക്കൂട്ടായി ഞാൻ കരുതുന്നു. ഏകദേശം സമാനമായ ലക്ഷ്യത്തിലൂന്നിയുള്ള പ്രവർത്തനത്തിലാണ് എല്ലാ സ്ഥാപനങ്ങളിലും ഞാൻ ഏർപ്പെട്ടിരുന്നത് എന്നത് എന്നെ സംതൃപ്തനാകുന്നു. 1970കളിൽ പയ്യന്നൂർ കോളേജിൽ അധ്യാപകനായിരിക്കെ ആരംഭിച്ച എഴുത്തുകാരനാകാനുള്ള മോഹവും പൂവണിഞ്ഞ ചാരിതാർത്ഥ്യം എന്റെ ജീവിതത്തിലെ

പുസ്തകങ്ങളിൽ ചിലത്

പ്രധാന നേട്ടം തന്നെയാണ്. ഞാൻ ഔദ്യോഗിക പദവി നിർവ്വഹിച്ച എല്ലാ മേഖല യിലും സാഹിത്യ കൗതുകം അനിവാര്യമായിരുന്നു. പി. ടി.ബി എന്ന സാംസ്കാരിക ശാസ്ത്ര നവോത്ഥാനരം ഗത്തെ അതികായന്റെ അജ്ഞാതമായ സ്നേഹ നിർബന്ധങ്ങൾക്ക് വശംവദ നായി ഞാൻ ആദ്യം എഴുതാൻ ധൈര്യം കാണിച്ചത് പോപ്പുലർ സയ ൻസാണ്. അങ്ങിനെ മുപ്പതിലേറെ ശാസ്ത്രഗ്രന്ഥങ്ങൾ, ചെറുകഥാ സമാഹാരങ്ങൾ, ''പ്രഭാകരന്റെ കഥകൾ'' എന്ന പുതിയ ഒരു തിരഞ്ഞെ ടുത്ത കഥാസമാഹാരം, എണ്ണമറ്റ ഫീച്ചറുകൾ, തർജ്ജമകൾ എല്ലാം എന്റേ തായി വന്നു. 51 വർഷങ്ങ ളായി അക്ഷരങ്ങളുമായി ഗാഢബന്ധം പുലർത്തിയ എളിയ സാഹിത്യ പ്രവർത്ത കനായ എന്റെ സർഗ്ഗജീവിത ത്തിന്റെ ഒരു ദർപ്പണസമാന മായ ചിത്രം കൂടി ജീവിതാ നുഭവങ്ങൾ പറയുന്ന ഈ രചനയിലൂടെ സാക്ഷാത്കരി ക്കുന്നു എന്നു ഞാൻ കരുതുന്നു. ആ അർത്ഥത്തിൽ ഇതൊരു ആത്മകഥ കൂടിയാകുന്നു.

പുരസ്കാരങ്ങൾ

44

ഭരതവാക്യം

കഴിഞ്ഞ തിരിഞ്ഞുനോട്ടത്തിൽ പ്രവർത്തനങ്ങളുടെ ഒരു സംഗ്രഹം ബഹിർസ്ഫുരണമായപ്പോൾ ഓർക്കേണ്ടിയിരുന്ന ഒന്നുണ്ട്. സ്വാതന്ത്ര്യ സമ്പാദനത്തിനു തൊട്ടുമുമ്പ് കേരളത്തിന്റെ വടക്കേ അറ്റത്ത് ആ വിഖ്യാത പ്രക്ഷോഭങ്ങളുടെ പടയൊരുക്കങ്ങൾ നടക്കുന്ന മൂലകേന്ദ്ര ത്തിൽ ജനിച്ചുവീണ ഒരു ഗ്രാമത്തിന്റെ ശിശുവായ എനിക്കുവന്ന പരി ണാമം, മാത്രമല്ല നാട്ടിനും നാട്ടാർക്കും വന്നുപെട്ട മാറ്റങ്ങൾ എല്ലാം പിന്നോട്ടു മറയുന്ന ചിത്രങ്ങൾ പോലെയാണ്. പുതിയ ഇന്ത്യാ രാജ്യ ത്തിന്റെകൂടെ വളർന്നുവന്നവനാണ് ഞാൻ. വിശിഷ്യ സ്വതന്ത്ര ഇന്ത്യ യുടെകൂടെ. പരശുരാമന്റെ അറുപത്തിനാലു ഗ്രാമങ്ങളിൽപ്പെട്ട പയ്യ ന്നൂർ ഗ്രാമം നാനാജാതികൾ ഒരുമയോടെ കഴിയുന്ന നാട് ... തുളുനാ ട്ടിൽ നിന്ന് കൊണ്ടുവരപ്പെട്ട പത്തു വീരന്മാരുടെ പരമ്പര പിന്നീട് പത്തു തറവാടുകൾ സൃഷ്ടിച്ചപ്പോൾ സുബ്രഹ്മണ്യ ദേവന്റെ കാവലാൾ, ആ ശക്തിയിൽ നിന്ന് പ്രസരിച്ച നിതാന്തമായ ഓജസ്സും ആയി മാറി. പക്ഷെ വാഴ്ത്തപ്പെട്ട കുലമുദ്രയുടെ നൈരന്തര്യം എന്നെ വിനയമുള്ളവനാക്കു ന്നു. നാട്ടിന്റെ കീർത്തിയോടൊപ്പം കാലങ്ങളായി ഉരുമ്മി നടക്കുന്ന ജന ങ്ങൾ സ്വാതന്ത്ര്യമെന്നു കേട്ടപ്പോൾ തന്നെ പാഞ്ഞിറങ്ങി. പിന്നെ മറ്റൊരു ചിന്തയുമുണ്ടായിരുന്നുമില്ല. കലയും, ആയോധനവും, സംസ്കാ രവും എല്ലാം ആവാഹിക്കപ്പെട്ട ആ നാട്ടിന്റെ ഭൂമിക്കും, മണ്ണിനും, മനു ഷ്യനും ഭവിച്ച നിമ്നവും ഉന്നതവുമായ പ്രയാണം കണ്ടുകണ്ടിരിക്കെ വർഷം 2022-ൽ എത്തി. തകൃതിയായ കാല വർഷത്തിന്റെ ഹുംകാര ത്തിൽ എടവപ്പാതിയും തിരുവാതിര ഞാറ്റുവേലയും, എല്ലാം കാലച ക്രത്തിൽ വീണ്ടും വന്നുപോയപ്പോൾ ലോകത്തെ ഞെട്ടിച്ചുകൊണ്ടിരി ക്കുന്ന മഹാരോഗ വിപത്ത് ഒടുങ്ങാത്തതെന്തെ എന്ന വലിയൊരു ദൈന്യ തയാർന്ന ചോദ്യം കർഷകനും, സാഹിത്യ കുതുകിക്കും, ചിത്രകാരനും, അധ്യാപകനും, തൊഴിലാളിയും, പണ്ഡിതനും, പാമരനും, സമ്പന്നനും, ദരിദ്രനും സമസ്ത തലത്തിലുമുള്ള മനുഷ്യർക്കും ഉള്ളിലൊതുക്കാൻ

മാത്രമെ കഴിയുന്നുള്ളു. ഈ ചോദ്യം ആവർത്തിച്ച് ചോദിച്ചുകൊണ്ടേയിരിക്കുമ്പോഴാണ് ഒരു പിൻതിരിഞ്ഞുനോട്ടം നടത്തിയത്. 2020-21 സമസ്ത ലോകവും മഹാമാരിമൂലം നിശ്ചലമായ കാലയളവ് മുതൽ.. കേരളത്തിലും, ഇന്ത്യയിലും ലോകത്തിന്റെ വ്യത്യസ്തമായ ദേശങ്ങളിലും കൊറോണ വൈറസ് മഹാമാരി വേഷപ്രച്ഛന്നതയുടെ വൈവിധ്യത്തോടെ മനുഷ്യരുടെ ജീവിതം തന്നെ വഴിമുട്ടിച്ചു നിൽക്കുകയായിരുന്നു. ഈ കാലയളവിൽ ലക്ഷക്കണക്കിന് മനുഷ്യർ യവനികയ്ക്ക് പിന്നിലേക്ക് വിടവാങ്ങി. സമസ്ത മനുഷ്യ പ്രവർത്തനങ്ങളും സ്തബ്ധമായി. നമുക്ക് ഹൃദയത്തോടടുത്തവർ അനേകംപേർ മഹാമാരിയുടെ ഇരയായി. പഴയതിൽ നിന്നും വ്യത്യസ്തമായ കാലം, ഭയവിഹ്വലതയായിരുന്നു സ്നേഹത്തിനും ഹൃദയബന്ധത്തിനും പാരസ്പര്യത്തിനും വിലങ്ങുതടിയായി നിന്നത്. മനഃസാക്ഷി മരവിച്ച കാലം പിന്നേയും തുടരുന്നു. ഇതിന്നന്ത്യം എവിടെ? ഈ സന്ദിഗ്ദ്ധാവസ്ഥയും നാം മറികടക്കും എന്നുറപ്പാണ്. 2022 നമുക്ക് ഒരു രജതരേഖ കാട്ടിത്തരുന്നുണ്ട്.

പോയവർഷങ്ങൾ മാനസികമായി മരവിച്ചുപോയ വർഷങ്ങൾ എന്നു പറയട്ടെ. സമാകാലിക ലോകത്തിന് ഏറ്റ ഏറ്റവും വലിയ പ്രഹരമെന്ന് ഏവരും ഏറ്റുപറഞ്ഞ വർഷമയായിരുന്നു 2020. പുതിയ വർഷമായ 2022 പിറന്നിട്ടും ഭീതിദമായ അന്തരീക്ഷം പോയ്മറഞ്ഞില്ല. വലിയ ആശങ്കയ്ക്കിടയിലും ഒരു രജതരേഖ പ്രതിരോധകുത്തിവയ്പ്പിന്റെ (Vaccination) രൂപത്തിൽ വന്നു. ഭരണാധികാരികൾക്ക് വലിയ കയ്യടി നൽകിക്കൊണ്ടാണ് ഇന്ത്യൻ ഔഷധ കമ്പനികളുടെ വാക്സിൻ നിർമ്മാണത്തേയും പ്രയോഗത്തേയും ഭാരത ജനതയും ലോകവും നോക്കി കണ്ടത്. പ്രതീക്ഷാനിർഭരമായ ആശകൾ മുൻവർഷങ്ങളിൽത്തന്നെ മുള പൊട്ടിയിരുന്നു. വലിയൊരു സമർപ്പണത്തോടെ ഭരണാധികാരികൾ രംഗത്തു വന്നത് സാധാരണക്കാരെപ്പോലും സുരക്ഷിതബോധമുള്ളവരാക്കി. ഒരു വർഷക്കാലം ലോകത്തരങ്ങേറിയ ദുരന്ത കഥകളെ പേടിസ്വപ്നംപോലെ കാണുകയായിരുന്നു ലോകമെമ്പാടുമുള്ള മനുഷ്യകുലം. ഭാരതം ഈ ദീനതയിൽ നിന്ന് ലോകത്തെ മോചിപ്പിക്കാൻ പോലും മുന്നോട്ടു വരുന്നു. അത് ഫലവത്താവുന്നു എന്നത് ശുഭോദർക്കം. ഭാരതത്തിന്റെ നന്മ ഏറെ തെളിഞ്ഞ കാലയളവായിരുന്നു ഇത്.

ഈ അന്തരാള ഘട്ടത്തിൽ മുതിർന്ന പൗരന്മാർക്കുണ്ടായ മാനസിക വ്യഥയെപ്പറ്റി ചുറ്റും ദയനീയമായ കഥകളാണ് പ്രചരിച്ചത്. ഉറ്റവരെ അകന്നു നിൽക്കേണ്ടിവന്ന രോഗികൾ. മരണവക്ത്രത്തിന്റെ മുമ്പിലകപ്പെട്ടവരെ ഒരു നോക്കുപോലും കാണാനാകാതെ തീ തിന്ന ബന്ധുജനങ്ങൾ. ഇങ്ങനെയൊരു കാലമാണല്ലോ കടന്നുപോയത്.

മഹാമാരിയുടെ ശമനത്തിനുള്ള പ്രതിവിധികൾ മുറയ്ക്ക് നടന്നുവെങ്കിലും നിയന്ത്രണോപാധികൾ ശാസ്ത്രീയമായി പുരോഗമിച്ച് രോഗം വരുതിയിലേക്ക് എത്തിക്കാൻ വലിയ ശ്രമങ്ങൾ നടക്കുന്നതിനിടയിലും മാധ്യമങ്ങളും, പൊതുജനവീക്ഷണങ്ങളും രോഗമല്ലാത്ത ഒരു കാര്യവും പ്രതിവചിച്ചില്ല എന്നത് ജനങ്ങളെ കൂടുതൽ ആശങ്കാകുലരാക്കിയെന്ന് അനുമാനിക്കേണ്ടിയിരിക്കുന്നു. പത്രമാസികകളിലും ദൃശ്യ -ശ്രാവ്യ പ്രചരണോപാധികളിലും ഇടം നേടണമെങ്കിൽ ഈ മഹാമാരിയെ ചുറ്റിപ്പറ്റിയുള്ള വാർത്തകൾക്കു മാത്രമേ കെൽപ്പുള്ളു എന്ന അവസ്ഥയുണ്ടായി. അത് അതിശയപ്പെടുത്തി. നിലവാരമുള്ള പത്രമാസികകളിൽ കവിതയോ കഥയോ എന്തിന് ഒരു ഫീച്ചറായാലും അത് കൊറോണാ രോഗത്തെ ചുറ്റിപ്പറ്റിയായാലേ വിൽപ്പനയുള്ളു എന്ന അബദ്ധ ധാരണയും പ്രബലപ്പെട്ടു വന്നത് അതിശയകരമായി. മഹാമാരിയുടെ ദുഃസ്വപ്നങ്ങളിൽ നിന്ന് വിടുതൽ നേടി മറ്റു സാംസ്കാരിക വാർത്തകളോ മറ്റു മേഖലകളെപ്പറ്റിയുള്ള ശുഭാപ്തി വിശ്വാസമോ വിവരങ്ങളോ പ്രതീക്ഷ നൽകുന്ന പുത്തൻ ചിന്താസരണിയോ പ്രമേയമാക്കാൻ ഇക്കാലത്ത് ആരും ധൈര്യം കാണിക്കാത്തതെന്തേ എന്ന് ഞാൻ ആത്മാർത്ഥമായും ശങ്കിച്ചു. ഉറക്കെ ചോദിച്ചുകൊണ്ടേയിരുന്നു. രോഗത്തിന്റെ ഭീഷണി നേർത്തു നേർത്തു വന്നപ്പോഴും പ്രതിരോധ മരുന്നിന്റെ ഇടപെടൽ ഉണ്ടായപ്പോഴും മാത്രമാണ് ഈ ദൈന്യാവസ്ഥയുടെ പിടിയിൽ നിന്ന് സാഹിത്യംപോലും മോചിതമായത്.

മഹാമാരി ഹേതുവല്ലെങ്കിലും, വൈയക്തികമായ തീരാനഷ്ടത്തിന്റെ നാളുകളാണ് എന്റെയും കുടുംബത്തിന്റെയും തോർന്നു തീരാത്ത തീരാദുഃഖം ഓർമ്മിപ്പിക്കുന്നത്. മൂത്ത മകൾ അപർണ്ണയുടെ ഭർത്താവ് അതിരുകളില്ലാത്ത ആ സ്വപ്നങ്ങൾ ഉള്ളിലൊതുക്കി സമൂഹത്തെ ശുഭാപ്തിവിശ്വാസത്തോടെ നേരിടുന്നതിനിടയിൽ തന്റെ വ്യവസായ സ്വപ്നവും, വിദ്യാഭ്യാസരംഗത്തെ വികസന ചിന്തകളും വിട്ടെറിഞ്ഞ് ജീവിതത്തിൽ നിന്നും അകാലത്തിൽ വിടപറയേണ്ടി വന്നതും 2020-ൽ തന്നെ. അശനിപാതംപോലെ ജീവിതം വഴിമുട്ടിച്ച വിപത്തുകൾ ഏറെ സംഭവിക്കുന്ന ഒരു ദുരിതകാലം പിന്നിടുകയാണ്. വ്യാപാര പ്രമുഖനായ ഭാര്യാസഹോദരൻ വിട വാങ്ങിയത് മറ്റൊരു വ്യസനം. വൈകാതെതന്നെ ഭാര്യാമാതാവും.

ഒരു കാര്യം വിസ്മരിക്കാൻ പറ്റില്ല. ഹൃദയം കൊണ്ടടുത്തവരും സ്വന്തം രക്തബന്ധുക്കൾ പോലും മഹാമാരിക്കാലത്ത് രോഗം കാരണമായല്ലെങ്കിലും മരണപ്പെട്ടാൽ ഹൃദയംകൊണ്ട് ആ വേർപാടിൽ ദുഃഖിക്കാമെന്നല്ലാതെ മറ്റൊന്നും ചെയ്യാൻ സാധിക്കുകയില്ല എന്ന് അടുത്ത

കുടുംബ സുഹൃത്തായ സംഗീതജ്ഞൻ എം.ജി. രാധാകൃഷ്ണന്റെ പത്നി പത്മജ അന്തരിച്ചപ്പോഴും, ആത്മസുഹൃത്തുക്കളായിരുന്ന സാഹിത്യകാരന്മാരായ ചുനക്കര രാമൻകുട്ടി, നീലമ്പേരൂർ മധുസൂദനൻ നായർ, പെരുമ്പുഴ ഗോപാലകൃഷ്ണൻ, വിഷ്ണുനാരായണൻ നമ്പൂതിരി, സുഗതകുമാരി, പൂവച്ചൽ ഖാദർ തുടങ്ങിയവർ വിടപറഞ്ഞപ്പോഴും ഞാനറിഞ്ഞു. ഈ കൊറോണാ മഹാമാരിയുടെ കാലം ആയിരക്കണക്കിന് പരിചിതരുടേയും അപരിചിതരുടേയും വിയോഗത്തിന് സാക്ഷ്യം വഹിച്ചു. സെക്രട്ടേറിയേറ്റിൽ നിന്ന് വിരമിച്ച അഡിഷണൽ സെക്രട്ടറി ഡോ. രാജശേഖരൻ നായർ, (CED-യിൽ എന്റെ സഹപ്രവർത്തകയായിരുന്ന ലക്ഷ്മിയുടെ ഭർത്താവ്)എന്റെ ആത്മസുഹൃത്തായിരുന്ന കൈതപ്രത്തിന്റെ ഭാര്യാ പിതാവ് പുല്ലേനി ഉണ്ണികൃഷ്ണൻ നമ്പൂതിരി (നടൻ), കൈതപ്രത്തിന്റെ അനുജൻ വിശ്വനാഥൻ ഞങ്ങളുടെ തറവാട്ടിന്റെ മൂത്ത പൊതുവാൾ കുറുന്തിൽ കണ്ണപ്പൊതുവാൾ, പയ്യന്നൂരിലെ കെ.കെ. ഭാസ്കരൻ മാസ്റ്റർ കവിയും എന്റെ സഹപ്രവർത്തകനുമായിരുന്ന എസ്. രമേശൻ നായർ, കെ.വി. തിക്കുറുശ്ശി, നെടുമുടി വേണു തുടങ്ങിയവരുടെ വിയോഗം ഈ കെട്ട കാലം നൽകിയ തീരാ ദുഃഖമാണ്.

പുതിയ കാലത്തിന്റെ നിരവധി വെല്ലുവിളികൾ നേരിടാൻ സമൂഹം മാറിയ വീക്ഷണവുമായി തയ്യാറെടുത്തു നിൽക്കുന്ന മുഹൂർത്തമാണ് 2022ലേക്കുള്ള ചുവടുമാറ്റം. ഭാരതം പുതിയൊരു ആത്മവിശ്വാസം നേടിയെടുത്തു. മഹാമാരിയോടും പുതിയ സാമ്പത്തിക, സാമൂഹിക, സാംസ്കാരിക പ്രശ്നങ്ങളോടും പ്രതികരിക്കാൻ സന്ധിയില്ലാത്ത ഒരു പടയൊരുക്കം തന്നെ വേണമെന്ന് ആബാലവൃദ്ധം ജനങ്ങളും തീരുമാനിച്ചുറച്ച വേളയാണിത്.നമുക്ക് സമകാലിക സമൂഹത്തെ വിശകലനം ചെയ്താലറിയാം ഏറ്റവും നടുക്കമുണ്ടാക്കുന്ന സത്യം മുന്നിലുയരുന്നത്, അത് മുഖ്യമായും അതിഗൂഢമായ അസ്വസ്തതയിൽ നിന്നും മുളപൊട്ടുന്നു.

കഴിഞ്ഞ 60 വർഷമായി കേരളത്തിന്റെ വടക്കുമുതൽ തെക്കേ അറ്റം വരെ സംഭവിച്ചുകഴിഞ്ഞ സാമൂഹ്യബന്ധങ്ങളുടെ പുഴുക്കുത്തുകൾ പ്രകടരൂപം ഉൾക്കൊണ്ട് മുമ്പിൽ അവതരിക്കുന്നത് മറക്കാറായില്ല. ആദ്യമാദ്യം ആളുകൾ തമ്മിലുണ്ടായിരുന്ന കരുതലും സഹാനുഭൂതിയും ഇന്നില്ല. ആ പുരാതനചിന്ത ഇന്ന് മാഞ്ഞ് മനുഷ്യർ തമ്മിലുള്ള വിഭാഗീയത മുക്കിലും മൂലയിലും തളം കെട്ടി നിൽക്കുന്നു.മതവിരോധമല്ല ജാതിബോധമാണ് അന്യോന്യം അവിശ്വസിക്കാൻ ഇടവരുത്തുന്ന മൂലകാരണം. രാഷ്ട്രീയ വൈജാത്യങ്ങളെക്കൂടി തൂത്തെറിയുന്ന ജാതി ചിന്ത മുതിർന്ന തലമുറയെമാത്രമല്ല ചെറുപ്പക്കാരിലുമുണ്ടാകുന്നു എന്ന സത്യം

തുറിച്ചുനോക്കുന്നു. സ്ഥാപനങ്ങളിലും അതിന്റെ ഉൾസ്ഥലങ്ങളിലും ഈ പ്രവണത വ്യാപകമായ പ്രത്യാഘാതത്തിലേക്ക് നീങ്ങുന്നത് പൊതുജീവിതം നിരീക്ഷച്ചപ്പോൾ മനസ്സിലായി. അന്തിമമായും ആനുകൂല്യം സ്വന്തം ജാതിയിൽ മാത്രം പ്രതിഫലിക്കണം, ഇതരജാതിയിലുള്ളവരെ മറ്റൊരുമാനദണ്ഡത്തിൽ വേണം നോക്കികാണാൻ എന്ന അധമചിന്തയ്ക്കു വലിയ പ്രചാരം ഉയർന്ന തലത്തിലുള്ളവരും ശിരസാവഹിക്കുന്ന ഹീനമായ പ്രവണത അനുഭവത്തിലൂടെ മനസ്സിലാക്കാം. മാനവികതയുടെ നിഷേധം പോലെ ഈ ചിന്താഗതിയ്ക്ക് കാറ്റുപിടിക്കുന്ന കാലമാണിത്. ഇത് ദിനംപ്രതി ഏറിവരുന്നു. ഇതിനെതിരെ പടപൊരുതാൻ ജനാധിപത്യവിശ്വാസികൾ അരയും തലയും മുറുക്കേണ്ടിവരുമെന്ന് എനിക്ക് നിരവധി സമ്പർക്കപരിപാടികളിൽ ഇടപെടുമ്പോൾ ബോധ്യമാകുന്നു. പുറമെ ഒരു ലാഞ്ചനപോലും പ്രകടമാകാതെ അകത്തുള്ള അജണ്ടയാണിത്. പല്ലും നഖവുമുപയോഗിച്ച് എതിർത്ത് തോൽപ്പിക്കേണ്ട സാമൂഹ്യവിപത്താണിത്. ഞാൻ ഔദ്യോഗിക ജീവിതത്തിലേക്ക് പ്രവേശിച്ച 1968-ൽ അഭ്യസ്ത വിദ്യർ നാട്ടിൽ കുറവായിരുന്നു. അന്ന് ഉന്നത വിദ്യാഭ്യാസം നേടിയവർക്കു പോലും പരിമിതമായ ജോലിസാധ്യത മാത്രമാണുണ്ടായിരുന്നത്. ഉള്ളത് സർക്കാർ നൽകുന്ന ജോലിയാണ്. അതില്ലെങ്കിൽ എത്രതന്നെ മിടുക്കുണ്ടെങ്കിലും തൊഴിൽരഹിതനാകും. പക്ഷെ കാലചക്രം തിരിഞ്ഞുവന്നു. സമീപകാലത്തെ അവസ്ഥ തികച്ചും ഭിന്നമാണ്. ഇന്നത്തെ യുവതലമുറയുടെ ജീവിത വീക്ഷണം തന്നെ അടിമുടി മാറിയിരിക്കുന്നു. ജോലിക്കുവേണ്ടി അവർക്ക് കിട്ടിയ അക്കാദമിക് പരിശീലനം പ്രയോജനപ്പെടുത്തണമെന്നും അലസത വെടിഞ്ഞ് വിദ്യാഭ്യാസം വികസനത്തിനുവേണ്ടി പ്രയോജനപ്പെടുത്തണമെന്നും ശാസ്ത്രബോധമാണിതിനൊക്കെ കൂട്ടായിരിക്കേണ്ടതെന്നും അടിയുറച്ച ബോധ്യം ജനിച്ചിരിക്കുന്നു. കേരളത്തിൽ ഈ പുതിയ വെളിച്ചത്തിന്റെ പ്രകാശനാളങ്ങൾ കാണാനുണ്ട്. ഭാരതത്തിലുടനീളം ഈ പ്രകാശകിരണങ്ങൾ കുട്ടികൾക്കുപോലും മാർഗ്ഗദീപമാകുന്നു. പുതിയ വിപ്ലവം സൃഷ്ടിക്കുമെന്നത് തീർച്ചയാണ്. പുതിയ വികസന കാലത്തിനായി സമൂഹത്തെ സജ്ജമാക്കുകയാണ് വേണ്ടത് എന്ന് ഞാൻ അടിയുറച്ച് വിശ്വസിക്കുന്നതോടൊപ്പം ഉയർന്നുവരുന്ന തലമുറയ്ക്ക്, ഈ ചിന്തയ്ക്ക് അനുഗുണമായി പ്രശ്നങ്ങളെ സമീപിക്കാൻ പ്രേരണ നൽകുകയാണ് ഹൃദയപൂർവ്വം.

കാലത്തിന്റെ ആഹ്വാനംപോലെ മനസ്സിലേക്ക് ധൃതിപിടിച്ചു ഒഴുകി വരുന്ന സ്നേഹമെന്ന പ്രമേയം ഒരുവേള ഓർമ്മിക്കാതിരുന്നാൽ ഈ സ്മരണയുടെ ഓളങ്ങൾ ശാന്തമാകുകയില്ല എന്ന ഒരു തോന്നൽ സ്വാഭാ

വികം. ആ ചന്ദ്രതാരം നിലനിൽക്കണമെന്ന് ആശിക്കുന്ന വിശ്വപ്രേമമെന്ന സ്നേഹസ്വരൂപം ദിനേന മാഞ്ഞുപോകുന്ന വർത്തമാനകാലത്ത് ആ ഒരു ചിന്തമാത്രം. മനുഷ്യമനസിൽ ഊറി വരുന്ന സ്നേഹവായ്പ് മാഞ്ഞില്ലാതായാൽ പിന്നെ മാതാപിതാക്കളും മക്കളും, സഹോദരങ്ങളും, സാമൂഹികാവസ്ഥയിലെ സ്നേഹക്കൂട്ടായ്മയ്ക്കും പിന്നെ എങ്ങോട്ട് പ്രതീക്ഷ. ആ കട്ടിയുള്ള അന്ധകാരത്തിന്ന് ഇടയിൽ ഒരു കീറ് വെളിച്ചം ഇന്നാരും പ്രതീക്ഷിക്കും.

ഒരിക്കൽ ഒരാഴ്ചപ്പതിപ്പിൽ (മലയാളംവാരിക) പ്രശസ്ത എഴുത്തുകാരനും, പ്രഭാഷകനും, ചിന്തകനുമായ ടി.എൻ. ജയചന്ദ്രൻ “ജീവിതം എന്നെ എന്തു പഠിപ്പിച്ചു” എന്ന പരമ്പരയിൽ അഭിപ്രായത്തിനായി ക്ഷണിച്ചപ്പോൾ ഞാൻ പറഞ്ഞത് ഓർമ്മിക്കട്ടെ. ‘തുറന്ന സ്നേഹം ഇന്ന് കിട്ടാക്കനി. അമ്മയ്ക്ക് മക്കളോടും, കൂടപ്പിറപ്പുകൾക്കിടയിലും ഉപാധി വെച്ച് സ്വന്തതാല്പര്യസംരക്ഷണം എന്നു കരുതി മാത്രം സ്നേഹം തരുന്ന ഇന്നത്തെ ലോകം എന്നെ ഭയപ്പെടുത്തുന്നു.’ മാറിപ്പോട്ടെ ഈ ഭയപ്പാട് എന്നാണ് ഇന്നും എന്നും എന്റെ കൊതിയാർന്ന ആഗ്രഹം! സ്നേഹഭരിതമായ ലോകം മുമ്പിലുയരട്ടെ! അത് പ്രതിസന്ധികൾക്കെല്ലാമുള്ള മറുമരുന്നാകും തീർച്ച!

•